TỔNG QUAN VỀ NGHIỆP

TUỆ SỸ

TỔNG QUAN VỀ NGHIỆP

HỘI ĐỒNG HOẰNG PHÁP

PHẬT LỊCH 2565 | DƯƠNG LỊCH 2021

TỔNG QUAN VỀ NGHIỆP
Tác giả: Tuệ Sỹ
Ban Báo Chí và Xuất Bản Hội Đồng Hoằng Pháp
Ấn hành lần thứ nhất, 2021
Biên tập: Nguyên Đạo
Tsewang Dorje (Geshe)
Thích Thanh An
Thanh Phi
Kỹ thuật: Hoằng Pháp
ISBN: 978-1-0879-8783-5

https://hoangphap.org

Người học Phật đôi khi có chút khó khăn với sách tiếng Việt. Họ nói: gặp phải những vấn đề gai góc, phải đọc sách tiếng Pháp, tiếng Anh mới hiểu. Tiếng Việt khó diễn đạt tư tưởng, triết lý hơn các ngôn ngữ kia chăng? Văn phạm của ta kém chặt chẽ, mà triết lý thì cần phải chính xác? Có lẽ không phải chỉ vì ngữ pháp. Nhưng đúng là tham khảo sách tiếng Pháp, tiếng Anh thì hiểu rõ hơn. Nhưng, chắc gì các học giả phương Tây hiểu đúng tinh tế trong ý Phật bằng sách của các bậc Thầy của tôi? Họ có cái đầu đáng kính mà ta phải học, nhưng có những vấn đề mà phải tu mới thực chứng. Nghiệp là vấn đề số một. Tôi phải đọc sách của các bậc Thầy của tôi trước, để chắc chắn rằng mình không bị dẫn đi sai đường.

Sách của Thầy Tuệ Sỹ cho tôi cái an tâm đó. Sách của Thầy là thầy của tôi. Thầy cho tôi cái hiểu biết mà tôi nghĩ là đúng. Đồng thời, Thầy thông tuệ cả hai luồng tư tưởng Đông Tây và nhất là cả cách diễn đạt rõ ràng, trong sáng, chặt chẽ mà ta thường khen ngợi khi đọc sách phương Tây. Thầy làm vẻ vang cho ngữ pháp tiếng Việt khi đi vào triết lý bí hiểm. Tôi có ánh sáng để mò mẫm vào một chữ mà cho đến nay tôi hiểu chưa ra. Chữ *Nghiệp*.

Cao Huy Thuần *(Pháp)*

Có hay không có nghiệp? Có hay không có tự ngã? Có hay không có thời gian? Có hay không có một linh hồn? Thật là những câu hỏi choáng váng! Ký ức được lưu trữ ở đâu để tạo thành nghiệp?

Khoa học não bộ trả lời: ở *hippocampus* (hồi hải mã) trong não, cùng với thể viền, lưu giữ ký ức, chịu trách nhiệm cả cảm xúc lẫn hành vi, nhờ nhu nhuyến của các *synapse* (điểm tiếp hợp thần kinh). Phật giáo không cho có cái gọi là tự ngã, tiểu ngã, đại ngã, linh hồn, nhưng tin có "Nghiệp mang theo" để "trả quả". Cái gì mang nghiệp theo? Thần thức tái sinh, luân hồi? Rồi có cái gọi là thời gian để cho nghiệp vận hành không? Tính thể của thời gian là gì? Thời gian được tri giác bằng giác quan nào? Câu trả lời là, chính ta đã tạo ra thời gian cho mình. Tri giác về thời gian cũng là tri giác về sự chết.

Những câu hỏi nêu ra trong tác phẩm này có thể làm ta chới với mà lại cảm thấy mừng, vui. Chính trong ta đôi khi cũng gợi lên những câu hỏi như vậy mà không dám trả lời. May thay có Thầy Tuệ Sỹ, à không, có nhà thơ Tuệ Sỹ hóa giải giùm; bởi như Thầy đã nói (Phụ Luận I), chỉ có "Thơ dẫn kinh nghiệm vượt ra ngoài kinh nghiệm".

Ta hỏi kiến nơi nào Cõi Tịnh
Ngoài hư không có dấu chim bay
Từ tiếng gọi màu đen đất khổ
Thắp tâm tư thay ánh mặt trời
(Tuệ Sỹ: Giấc mơ Trường Sơn).

Đỗ Hồng Ngọc *(Việt Nam)*

Tác phẩm "Tổng Quan Về Nghiệp" của Hòa thượng Tuệ Sỹ là một tập đại thành hàn lâm mang tính thông tri và sử luận về nghiệp. Tác giả đã dày công nghiên cứu, tham khảo để chắt lọc những tinh hoa tư tưởng của "bách gia chư tử" xưa nay, Đông cũng như Tây, bên ngoài cũng như bên trong đạo Phật, thông qua trải nghiệm cũng như lý giải về nghiệp. Có nhiều thuật ngữ Phật học và Triết học khiến tác phẩm tương đối không dễ đọc; nhưng mặt khác, tính trung thực và giá trị nghiên cứu của tác phẩm càng được nâng cao. Nguồn tư liệu về bản chất, ý nghĩa và sự vận hành của nghiệp đã được tham cứu và trưng dẫn trong tác phẩm nầy đạt tầm mức chuyên biệt và sâu rộng đáng tin cậy. Từ áo nghĩa lời Phật thuyết đến tuệ kiến của các luận sư, học giả và hành giả trong cả hai lĩnh vực nhân văn và khoa học đều được trình bày và lý giải đầy thuyết phục.

Ngoài nội dung uyên bác và phong phú, riêng về mặt chữ nghĩa, đọc tác phẩm "Tổng Quan Về Nghiệp" của Thầy Tuệ Sỹ tôi thật sự bị lôi cuốn bởi cảm tưởng như là đang theo dõi một Michelangelo văn bút vì chữ nghĩa của Thầy trong văn Việt cũng như văn dịch rất phong phú với nhiều góc cạnh tạo hình đẹp và sang như nhà điêu khắc ngôn ngữ. Có quá nhiều thuật ngữ triết học, tôn giáo nói chung và Phật giáo nói riêng trong các ngoại ngữ như Anh, Pháp, Đức, Phạn, Hán... đã được chuyển ngữ sang tiếng Việt một cách đượm nghĩa và tài hoa.

Trần Kiêm Đoàn *(Hoa Kỳ)*

MỤC LỤC

TỰA

Tập sách này nguyên là phần giới thiệu tổng quát cho phẩm IV "Phân biệt nghiệp" luận A-tì-đạt-ma Câu-xá, bản dịch Việt, Hương tích đã ấn hành nhiều lần, lần đầu 2015 và gần đây vào 2019; nay tách thành một tác phẩm riêng biệt. Tiên khởi, vì chỉ là phần giới thiệu tổng quát cho phẩm Nghiệp của Câu-xá nên các vấn đề cũng chỉ giới hạn trong các biện luận của các bộ phái A-tì-đàm.

Nhưng nói về nghiệp thì không thể không biết đến các luận điểm của Đại thừa, trong đó phải kể đến hệ Du-già hành (Yogacāra), thường được biết đến với tên gọi Duy thức tông hay Pháp tướng tông. Nghiên cứu riêng về nghiệp trong tông phái này không thể ngắn hơn nghiên cứu trong các hệ A-tì-đàm, với khối lượng tác phẩm đồ sộ phần lớn tồn tại trong các bản Hán dịch và những số giải từ các bản dịch này. Trong khi chờ đợi những khảo cứu sâu rộng từ hệ phái này, ở đây cũng cần có cái nhìn sơ lược về nó, tất nhiên vấn đề quan trọng là quá trình sau khi tạo tác được tích lũy và tồn tại, nghiệp tồn tại như thế nào để cho quả trong nhiều đời sau.

Để bổ túc cho các luận giải A-tì-đàm, sau phần chính với những vấn đề chính như được thấy trong Câu-xá, trong đây cũng thêm hai bản Phụ luận, và một Phụ lục văn bản Đại thừa Thành nghiệp luận dịch Việt bởi Tuệ Sỹ và Tâm Nhãn.

Mặc dù phần chính đã được ấn hành nhiều lần, nhưng những

lỗi chính tả trong đó còn tương đối không ít. Những phần khác như thư mục tham khảo, ngữ vựng Phạn-Tạng-Hán, sách dẫn, cũng không thể thiếu trong một tác phẩm nghiên cứu. Những phần này do đạo hữu Nguyên Đạo Văn Công Tuấn bổ sung và hoàn tất. Nơi đây tác giả chân thành ghi nhận công đức vô lượng của đạo hữu đã đóng góp cho tác phẩm này được hoàn chỉnh để xứng đáng là một tác phẩm nghiên cứu.

Một tác phẩm nghiên cứu Phật học không thể không biết đến các văn hệ Phạn-Tạng-Hán, và thêm vào đó là văn hệ Pāli được xem là gần với nguyên thủy Phật thuyết. Những từ cú của các hệ ngôn ngữ được trích dẫn trong sách này mà tránh được những sai sót, đó là nhờ công đức của Thượng Tọa Hạnh Tấn, Geshe Tsewang Dorje, Đại Đức Thanh An và đạo hữu Thanh Phi. Tác giả chân thành ghi nhận công đức hỗ trợ của chư vị.

Ngoài ra, để cho một công trình nghiên cứu được hoàn chỉnh trong một giới hạn nào đó, cũng phải kể đến sự đóng góp của nhiều đạo hữu khác về mặt kỹ thuật. Nơi đây cũng xin chân thành ghi nhận công đức của chư vị. Nguyện hồi hướng công đức này đến mọi loài chúng sanh cho được sự tăng ích an lạc.

Mùa An Cư PL. 2565 (DL. 2021)

Tuệ Sỹ

NGHIỆP LUẬN
NGOÀI PHẬT GIÁO

CHƯƠNG I

NGHIỆP PHỔ THÔNG
NGHIỆP KHOA HỌC

1. Nghiệp Đông nghiệp Tây

Từ *karma* có nguồn gốc từ Ấn Độ, là tín lý căn bản trong Ấn-độ giáo, Phật giáo cũng như Kỳ-na giáo, và cả đến đạo Sikh; được truyền vào Trung Hoa rất sớm, dịch là *nghiệp*, và chẳng mấy chốc đã ghi đậm dấu ấn trong tâm thức quảng đại quần chúng khi cần hỏi đến nguồn gốc những nỗi khổ trong đời sống mà họ phải gánh chịu. Từ ý nghĩa Kinh điển, khuyến cáo sự thận trọng trong mọi hành động để không gây hậu quả xấu cho mình và cho nhiều người, và cũng khuyến khích nỗ lực cải tạo cái gọi là số phận bằng chính ý chí tự do hành động; ý tưởng nghiệp khi đi sâu vào tầng lớp dưới thấp của xã hội đã trở thành một thứ định mệnh khó tránh, mặc dù đấy là định mệnh do chính ta chứ không do quyền lực trên cao bố trí. Nó là nguồn an ủi để những hạng khốn khổ an tâm chấp nhận số phận, đến mức nhiều khi bị lên án là nhu nhược vì quá tin tưởng nghiệp; nhưng nó cũng hứa hẹn đời sau tốt đẹp hơn theo luật đền bù nhân quả. Bi quan và lạc quan đan vào nhau tạo thành một nhân sinh quan nghiệp báo trong các xã hội phương Đông dưới ảnh hưởng Phật giáo.

Từ *karma* nay đã trở thành một danh từ thời thượng trong

thế giới phương Tây, và cũng đã có không ít những khảo cứu nghiêm túc về vấn đề này. Thế nhưng, bất cứ ý niệm nào, từ tôn giáo đến triết học, khi đi vào phổ thông quần chúng, đều có những mặt bất ngờ của nó.[1]

Nghiệp thực sự lan dần vào quần chúng phương Tây chỉ khi đức tin Thiên Chúa thoái trào; ý tưởng vô thần tác động mạnh đến tầng lớp thanh niên.[2] Những người này tìm đến tôn giáo Đông phương như để thay đổi thực đơn thế kỷ, nhưng truyền thống Thiên Chúa in sâu hằng chục thế kỷ không dễ bị quên lãng một sớm một chiều. Cho nên, trước vấn đề nghiệp, để bảo vệ đức tin không bị dao động trước những yếu tố mới từ phương Đông, các tín đồ trung thành cố vận dụng khả năng lý luận để bác bỏ nghiệp.[3] Nhưng các biện luận này không được lưu ý mấy, vì kiến thức người phê bình quá kém cỏi, lại còn bị chủ quan thành kiến. Số khác, ít cực đoan thành kiến hơn, tìm thấy những điểm tương đồng với tin tưởng cố cựu. Vì ý niệm về nghiệp cũng được nói đến trong Thánh kinh Thiên Chúa: "Chớ nhạo báng Chúa. Ngươi gieo giống gì thì thu hoạch giống đó"[4], "Mắt đền mắt, răng đền răng."[5] Những người tin tưởng nghiệp

---

1 Karma Yeshe Rabgye, gốc Anh, tu theo truyền thống Kagyu Tây Tạng, khoảng năm 2012 kể chuyện, một cậu bé 12 tuổi, do mẹ bịnh tâm thần và bị bố tống ra khỏi nhà phải lang thang đi ăn xin. Rabgye gặp một vị Sư, tỏ ý muốn tìm cách giúp đỡ cậu bé. Vị Sư này trả lời: "Đó là do ác nghiệp của nó, nó phải trả." Rồi chẳng bận tâm gì đến cậu bé khốn khổ. Sự hiểu lầm tai hại ấy có ngay cả trong những người theo đạo Phật!

2 Lớp thanh niên Việt Nam trong thập niên 60 và đầu thập niên 70, yêu hay không yêu nhạc Pop của nhóm "Tứ quái Beatles", đều biết đến bản nhạc "Instant Karma", gây tiếng vang một thời của Lennon, người dẫn đầu nhóm. Bản nhạc thật sự nói về nghiệp, "Một thoáng nghiệp!", với câu hỏi ray rứt *Why in the world are we here?* Sao ta có mặt trong cõi đời này?

3 Cf. Roger Trudeau LeBlanc: *My Dogma ran over Your Karma* (Tín lý của tôi cán bẹp Nghiệp của các bạn", Canada, 2007. Nhan đề sách nhại lại câu giễu: "My Karma ran over your Dogma", trong đó lược bỏ các âm MA, câu giễu trở thành "My Car ran over your Dog" (Xe của tôi cán chết Chó của bạn). Câu giễu nhắm chế nhạo chủ nghĩa giáo điều (dogmatism). Không rõ ai là người đầu tiên phát ngôn, nhưng thấy lưu hành khá phổ biến trên các trang Web.

4 Galatians 6:7. Cf. Aldous Huxley: *God is not mocked.* "Karma, Rhythmic Return to Harmony", edited by Virginia Hanson, Rosemarie. First Edition: Delhi 2001. First published in 1975 by Theosophical Publishing House.

5 Cựu ước, Exodus 21: 24. Châm ngôn này được lặp lại trong Tân ước, Bài giảng trên

tự thấy có bổn phận đính chính: Nghiệp không hàm chứa khái niệm trả thù, cũng không phải là sự trừng phạt.[6] Một số nữa không hiểu nghiệp như là cán cân công lý mà hiểu theo nghĩa kinh tế là kết toán ngân sách.[7] Cân bằng phương trình nghiệp cũng đã trở thành cách nói thời thượng.[8]

Đạo Phật được biết đến trong thế giới phương Tây khá sớm, nhưng chỉ giới hạn trong giới học thuật. Triết gia Đức Schopenhauer (1788-1860) được xem là người Tây phương đầu tiên chịu ảnh hưởng của đạo Phật. Trong tác phẩm gây ảnh hưởng lớn trong tư tưởng triết học phương Tây: *Die Welt als Wille und Vorstellung*, Thế giới như là ý chí và biểu tượng, mặc dù ông từng tuyên bố: "Chân lý đã được nhận thức bởi các hiền triết Ấn-độ" nhưng thuyết lý về nghiệp không phải là trọng điểm. Sau Schopenhauer phải kể là Friedrich Nietzsche (1844-1900), triết gia Đức được đặt vào đầu cực đối nghịch với Marx tạo thành trục tư tưởng đã làm đảo lộn lịch sử triết học phương Tây hiện đại; ông tán dương Phật về quan điểm triết học, nhưng chỉ trích Phật về phương diện đạo đức học; khen hay chê đều được thẩm định là thiếu cơ sở. Thiếu sót nghiêm trọng là những triết gia phương Tây này hầu như không biết gì đến thuyết lý về nghiệp, nền tảng của đạo đức học Phật giáo.

Trong giới quần chúng phổ thông, ý tưởng về *karma* và tái sinh trong xã hội phương Tây dưới ảnh hưởng Cơ-đốc giáo không những khó chấp nhận mà còn bị cấm đoán bởi Giáo hội. Năm 553 tại Hội nghị Constantinople, các Giám mục biểu quyết lên án tin tưởng về tái sinh.[9] Mặc dù Hội nghị này bị Giáo hoàng

---

Núi của Chúa Jesus (Mt. 5:38-39): "Các ngươi đã nghe nói rằng 'Mắt đền mắt, răng đền răng'. Nhưng Ta nói với các ngươi, chớ cự kẻ ác. Nếu có ai đánh vào má trái của ngươi, hãy đưa luôn má kia cho nó."

6 Cf. Arnie Kozak, *The Everything Buddhism Book* (Jan 14, 2011).

7 Karma: a balance sheet. Cf. Gelek Rimpoche, *Karma*, 1992.

8 Balancing the karmic equation. Cf. Philip H. Richman, *Karma and the Rise of Buddhism in the West* (2010), p. 84.

9 Hội nghị Constantinople lần thứ 2, triệu tập bởi Hoàng đế Justinius (482–565), với tuyệt đại đa số các Giám mục thuộc Giáo hội phương Đông; trong 14 phán quyết anathema (nguyền rủa), tin tưởng tái sinh của Origen Adamantius (184/185-253/254) bị liệt vào loại tà đạo. Về sự kiện này, Peter Andreas (*Jenseits von Einstein*)

bấy giờ là Vigilius (ngự Thánh tòa 537-555) tẩy chay vì lý do chính trị, nhưng sau đó chấp nhận kết quả, hiệu lực của lệnh cấm được phục tùng trên dưới 1500 năm. Tái sinh và nghiệp là hai ý tưởng song song, do đó cấm tin tưởng tái sinh thì đồng thời tin tưởng về nghiệp tự nhiên cũng chịu ảnh hưởng theo.

Có lẽ người đưa Phật giáo đến với giới phổ thông phương Tây đầu tiên phải kể là Patrick Lafcadio Hearn (1850-1904), gốc Hy-lạp nhưng lại mang tên Nhật là Koizumi Yakumo (Tiểu Tuyền Bát Vân), vì vợ ông là người Nhật có tên Koizumi Setsu (Tiểu Tuyền Tiết Tử). Ông dịch khá nhiều truyền kỳ, truyện cổ, tiểu thuyết dân gian từ tiếng Nhật sang tiếng Anh; những chuyện này mang dấu ấn nghiệp báo khá đậm. Trong *Gleanings in Buddha-Fields*, ông nói về những ẩn dụ Phật giáo trong dân ca Nhật. Tình yêu, nhân duyên, duyên nghiệp, là những ý tưởng liên hệ khó tách rời trong các truyện kể dân gian ở phương Đông.[10]

Thế nhưng, những nỗ lực phổ biến tư tưởng Phật giáo rộng rãi trong giới học thuật và cả trong quần chúng phải kể là việc làm của Đại tá Henry Steel Olcott (1832-1907), sĩ quan quân đội Mỹ; Helena Petrovna Blavatsky (1831-1891), người Nga; những người sáng lập Hội Thông Thiên học (Theosophy Society: Ái Thần Hội). Hội này nêu lý tưởng tổng hợp các nền minh triết Đông và Tây trên cơ sở chủ nghĩa bí truyền (esotericism). Chính do nỗ lực của Bà Blavatsky mà học thuyết nghiệp được chú ý đến nhiều hơn ở phương Tây.[11]

---

nhận định: "Lệnh cấm tin tưởng thuyết tái sinh dựa trên sự giải thích lịch sử sai lầm và không có thẩm quyền của Giáo hội. Nó là 'một sự kiện đã rồi' được dàn dựng bởi Hoàng đế La-mã Justinius, mà không một ai trong Giáo hội Thiên Chúa dám thách thức trong suốt khoảng 1500 năm. Điều tồi tệ là vấn đề hoàn toàn bị quên lãng." Dẫn bởi Share International (Web).

[10] Ý tưởng "nghiệp" trong văn học Nhật Bản có thể được nhận định qua tác phẩm của William R. LaFleur, với nhan đề: *The Karma of Words* (Nghiệp của ngôn từ), nghiên cứu về những ý tưởng Phật giáo trong văn học Nhật từ thời đại Bình An (Heian: 749-1185), cho đến thế kỷ 17. University of California Press 1983.

[11] Nhóm Thông thiên học Blavatsky Vương quốc Anh (Blavatsky Theosophy Group UK) quả quyết: "Điều khó tin, nhưng sự thật, cách đây trên 130 năm không một ai trong thế giới phương Tây nghe nói đến *karma*, hay hiểu biết chút ít gì về điều này,

The Secret Doctrine của Bà được xem là "tác phẩm đồ sộ" (*magnum opus*) với tham vọng dựng lại toàn bộ lịch sử tiến hóa văn minh của nhân loại, một tổng hợp khoa học, tôn giáo và triết học. Tác phẩm gây nhiều chú ý trong giới học thuật đương thời, thuận có nghịch có.[12] Nhưng vì ý tưởng hữu thần và chủ nghĩa bí truyền là căn bản tư tưởng trong đó đã không được những người nghiên cứu tư tưởng tôn giáo Ấn-độ đánh giá cao; tất nhiên không phải là tất cả. Tuy vậy, thiện chí của Bà được nhiều người thừa nhận. Trong thời kỳ mà các nhà truyền giáo phương Tây theo gót thực dân tỏ thái độ trịch thượng văn minh, khinh miệt các hệ tư tưởng phương Đông, trong đó thuyết nghiệp báo vì chối bỏ quyền phán xét của Thượng đế, nên bị liệt vào loại mê tín; trong khi ấy, nỗ lực của Bà đề cao giáo nghĩa này, chung cho cả Ấn-độ giáo và Phật giáo mà có lẽ trước đó chưa có ai làm. Vì vậy Bà được khá nhiều nhân vật có uy tín trong giới học thuật cũng như thực hành Phật giáo tán thưởng, trong đó đáng kể là D. T. Suzuki, người đã giới thiệu tư tưởng Thiền đặc sắc vào phương Tây. Người chịu ảnh hưởng của Bà khá lớn, đáng kể là Đại đức Anagārika Dharmapāla, nhân vật hàng đầu trong vận động chấn hưng Phật giáo thế giới. Ngay cả Gandhi tự nhận là nhờ hai người bạn Thông thiên học mà Ông mới biết đến *Bhagavadgītā*![13]

2. Nghiệp - Vật lý cổ điển

Tư tưởng của Bà Blavatsky, trong giới hạn nào đó, đã gợi hứng một điểm đáng chú ý: Đó là sự tương đồng giữa quy luật của nghiệp với khoa học vật lý đương thời. Mặc dầu nhiều người chứng tỏ kiến thức hạn chế của Bà về khoa học, nhưng

---

duy chỉ từ khi Bà Blavatsky và Phong trào Thông thiên học giới thiệu khái niệm *karma* cho phương Tây..."

12 Max Müller, nhà Phạn ngữ học nổi tiếng nhất bấy giờ, chỉ trích Blavatsky dữ dội, với giọng văn đầy khinh bạc; bài viết in trong The Nineteenth Century (London), May 1893, pp. 767-788.

13 Giới trí thức Ấn Độ, cũng như phần lớn ở phương Đông, một thời mất gốc, chối bỏ văn hóa truyền thống do mặc cảm lạc hậu. Gandhi, Dharmapala là những điển hình về sự phản tỉnh truyền thống Đông phương qua trung gian giới trí thức phương Tây. Nghịch lý lịch sử!

nỗ lực tổng hợp khoa học và tôn giáo, Đông và Tây, đã có tác động không ít trong xu hướng tiếp cận tư tưởng phương Đông qua khoa học.

Cho đến ngày nay, một vài bài viết về *karma* và khoa vật lý hiện đại cũng thỉnh thoảng dẫn tư tưởng của Blavatsky.

Về *karma*, nhận định của Bà nói rằng "*karma* là quy luật Tuyệt đối và Vĩnh hằng trong Thế giới hiện tượng; cũng như chỉ có thể có một Đấng Tuyệt đối độc nhất, một Đệ nhất Nguyên nhân độc nhất và Vĩnh hằng luôn luôn hiện diện; cho nên, những người tin có nghiệp không phải là vô thần và duy vật."[14]

Nơi khác, Bà nhận định: "Karma không sáng tạo ra cái gì, nó cũng không phác họa cái gì. Chính con người trù tính và tạo ra các nguyên nhân, và luật nghiệp cảm điều chỉnh các hậu quả; sự điều chỉnh này không phải là một hành vi mà là sự hòa điệu phổ quát (vũ trụ), luôn luôn uốn nắn trở lại vị trí nguyên thủy của nó, như một cành cây bẻ cong xuống khá mạnh thì nó bật trở lại với sức mạnh tương xứng." (*The Secret Doctrine*)

Những ý tưởng như "Karma là quy luật Tuyệt đối và Vĩnh hằng trong thế giới hiện tượng", hoặc "Karma không sáng tạo ra cái gì... luật karma là sự điều chỉnh các hậu quả..."; những ý tưởng này gợi hứng các thành viên của Thông thiên học so sánh luật bảo tồn năng lượng trong vật lý với quy luật gọi là "bảo tồn karma".

A. Định luật bảo tồn năng lượng

Thực tế, không chỉ riêng các thành viên Thông thiên học dưới ảnh hưởng của Blavatsky mới có ý tưởng so sánh như vậy; các học giả Ấn-độ giáo,[15] và một số Phật tử, hoặc các học giả nghiên cứu Phật giáo, cũng thường dẫn luật bảo tồn năng lượng để giải

---

[14] "KARMA is an Absolute and Eternal law in the World of manifestation; and as there can only be one Absolute, as One eternal ever present Cause, believers in Karma cannot be regarded as Atheists or materialists." Reincarnation and Karma by Blavatsky; collated from the writings of H.P. Blavatsky, especially from *The Key to Theosophy*, *The Secret Doctrine* and *H.P.B. Articles*.

[15] Cf. Bansi Pandit, *Explore Hinduism*, 2005.

thích quan hệ nhân quả của nghiệp báo.[16]

Để có thể so sánh sự tương đồng, trước hết cần giả thiết một hệ thống khép kín. Trong khoa học, giả thiết một khoảng không gian khép kín, giới hạn trong đó các phân tử tương tác lẫn nhau không vượt ngoài phạm vi và cũng không có ảnh hưởng nào bên ngoài phạm vi ấy tác động vào. Trong luận thuyết về nghiệp, không gian đó được giả thiết là toàn thể vũ trụ, trong đó tất cả mọi vật thể từ vô số các nguyên tử cho đến vô số sinh vật được tạo thành từ đó, và vô số thiên thể cũng vậy, quan hệ tương tác qua luật hỗ tương quan hệ. Cũng như trong hệ thống khép kín, tổng năng lượng trong đó là hằng số, không thêm không bớt, được gọi là bảo tồn. Năng lượng trong đó không được tạo ra cũng không bị tiêu diệt mà nó biến đổi từ hình thái này sang hình thái khác.

Cũng vậy, nghiệp như là năng lượng được phát ra từ hành động, nói năng, suy nghĩ của sinh vật trong vũ trụ. Năng lượng ấy, được phát ra nhất định gây ảnh hưởng chính tác giả và những gì quanh nó. Nghiệp đã được phát sẽ không mất, mà chuyển từ cơ thể này sang cơ thể khác từ đời này đến các đời sau, y như năng lượng được bảo tồn không mất, có thể biến đổi từ trạng thái này sang trạng thái khác và truyền từ vật này sang vật khác. Thí dụ như một quả cầu được treo bởi một sợi dây đứng im trong trạng thái nghỉ, năng lượng trong nó ở dạng tiềm thế. Khi sợi dây bị đứt, năng lực tiềm thế biến đổi thành lực động và nó di chuyển, và rơi xuống. Trong phạm vi hẹp, đây chỉ kể đến quan hệ tương tác giữa sợi dây, quả cầu và quả đất. Chung quanh đó còn tồn tại vô số vật thể khác cũng tham gia vào hoạt động tương tác, khiến cho vấn đề bảo tồn trở nên phức tạp. Vả lại, trong quan sát khoa học, người ta có thể đo được khối lượng và gia tốc của các vật thể tham gia tương tác trong một hệ thống cô lập hay khép kín; do đó, giả sử quả cầu trước khi rơi chạm đến đất nó bị cản bởi một vật khác, người ta có thể tính toán được điều gì sẽ xảy ra với vật cản đó: Nó khiến

---

16 Cf. Philip H. Richman, *Karma and the Rise of Buddhism in the West*, 2010. p.108.

quả cầu dừng hẳn hay chính nó bị đẩy đi bao xa do sự truyền lực hay trao đổi lực giữa nó và quả cầu. Nhưng với con người, từ đời này sang đời khác, chưa ai có thể xác định được quan hệ giữa một tên sát nhân hung ác chết ở đâu đó và một sinh vật khác lúc nào đó sinh ở nơi nào đó. Vả lại, năng lượng từ vật thể này truyền sang vật thể khác là hiện tượng vật lý có thể đo đạc được; nhưng cái gọi là năng lực hay năng lượng của ý thức hay của tâm linh truyền vào vật chất như thế nào, người ta tưởng như là hiện tượng tự nhiên nên không đặt thành vấn đề. Nhưng nó không tự nhiên. Năng lượng được phát ra như vậy sẽ tồn tại như thế nào, rồi biến đổi như thế nào và được bảo tồn như thế nào để cho đến một lúc nào đó hình thành kết quả. Nếu giả thiết nó được ghi nhận bởi một quyền lực siêu hình nào đó, và được cất chứa một nơi nào đó trong khoảng vũ trụ bao la kia, vấn đề sẽ đơn giản hơn.[17] Nhưng thế thì không thể đem so sánh với các hiện tượng khoa học.

Thêm nữa, về vấn đề hệ thống khép kín. Nói "toàn thể vũ trụ là một hệ thống khép kín" chỉ là giả thiết. Vũ trụ ấy không hề xuất hiện cho ý thức như một đối tượng nhất thể, mà chỉ thuần là ý tưởng. Tuy vậy, vấn đề như thế này cũng đã được giả thiết. Một vũ trụ là một cõi Phật (*Buddha-kṣetra*). Có nhiều cõi Phật trong toàn pháp giới; những chúng sinh từ cõi này không thể di chuyển sang cõi khác được, vì *nghiệp lực* của các cõi Phật không giống nhau.

Giả thiết này cho thấy hình ảnh của một vũ trụ khép kín, tương đối chuẩn và gần với giả thiết hệ thống khép kín trong vật lý học khi khảo sát luật bảo tồn năng lượng. Giả thiết nói tiếp: Chúng sinh trong một cõi này có thể luân chuyển, có thể tái sinh lên thành chư Thiên hay đọa lạc xuống thành thú vật, nhưng tổng số lượng vẫn không thay đổi. Giả thiết này cụ thể hóa ý tưởng luân hồi của chúng sinh. Bởi vì không một chúng sinh nào trong đây có thể di chuyển sang cõi khác, luật bảo tồn

---

[17] Blavatsky tưởng tượng nơi đó được gọi là *ký lục akashi*; danh từ do Bà đặt ra liên hệ với từ Sanskrit *ākaśa* (hư không), hay ether, từ Hy-lạp của Vật lý học Aristoteles.

khối lượng (*conservation of mass*) được giả thiết. Khối lượng không đổi, năng lượng tương ứng cũng không đổi. Như vậy luật bảo tồn năng lượng cũng được giả thiết.

Từ đây dẫn đến giả thiết khác và nó sẽ trở thành nan đề. Giả sử, nếu tất cả chúng sinh trong cõi ấy từ thủy chí chung không ai giác ngộ để nhập Niết-bàn, chúng di chuyển từ đời sống này sang đời sống khác, thay đổi hình dáng liên tục, cho nên khối lượng và năng lượng mới được bảo tồn. Nhưng giả sử có Phật xuất hiện, có nhiều chúng sinh giác ngộ và nhập Niết-bàn, số nhập Niết-bàn ấy không di chuyển trong bất cứ cõi nào nữa, và không còn là đối tượng để tác động; vậy thì khối lượng chúng sinh có được bảo tồn không? Và hệ luận theo đó, năng lượng để tạo nghiệp có được bảo tồn hay không? Thảo luận này giữa các Luận sư A-tì-đạt-ma được đọc thấy trong *Câu-xá*, hoặc trong *Đại Tì-bà-sa*.[18]

Sự so sánh luật bảo tồn năng lượng với điều được gọi là luật bảo tồn nghiệp lực hay nghiệp cảm mà không xét đến giả thiết này, mặc dù đã được nêu lên trong các luận thư A-tì-đàm, cho thấy tính khập khiễng trong cách đặt vấn đề.

B. Ba định luật Newton

Các định luật khoa học khác cũng thường được viện dẫn để giải thích tác động của nghiệp. Bởi vì, ý nghĩa gốc của từ *karma* là hành động, và tất yếu là hành động dẫn đến hậu quả tương xứng, các định luật về vận động của Newton khá được ưa thích. Trong ba định luật của Newton, luật thứ ba được dẫn trước hết: Mọi lực động luôn luôn có lực phản động tương đương đối nghịch nó.[19] Khi một vật thể gia một lực vào một vật thể thứ hai; vật thể thứ hai nầy đồng thời cũng gia một lực có độ lớn tương ứng và có hướng đối nghịch với vật thể thứ nhất. Hoặc nói cách khác: Với mọi động lực đều có một phản lực tương ứng. Phổ thông hiểu rằng khi một người gia lực gây hại đến

---

[18] *Tì-bà-sa 120* tr. 623c28. *Câu-xá* iv, tụng 36ab, phần luận thích.

[19] Felix Layton, *Karma in Motion*, "Karma, Rhythmic Return to Harmony", edited by Virginia Hanson, Rosemarie Stewart, Shirley J. Nicholson; Delhi 2001.

người khác, lực gây hại cũng phản lại tương xứng, gây hại cho chính chủ thể đã phát ra.

Tuy nhiên, người ta cũng lưu ý rằng định luật thứ ba này áp dụng cho vật chất, trong đó lực và phản lực xảy ra cùng một lúc; nhưng hành vi gây nghiệp của con người áp dụng cho lãnh vực tinh thần, phạm vi hoạt động của ý thức, đó là lực phát ra từ ý thức hay ý chí, do bởi ham muốn hay thù hận các thứ, và báo ứng không hoàn toàn xảy ra đồng thời. Vì vậy, định luật thứ nhất được bổ sung: Một vật thể trong thế nghỉ sẽ luôn luôn ở trong thế nghỉ nếu không bị tác động bởi một lực khác; một vật thể đang chuyển động sẽ không ngừng chuyển động nếu không bị tác động bởi một lực khác. Như vậy, trong định luật nghiệp báo còn bao hàm luật quán tính (law of inertia) và yếu tố thời gian. Thực tế, khi ném một vật vào vách tường, nó sẽ bị dội lại ngay. Nhưng nếu giết một người, quả báo không xảy ra tức thời. Vì vậy, để đả thông, người ta ghép định luật thứ ba của Newton với châm ngôn "Gieo giống gì ngươi sẽ thu hoạch quả đó." (Galatians 6:7). Những nhà Thông thiên học dẫn châm ngôn này để nói luật nhân quả là của Chúa, cốt ý chứng minh đó là luật phổ biến trong tất cả tôn giáo cũng như trong khoa học.[20]

Các định luật của Newton chỉ là một bộ phận của luật nhân quả. Vả lại, các định luật Newton không phải áp dụng cho tất cả mọi trường hợp, ít nhất nó không thể cắt nghĩa hiện tượng dẫn điện trong một bán dẫn.

Nó nói rằng, theo luật nhân quả phổ biến, không hành động nào phát ra từ người hay vật mà không dẫn đến một kết quả tương xứng nào đó. Từ ý tưởng này, người ta suy diễn vì sao phản ứng trong thế giới vật chất xảy ra đồng thời, mà trong hành vi của con người có thể không đồng thời.

---

[20] Varadaraja V. Raman, Giáo sư vật lý hưu trí, Viện Kỹ thuật Rochester, rất được trọng vọng trong giới văn học và tôn giáo Ấn-độ, chỉ trích gay gắt sự so sánh khập khiễng này: "Liên kết những chủ điểm siêu hình với các nguyên lý vật lý vừa vô ích và không cần thiết, và lại còn bôi bác cả hai." Reflections, Darshana Jolts. Resonance November 2011.

Mặt khác, nghiệp của con người là hành vi tác động bởi ý chí. Gây hại cho một người; người ấy có thể không phản ứng tức thì, mà đợi một thời gian. Vì ý thức không phải là vật thể hữu hình chiếm một khoảng không gian, nên lực của nó không có phương như lực của vật thể. Cho nên, lực phản ứng của người bị hại có thể là lực quán tính, cần phải được tác động.

Định luật thứ nhất của Newton còn được áp dụng vào thí dụ như sau: Một người theo đuổi một chí hướng nào đó, và như vậy năng lực của nó nhắm đến mục đích ấy sẽ không thay đổi nếu không có mục đích khác hấp dẫn hơn, hoặc sau đó xoay chuyển ý thức nó thấy mục đích ấy tai hại hoặc không xứng đáng. Thí dụ này muốn nói, nghiệp khi đã phát, nó theo quán tính cho đến khi nào bị tác động bởi ý hướng khác.

Để cho đầy đủ, người ta thêm luôn cả định luật Newton thứ hai: Tổng vector của các lực F trên một vật thể bằng khối lượng *m* của vật thể ấy nhân bởi vector gia tốc *a* của vật thể. Hay nói cách khác: Lực tịnh (net force) hay tổng lực tác động lên một vật thể bằng khối lượng của vật thể đó nhân với gia tốc của nó. Nghiêm túc mà nói, định luật này không ăn nhập gì với nghiệp; nó ít được dùng để so sánh hơn định luật thứ ba. Tuy nhiên nếu muốn, người ta cũng có thể áp dụng cho trường hợp, một người muốn đạt được mục tiêu nào đó cần phải chi một năng lực tinh thần và thể chất tương xứng, và cũng cần phải tính đến thuận duyên và nghịch duyên, giống như lực ma sát bởi môi trường khi một vật thể di chuyển.

Áp dụng các định luật vật lý khoa học để lý giải các hiện tượng tinh thần, hay những khái niệm có tính siêu hình từ tôn giáo hay triết học, là điều mà các nhà khoa học nghiêm khắc không ưa thích. Tuy nhiên, dùng ngón tay và mặt trăng để chỉ chân lý nằm ở đâu, thì đây không phải là điều ngớ ngẩn. Trong trường hợp áp dụng các định luật Newton để lý giải những tác động của nghiệp, trong mức độ phổ thông thì khả dĩ, trong một giới hạn cục bộ mà thôi. Nếu đi xa hơn một chút, sự so sánh trở thành khập khiễng, và đôi khi cũng trở thành khôi hài và ngớ ngẩn. Vả lại, người ta có thể có khái niệm về lực như lực tịnh, hay chuyển động đều các thứ, nhưng trong tác động của nghiệp, các ý niệm ấy không thể áp dụng. Nghiệp khởi đầu từ thời điểm ý chí đặt mục tiêu hành động, cho đến khi mục tiêu đạt được và hậu quả xảy ra thời gian sau đó nhanh hoặc chậm, trong suốt quá trình diễn tiến của nghiệp này, tâm thức hay ý thức gây nghiệp không chuyển động đều, cũng không hề là lực tịnh, không vì lý do bị ma sát bởi hoàn cảnh, tác động bởi thuận hay nghịch duyên, mà tự bản thân ý thức là một dòng chảy liên tục biến đổi không ngừng. Một kẻ cầm dao đi giết người, từ đó cho đến khi hành động kết thúc, không phải ý thức thường trực nhắm vào mục tiêu như mũi tên trực chỉ hồng tâm. Những ý tưởng thiện, bất thiện, vô ký; những ấn tượng quá khứ lưu trữ trong não hay ở đâu đó, yêu có hận có, thương có ghét có, không ngừng liên tiếp thay nhau hay chen nhau xuất hiện rồi biến mất, như con khỉ lăng xăng: Tâm viên ý mã. Không có kẻ nào cầm dao đi giết người trong trạng thái nhập định.

c. Phương trình nghiệp cảm

Cho nên, một người suốt đời đeo đuổi một mục tiêu bất thiện duy nhất, nhưng đồng thời nó cũng làm khá nhiều điều thiện, hữu ích trong giới hạn nào đó cho một số người. Nếu định luật của nghiệp là có vay có trả, gieo thứ gì thu hoạch thứ đó, thế thì tính sổ cuối đời, hoặc công hoặc tội, tất cả phải được đền bù xứng đáng. Với ý tưởng này, một số người ưa toán học bèn lập cái gọi là "phương trình nghiệp cảm" (karmic equation). Một phương trình cũng là một đẳng thức của quan hệ nhị phân. Thay đổi những giá trị của hạng từ bên này đồng thời cũng thay đổi kết quả ở bên kia. Một thành viên của Hội Thông thiên học đã viết như thế này về phương trình nghiệp cảm: "Phương trình nghiệp cảm là một biểu diễn trừu tượng của nghiệp (gồm những nguyên nhân và các hậu quả) của một cá nhân hay tập thể. Nó có thể được sử dụng như một tiêu điểm nỗ lực cho nghiên cứu về nghiệp. Bởi vì nghiệp là một năng lực cực kỳ phức tạp (thậm chí đối với cá nhân liên hệ), nên phương trình tất yếu phải là tượng trưng và trừu tượng với một chuỗi bất định những hạng từ đa phương, nhiều chiều. Lý do như thế hoàn toàn đơn giản; vì nghiệp là một lớp trùng điệp của những nhập liệu (inputs, những nguyên nhân) và các truy xuất (những hiệu quả hay hậu quả) cùng những tương tác của chúng, trên một chuỗi liên tục đa dạng và kết cấu của thời gian, không gian, và ý thức." [21]

Nghiệp trong ý hướng này được nhận thức như là luật quân bình, nó điều hòa những xung đột vốn là bản chất của tồn tại, cân bằng những bất đẳng, đền bù những khiếm khuyết, để dẫn tiến hóa đến toàn thiện. Ý tưởng này thuộc về tham vọng tổng hợp mọi nền văn minh của Thông thiên học. Tuy nhiên, định nghĩa về phương trình nghiệp cảm trên đây có thể áp dụng cho nhiều quan điểm muốn lý giải quan hệ nghiệp và nghiệp quả. Những gì mà một người đã làm, trong một đời hay nhiều đời, cho đến một lúc nào đó tất dẫn đến một kết quả nhất định, giống như người ta tính được tất cả giá trị của các hạng từ trong phương trình, rồi tìm giải đáp bằng cách cân bằng phương trình. Nhưng, cho đến bao giờ thì một cá nhân cần được tính số, nghĩa là đến lúc có thể cân bằng phương trình? Hoặc tạm thời trong một đời, hoặc chờ phán xét cuối cùng của Tạo hóa. Bằng phương pháp cân bằng nghiệp này thì khó có thể có nhận thức khả dĩ chấp nhận trong luận thuyết về nghiệp trong Phật giáo.

Tuy có đề xuất ý tưởng về một hay nhiều, hay vô số phương trình nghiệp cảm, nhưng đấy chỉ thuần là dự tưởng, hay tưởng tượng. Khó có thể có một thiên tài toán học nào đủ khả năng đặt những mẫu hành động của một người trong một đời, chỉ nói trong một đời, thành những hạng từ hay hạng số của một phương trình, theo một loại phương trình nào đó.

Mặt khác, trong khoa học, một khi các hiện tượng, các biến cố được quan sát, được ghi chép, và mối quan hệ nhân quả của chúng được xác định, người ta có thể tiên đoán kết quả sẽ xảy ra, mặc dù kết quả có tính xác suất. Bởi vì, từ mấy triệu năm về trước và có thể đến mấy triệu năm về sau, mặt trời vẫn di

---

21 The Upper Triad Material–Tropical issue 4.1. Karma, The Fo of Equilibrium.

chuyển từ Đông sang Tây; và nhiều thứ nữa trong thiên nhiên không thay đổi, hoặc độ thay đổi quá nhỏ không đáng kể. Thế nhưng, tâm thức con người thay đổi trong từng sát-na. Mối quan hệ xã hội giữa mọi người cũng vậy. Cho nên, nếu các phương trình nghiệp cảm là khả dĩ, thì cũng chỉ khả dĩ là những phương trình xác suất (probability equations). Mặc dù tần số xác suất của hai đồng tiền sấp ngửa chỉ có thể gần đúng, nhưng trong khoảng thời gian hạn định, trọng lượng của hai đồng tiền không thay đổi để người ta có thể giải phương trình này. Tâm ý con người không cố định dù chỉ tạm thời như trọng lượng của hai đồng tiền.

Tổng quát mà nói, những vay mượn từ các định luật khoa học để lý giải các vấn đề thuộc về nghiệp có lẽ nên nói gợi hứng từ Blavatsky, được xem là người đầu tiên tích cực phổ biến ý tưởng về nghiệp trong thế giới Tây phương. Nhưng những bài viết của Bà nói về nghiệp, cũng như một số hội viên Thông thiên học, chỉ hiểu ý nghĩa về nghiệp trong phạm vi hạn hẹp rồi gán cho nó một tầm mức phổ quát, nâng lên thành luật của Thượng đế, luật công bằng vũ trụ. Ý tưởng nòng cốt trong sự hiểu biết này là châm ngôn "Gieo giống gì ngươi sẽ thu hoạch quả đó." Châm ngôn chỉ đúng trong tầm hạn chế. Chúng ta sẽ thấy trong *Đại thừa Thành nghiệp luận,* Thế Thân đã đặt vấn đề nhân quả này. [22] Không thể nói chính hạt giống trực tiếp cho quả. Cái dẫn từ nhân đến quả là công năng tồn tại trong nhân. Công năng nói theo thuật ngữ, nó được hiểu là năng lượng. Nếu công năng này giữ nguyên dạng sẽ không bao giờ có quả. Quá trình từ nhân đến quả, để công năng hay nguồn năng lượng này được biến đổi cần phải có sự tác động và kết hợp với nhiều yếu tố khác. Như hạt giống cần thu hút đất, nước, lửa, gió, các thứ. Quá trình thu nhận diễn ra liên tục, nếu gián đoạn, công năng của giống sẽ không phát triển và có thể bị tiêu hủy. Nếu muốn có quả câu duyên (*mātulunga*), một loại thực vật thuộc họ cam quít, có thịt màu trắng, người ta can thiệp vào quá trình biến đổi công năng giống bằng những chất thích hợp. Nếu muốn có

---

22 Xem phần Phụ luận.

thịt màu đỏ, người ta sẽ can thiệp bằng cách nhuộm đỏ hoa của nó với nước trấp tử khoáng, một loại thực vật thuộc họ đậu. Thế thì, gieo nhân này, nhưng lại được quả khác. Trong thời đại Thế Thân, người ta chỉ biết gán ghép trong chừng mức đó. Ngày nay, người ta có thể can thiệp để cải tạo di truyền. Thế thì nói, gieo nhân gì được quả đó, không phải là nghĩa căn bản của từ nghiệp được hiểu trong kinh điển Phật. Mặc dù những người theo đạo Phật cũng thường ví von nhân quả "Trồng dưa được dưa, trồng cà được cà."

Cái mà người ta gọi là kết quả hay quả báo của nghiệp, từ chính xác trong kinh điển là *vipāka*, Hán dịch là dị thục, nghĩa là sự nấu chín, hay quá trình nấu chín. Gạo có thể thành cơm chứ cát thì không thể thành, đó là luật nhân quả. Nhưng gạo để nó như vậy, muôn đời cũng không thành cơm. Vả lại, trong khi nấu, tùy theo sự can thiệp với lượng nước, nhiệt độ, thời lượng các thứ, gạo có thể thành cơm mà cũng có thể thành thứ khác không phải là cơm. Gạo được nấu sẽ thành cơm, đó là tiên đoán nhưng chỉ với tính xác suất, mặc dù mật độ xác suất khá cao nhưng không hoàn toàn chính xác tuyệt đối.

Nghiệp và nghiệp quả, về cơ bản là quan hệ nhân quả, mà nhiều người đã muốn liên kết với các định luật Newton.[23] Quan hệ nhân quả này cũng chỉ một phương diện áp dụng của lý duyên khởi trong quá trình tu đạo. Điều này sẽ thấy các bộ phái Phật giáo hậu kỳ tập trung nói nhiều về năng lực phòng hộ mà tự thể hay bản chất là năng lực của nghiệp. Nếu chúng ta thấy được vấn đề phức tạp của lý duyên khởi, nhất là qua lịch sử phát triển tư tưởng Phật giáo, sẽ thấy những phức tạp trong lý giải về nghiệp.

3. Nghiệp - Cơ học lượng tử

Ngoại trừ nhóm Thông thiên học, các đề tài liên hệ Phật giáo

---

[23] Phần lớn các bài viết so sánh đọc thấy trên các trang Web là các thành viên Thông thiên học, hoặc các học giả Ấn-độ giáo; một số học giả đạo Jain, và kể luôn một số Phật giáo, đặc biệt là Sōka Gakkai, Nhật Bản.

và khoa học ít được chú ý hơn. Những trung tâm nghiên cứu Phật học lớn khoảng cuối thế kỷ 19 và đầu thế kỷ 20, như trường phái Franco-Belgique dưới sự chỉ đạo của Vatican, tập trung nghiên cứu và phiên dịch các tác phẩm Đại thừa như Trung quán và Duy thức, trong đó vấn đề nghiệp cũng được nghiên cứu nhưng không phải là chủ đề quan trọng. Trường phái Leningrad dẫn đầu bởi Stcherbatsky tập trung nghiên cứu luận lý học. Trường phái Anglo-saxon mà trung tâm là Tích Lan và London tập trung phiên dịch Tam tạng Pāli, và nghiên cứu Abhidhamma theo hướng tâm lý học phương Tây. Riêng biệt là D.T. Suzuki với Thiền tông Nhật Bản ở Bắc Mỹ, ảnh hưởng trong giới văn học và nghệ thuật. Trong các trường phái Phật học tầm cỡ này, không có công trình nghiên cứu nào gây chú ý về sự liên hệ Phật giáo và khoa học phương Tây.

Với sự phổ biến quần chúng của cơ học lượng tử, tình hình bắt đầu đổi khác. Lý do vì các vị trụ cột của cơ học lượng tử đều có phát biểu trực tiếp hay gián tiếp có lưu tâm đến các hệ tư tưởng phương Đông, như Niels Bohr với phù hiệu chính thức âm dương,[24] Schrödinger nghiên cứu Phật học và Vedānta,[25] và kể cả Heisenberg,[26] Oppenheimer.[27] Sự xuất hiện của các tác

---

[24] Năm 1947, Niels Bohr được Hoàng gia Đan-mạch phong tước Hiệp sĩ với huy chương Bạch tượng (the Order of Elephant), ông chọn phù hiệu có hình Thái cực đồ (biểu tượng âm-dương) với dòng chữ châm ngôn bằng tiếng La-tinh: *Contraria sunt complementa: Những cái đối nghịch bổ túc cho nhau.* Ý tưởng được nói là gợi hứng từ tư tưởng triết học của Lão tử: 天之道損有餘而補不足 Đạo của trời là bớt cái dư mà thêm vào cái thiếu (Đạo đức kinh, chương 77). Nguyên lý bổ sung (theory of complementary) của Niels Bohr là cơ sở tư tưởng cho lý giải Copenhagen (Copenhagen Interpretation) về cơ học lượng tử, nhắm điều hòa mâu thuẫn tồn tại bởi lưỡng tính sóng-hạt của các vật thể vật lý.

[25] Walter J. Moore, *Schrödinger, Erwin: Life and Thought* (1989).

[26] Trong tập sách ghi lại những cuộc hội luận với các nhân vật đặc biệt, F. Capra tường thuật về hội thoại với Heisenberg: "Khi tôi hỏi Heisenberg những ý nghĩ của ông về triết học phương Đông, trả lời của ông khiến tôi kinh ngạc, vì không những ông nhận thấy những điểm song hành giữa vật lý lượng tử và tư tưởng phương Đông, mà ông còn nói, công trình khoa học của ông, ít nhất trong tầng vô thức, đã chịu ảnh hưởng triết học Ấn-độ." (*From Uncommon Wisdom: Conversations with remarkable people*, by Fritjof Capra; Bantam, 1987).

[27] J. R. Oppenheimer, *Science and the Common Understanding*, (Oxford University Press, 1954) pp. 8-9.

phẩm nghiên cứu nghiêm túc như *The Tao of Physics* bởi F. Capra (1975), *The Dancing Wu Li Masters* bởi Gustave Zukav, gây những phản ứng thuận hoặc nghịch trong hầu hết giới khoa học. Trong những tác phẩm này, sự so sánh có tính đại cương, hầu hết chỉ nêu những điểm tương đồng để chứng minh "bên này có, bên kia cũng có". Do bởi tính cách đại cương cho nên vấn đề nghiệp không phải là điểm được đặc biệt lưu ý.

Tuy vậy, nghiệp được nhắc đến (khá nhiều lần) trong các ghi chú hay bài viết của Schrödinger về Phật giáo và Vedānta. Đoạn văn sau đây ông viết vào năm 1918 giai đoạn ở Zürich, bấy giờ 30 tuổi[28]:

"Nirvāna là một trạng thái nhận thức an lạc tinh khiết... Nó không liên hệ gì đến cá thể. Tự ngã hay thoát ly tự ngã là một ảo giác. Thực vậy, trong một ý nghĩa nào đó, hai cái "tôi" là một, tức là, khi một trong hai không lý giải gì đến tất cả nội dung của cả hai – *karma* của chúng. Mục đích của người đàn ông là bảo trì *karma* của nó và phát triển thêm nữa. Mục đích của người đàn bà cũng tương tự nhưng hơi khác: Tức là, có thể nói, nhằm sáng tạo một trú xứ nơi đó tiếp nhận *karma* của người đàn ông... Khi một người chết, *karma* của nó vẫn sống và sáng tạo cho nó một sở y khác nữa."[29]

Schrödinger hiểu *karma* như thế nào, chúng ta không có cơ sở để suy đoán. Ông quả có đọc Phật giáo, Vedānta và Saṃkhyā, tổng số tác phẩm liên hệ chưa quá 10 đầu sách, và tất cả đều được viết cuối thế kỷ 19, theo bảng liệt kê của W. J. Moore.[30]

Moore bình luận về đoạn này: "Sự tồn sinh của *karma* này

---

[28] Có lẽ bấy giờ đang phục vụ trong quân đội Áo (?), vì cho đến tháng 11-1918 Thế chiến II mới chấm dứt.

[29] Dẫn bởi Walter J. Moore, *Schrödinger, Erwin: Life and Thought* (1989), tái bản Cambridge University Press, 1989. p. 113.

[30] *op.cit.* Trong số này, về Phật giáo, một là những tuyển dịch của Henry Warren (1896), và một đại cương Phật giáo bởi Rhys David (1880), và một của Max Müller về Phật giáo nguyên thủy; cả ba đều gồm các giáo nghĩa đại cương phần lớn từ kinh điển Pāli. Về Vedānta, chỉ thấy kể *The System of Vedanta* (1906) bởi Paul Deussen, đặc biệt về tư tưởng Śaṅkara.

không phải là Ấn-độ giáo chính thống, và dường như Erwin (Schrödinger) không sẵn sàng vất bỏ hoàn toàn Tự ngã của mình, hay cả đến ưu thế đàn ông của mình, ít nhất vào giai đoạn này trong những nghiên cứu của ông."[31]

Đoạn dẫn dưới đây cũng liên hệ đến *karma*, được viết sau khi Schrödinger đọc kinh *Kim cang* (Diamond Cutter)[32]:

"Tự ngã chỉ là một tụ hợp của vô số ảo ảnh, một cái vỏ sò ma, một bong bóng nước nhất định phải vỡ. Nó là *karma*. Những hành động và những tư tưởng là những lực hội nhập chúng với nhau thành những hiện tượng tâm và vật – thành những cái mà chúng ta gọi là những biểu hiện khách quan và chủ quan... Vũ trụ là sự hội nhập (dung nhiếp) của những hành động và tư tưởng. Ngay cả những thanh kiếm và những vật kim loại đều là những biểu hiện của tâm. Không có sự sinh và sự chết nhưng có sự sinh và sự chết của *karma* trong một hình thái hay điều kiện nào đó. Có một thực tại nhưng không có một cái ngã thường hằng.

"Bóng ma tiếp nối bóng ma, như những lượn sóng tiếp nối những lượn sóng trên Biển ma quái của Sinh Tử. Y hệt như cuồng phong trên biển là một sự chuyển động của lượn sóng dao động (undulation) chứ không phải là sự chuyển dịch (translation), – chỉ y như là hình thái của sóng (*wave*) mà thôi, chứ không phải nó chính là sóng – cho nên những đời sống đi qua chỉ là sự nổi lên rồi biến mất của các hình thái – những hình thái tâm, những hình thái vật. Thực tại không đáy không đi qua... Ngay trong chính mỗi tạo vật, hóa thân đang nằm ngủ, cái Trí tuệ vô hạn không bị liên đới, ẩn tàng, không thể cảm, không thể biết, – tuy thế đã được định hướng từ vô thủy để cuối cùng thức tỉnh, để xé rách mạng lưới ma quái của tâm thức dục cảm, để vĩnh viễn đập vỡ tổ kén của nhục thân, và đạt đến

---

[31] *op.cit.* Có lẽ Moore ám chỉ "hoạt động" tình cảm nhiều tai tiếng của Schrödinger Erwin.

[32] Không rõ bản dịch nào. Trong thư mục liệt kê bởi Moore không thấy có tên Kim cang. Có thể là bản dịch Anh của Max Müller được phổ biến thời đó.

chỗ chinh phục tận cùng Thời gian và Không gian."[33]

Tiếp đó, Moore dẫn giải: "Có lẽ những tư tưởng này xảy ra cho Erwin (Schrödinger) khi ông thực hiện khám phá vĩ đại về cơ học sóng (wave mechanics) và tìm thấy thực tại của vật lý học trong những chuyển động sóng, và cả về sau này khi ông thấy rằng thực tại này, một nhất thể của tâm nằm bên dưới."

"Ảo ảnh, vỏ sò ma, bong bóng nước", là thí dụ được dẫn từ kinh *Kim cang*: "như mộng, huyễn, bào, ảnh..." Và những hình ảnh "những lượn sóng, biển sinh tử ma quái, cuồng phong..." là thí dụ thường gặp trong các luận thư của Du-già hành tông. Nó cũng cho thấy mức độ ảnh hưởng thuyết như huyễn – māyā – của *Kim cang*, hoặc Śaṅkara[34], đối với Schrödinger. Nhưng thay vì theo đó nhìn thế giới chỉ ảo ảnh bất thực, Schrödinger, trong cơ học lượng tử, kịch liệt chống đối nhóm Copenhagen về lý giải cơ học lượng tử mang tính xác suất về hàm sóng, và sự sụp đổ của hàm sóng không có tính khách quan, mà có tham dự của người quan sát. Ông cho rằng thế giới là thực tại tồn tại khách quan – có thể đây chỉ muốn nói thế giới vi mô của những lượng tử – và ta có thể biết được nó một cách khách quan: "Một trường phái tư tưởng được chấp nhận rộng rãi chủ trương một hình ảnh khách quan về thực tại – theo bất cứ ý nghĩa truyền thống nào của từ này – hoàn toàn không thể tồn tại. Chỉ những kẻ lạc quan – trong đó có tôi (Schrödinger) – mới xem quan điểm này là một sự khoa đại mang tính triết học nảy sinh từ sự tuyệt vọng khi đối diện với một khủng hoảng nghiêm trọng."[35]

W.T. Scott nhận xét: Những kết luận của Schrödinger về cơ học sóng và các công trình khoa học kỳ diệu khác của ông hầu như không liên hệ gì đến quan điểm của ông về thế giới.[36] Nhận xét này có thể xác thực. Những điều nói về nghiệp tiếp theo

---

[33] *op.cit.* 114.

[34] Xem đoạn nói về Śaṅkara và ảnh hưởng của Madhyamika trong chương II, phần sau.

[35] Dẫn bởi William Tausig Scott: *Erwin Schrödinger, an Introduction to his writings,* 1967; p. 107.

[36] ibid. p. 105.

dưới đây không nhằm minh giải Schrödinger, cũng không nhằm giải thích nghiệp từ những lý giải cơ học lượng tử. Nó chỉ muốn gợi ý, thử xem có cách nào để quan sát nghiệp rõ ràng hơn điều mà chính các luận thư Phật giáo cũng phân vân để xảy ra khá nhiều biện luận bất đồng giữa các bộ phái.

Mặc dù Moore có gợi ý về sự liên hệ giữa sóng và biển trong đoạn dẫn trên với khám phá phương trình hàm sóng của Schrödinger, nhưng sóng biển dù chỉ là hình ảnh ẩn dụ cho đời sống là hiện tượng thuộc thế giới vĩ mô, trong khi các hàm sóng được tính toán thuộc thế giới vi mô của các lượng tử. Giới hạn giữa sóng này và sóng kia khó áp dụng bằng một công thức chung. Vả lại, các hàm sóng mô tả trạng thái lượng tử được tính toán với số phức, là số ảo không có thực, cho nên kết quả không nằm trong tầm mắt, mà ngay các nhà khoa học với nhau cũng không nhận thấy thực tại như nhau. Tranh luận gay gắt giữa Einstein và Niels Bohr, giữa Schrödinger và Heisenberg, và thảy đều bảo thủ quan điểm, "cho đến chết". Chúng tôi không đủ thẩm quyền để phán đoán ở đây.

Các nhà Duy thức học thường dùng hình ảnh biển tâm thức, sóng nghiệp cảm, là những hiện tượng có thể quan sát bằng mắt. Nhưng tự thể của tâm và của nghiệp thì vượt ngoài tầm mắt. Biển tâm thức là khối tích tụ các hạt giống *bởi* nghiệp hay *của* nghiệp. Hạt giống hay chủng tử (*bīja*) là nói theo hình ảnh quy ước. Cái tồn tại được tích lũy chính là công năng (*śakti – samartha*). Đó là nguồn năng lượng tiềm tại trong hạt giống. Một đoạn kinh nói về công năng này: "Tất cả chủng tử chuyển động như dòng thác." Từ "dòng thác" (*ogha*) ở đây không nhất thiết mô tả hiện thực, mà chỉ có tính cách gợi ý bằng hình ảnh. Đoạn kinh vừa được dẫn không nhằm chứng minh thuyết lưỡng tính sóng-hạt trong Duy thức học, nhưng thí dụ ấy cũng cho một vài hình ảnh đáng ghi nhận.

Duy thức học hay Du-già hành tông, đồng quan điểm các luận sư Nhất thiết hữu bộ (Sarvāstivāda), tâm và sắc chỉ tồn tại trong một sát-na, vừa sinh liền diệt. Do đó khi quan sát tâm và sắc, các nhà tu thiền quán phân tích chúng thành những đơn vị cực nhỏ đến độ không thể phân tích. Phân tích này được thực hiện bằng huệ giả tưởng (*prajñapti-jñāna*), mà ta có thể gọi là bằng thí nghiệm tưởng tượng (thought experiment) như các nhà cơ học lượng tử khi quan sát và đo đạc các trạng thái lượng tử, vì thực tại vi tế không thể quan sát bằng các giác quan. Như phê bình trong *Câu-xá* và *Thành nghiệp luận* của Thế Thân, do bởi tính chất sát-na, nên thực tế không có sự dịch chuyển của một vật thể từ điểm này sang điểm khác. Hiện tượng ngọn lửa di chuyển trên đồng cỏ chỉ là ảo giác. Vừa sinh tức thì diệt, vật thể này không đủ yếu tố thời gian để nhảy sang vị trí của vật thể khác mà châm lửa, nghĩa là không có hỏa đại nào từ cực vi này nhảy sang cực vi khác để châm lửa. Lý luận ở đây nói rằng, trong mỗi vật thể, từng chất điểm cực vi tế, như những hạt lượng tử, đều có đủ bốn đặc tính đất, nước, lửa, gió. Đây cũng chỉ là những từ ngữ được nói theo ngôn ngữ quy ước. Khi một vật thể bốc cháy, không phải do bên ngoài châm lửa đốt cháy nó, mà chính trong tự thể, hỏa đại được tăng cường tạo thành hiện tượng cháy. Khi hỏa đại trong vật thể này được tăng cường, đồng thời nó cũng làm tăng thượng duyên (*adhipati-pratyaya*)[37] như là điều kiện tác động từ bên ngoài khiến cho hỏa đại bên trong các vật thể quanh nó trong cùng môi trường bị tác động và cũng tăng cường. Theo nguyên lý nhân quả của A-tì-đàm, nếu hai vật thể không trực tiếp tiếp xúc, cái này không thể tác động đến cái kia. Trừ trường hợp nhân năng tác (*kāraṇa-hetu*) với tác động gián tiếp và thụ động, tức vật này có thể cản trở sự phát sinh của vật kia nhưng nó không cản trở. Vậy, ở đây, hỏa đại từ cực vi này tác động như thế nào đến cực vi kia để nó tăng thể hỏa đại? Điều này có vẻ như là sự "nhảy vọt bất thần (huyền bí) của hỏa đại". Nếu đoạn Kinh dẫn trên không đơn giản chỉ là hình ảnh ẩn dụ, mà là sự mô tả hiện thực vi tế về tồn tại biến chuyển của chủng tử: công năng chủng tử sinh diệt liên tục, không gián đoạn, theo chuỗi thời gian tuyến tính tương ứng với không gian đa phương,

---

[37] *pratyaya*: duyên, tồn tại bởi quan hệ tương tác; *adhipati*: tăng thượng, lực tác động hay chi phối; có hai tăng thượng: *cận tăng thượng*, tác động gần, và *viễn tăng thượng*, tác động xa (action at distance).

thế thì tác động của điều kiện tăng thượng hay nhân năng tác là hiện thực có thể lý giải.

Mặt khác, hoạt động của tăng thượng duyên như là lực tác động trực tiếp (cận tăng thượng) hay gián tiếp (viễn tăng thượng), còn được diễn tả qua quá trình đốt cháy, gọi là quá trình thục biến hay hiện tượng nấu chín, hiện tượng đốt. Trong quá trình, các luận sư quan sát sản phẩm từ quá trình đốt này, gọi là thục biến sinh (*pākaja*).[38] Thục biến sinh thay đổi trạng thái dần, như từ vàng đến đỏ, rồi đến đen. Nó không phải là hiện tượng đột biến, mà do bởi sự tương tác của các cực vi đại chủng bên trong mỗi vật thể.

Trong lý luận của các luận sư A-tì-đạt-ma, cực vi không nhảy; nhưng ngọn lửa được thấy "nhảy" từ điểm này sang điểm khác như là di chuyển, chỉ là sự tương tác giữa các pháp theo lý tính duyên khởi. Chúng tương tác như thế nào? Các luận sư này trả lời có vẻ đơn giản: do nghiệp lực. Điều này có vẻ mơ hồ, và thần bí. Nhưng nếu xác định được ý nghĩa "nghiệp lực" thì vẻ thần bí sẽ không còn.

Hầu hết các phái Phật học đều thừa nhận tồn tại nghiệp lực trong sự tương tác của mọi hiện tượng, nhưng ít có lý giải thống nhất về ý nghĩa nghiệp lực. Các luận sư A-tì-đạt-ma "mường tượng" đó là tác dụng của một yếu tố vật chất vô hình chất, không thể thấy bằng mắt với bất cứ phương tiện nào (*anidarśana:* vô kiến) và nó cũng không chiếm cứ một khoảng không gian nào (*apratigha:* vô đối), gọi nó là vô biểu sắc (*avijñapti-rūpa*). Nó phát sinh từ tập hợp đại chủng. Nhưng mỗi đại chủng là một cực vi chiếm một điểm cực nhỏ trong không gian, trong khi vô biểu sắc phát sinh từ nó thì không vậy. Tùy ý, ta có thể mường tượng nó là lực, hay những khái niệm tương tự có thể nghĩ ra.

Duy thức không bác bỏ sự tồn tại của thực thể như vậy, nhưng không xác định nó là sắc, mà gọi nó là chủng tử và định nghĩa

---

[38] *pākaja*, liên hệ đến từ *vipāka*: dị thục hay kết quả của nghiệp. Cả hai đều cùng ngữ tộc, có gốc động từ là **pac** (*pacati*): nấu chín.

"chủng tử là công năng sai biệt (*śakya-rūpa/ śaki-viśeṣa*)", tức loại năng lượng đặc biệt và chính những công năng sai biệt này là những yếu tố cấu tạo thành sắc và tâm, và toàn bộ thế giới. Vấn đề chỉ có thể hiểu rõ hơn khi nghiên cứu sâu rộng vào kho tàng luận thuyết của Duy thức, không thể chỉ vài đoạn ngắn ở đây có thể nói chi tiết.

Về khởi điểm cũng như mục đích, đối tượng quan sát và nghiên cứu của các khoa học gia cơ học lượng tử và các luận sư Phật giáo vốn bất đồng, nên sự so sánh hay đối chiếu, như một số các nhà khoa học đã thử làm, chỉ có tính cách ước lệ.

Điều có thể tạm thời kết luận ở đây là, mặc dù có khá nhiều xu hướng muốn đối chiếu triết lý đạo Phật với cơ học lượng tử, thế nhưng có những giới hạn khó vượt qua để bên này tiếp xúc bên kia. Sự đối chiếu chỉ có tính cách giới thiệu "bên này có, bên kia cũng có". Cũng có, nghĩa là có thể giống nhau, nhưng không phải là nhất trí để cho cái mà bên này thấy và bên kia thấy cũng là một.[39]

Các nhà Duy thức, cũng như các nhà Trung quán, kể luôn cả các luận sư A-tì-đạt-ma, đều cho rằng nhận thức của chúng ta về thế giới không hề là thực tại chân lý, mà chỉ là chân lý ước lệ. Những gì xảy ra trong phạm vi chân lý ước lệ, thảy đều đúng và hữu ích trong giới hạn đó. Cho nên, nhận thức được phân thành hai trình độ: tục đế, chân lý nhận thức bằng giác quan, bằng quan sát và tư duy chính xác theo lý tính nhân quả, và trong phạm vi hữu hạn chân lý ấy là khả dụng, hữu ích. Trên hết, là thắng nghĩa đế hay đệ nhất nghĩa đế, chân lý vượt ngoài nhận thức giác quan thông thường, vượt ngoài lý tính và kinh nghiệm nhân quả của tục thức. Chân lý tối hậu có thể đạt được qua quá trình tu luyện. Điều này mang tính cục bộ, vì không phải là điều mà các hệ tư tưởng khác dễ chấp nhận, nên chúng

---

[39] *The Tao of Physics* của Fritjof Capra (1975) được độc giả đón tiếp nồng hậu ở Mỹ (bestseller), nhưng cũng bị không ít các nhà khoa học chính tông chỉ trích. Như Giáo sư vật lý Eremy Bernstein cho rằng Capra sử dụng những tương tự ngẫu nhiên của ngôn ngữ mà ông cho đó là chứng cứ sâu sắc cho những điểm liên hệ có gốc gác. *Science Observed*. New York: Basic Books. pp. 333–340.

ta cũng không phải biện luận dông dài.

4. Tâm phân học và Khoa học não.

a. Ba tầng tâm thức

Lý thuyết của các nhà khoa học ấy dựa vào những thí nghiệm tưởng tượng (thought experiment); rồi những điều này được kiểm lại bằng toán học và quan sát tự nhiên bằng vào các thiết bị máy móc phát minh hiện đại nhất. Những điều này tất nhiên chưa hề có trong các Luận sư Abhidharma. Cho nên những điều họ nói có thể viễn vông vì khó hay không thể kiểm chứng bằng kinh nghiệm thực tế.

Cho đến đầu thế kỷ 20, các nhà phân tâm học, dẫn đầu là Sigmund Freud, với những phát hiện về tâm thức cũng không được kiểm chứng bằng máy móc như các nhà vật lý. Tuy vậy, có điều gần xác thực là nhiều lý thuyết của họ có thể được chứng minh bằng kết quả lâm sàng.

Một số các nhà khoa học não, do phát minh những máy đo đạc não như EEG, MRI, fMRI, v.v., bác bỏ các lý thuyết của tâm phân học, xem như không có giá trị khoa học.[40] Một số khác nhận thấy giới hạn về phương pháp luận và nhận thức luận của mỗi ngành nên đề nghị hợp tác. Họ nói, hợp tác nhưng không phải là hợp nhất.[41]

Abhidhamma| abhidharma cũng không phải được đón tiếp khả quan hơn. Trong phần đầu thế kỷ 20, những luận Abhidhamma-Pāli được phiên dịch Anh ngữ được diễn giải như là khoa tâm lý học Phật giáo. Tất nhiên khoa học não không biết đến nó. Mà các nhà tâm lý học và tâm phân học cũng không mấy chú ý, có lẽ họ không tìm thấy có sự hỗ trợ nào từ đó về

---

[40] Mauro Mancia (1929-2007), Giáo sư Y khoa Viện Đại học Milan Ý, nhận xét: "Cả thế kỷ 20 này bị điếc hoặc đôi khi có những lý luận vẫn vơ về các đại biểu của hai ngành này, thường chứng tỏ sự dốt nát hay kiến thức hạn hẹp của các nhà khoa học não đối với tâm phân học trên phương diện lý thuyết và lâm sàng..." *Psychoanalysis and Neuroscience*, "Introduction", Springer-Verlag Italia, 2006.

[41] Co-operation, but not incorporation. Mauro Mancia, op.cit.

phương pháp luận cũng như kinh nghiệm lâm sàng, điều trị.

Cho đến chậm nhất là từ thập niên 90 của thế kỷ 20, khi các nhà khoa học não sử dụng các công cụ hiện đại nhất để đo đạc não của các nhà hành thiền ở trạng thái bình thường và đối chiếu với trạng thái thiền, song song với kết quả điều trị khả quan thu lượm được từ những áp dụng thiền Phật giáo, cũng như thiền siêu nghiệm (transcendental meditation) của Ấn giáo, phong trào học thiền và hành thiền bùng vỡ thành những cơn sốt thời thượng trong thế giới phương Tây.

Về mặt phương pháp luận, Abhidharma dẫn nguồn từ các kinh nghiệm thiền được lưu truyền từ các bậc thầy, và trên hết là những điểm giáo lý từ Phật. Từ kết quả điều trị và từ những đo đạc não, nhiều điểm trong các luận điểm Abhidharma được xác minh giá trị hiện thực.

Khoa học đến với thiền quá chậm, trái lại tâm phân học thì rất sớm; đặc biệt là thiền Tây Tạng và thiền Nhật Bản. Bởi, về mặt phương pháp luận, nhà tâm phân học không thấy trở ngại gì khi tiếp cận các nguồn tâm lý này.

Một trong những điểm quan yếu trong lịch sử phát triển Abhidharma, ở phương Nam Thượng tọa bộ cũng như các bộ phương Bắc, là sự thăm dò tầng sâu của hoạt động ý thức. Trong kinh nghiệm thông tục, ta chỉ có thể biết được và kiểm chứng được trong giới hạn nhất định các hoạt động của ý thức. Trong các trạng thái mà ý thức được xem là không hoạt động, như ngủ say hay ngất, khuynh hướng nhận thức tự nhiên là muốn tin tưởng sự tồn tại của linh hồn hay tự ngã siêu nghiệm vào lúc đó. Các luận sư Phật học không tin tưởng vào sự tồn tại của linh hồn hay tự ngã, cho nên đã thăm dò vào tận tầng sâu thẳm nhất của thức, kể cả sau khi chết. Nguồn tri thức căn bản để lập thành phương pháp luận là những điều Phật đã dạy và kinh nghiệm tư duy thiền của các bậc thầy.

Trong nỗ lực thăm dò này, cho đến các vị Du-già hành tông, cấu trúc và hoạt động tâm thức được phân thành ba tầng. Mặt ngoài cùng là hoạt động của năm thức giác quan và ý thức thứ sáu. Tầng giữa, điều hành các hoạt động của thức, tiếp thu, xử lý và mã hóa các thông tin để hình thành nhận thức và lưu trữ thành ký ức. Phần sâu thẳm trong cùng là khu tầng lắng đọng trầm tích của các kinh nghiệm nhận thức và hành động, kho tích lũy của khối nghiệp thiện và bất thiện.

Sự phân tầng tồn tại và hoạt động của cơ cấu tâm thức bởi các nhà Duy thức có khả năng dẫn liên hệ đến sự phân tích tâm thể của các nhà phân tâm học, kể từ Freud.[42] Freud phân tích cấu trúc của tâm thành ba tầng: tầng ngoài cùng là tầng ý thức (the conscious), trong cùng là tầng vô thức (the unconscious), tầng trung gian hay vùng đệm là tầng tiền ý thức (the preconscious).[43]

Sự phân tầng của Freud, với chính thí dụ của ông, cũng gần giống như các nhà Duy thức phân tầng thức: mặt nổi của tảng băng là ý thức hoạt động, và chìm sâu dưới biển là tầng đáy vô thức. Một phần hoạt động của tầng đáy này được Freud gọi tên là *das Id = das Es*: "Cái đó", bao gồm những gì bị ức chế từ mặt ý thức, những thứ mà Duy thức gọi là các chủng tử được tẩm ướt bởi tham ái hay khát ái (*trṣṇā*). Freud dụ nó như nồi chứa đầy những kích thích sôi sùng sục.[44] *Id* là bộ phận tâm thức hoạt động theo nguyên lý lạc thọ (pleasure principle), thúc đẩy bởi bản năng mù quáng và khát vọng sinh tồn, điều mà Kinh điển nguyên thủy, cũng như A-tì-đạt-ma và cả đến Duy thức hậu kỳ, gọi là vô minh và khát ái (*avidyā-trṣṇā*), gần với khái niệm mà Freud gọi tên là *libido*.[45] Những hoạt động này phần lớn bị phản ứng bởi các quy luật của thế giới tự nhiên, và thường xuyên dẫn đến các xung đột xã hội, do đó, để tránh tổn hại có thể xảy ra, một bộ phận tâm thức khác hoạt động theo nguyên

---

[42] Sigmund Freud (1856-1939), gốc Áo, thoạt tiên là nhà não học (neurology), về sau do kinh nghiệm lâm sàng, ông lập thuyết phân tâm học (psychoanalysis), một bộ phận trong các lý thuyết tâm lý học và tâm trị học.

[43] Ba tầng nói theo tiếng Đức của chính Freud: *das Vorbewusste, das Bewusste, das Unbewusste*, có thể hiểu là tiền thức, hiện thức và vô thức, để so sánh với thuật ngữ của Duy thức (theo kinh Lăng-già).

[44] *New Introductory Lectures on Psychoanalysis*, 1933.

[45] *libido*, từ gốc Latin, có nghĩa "ham muốn" (lust, desire). Freud xem nó là bản năng ham muốn tính dục.

lý hiện thực (reality principle) để kiểm soát. Đó là bộ phận mà Freud gọi là *Ego*: tự ngã (*das Ich*: "cái tôi"). Ông thí dụ *Id* như là con ngựa và *Ego* là kỵ sĩ trên lưng ngựa. Do những hạn chế thiên nhiên và những xung đột xã hội, tự ngã hình thành cơ chế phòng vệ (defence mechanism) để tránh những nguy hiểm có thể xảy ra. Từ những kinh nghiệm giao tiếp với thiên nhiên và những quan hệ xã hội, tự ngã dần dần phát triển lên thành siêu ngã: super-ego (*das Über-Ich*). Siêu ngã hoạt động theo nguyên lý đạo đức hoàn thiện (morality principle).

Như vậy, ba thực thể hay ba bộ phận tâm thức này hoạt động trong ba tầng phân biệt. *Id* hay *das Es*, một phần có thể so với cái mà Duy thức gọi là câu sanh ngã chấp (*sahaja-ātmagrāha*), hoàn toàn chìm sâu trong tầng đáy, tầng vô thức. Tiếp theo, *Ego* hay *das Ich*, có thể đối chiếu một phần của phân biệt ngã chấp (*vikalpa-ātmagrāha*), hoạt động trong tầng ý thức mặt ngoài cùng với dự phóng tương lai hoàn thiện và cũng hoạt động trong tầng tiền ý thức (preconscious) như là khả năng truy ức quá khứ. Trong cả ba tầng này đều có hoạt động của thức siêu ngã (super-ego hay *das Über-Ich*); phần mà nó chìm sâu hoàn toàn trong tầng đáy vô thức là những khát vọng bị ức chế; phần ngoài cùng, trong tầng ý thức, là nhân cách hoàn thiện theo bối cảnh xã hội mà nó sinh hoạt trong đó. Phần trung gian trong tầng tiền ý thức hoạt động cùng với Ego gây nên mặc cảm phạm tội khi những khát vọng mãnh liệt mà ý thức không thể khống chế.

Một cách tổng quan, sơ lược, ba tầng tâm thức với ba lớp hoạt động chỉ có vẻ tương tự với cơ cấu tâm thức trong A-tì-đạt-ma và Duy thức, nhưng đấy chỉ là những vẻ tương tự mặt ngoài, hời hợt, mặc dù cả hai đều tiếp cận bằng phương pháp nội quan tâm lý học (psychological introspection). Nội quan của Freud dựa vào những quan sát bằng giác quan thường nghiệm và những kinh nghiệm lâm sàng, nhắm mục đích điều trị mà kết quả chỉ nhắm đến thời gian hữu hạn trong đời này. Phương pháp của A-tì-đạt-ma y cứ trên quan sát về nghiệp và dị thục cùng với hiện lượng du-già (*yogika pratyakṣa-pramāṇa*), kinh nghiệm đạt được từ trong các trạng thái thiền định, mà mục đích tối hậu là an lạc và giải thoát. Kinh nghiệm chỉ giới hạn trong một số những vị tu thiền với trình độ nào đó. Cũng do bởi trình độ sai biệt từ kinh nghiệm thiền nên những quan sát về nghiệp và dị thục cũng không nhất trí giữa các lập thuyết. Freud dựa vào quan sát giác quan có thể chia sẻ với nhiều người nên những lập luận của ông khả dĩ chấp nhận phổ biến. Tuy vậy, sự chấp nhận này cũng bị hạn chế bởi thời đại với trình độ kỹ thuật tiến bộ khác nhau. Nói cách khác, hầu hết các nhà khoa học não, bằng các phương tiện đo đạc khả dĩ thực hiện với kỹ thuật hiện đại, phương pháp nội quan của Freud không thuyết phục.

b. Nghiệp: Vô thức tập thể.

Trong khi Sigmund Freud có vẻ không biết gì các quan điểm của Phật giáo liên hệ đến cấu trúc tâm thức và các hoạt động tâm lý, người kế thừa Freud là Carl Jung[46] lưu tâm đặc biệt đến các học thuyết phương Đông và xem đó là những nguồn chất liệu tâm lý phong phú cho phương pháp trị liệu của mình. Ông bình giải "Thái ất Kim hoa tông chỉ"[47] của Đạo giáo trong bản dịch tiếng Đức bởi bạn ông Richard Wilhelm: *Das Geheimnis der Goldenen Blüte: ein chinesisches Lebensbuch;* đề tựa cho bản dịch Anh ngữ của Kinh Dịch cũng bởi R. Wilhelm[48]. Ông cũng viết tựa cho "Thiền học Nhập môn" của D.T. Suzuki (*An Introduction to Zen Buddhism*), và bình giải Tử thư Tây tạng (*bar do thos grol*: Bardo Thodol) qua bản dịch Anh ngữ bởi Walter Evans-Wentz: *The Tibetan Book of the Dead*.

Ông bày tỏ mục đích đến với Phật giáo của mình như sau:

---

[46] Carl Gustav Jung (1875-1961), người Đức gốc Thụy Sĩ, kế thừa và phát triển tâm phân học của Freud nhưng bất đồng với Freud rất nhiều điểm.

[47] 太乙金華宗旨; sách về thuật luyện đan của Đạo gia, tác giả không rõ, phỏng định đời Thanh, tập thành trong khoảng 1668-1692; nhưng nó được gán cho Lữ Động Tân, đạo gia đời Đường. Wilhelm là nhà truyền giáo Cơ-đốc, đến Trung quốc năm 1899-1920. Căn cứ bản dịch Đức, Cary F. Baynes dịch sang Anh văn: *The Secret of the Golden Flower*.

[48] *The I Ching, or Book of Changes*, chuyển ngữ Anh bởi Carry F. Baynes từ bản dịch Đức, New York 1950.

"Không phải lịch sử tôn giáo, cũng không phải nghiên cứu triết học đầu tiên đã lôi cuốn tôi đến với thế giới của tư tưởng Phật giáo, mà chính do những hứng thú nghề nghiệp của tôi với tư cách một bác sĩ. Nhiệm vụ của tôi là chữa trị nỗi khổ tâm thần; và chính điều này đã thúc đẩy tôi làm quen với những quan điểm và những phương pháp của vị Thầy vĩ đại của nhân loại (Jung chỉ Đức Phật) mà chủ đề chính của Ngài là 'chuỗi đau khổ, tuổi già, tật bệnh, sự chết.'"[49] Chính từ phương diện trị liệu này mà Jung đã mang đến cho lý thuyết nghiệp nội dung cụ thể để từ đó phát hiện những ý nghĩa của các biểu tượng tôn giáo, các mẫu tâm thức trong các hình thái xã hội, các hình thái văn minh khác nhau từ cổ đại. Ông nói: "Chúng ta có thể thận trọng chấp nhận ý tưởng về nghiệp nếu chúng ta hiểu nó như là tính di truyền tâm thể theo nghĩa rộng nhất của từ này."[50]

Mặc dù không có dấu hiệu nào cho thấy Jung có biết đến ý niệm "dị thục" (*vipāka*), nhưng điều mà ông nói là "di truyền tâm thể" cũng gần với ý nghĩa của từ này được nói đến trong Abhidharma. Theo ông, nghiệp trong quan điểm phương Đông là tính di truyền tâm thể dựa trên giả thiết về tái sinh. Ông cho rằng, ở phương Tây, người ta không sao tưởng tượng được có một ai đó lại có thể chứng minh điều gì về vấn đề này, thế nhưng, trong khi đó người ta vẫn có thể chứng minh sự tồn tại của Thượng đế, mà trên cơ sở nhận thức luận thì điều này là bất khả. Cho nên, ông nhắc nhở thái độ "thận trọng".

Jung liên hệ ý tưởng về nghiệp trong *Tử thư* với tính di truyền tâm thể. Ông tìm thấy ở đây nguồn tài liệu biện giải cho thuyết vô thức tập thể cùng với các hình thái mẫu bản nguyên (archetype)[51] của nó. *Tử thư* mô tả những tình trạng xảy ra sau khi chết, trong giai đoạn tử vị trung hữu ('*chi'i kha bar do*),[52]

[49] Carl Jung, *On The Discourses of the Buddha* (Về các bài Pháp của Đức Phật), dẫn bởi Richard Hunn: "Jung's Attitude Toward the East."

[50] Carl Jung, *Psychology and Religion*, "Commentary Tibetan Book of the Dead"; pp. 510-522.

[51] archetype, từ gốc Hy-lạp; *arche*: khởi nguyên; *tupos*: kiểu mẫu.

[52] Theo phái rNying-ma, có sáu loại trung hữu (*bar do*): xử sanh trung hữu (*skye gnas bar do*), mộng huyễn trung hữu (*rmi lam bar do*), thiền định trung hữu (*bsam*

nếu không bắt được ánh sáng để giải thoát hay siêu thăng, thần thức người chết sẽ chìm vào giai đoạn pháp tánh trung hữu (*chos nyid bar do*). Bấy giờ do huyễn nghiệp tạo ra huyễn cảnh, dẫn nó tái sinh vào những nơi theo kết quả của nghiệp đã tạo. Giả sử nghiệp dẫn sinh loài người, nếu là nam nó sẽ khởi luyến ái đối với mẹ và ác cảm đối với cha, hoặc nếu là nữ thì ngược lại. Jung tìm thấy ở đây mẫu tâm thể chung như được thấy trong phức cảm Oedipus[53]. Nhiều mô tả khác trong *Tử thư*, như nói người đã chết vẫn không biết rằng nó đã chết, và điều này cũng có thể tìm thấy mẫu chung trong tín ngưỡng linh hồn châu Mỹ hoặc trong nền văn học bán khai ở châu Âu.[54] Nó chứng tỏ tồn tại mẫu tâm thức chung, gọi là tâm thức tập thể, chung cho các nhóm người khác nhau trong nhiều nguồn văn minh khác nhau. Tâm thức tập thể là mẫu tâm thể di truyền từ thế hệ này sang thế hệ khác, tương tự như mẫu di truyền sinh lý.

Jung kế thừa lý thuyết vô thức từ Freud, nhưng cải biến nó và phân thành hai loại: vô thức tập thể (collective unconscious) và vô thức cá nhân (personal unconscious). Vô thức tập thể là hình thái bẩm sinh, di truyền, của tâm thể; trái với vô thức cá nhân là phần nhân cách phát triển do kinh nghiệm cá nhân, phát triển từ tố chất bẩm sinh của vô thức tập thể. Vô thức tập thể được phát biểu qua các mẫu bản nguyên (archetype) mà thông thường được truyền tụng trong các mẫu thần thoại như sáng thế, đại hồng thủy, khải huyền ký...

Chúng ta hiểu rằng nghiệp là các hành vi thiện hay bất thiện trong đời này được tích lũy để cho kết quả, nghĩa là di truyền, đến nhiều đời sau. Nhưng Jung không hiểu như vậy, mà cho đó là mẫu tâm thể di truyền từ người này sang người khác trong

---

gtan bar do), lâm chung hay tử vị trung hữu ('chi'i kha bar do), pháp tánh trung hữu (*chos nyid bar do*), thọ sanh trung hữu (*srid pa bar do*).

[53] Phức cảm Oedipus, danh từ khai sinh bởi Freud, từ chuyện kể bởi Sophocles (khoảng 429 BC), như là chứng cứ cho lý thuyết dục tính libido của ông. Bi kịch này kể, do định mệnh mà Oedipus giết cha đẻ nhưng không biết đó là cha, và lấy mẹ đẻ làm vợ nhưng không biết đó là mẹ.

[54] Jung viện dẫn Emanuel Swedenborg (1688-1772), nhà khoa học, triết học, thần học, huyền học, người Thụy Điển.

nhiều thế hệ khác nhau. Jung có tin tưởng về tái sinh hay không, đây là điều phân vân giữa các nhà nghiên cứu. Phần lớn nghi ngờ là Jung không mấy tin tưởng, mặc dù trong tác phẩm *Ký ức, Mộng, Suy niệm* (*Memories, Dreams, Reflections*) Jung thuật nhiều điềm chiêm bao mà ông như nhớ lại các đời trước, nhưng cũng chỉ được giải thích như là phát biểu khía cạnh nào đó từ kinh nghiệm cá nhân. Ngay cả trong bình giải về *Tử thư Tây tạng*, trong đó nói nhiều đến nghiệp và huyễn cảnh của nghiệp, nhưng hiện tượng này với Jung cũng chỉ được hiểu là những phát biểu của loại vô thức tập thể. Như sự xuất hiện của Ngũ trí Như Lai cho người chết được Bardo Thodol mô tả, Jung cho đó cũng chỉ là những dữ kiện của tâm thể; thế giới các thần và các linh hồn mà người chết thấy cũng không gì khác hơn mà chỉ là vô thức tập thể bên trong ta.

Thật ra, chính Jung cũng hoài nghi vân phân về tin tưởng này, như chính ông ghi nhận trong tập *Ký ức* (Memories): "Phải chăng tôi là một tổ hợp của các đời sống của các tổ phụ này, hay tôi lặp lại hóa thân những đời sống này?... Tôi không biết. Phật đã bỏ lửng câu hỏi, và tôi muốn cho rằng chính Phật cũng không biết rõ..."

Phát biểu này có thể hiểu theo nhiều cách. Không rõ Jung nói đến sự kiện Phật không trả lời cho câu hỏi về nghiệp và tái sinh vào lúc nào, trong ngữ cảnh nào; thế nhưng, có thể do bởi nhìn qua lăng kính "tinh thần khoa học", tin tưởng tái sinh chỉ dựa vào kinh nghiệm cá nhân, không có bằng chứng cụ thể nào để xác nhận kinh nghiệm ấy đúng hay sai. Có lẽ ông nghĩ rằng Phật không trả lời vì lý do này.

Dù sao, như chính Jung phát biểu, ông nghiên cứu Phật giáo, và nói chung là các hệ tư tưởng và tín ngưỡng phương Đông, chỉ vì mục đích trị liệu. Nghĩa là, chỉ giới hạn trong phạm vi nghiên cứu (lý thuyết), và chỉ trong phạm vi ấy. Cho nên, ông cũng khuyến cáo phương Tây "Nghiên cứu yoga, bạn học được vô số điều trong đó, nhưng chớ có thử áp dụng, vì người Âu châu chúng ta không được tác thành như thế để áp dụng những phương pháp này một cách đúng đắn." [55]

c. Thiền và Não.

Phát biểu của Jung vừa dẫn trên có thể hơi quá đáng, nhưng vẫn có điều khả dĩ. Thoạt kỳ thủy Phật giáo được tiếp nhận ở phương Tây như một hệ tư tưởng triết học ở bên ngoài lề khoa học. Ngay cả tâm phân học, mà hiệu quả trị liệu tâm lý không phải hiếm hoi, nhưng phương pháp của nó mang nặng màu sắc triết học hơn là khoa học, phần lớn dựa vào quan sát nội quan chủ quan và điều trị lâm sàng, cho nên bị công kích từ nhiều phía do bởi uy thế đang lên của các lý luận khoa học từ thế kỷ 19. Thậm chí Freud còn bị gán cho danh hiệu "khoa học giả hiệu" (pseudo-scientist) [56], bị liệt vào số "y sĩ phù thủy" (witch-doctor). [57] Từ đó có thể suy diễn thái độ tiếp thu Phật giáo ở phương Tây ít nhất cho đến nửa đầu thế kỷ 20. Nghĩa là, phần nào được tán dương, đó thuần là lý thuyết. Về phương diện thực hành, hạn chế là điều đương nhiên. Điển hình như, cho đến thập niên 70 thế kỷ trước, Davidson sau khi tốt nghiệp cử nhân ở Harvard muốn chọn thiền làm đề tài để nghiên cứu vì ông cũng đã thực hành thiền trong nhiều năm, nhưng các giáo sư cố vấn ông lưu ý ông rằng nghiên cứu thiền không phải là con đường tốt để thăng tiến trong giới đại học. [58] Về sau, Davidson là một trong những người cống hiến không ít cho những nghiên cứu liên hệ thiền và khoa học não. Những kết quả đo đạc của ông trên các thiền giả Tây Tạng do đức Dalai Lama giới thiệu khá khích lệ. Nó cho thấy những hành giả thiền trên 10 nghìn giờ có những thay đổi thật sự đối với cấu trúc và chức năng của não. [59] Người ta cũng mong đợi có thêm những

---

[55] Dẫn bởi Jeffrey B. Rubin, *Psychotherapy and Buddhism: Toward an Integration*, 1996, p. 37.

[56] Frank Cioffi: *Freud and the Question of Pseudoscience.*

[57] E. Fuller Torey: *Witchdoctors and Psychiatrists.*

[58] Tường thuật bởi chính R. Davidson trong *The Emotional Life of your Brain*, 2012.

[59] Richard J. Davidson & Antoine Lutz: "Buddha's Brain: Neuroplasticity and Meditation", IEEE Signal Processing Magazine [176] September 2007. IEEE: Institute of Electrical and Electronics Engineers, Viện Kỹ sư điện và điện tử công học.

kết quả cụ thể để lý giải trên cơ sở những dữ liệu khoa học vấn đề mà các luận sư Abhidharma nêu lên là khả năng chuyển nghiệp. Vấn đề này liên hệ đến tính chất gọi là "sóc tính" (plasticity) của não, tức tính chất mềm dẻo dễ tạo hình như chất liệu để nắn tượng. Khám phá mới mẻ này dẫn đến quan điểm và cũng trở thành khẩu quyết thời đại của thiền: "Thay đổi tâm để thay đổi não" (change your mind and change your brain).

Đóng góp quan trọng khác trong phương pháp trị liệu bằng thiền chánh niệm phải kể đến phương pháp của Jon Kabat-Zinn, đặc biệt trong điều trị giảm trừ chứng căng thẳng (MBSR: Mindfulness-based Stress Reduction). Ông lập dưỡng đường điều trị stress (Stress Reduction Clinic) tại Phân khoa Y học Viện Đại học Massachusetts. Chương trình điều trị được áp dụng trên 720 trung tâm y khoa, bệnh viện, và dưỡng đường trên khắp thế giới.

Trong các hoạt động nghiên cứu và phổ biến phương pháp hành thiền không thể không kể đến hoạt động của Viện Tâm và Đời Sống (Mind and Life Institute), thành lập bởi R. Adam Engle, Chủ tịch và đồng sáng lập viên cùng với Francisco J. Varela. Chủ tịch Danh dự: Tenzin Gyatso Dalai Lama 14. Viện được chính thức thành lập năm 1990 từ cuộc hội thảo tại Dharamsala, Ấn-độ, giữa Dalai Lama và các nhà nghiên cứu. Đây là cuộc hội thảo lần thứ ba, hai lần trước đó, lần thứ nhất năm 1987 tại Dharamsala, năm 1989 tại Newport Beach, California, USA. Từ đó cho đến 2013, Viện này đã tổ chức 27 lần hội thảo. [60]

Trong các hội thảo này, liên hệ đến vấn đề động lực của các hành vi xấu, mà nói theo cách các vị A-tì-đạt-ma: đẳng khởi của nghiệp bất thiện, có lẽ đáng kể là tổ chức lần thứ 8 năm 2000, tại Dharamsala. Kết quả được biên tập bởi Daniel Goleman với

---

[60] Tường thuật chi tiết từ bắt đầu gợi ý thành lập cho đến 2004, xem phần phụ lục, Sharon Begley, *The Plastic mind*, giới thiệu bởi Dalai Lama, tựa bởi Daniel Goleman; Constable, London, 2009.

nhan đề: *Destructive Emotions: A Scientific Dialogue with the Dalai Lama* (Xúc cảm nguy hại: Đối thoại khoa học với Dalai Lama).[61] Những xúc cảm nguy hại ở đây chỉ cho các phiền não, hay các tâm sở bất thiện, nhiễm ô. Trong hội thảo này, chủ đề tập trung vào sự phân tích về cơ chế giải phẫu học của thù hận và bạo lực, tức đẳng khởi bất thiện với sân tùy miên (*pratigha-anuśaya*).

Hội thảo gây nhiều kịch tính nhất nên nói là tổ chức lần thứ 13 (November 8-10, 2005) tại DAR Constitution Hall, Washington DC, bởi Viện Tâm và Đời sống, với sự bảo trợ của Đại học Y học Johns Hopkins (Baltimore, Washington) và Trung tâm Y học Viện Đại học Georgetown. Hội thảo được điều phối bởi Kabat-Zinn và Davidson vấp phải sự chống đối của trên 500 nhà khoa học, với lý do hội thảo cố tình lẫn lộn giữa tôn giáo (mê tín) và khoa học[62]. Kết quả hội thảo được biên tập bởi Jon Kabat-Zinn và Richard Davidson, nhan đề: *The Mind's Own Physician: A Scientific Dialogue with the Dalai Lama on the Healing Power of Meditation* (Tâm tự điều trị: Đối thoại khoa học với Dalai Lama về năng lực điều trị của Thiền).

d. Đồng bộ não: Nhận thức không chủ thể.

Các thí nghiệm đo đạc của Davidson trên các hành giả thiền, những kết quả điều trị giảm stress bởi Kabat-Zinn, điều trị hội chứng OCD bởi J. Schwartz, với sự phát hiện những sai biệt tần số dao động sóng não trong các trình độ khác nhau của hành giả, ngoài chứng cứ hiển nhiên về ảnh hưởng của thực tập trên sự biến đổi não do bởi sóc tính não, làm cơ sở khoa học cho lý giải quá trình chuyển đổi nghiệp: thay đổi tâm để thay đổi não, thay đổi não để thay đổi hành vi ứng xử, như trong các trường hợp thọ giới, trì giới và phá giới; phát hiện này còn chứng minh thêm một điều quan trọng khác nữa từ lời dạy của Đức Phật:

---

[61] Bantam Books, 2003, 432 pages. Reprint edition (March 30, 2004).

[62] Kết quả thăm dò cho biết, hầu hết các nhà khoa học phản đối này đều gốc Hoa. Một trong những người dẫn đầu là giáo sư Yi Rao, Viện Đại học Tây Bắc (Northwestern University), bác bỏ nghiên cứu của Davidson xem như rác rưởi, và động cơ của Davidson là Dalai Lama đáng nghi ngờ (hậu ý chính trị).

"có tác nghiệp và quả dị thục của nghiệp nhưng không có tác giả, thọ giả." Phật ngôn này không chỉ khó hiểu và khó chấp nhận vì cực kỳ mâu thuẫn với những người không tin Phật, nó cũng khiến các luận sư hàng đầu của các học phái Phật giáo nỗ lực không ít để lý giải.

Phổ thông, chúng ta nghĩ rằng, khi nhận thức các đối tượng, thức như một chủ thể thuần nhất, đơn nhất, vươn ra ngoài bắt nắm toàn thể sự vật. Chủ thể đó là tự ngã hay linh hồn. Chẳng hạn, như triết gia Pháp Descartes phân biệt rõ rệt giữa hai thực tại tâm và vật, linh hồn và thân xác. Những đặc tính của tâm không thể tìm thấy nơi vật, và ngược lại. Linh hồn và thân xác là hai thực thể biệt lập, tách biệt nhau, và ông cho rằng tuyến tùng (pineal gland) trong não là nơi mà linh hồn của con người "ngồi" lên đó để nhận thức, tư duy, quyết định, và điều khiển các hoạt động của cơ thể; ý tưởng này không mấy khác với trả lời của A-nan trong kinh *Lăng nghiêm* rằng thức "núp" sau con mắt để nhận thức sắc, y như một người núp sau cửa sổ để nhìn ra cảnh vật bên ngoài. Có lẽ tác giả của *Lăng nghiêm* cho rằng A-nan không hiểu gì về nguyên lý vô ngã trong nhận thức.

Trong sự phát triển của Abhidharma về sau, các vị Tì-bà-sa đặt vấn đề nhận thức rằng, khi nhìn một vật thể to lớn hơn dung tích con mắt, như một quả núi chẳng hạn, toàn thể được thức bắt nắm đồng loạt trong cùng một sát-na? Hay nắm bắt từng chi tiết liên tiếp trong nhiều sát-na? Điều này muốn nói rằng quả núi là hợp thành của vô số cực vi. Mỗi cực vi là một chất thể thực hữu; chính vì thực hữu nên cực vi mới có tác dụng đối với mắt. Nói thế, nên hiểu rằng khi nhận thức mỗi cực vi là một tín hiệu được truyền vào mắt. Vô số cực vi tạo thành quả núi không thể đồng loạt và cùng lúc xuất hiện trong nhãn căn, vì lượng nhãn căn không đủ lớn để dung chứa ngần ấy. Thế nhưng, tốc độ truyền tin quá nhanh nên ta có cảm tưởng là toàn bộ quả núi được nhận thức đồng loạt và cùng lúc.

Thêm nữa, mọi hiện tượng sắc và tâm chỉ tồn tại và hoạt động trong một sát-na, rồi chìm vào quá khứ. Chỉ có tồn tại trong sát-na hiện tại mới có tác dụng. Như vậy, khi một tín hiệu xuất hiện trong căn, giác quan tiếp thu, và cùng lúc ấy thức xuất hiện để nắm bắt: căn-cảnh-thức, bộ ba tập hợp thành một kết quả nhận thức trong một sát-na. Sau đó, cả ba đều chìm vào quá khứ, thành ảnh tượng quá khứ tồn tại như là chủng tử (*bīja*) mà kinh điển nguyên thủy gọi là giới (*dhātu*). Về mặt nhận thức, thức xuất hiện rồi biến mất trong từng sát-na cùng với đối tượng của nó, vậy không thể nói tồn tại một thực thể thức như linh hồn bất biến, "ngồi" ở đâu đó, hay "núp" ở đâu đó.

Dù sao, quan sát của các vị Tì-bà-sa như vậy chỉ là thuần túy chủ quan, dù quan sát này dựa trên kinh nghiệm nhập định. Với kinh nghiệm có được từ quan sát bằng các giác quan thông thường thì không quyết định những lý giải của các vị Tì-bà-sa là đúng hay sai; đúng trong giới hạn nào, sai trong mức độ nào.

Các nhà khoa học não ngày nay cũng xác nhận rằng không có một nơi nào trong não được kể là trung tâm điều phối tất cả mọi hoạt động. Một vật thể được nhận thức, được nhìn thấy chẳng hạn, không phải là một thực thể đơn nhất với một chủ thể từ một điểm đứng duy nhất. Một vật được nhìn thấy, thông tin truyền vào não với khoảng 30 tín hiệu khác nhau phân tán nhiều nơi khác nhau trong não. Con số này có thể quá ít so với con số "tưởng tượng" của các vị Tì-bà-sa. Khi các tế bào thần kinh tiếp nhận các tín hiệu này đồng loạt cùng thời được kích, đối tượng lập tức xuất hiện để được thấy. Điều có vẻ thần bí là người ta không tìm thấy dấu vết của bất cứ một khu vực nào như là trung tâm để bắt nắm sự thấy này. Đây là vấn đề đồng bộ não (neuronal synchronization).

Hoạt động đồng bộ hóa là sự tương tác đồng thời giữa các tế bào não, gọi là đồng bộ địa phương hay tầm ngắn. Khi có sự tương tác giữa các tế bào não hay nhóm tế bào não ở những khu vực xa nhau, ta có đồng bộ hóa tầm xa mang tính toàn cầu não. Các nhà khoa học xác định hoạt động đồng bộ này bằng cách đo các tần số dao động của điện thế não. Tần số dao động từ 1-4 Hz được gọi là delta; 4-8 Hz, theta; 8-13 Hz, alpha; 13-30 Hz, beta; 30-70 Hz gamma. Thường nhật, khi thức, hoạt động đồng bộ thường diễn ra trong dải beta cho các hoạt động có ý thức, cảnh giác, suy nghĩ, lý luận. Nếu dao động giảm xuống trong dải alpha, ta có cảm giác thư giãn sâu, có khi như nhắm mắt tĩnh dưỡng. Từ alpha, trong trạng thái thức, dao động giảm xuống giải theta kéo theo giấc ngủ thường là có chiêm bao.

Năm 2004, Davidson thực hiện thí nghiệm trên 8 hành giả thiền Tây Tạng, những vị đã trải qua từ 10-50 nghìn giờ hành thiền. Để đối chiếu và kiểm chứng, họ có thêm các hành giả thiền tập sự. Trong trạng thái thiền bình thường, hoạt động của hai nhóm này không khác nhau lắm. Nhưng khi nhập từ tâm định, tần số dao động não đo được từ 25-40 Hz trong dải gamma. Dao động này diễn ra mạch lạc, đều đặn, chứng tỏ cơ cấu não đang được xung một cách đồng bộ và hòa điệu. Đây là dao động cao nhất ít thấy trong các hoạt động não của con người.[63]

Sóng gamma là mẫu dao động não khi hoạt động đồng bộ não hình thành ý thức như là chủ thể. Bởi vì biên độ của nó quá hẹp, điện thế quá thấp, nên rất khó dò. Cho nên, trước khi phát minh điện não đồ (electroencephalography), dao động đo được thông thường dưới 25 Hz với biên độ lớn hơn.

Vậy, khi nhập thiền với dao động lớn trong dải gamma có nghĩa là hành giả đi sâu vào tập trung cao với hoạt động cực minh mẫn của ý thức. Nói đồng bộ hóa dao động não chỉ ra không có điểm hội tụ, như Wolf Singer phê bình ý tưởng của Descartes về "chỗ ngồi" của linh hồn nơi tuyến tùng, và ông cũng xác nhận, với trên 15 năm nghiên cứu vấn đề này, có chứng cứ hiển nhiên rằng các trạng thái thiền có liên hệ đến đồng bộ hóa của hoạt động dao động não; nhưng sau khi nghe thuyết minh của ông, Dalai Lama lập tức đặt vấn đề: "Vậy thì, đối với những người theo đạo Phật, các nhà khoa học não giải

---

63 Chi tiết thí nghiệm được tường thuật khá đầy đủ bởi Sharon Begley, *The Plastic Mind*, Kindle Edition. Kết quả được công bố bởi Davidson và nhóm thực hiện thí nghiệm, Antoine Lutz, Lawrence L. Greischar, Nancy B. Rawlings, Matthieu Ricard, and Richard J. Davidson: "Long-term meditators self-induce high-amplitude gamma synchrony during mental practice", Proceedings of the National Academy of Sciences, U S A. Nov 16, 2004; 101(46): 16369–16373.

thích như thế nào, bất chấp mọi nỗ lực, bạn không thể tìm thấy một điểm hội tụ cho tự ngã hay linh hồn trong mạng lưới phức tạp của các tế bào thần kinh trong não; phải chăng là một khẳng định bắt buộc rằng không tồn tại một tự ngã?". Singer trả lời: "Đối với chúng tôi vấn đề này gây nhiễu."[64]

e. Tư nghiệp: Ý chí tự do

Đồng bộ hoạt động xử lý ý thức; có ý thức, xác nhận không dứt khoát xác định tồn tại hay không một tự ngã hay một linh hồn. Nếu xét theo ngữ nguyên, các nền văn minh xuất phát từ nhiều khu vực khác nhau không có chung ý niệm nhất trí về nội dung của các từ: tâm, ý thức, tự ngã, linh hồn... Cho nên, như trong bài kệ số 1 của Dhammapada: *manopubbaṅgamā dhammā*, Max Müller dịch: "All that we are is the result of what we have thought". Ông này đồng nhất *mano* với *thought*, từ tiếng Anh mà ta quen dịch là "tư tưởng" hay "tư duy". Những người dịch sau, phần lớn như nhau, chẳng hạn: "mind as their forerunner"; với những vị này, *mano* là mind mà ta thường thấy dịch là "tâm". Trong các tác phẩm Abhidhamma, *mano* được dịch là "consciousness: ý thức".

Vậy khi dùng những từ này trong Phật học, hay trong các luận thuyết triết học chung chung, tương ứng với các từ Anh hay Việt, chúng ta cần phải thận trọng theo ngữ cảnh mà hiểu.

Mano trong câu Pháp cú, trong các luận thư Abhidharma, nó không được hiểu là tâm (mind) để diễn thành học thuyết duy tâm (mind-only) như nhiều người thường hiểu. Trong luận thuyết về nghiệp, *mano* hay *manas* phải được hiểu là ý, và đây là ý thức, đẳng khởi của nghiệp (*karma-samutthāna*), tức động cơ chính khởi động nghiệp. Ý khởi động nghiệp qua một chức năng hoạt động của nó là tư (*cetanā*) mà phương Tây hiểu là *volition*: ý chí, hay *free will*: ý chí tự do.

Ý chí tự do, trong liên hệ nghiệp ở đây, được hiểu là quyết định lựa chọn một cách tự do với ý thức trách nhiệm về điều sẽ

---

[64] *The Mind's Own Physician*, Kindle Edition.

làm. Hiểu như vậy, nó là tiền đề của đạo đức theo nghĩa rộng rãi nhất, và cũng là động lực của mọi hành vi thiện ác. Nói theo cách Abhidharma: Tư là lực phát động gia hành (*karma-prayoga;* tiền hành) của nghiệp. Tổng quát mà nói, đó là lực của tâm, mà nó có thể chi phối hoạt động của não hay không, đây là vấn đề.

Trong một lần hội kiến với các nhà khoa học não, Đức Dalai Lama nêu lên vấn đề này, được xem như "đặc biệt khiêu khích", theo cách tường thuật của nhà báo Sharon Begley (*The Plastic Mind*): "Tâm có thể làm thay đổi não?" Với các nhà khoa học này, chính não định dạng tâm, không có ngược lại.

Thế nhưng, một nhà khoa học não khác, với kinh nghiệm trên 25 năm tập thiền, như chính ông tuyên bố, và ứng dụng thiền để điều trị hội chứng rất khó trị là ám ảnh-bức bách (OCD: obsessive-compulsive-disorder), Jeffrey Schwartz, nói: "Năng lực của tâm, vốn liên hệ mật thiết với những khái niệm cổ xưa của Phật giáo về chánh niệm và nghiệp, cung cấp một nền tảng cho những hiệu quả tác động của tâm trên vật chất mà khoa học não lâm sàng tìm thấy."[65]

Từ "ý chí tự do" phổ thông như được hiểu ngày nay xuất phát từ phương Tây, đặc biệt bắt nguồn từ thần học Thiên Chúa giáo.[66] Nếu hiểu theo ý nghĩa thật rộng rãi, ý chí tự do là vấn đề được nói đến trong tất cả các hệ tư tưởng Đông và Tây, kể cả Trung Hoa và Hy-lạp, vì ở đây vấn đề căn bản là trách nhiệm đạo đức của con người trong xã hội, nó được phép hay không được phép làm gì trong các quan hệ xã hội. Nhưng đây là ý niệm chứ không phải từ ngữ. Hầu như khó tìm thấy từ ngữ nào ở Trung Hoa hay Ấn-độ mang nội hàm tương đương chính xác với từ "ý chí tự do" trong các ngôn ngữ phương Tây.

Từ ngữ và nội hàm của từ ngữ này thật sự xuất hiện với sự xuất hiện thần học Thiên Chúa. Thiên Chúa toàn trí và toàn

---

[65] Jeffrey M. Schwartz & Sharon Begley, *The Mind and the Brain*, Kindle Book, p. 52.

[66] Trong triết học Do Thái, tự do ý chí là sản phẩm của linh hồn con người thuộc tính chất bản hữu.

năng, biết trước những điều con người sẽ làm và những gì sẽ xảy ra, nhưng Chúa ban cho người quyền tự do quyết định hành động. Nếu nó làm trái với ý Chúa, sẽ phải nhận hậu quả nghiêm trọng. Adam và Eva được ban cho quyền tự do lựa chọn, và hai ông bà đã lựa chọn hành vi bất tuân ý Chúa để khởi đầu cho sự sa đọa của loài người.

Từ ảnh hưởng thần học Thiên Chúa, ý niệm về ý chí tự do đi vào triết học, và cuối cùng đi luôn vào khoa học. Trong mỗi ngành, nội hàm của nó được đặt trong một ngữ cảnh cá biệt, khiến cho càng lúc ý nghĩa càng trở nên rối rắm. Ý nghĩa được hiểu trong lãnh vực khoa học không quá nhiêu khê nhưng cũng không dễ dàng đi đến một định nghĩa thống nhất. Có lẽ tranh luận sôi nổi liên hệ đến ý chí tự do là lập trường quyết định luận (determinism) và bất định luận (indeterminism) giữa hai khoa học gia vĩ đại của thế kỷ 20 là Einstein và Niels Bohr. Quyết định luận là kết luận của cơ học cổ điển Newton. Theo đó, vũ trụ cơ giới, vận hành như bộ máy đồng hồ, quy luật nhân quả mang tính quyết định. Con người là một bộ phận nhỏ trong một khâu nào đó trong guồng máy vĩ đại này. Khi toàn bộ guồng máy đang quay, nó không thể tự ý muốn dừng hay muốn quay hướng nào tùy ý, để nói rằng ta có ý chí tự do. Thuyết tương đối của Einstein mặc dầu đánh giá sự cáo chung của uy quyền tối thượng của cơ học cổ điển, nhưng bản thân Einstein kiên trì lập trường quyết định luận. Với ông, thế giới tồn tại như là thực tại khách quan, biết rõ lý tính nhân quả, từ nhân ta có thể tiên đoán chắc chắn kết quả tất yếu phải xảy ra. Với Niels Bohr, không hề tồn tại thế giới khách quan trong khoa học. Kết quả của quan sát và đo đạc tùy thuộc công cụ đo đạc, và quan sát viên không phải là kẻ đứng ngoài mà chính nó là một bộ phận tham dự vào sự quan sát và đo đạc. Từ nhân ta có thể biết được quả, nhưng chỉ với kết quả xác suất.[67]

Chủ nghĩa quyết định trong khoa học cũng là quan điểm của

---

[67] Phát biểu đối đáp thời danh của hai nhà khoa học vĩ đại này, Einstein: "Thượng đế không chơi trò xác suất". Niels Bohr: "Chớ có bảo Thượng đế phải làm gì."

phần lớn các nhà khoa học não. Theo đó, mọi quyết định hành động đều phát xuất từ hoạt động của tế bào não; ý thức không có vai trò gì ở đây. Harris[68], nhà khoa học não danh tiếng người Mỹ tuyên bố dứt khoát: "Ý chí tự do chỉ là một ảo tưởng." Tuyên bố này thật sự nhắm đến Thiên Chúa giáo, Do Thái giáo và Hồi giáo, vì ông cho rằng những tôn giáo này đã tác hại đến trí tuệ của con người. Ông cho rằng con người lệ thuộc rất nhiều yếu tố, và chính khoa học mới khả dĩ đề xuất mẫu đạo đức tốt đẹp cho con người. Thế nhưng ông quan tâm đến các phương pháp thực hành của tôn giáo phương Đông, đặc biệt là thiền và yoga như được thực hành trong Phật giáo và Ấn-độ giáo.

Trong Phật giáo, nếu cần tìm ra một từ ngữ tương đương theo ý nghĩa như vậy hơi khó, nhưng nếu muốn, ta có từ Sanskrit *vaśitā* mà Hán dịch là "tự tại". Nó có nghĩa là "tự chủ", do làm chủ được thân và tâm của mình nên muốn làm gì tùy ý. Như Bồ tát đạt đến trình độ này, sẽ có tâm tự tại vì không bị ô nhiễm bởi các phiền não, nghiệp tự tại vì làm chủ thân, ngữ và ý. Nếu ý chí tự do hiểu theo nghĩa "muốn làm gì tùy ý" bất kể thiện ác, hay tự do lựa chọn hoặc thiện hoặc ác, thì ý nghĩa này không có trong Phật giáo. Vị A-la-hán hay Bồ tát tự tại, tự chủ, không làm tổn hại chúng sinh không phải là sự lựa chọn mà là tự nhiên không làm. Như một thỏi vàng rơi giữa đường, với tên trộm, quả có ý chí tự do để lựa chọn lượm hay không lượm tùy theo nhận thức của nó về hậu quả. Nhưng với một Thánh giả A-la-hán thì rõ ràng là tuyệt đối tự tại, không có vấn đề nên hay không nên. Với tất cả phàm phu còn bị chi phối bởi phiền não, không hoàn toàn tự tại trong các hành vi của mình; nhưng Phật cũng không nói đến có hay không có ý chí tự do ở đây.

Tuy nhiên, các nhà khoa học sinh trưởng trong bối cảnh tín ngưỡng văn hóa dưới ảnh hưởng của Thiên Chúa giáo, thì dù vô tình hay cố ý, vấn đề ý chí tự do chỉ vẫn được đặt lên hàng đầu,

---

[68] Sam Harris, tác giả *The End of Faith* (2004), Giải thưởng PEN/Martha Albrand (2005), được báo New York Times liệt kê trong danh sách Bestseller, trong vòng 33 tuần lễ.

khi họ muốn đề cập đến đạo đức xã hội, và muốn góp phần xây dựng một xã hội tốt đẹp. Thừa nhận hay không thừa nhận có ý chí tự do trong các hành vi của con người đều muốn tìm một căn bản vững chắc, hoặc là thuần vật lý, hoặc thuần ý thức, hay cả hai, đều nhắm đến một mô hình đạo đức xã hội.

Schwartz tường thuật, trong một lần đàm luận với Henry Stapp, một trong những khoa học gia hàng đầu về cơ học lượng tử, cả hai đề cập đến điểm tương đồng giữa Phật giáo kinh điển và cơ học lượng tử, đặt cho ý chí và tự do lựa chọn chiếm vị trí tâm điểm trong những diễn biến của vũ trụ.[69] Schwartz hiểu rằng nếu không có sự tham dự của nhà khoa học như là quan sát viên với quyết định lựa chọn công cụ và cách thức khảo sát tự nhiên giới theo phương diện nào, tất không có kết quả gì diễn ra; và các lớp chồng sóng của những khả tính như được mô tả bởi phương trình sóng Schrödinger cũng sẽ không sụp đổ thành sự cố hiện thực.

Chúng ta thử đưa ý tưởng này tham chiếu với đoạn luận thuyết của *Câu-xá*: "Chẳng hạn như khi con mắt và ý tập trung trên đối tượng là một loại sắc, thì những sắc khác, và thanh, hương, vị, xúc, thảy đều chìm mất. Năm thức thân, mà các cảnh vực ấy là đối tượng, khi đang trong tình trạng vị lai, sẽ vĩnh viễn không sinh khởi; vì chúng không thể vin bám vào những cảnh vực quá khứ."[70] Ở đây, các vị A-tì-đạt-ma muốn nói rằng, trong một sát-na có vô số hiện tượng, như các lớp chồng sóng theo cơ học lượng tử, đang ở trong tình trạng chờ đợi để được dẫn vào hiện tại. Khi ý thức khởi tác ý chọn một trong số đó, hiện tượng ấy xuất hiện thành sự cố hiện tại, và tất cả những hiện tượng không được chọn lựa khác biến mất vào tịch diệt; vĩnh viễn biến mất, vì tất cả chỉ tồn tại trong khoảnh khắc sát-na.

Schwartz hiểu ý chí hay quyết định lựa chọn ấy chính là điều mà Phật gọi là nghiệp. Ông nói: "Ý chí (volition), hay karma, là

---

[69] *The Mind and the Brain*; p. 293.
[70] Kośa i, k.6cd.

lực cung cấp hiệu ứng nhân quả để cho vũ trụ được điều hành. Theo quy luật duyên khởi siêu việt thời gian mà Phật nói, chính bởi ý chí mà ý thức không ngừng hiện khởi trong suốt các chu kỳ luân chuyển bất tận của thế giới."[71]

Với các nhà khoa học não, không có bất cứ hoạt động nào của tâm hay ý mà không tìm thấy một khu vực tương ứng trong não được xung kích; thậm chí, còn có ý kiến cho rằng thật sự không có cái gì gọi là tâm hay ý[72] cùng với những hoạt động của nó mà đơn thuần chỉ là những tế bào xung điện được tìm thấy trong não. Vậy cần phải có thí nghiệm nào đó để biết ý thức có hay không can thiệp vào quyết định hành động. Đây là thí nghiệm đã được thực hiện bởi Benjamin Libet (1916-2007). [73]

Thí nghiệm của Libet nhắm tìm hiểu mối quan hệ giữa điện thế sẵn sàng khi chưa có ý thức và những cảm giác chủ quan của ý chí và hành động. Thí nghiệm diễn ra như sau. Ông cải biến máy dao động ký tia cathode (cathode ray oscilloscope) thành máy định giờ. Những tia sóng của máy này cải biến thành chấm sáng chạy quanh như kim chỉ phút trên mặt đồng hồ. Để tính gần chính xác, thời gian được tính bằng phần nghìn giây. Chấm sáng này quay giáp 1 vòng hết 2560 mili-giây; trên mặt đồng hồ ghi 60 vạch cách khoảng nhau 43 mili-giây. Năm thí nghiệm viên được đặt ngồi thoải mái trước dao động ký, được chỉ cho biết theo dõi điểm sáng di chuyển, và tùy tiện, bất chợt, một lúc nào đó "cảm thấy muốn" thì cử động cổ tay, gập hay hất, và ghi nhớ rõ vị trí chấm sáng lúc ấy trên mặt đồng hồ. Những điện cực (electrode) được gắn lên hộp sọ của thí nghiệm viên, với EEG được sử dụng để đo hoạt động não. Kết quả ghi nhận bởi EEG, điện thế báo hiệu sẵn sàng (readiness potential)[74] xuất hiện trước khi cơ vận động cổ tay hoạt động

---

71 *The Mind and the Brain*, p. 294.

72 David H. Hubel, giải Nobel 1981, tuyên bố với bạn: "Tâm là một từ ngữ lỗi thời." Dẫn bởi Schwartz, op.cit, p. 25.

73 Benjamin Libet: *Do we have free will?* In trên Journal of consciousness studies. Bài này được in trong *Mind Time* của ông, sách xuất bản 2005. Cũng có thể đọc www.imprint-academic.com/jcs.

74 Nguyên tiếng Đức *Bereitschaftspotential*, hoạt động điện thế ở vỏ não vận động

550 mili-giây. Dấu hiệu nhận biết có ý thức chỉ xuất hiện chừng 220 mili-giây. Như vậy, trước đó 350 mili-giây, não chuẩn bị hành động mà hoàn toàn không có sự can thiệp của ý thức. Thí nghiệm được lặp lại 40 lần để xác định sai số.

Căn cứ thí nghiệm này một số nhà khoa học đi đến kết luận phủ nhận hoàn toàn cái gọi là ý chí tự do. Một số không tin độ chính xác của thí nghiệm. Vì chấm sáng trên mặt đồng hồ ghi trên võng mạc, và từ võng mạc dẫn đến tiền đình não là khu vực não xử lý các quyết định, dù là tín hiệu điện di chuyển với tốc độ ánh sáng, cũng phải mất từ 5-20 mili-giây.

Nhưng theo ý kiến của chính Libet, thí nghiệm này không hoàn toàn phủ nhận ý chí tự do. Ông tóm tắt bài báo cáo chi tiết về thí nghiệm với nhận xét: "Các hoạt động của ý chí tự do được báo hiệu trước bởi sự thay đổi điện thế đặc biệt trong não (gọi là điện thế sẵn sàng – *readiness potential: RP*); nó bắt đầu 550 mili-giây trước hoạt động ấy. Các thí nghiệm viên ghi nhận có ý định hành động từ 350-400 mili-giây sau điện thế sẵn sàng (RP), nhưng 200 mili-giây trước hoạt động của thần kinh vận động. Như vậy, quá trình ý chí khởi đầu một cách không có ý thức. Nhưng chức năng của ý thức vẫn có thể kiểm soát kết quả; nó có thể phủ quyết (veto) hành động. Do đó, không thể loại trừ ý chí tự do."[75] Ý thức có thể quyết định phủ quyết 150 mili-giây trước khi thần kinh cơ được kích hoạt; vì nếu chậm hơn, 50 mili-giây cuối cùng trước khi cơ kích hoạt thì bấy giờ lệnh đã chuyển xuống các tế bào não vận động trong tủy sống sẽ không còn kịp chặn nữa.

Phát biểu ý kiến từ thí nghiệm của mình, liên hệ vấn đề ý chí

(motor cortex) và khu vực vận động phụ (supplementary motor area) trước khi quyết định vận động có ý thức, thí nghiệm bởi Helmut Kornhube và Luder Deecke, Đại học Freiburg, Đức, 1964. Báo cáo của họ cho thấy khoảng 0.4 đến 4 giây trước khi có vận động có ý thức xuất hiện một sóng não có điện âm mà họ gọi bằng tiếng Đức, dịch Anh là readiness potential, chỉ quá trình chuẩn bị để thực hiện vận động. Nhưng thí nghiệm không xác định được ý chí quyết định vận động có vào lúc nào. Do đó, 20 năm sau, Libet thực hiện thí nghiệm.

[75] Libet, *op.cit.*

tự do và đạo đức xã hội và tôn giáo, Libet nói, "Hầu hết mười điều răn của Chúa là những mệnh lệnh *không được làm.*"

Ý kiến của Libet như vậy cho rằng ý thức không có vai trò gì tích cực trong quyết định hành động; mà vai trò của nó là phủ quyết. Nói cách khác, với ý thức, không có ý nghĩa "quyết định sẽ làm" (free will), mà là "quyết định không làm" (free won't).

Tuy có nhiều phê bình về thí nghiệm của Libet, như vấn đề thời gian, mà theo Peter Clarke và Alfred Mele, chính họ tự lặp lại thí nghiệm của Libet nhưng thấy là khó xác định chính xác điểm mà họ muốn cử động cổ tay.[76] Dù có những điểm chưa chính xác, nhưng vấn đề ý thức xuất hiện sau điện thế sẵn sàng 350 mili-giây đã khơi dậy nghi ngờ vai trò của ý thức. Nếu ý thức không có vai trò gì trong quyết định làm hay không làm, vậy những kẻ tội phạm không có trách nhiệm gì về hành vi của chúng, vì tất cả đều do bởi xung điện và hóa chất trong não.

Kết quả thí nghiệm dẫn trên cũng đặt lại vấn đề có hay không tồn tại một thực thể riêng biệt như là ý thức ngoài các hoạt động não; những biến đổi hóa chất và xung điện trong não. Thừa nhận là có, tất rơi vào quan điểm tâm vật nhị nguyên chủ xướng bởi Descartes. Sharon Begley tường thuật, sau khi được các nhà giải phẫu não cho xem cuộn phim giải phẫu não và họ cũng thuyết minh cho Dalai Lama thậm chí ý thức cũng chỉ là biểu hiện của hoạt động não. Khi não ngưng hoạt động, ý thức cũng tan biến như sương mai. Sau khi nghe, Dalai Lama đặt vấn đề: Dù vậy, có thể chăng tâm cũng tác động ngược lại trên não gây thành những biến đổi vật lý chính nơi khối vật chất đã tạo ra tâm? Nhà giải phẫu não suy nghĩ một lúc, rồi trả lời: Chỉ có những trạng thái vật lý mới tạo ra những trạng thái tâm. Không thể có hiện tượng ngược lại. Dalai Lama vì lịch sự nên bỏ qua vấn đề, không bàn tiếp.[77] Có vẻ như Dalai Lama muốn xác định tồn tại ý thức như một thực thể riêng biệt, nhưng tồn tại như

---

[76] Peter Clarke, *The Libet experiment and its implications for conscious will*, Paraday Paper no 17, 2013.

[77] *The Plastic Mind*, p. 162.

thế nào để không rơi vào chủ nghĩa nhị nguyên của Descartes, hoặc chủ nghĩa nhất nguyên hay chủ nghĩa giảm trừ, vân vân chủ nghĩa.

Tạm thời chúng ta chưa có kết luận dứt khoát. Ở đây, nên trở lại thí nghiệm của Libet với vấn đề ý chí "quyết định làm" và "quyết định không làm". Đây cũng là hai quan điểm tương phản giữa Hữu bộ và Kinh bộ, về hiệu lực phòng hộ của giới (*saṃvara*: luật nghi).

Khi một người thọ giới, phát nguyện thành lời rằng: "Từ nay cho đến trọn đời tôi từ bỏ hành vi tước đoạt sự sống của mọi sinh vật"; lời nguyện này lập tức trở thành lực phòng hộ để người có giới sẽ không làm điều đã phát nguyện. Thể chất của lực này là gì? Kinh bộ trả lời: đó là tâm. Nghĩa là, khi phát nguyện là lúc ý thức khởi động dòng chảy hoạt động gọi là tương tục tư (*cetanāsantati*), là lực điều khiển các cử động thân thể và nói năng. Ngay sau khi phát nguyện, dòng chảy này biến đổi thành ý chí quyết định "không làm" (*akriyā*: bất tác). Dòng chảy này tức thì chìm sâu xuống tầng sâu của ý thức, gọi là tế ý thức (*sūkṣma-mano-vijñāna*). Khi điều kiện phạm giới xuất hiện, tác động từ ngoại cảnh hay bởi ý thức, tức thì ý thức khởi động quyết định không làm.

Các vị Hữu bộ giải thích khác. Thể của lực phòng hộ là một loại sắc pháp phát sinh trong *thân* người thọ giới, gọi là vô biểu sắc, không thể thấy bằng mắt (*anidarśana*: vô kiến), và không có tính đối kháng (*apratigha*: vô đối), nghĩa là không cản trở bất cứ sắc pháp nào đi vào vị trí của nó. Sắc pháp này phát sinh khi người thọ giới nói lời phát nguyện. Nó tồn tại trong thân người có giới như là lực cản khi điều kiện phạm giới xuất hiện. Quan điểm này muốn nói rằng, sự phạm giới là hành vi của thân và ngữ, là những phạm trù sắc pháp (vật chất), cho nên lực phòng hộ phải tương xứng, tức cũng phải là sắc pháp. Ý thức chỉ là lực phát động.

Cả hai đều cố lý giải lời Phật: nghiệp là tư, là quyết định tự do của ý chí. Với Kinh bộ, người tạo nghiệp thiện hay gây nghiệp bất thiện đều do quyết định làm hay không làm của ý chí. Nhưng với Hữu bộ, khi có điều kiện hành thiện, làm hay không làm đều là quyết định của ý chí. Nhưng khi không gây nghiệp bất thiện, như sát sinh do trì giới chẳng hạn, bấy giờ không do quyết định của ý chí mà do lực cản tự nhiên của một loại sắc pháp đặc biệt phát sinh từ hành vi thọ giới. Đây là điểm quan trọng để nhận thức về bản chất đạo đức trong các phái Phật giáo.

g. Ý thức: Tác nghiệp không tác giả

Điểm cần xác định trước khi lý giải vấn đề, theo đó, ý chí tự do nếu có chỉ là phần hệ luận của nhận thức luận Phật giáo. Nhận thức luận, nói chung, là khảo sát nguồn gốc, quá trình và giá trị của nhận thức. Nhưng, trong nhận thức luận Phật giáo, nó không phải chỉ biết để mà biết. Kinh thường nói, điều gì thực sự đúng nhưng không mang lại ích lợi gì thì Phật cũng không nói. Đây không phải là chủ nghĩa công lợi (pragmatism) như mẫu Dewy, mà vì giáo lý cơ bản nói, nhận thức nào chân thật, nhận thức ấy mang đến an lạc.

Trong tâm lý học Phật giáo, ý thức là một trong sáu thức, tất cả đều có chức năng như nhau, chỉ khác biệt về đối tượng và ý nghĩa thời gian trong hoạt động. Trong các ngôn ngữ phương Tây, chỉ tồn tại một thức là ý thức. Còn lại là những giác quan, không có chức năng của ý thức. Trong ngôn ngữ thường nhật, ý thức chỉ trạng thái cảnh giác, lưu tâm, điều mà kinh điển Phật gọi là tác ý (*manaskāra*). Tất cả sáu thức đều có hoạt động tác ý. Trên một tầng nữa, nó là chủ thể của các hoạt động cảm giác, xúc cảm, tư duy, ý chí phán đoán và quyết định; bao gồm các chức năng thọ (*vedanā*), tưởng (*saṃjñā*) và tư (*cetanā*), là những yếu tố mà A-tì-đạt-ma và Duy thức học gọi là các tâm sở đại địa (*mahābhūmika-caittasika*) hay tâm sở biến hành (*sarvatraga-caittasika*), có mặt trong tất cả mọi hoạt động của cả sáu thức. Trong đó, như đã thấy *cetanā* được phần lớn các nhà nghiên cứu Phật học phương Tây đồng nhất với ý chí (*volition* hay *will*).

Trong triết học cận đại phương Tây, chủ yếu từ ảnh hưởng

Descartes và thần học Thiên Chúa, ý thức là một bộ phận của linh hồn. Chỉ có loài người mới được Thiên Chúa ban cho linh hồn. Các động vật khác không có linh hồn nên không có ý thức. Trong khoa học não hiện đại, từ thị giác nhìn thấy và biết cho đến các hoạt động tư duy trừu tượng đều là những hoạt động của các tế bào não, chỉ là những xung điện và những biến đổi các hóa chất trong não, cho nên có ý thức trong cái thấy của mắt mà cũng có ý thức trong tư duy về các vấn đề triết học. Ý thức hiểu như vậy đồng nhất với yếu tố mà Phật giáo gọi là thức, từ nhãn thức cho đến ý thức.

Trong tâm lý học Phật giáo, ý thức xuất hiện vào lúc nào và hoạt động như thế nào? Các luận sư A-tì-đạt-ma căn cứ trên lời dạy của Phật: "Sau khi duyên đến các sắc và nhãn căn, nhãn thức xuất hiện... cho đến, sau khi duyên đến các pháp, ý thức xuất hiện." Trong đây, nhãn căn là gì, nhãn thức là gì, v.v., chúng ta có thể đọc chi tiết trong *Câu-xá* phẩm ii "Phân biệt Căn", hoặc *Thành duy thức luận*. Trong công thức mà Phật nói trên, nhận thức cơ bản phải đủ ba yếu tố: cảnh (*viṣaya*) hay đối tượng, căn (*indriya*) hay xứ (*āyatana*) chỉ cơ quan tiếp thu đối tượng, cả hai đều thuộc sắc pháp nhưng bản chất khác nhau. Công thức này áp dụng cho cả sáu thức. Nhãn thức cho đến thân thức với xúc giác thì cơ quan tiếp thu của chúng đã rõ, nhưng căn hay xứ của ý thức là gì? Tin tưởng cổ đại có khi cho cái này nằm trong tim để thương yêu, hoặc nằm trước trán để suy nghĩ. Các luận sư A-tì-đạt-ma không nghĩ như vậy. Trong các thức, thức nào trở thành quá khứ trực tiếp, thức ấy là ý căn. Nói cách khác, như hoạt động của mắt chẳng hạn, trong sát-na thứ nhất, cảnh ghi ấn tượng trên nhãn căn và nhãn thức xuất hiện; sát-na tiếp theo cả ba rời khỏi trường nhận thức để thành quá khứ trực tiếp, nhường chỗ cho đối tượng ngoại giới tiếp tục xuất hiện trên căn. Cả ba họp lại thành sự thấy của mắt cho nên gọi chung là nhãn xúc. Dễ thấy rằng bấy giờ chúng trở thành ảnh tượng quá khứ được lưu giữ. Ảnh tượng quá khứ này trở thành ý căn, là cứ điểm cho ý thức xuất hiện cũng như nhãn căn là cứ điểm cho nhãn thức hoạt động vậy. Nếu sau nhiều sát-na tiếp theo mà chỉ có xúc xuất hiện rồi biến mất, không khởi tác ý với sự can thiệp của ý, không có ảnh tượng nào được lưu giữ, và không thành ký ức. Sau tác ý là thọ, với cảm giác thích ý hay không thích ý. Sau cảm thọ này là tưởng, hoạt động phán đoán. Sau phán đoán là quyết định, với chức năng của tư. Như vậy, quyết định làm hay không làm chỉ diễn ra sau các hoạt động xúc, tác ý, thọ, và tưởng. Các vị A-tì-đạt-ma ước tính mỗi hoạt động diễn ra chỉ trong một sát-na. Nếu tính theo kết quả đo đạc của Libet như kể trên, tư hay quyết định xảy ra khoảng 300 mili-giây sau thời điểm khởi động não để hành động.

Quan sát của Abhidharma thật quá đơn giản cho nên không dễ gì đối chiếu cân xứng với các khảo sát và đo đạc của các nhà khoa học. Thế nhưng, quan sát của Abhidharma cho thấy ý thức có mặt trong suốt mọi quá trình hoạt động. Ý thức xuất hiện khi nào có sự giao tiếp giữa căn và cảnh. Sự giao tiếp này, giữa căn và cảnh, liên tiếp không hề gián đoạn trong từng sát-na suốt cả một đời. Ít nhất là hai xúc: xúc bởi thân và bởi ý. Với sinh vật chỉ có hai căn là mạng (nguyên lý sinh tồn) và thân căn, thân thường xuyên tiếp xúc với nóng, lạnh, di động các thứ, khởi thân thức. Nhưng không có ý thức. Thức, gồm sáu thức kể cả ý, về cơ bản có tự thể là dị thục (*vipāka*), tức kết quả của nghiệp quá khứ trong nhiều đời sống trước, kể từ vô thủy. Nghiệp được tích lũy gọi là tâm. Tồn tại của nó y trên sắc của thân đời này. Khi sắc này rã, nó lập tức xuất hiện nơi sắc khác thích hợp làm sở y để tồn tại. Cũng như hai hóa chất khi kết hợp với nhau thì biến thành chất thứ ba; cũng vậy, nghiệp quá khứ tức tâm tích lũy khi kết hợp với sắc hiện tại, ta nói là gene, cả hai sắc và tâm cùng biến đổi thành một sự sống mới. Trong đời sống này, nơi nào hội đủ điều kiện, nơi đó thức xuất hiện với hình thái thích hợp: từ thức con mắt cho đến ý thức. Như vậy, không hề có sự tồn tại của thân, gồm cả não, như là khối vật chất đơn thuần. Cũng không tồn tại tâm hay thức như là thực thể riêng biệt ngoài thân. Cho nên không có vấn đề nhất nguyên hay nhị nguyên tâm-vật ở đây.

Ý thức có khi xuất hiện có khi không, nhưng thức thể như là

nghiệp tích lũy thành tâm tích tập thường trực có mặt trong sự kết hợp với sắc thành nhất thể. Tâm thức như vậy không phải là tự ngã. Trong tồn tại cũng như trong các hoạt động của nó không tồn tại một thực thể khả dĩ nói là tự ngã hay linh hồn. Đây có thể là cách lý giải lời Phật nói: Có tác nghiệp và quả dị thục của nghiệp nhưng không có tác giả và thọ giả.

CHƯƠNG II

NGHIỆP TRONG TRIẾT HỌC TÔN GIÁO ẤN-ĐỘ

I. ẤN-ĐỘ GIÁO

1. Veda – Upanishad

Danh từ nghiệp hay karma (skt.) được đề cập thường xuyên trong các luận giải về tư tưởng triết học và tôn giáo Ấn-độ. Hầu hết các hệ tư tưởng đều xem trọng điểm này, trong Ấn-độ giáo, Phật giáo, Kỳ-na giáo (Jainism) và cả trong đạo Sikh, có những nền tảng chung nhưng vẫn có nhiều lý giải mâu thuẫn nhau, kể cả trong các hệ tư tưởng chính truyền của Veda như Nyāya (Chính lý luận), Vaiśeṣika (Thắng luận), Saṃkhyā (Số luận), Du-già (Yoga), Di-man-tát (Mīmāṃsā) và Phệ-đàn-đà (Vedānta)[78].

Các nhà nghiên cứu ngôn ngữ và triết học Ấn liên hệ đến xuất xứ của từ ngữ này phần lớn cho rằng khó mà tìm thấy trong tôn giáo Veda cổ đại tin tưởng về nghiệp và nghiệp báo như được hiểu, kể từ thời xuất hiện của Phật giáo và Kỳ-na giáo, mặc dù từ

---

[78] Krishan, Y. (1988), "The Vedic origins of the doctrine of karma", South Asian Studies, 4(1), pp 51-55; đếm được 40 lần từ karma được dùng trong Rg-Veda, phần lớn chỉ nghĩa hành động, được hiểu là hành vi tế tự.

karman cũng được tìm thấy xuất hiện nhiều lần trong các Veda nhưng ở đó chúng không hàm chứa nội dung như được hiểu sau này. Tín ngưỡng Veda chính yếu là tín ngưỡng tế tự. Hành vi tế tự không chỉ cốt làm hài lòng thần linh để được ban thưởng; nó mang cả ý nghĩa vũ trụ luận. Cho nên, trong hành vi tế tự, phẩm vật hiến tế được bố trí theo quy tắc nhất định, và những lời tán tụng phải chính xác; từ đó mới tạo nên một nguồn lực vũ trụ, và nguồn lực này làm xuất hiện các thần linh. Thần thoại sáng thế không có trong Veda, mà chỉ phát triển vào thời hậu Veda, do thâu thái ảnh hưởng từ các nguồn tín ngưỡng ngoài Aryan. Trong tôn giáo Veda, sự sáng tạo vũ trụ phải được tìm thấy trong ý nghĩa hành vi tế tự. Tôn giáo Veda tin tưởng rằng bản thể của hành vi tế tự tồn tại vĩnh cửu như các Thánh ngữ Veda, vô thủy vô chung. Cho nên, quy luật *karman* chính là quy luật vũ trụ.[79]

Như vậy, karman được dùng trong các Veda bao gồm cả hai phương diện: nhân sinh quan và vũ trụ luận. Về nhân sinh quan, karman liên hệ đến hành vi mà hậu quả sẽ là tốt hay xấu đối với người làm; và về ý nghĩa vũ trụ luận, đó là quy luật điều hành vũ trụ.

Thế nhưng, trong các Veda chưa hề thấy xuất hiện ý niệm về tái sinh luân hồi, và do đó cũng không hàm chứa ý niệm giải thoát. Mặc dù đây sẽ là những ý niệm then chốt trong các luận giải về nghiệp của các hệ tư tưởng tôn giáo sau Veda.

Nói rằng ý tưởng về luân hồi tái sinh không hề có trong Veda, điều này làm mích lòng đa số tín đồ Ấn giáo. Nhưng nếu cho rằng các ý tưởng này được hàm chứa trong Veda dưới dạng ẩn mật, thế thì người ta cũng có thể tìm thấy những ý tưởng như vậy ngay cả trong Thánh kinh Thiên Chúa giáo.[80]

---

[79] Surendranath Dasgupta, *A History of Indian Philosophy*, vol. I. Cambridge, 1922, tr. 21.

[80] Mục sư Kevin Williams viết về sự tái sinh trong Kinh Thánh (*Reincarnation in the Bible*), lý luận: chính Giáo hội Thiên Chúa do Paul lập ở Roma mới bác bỏ sự tái sinh. Giáo hội Jerusalem sau khi Roma xâm lăng Israel năm 70 bỏ chạy sang Ai-cập, Giáo hội này thừa nhận có tái sinh. Ông dẫn chứng Matthew 11: 13-14: "For all the prophets and the law have prophesied until John. And if you are willing to

Mặc dù trong Veda người ta cũng tìm thấy tin tưởng rằng sau khi chết, linh hồn con người lìa khỏi thân xác và linh hồn ấy vẫn tồn tại, tuy vậy, như Dasgupta nhận xét, "chúng ta không tìm thấy trong đó bất cứ dấu hiệu nào ám chỉ học thuyết luân hồi dưới dạng phát triển."[81]

Có lẽ đối với hầu hết những người Ấn-độ hiện tại, sự kiện không có luân hồi tái sinh và nghiệp là điều khó có thể tưởng tượng. Vì vậy, nỗ lực tìm kiếm dấu vết ám chỉ về sự tái sinh và nghiệp trong các Veda đã là những nỗ lực đáng kể. Nhân vật mà thẩm quyền tín ngưỡng trong Ấn giáo được đề cao phải nói là Dayānanda Saraswati (12 February 1824 – 30 October 1883). Ông được tôn sùng là bậc Đại Tiên (Maharshi) của thế kỷ 19, sáng lập phong trào Arya Samaj với mục đích phục hồi tinh thần nguyên thủy của Veda mà ông cho là đã bị thoái hóa bởi các hệ phái triết học sau này. Một trong ý niệm cần được khôi phục chính xác, đó là ý niệm về luân hồi.

Đoạn dịch Anh văn của ông dưới đây rất thường được trích dẫn bởi những người Ấn giáo muốn chứng minh tính chính thống và thần thánh của ý niệm về tái sinh bởi nó được nói trong Thánh điển Veda: *"O Blissful Ishwar. Please provide us again healthy eyes and other sense organs in next birth. Please provide us powerful vitality, mind, intellect, valor again and again in next births..."* - Hỡi đấng Ishwar Ân phước. Xin hãy ban trở lại cho chúng tôi cặp mắt lành mạnh và các giác quan khác trong lần tái sinh kế tiếp. Xin mãi mãi hãy ban trở lại cho chúng tôi nguồn lực dồi dào, tâm, trí và sinh lực trong những lần tái sinh kế tiếp...

Trong đoạn dịch này xuất hiện từ *next rebirth*, muốn nêu chứng cứ hiển nhiên xác nhận ý niệm về sự tái sinh chính trong Veda.

receive it, he is Elijah who was to come." Kinh Thánh tiếng Việt, Ma-thêu 11: "13 Cho đến ông Gio-an, tất cả các ngôn sứ cũng như Lề Luật đều đã nói tiên tri.14 Và nếu anh em chịu tin lời tôi, thì ông Gio-an chính là Ê-li-a, người phải đến.15 Ai có tai thì nghe." Đoạn này nói Elijah tái sinh thành John Baptist. Elijah là vị tiên tri Do thái nói trong Cựu ước, thế kỷ 9 trước công nguyên. Tất nhiên Giáo hội La-mã bác bỏ tin tưởng như vậy.
81 Surendranath Dasgupta, op.cit, tr. 25.

Nguyên văn Sanskrit của đoạn này được thấy trong Rig Veda (RV x.59.6) như sau: *Asunīte punar asmāsu cakṣuḥ punaḥ prāṇamiha no dhehibhogham | jyok paśyema sūryam uccarantam anumate mṛḷayā nah svasti ||* Trong đó không hề thấy có từ nào ám chỉ *next rebirth*, tái sinh. Rõ ràng Dayananda muốn tái lập Veda theo ý tưởng tượng của mình. Để đối chiếu, chúng ta có thể đọc đoạn dịch tiếng Anh bởi Ralph T.H. Griffith như sau: *Give us our sight again, O Asuniti, give us again our breath and our enjoyment. Long may we look upon the Sun uprising; O Anumati, favour thou and bless us.*[82] Lẽ tất nhiên, Griff không phải người Ấn giáo, lại là con của một Mục sư, nên bản dịch tiếng Anh của ông không được mấy tin tưởng, ngoài việc được dùng làm tài liệu nghiên cứu của các học giả.

Nếu cách diễn dịch của Dayananda không được những người ngoài Ấn giáo tin tưởng, và những người này cũng không tin rằng các Veda là lời của Thần để cần phải hiểu bằng tri kiến của Thần. Với họ, các Veda cũng như hết thảy Thánh thư của các tôn giáo đều là sáng tác của con người, phản ảnh trình độ tư duy của con người vào một giai đoạn văn minh tiến hóa nhất định. Nó là ngôn ngữ của con người nên cần phải được hiểu trong bối cảnh hay ngữ cảnh của con người.

Các thi tụng Veda trong thời đầu của lịch sử văn minh Ấn chỉ liên hệ đến những người Aryan và thần linh của họ. Chết hay sống đều là sự chuyển dịch qua lại giữa đám quý tộc thống trị này; không phải là nơi mà hạng *pṛthag*, hạng phàm dân, đẳng cấp hạ liệt, có thể tham dự.

Hoặc nói rằng tin tưởng luân hồi tái sinh có thể thấy nhiều nơi trong các bộ lạc bán khai, hay trong một giai đoạn phát triển xã hội nào đó, điều này có thể chấp nhận;[83] Ấn-độ và Hy-lạp là hai dân tộc có khái niệm đặc biệt về luân hồi; nhưng với tính phân biệt giai cấp, được tin là chính do Thần Sáng Tạo Brahman thiết

---

[82] *Rig Veda*, tr. by Ralph T.H. Griffith, [1896].

[83] Joanna Jurewicz, "The Ṛgveda, 'small scale' societies and rebirth eschatology." *Indologica Taurinensia*, 34 (2008); pp. 183-210.

lập, người Bà-la-môn cho đến ngày nay vẫn không chấp nhận giá trị bình đẳng giữa các giai cấp. Cho nên, trong quá khứ, các Veda của người Aryan mà giai cấp Bà-la-môn là thượng đẳng, tất không thể tưởng tượng sau khi chết giả sử do tội ác đã làm mà họ phải tái sinh vào các giai cấp thấp. Tư tưởng này còn được thấy ghi chép trong kinh Phật với những phê phán bài trừ. Cho nên, Veda không nói đến luân hồi tái sinh là điều tất nhiên.

Vả lại, tái sinh chỉ có thể được tin tưởng nếu cùng lúc tin tưởng có nghiệp báo như được hiểu trong Phật giáo. Ý nghĩa nghiệp báo và luân hồi, như được hiểu trong kinh điển và các luận thư của Phật giáo, khó có thể tìm thấy dấu hiệu ám chỉ trong các Veda. Bởi vì, giải thoát khỏi nghiệp báo và luân hồi là mục đích tối hậu của Phật pháp. Ý niệm về giải thoát (*mukti*) cũng chưa hề xuất hiện trong các Veda. Tế tự của Veda chỉ nhắm đến hai mục đích của đời người: sống đời hiện tại với mục đích tài sản (*artha*), và sau khi chết thì sinh thiên (*svarga*).

Chỉ đến khi xuất hiện các Upanishad dưới dạng tập thành, ý niệm về nghiệp mới được xác lập như một học thuyết liên hệ đến tái sinh và giải thoát. Trong Thánh điển Nguyên thủy Phật giáo, chỉ có ba Veda được biết đến. Những vị thông thạo chúng được gọi là *tevijjā brahmaṇa* (Pāli), Hán dịch là "Tam minh Bà-la-môn". Những vị này tuyên truyền học thuyết về con đường dẫn đến cộng trụ với Phạm thiên (*brahmasahabyatā=brahma-vihāra*); tín lý được thấy hầu hết trong các tôn giáo nhất thần: sự hợp nhất hay hiệp thông với Thượng đế. *Tevijjā-sutta* liệt kê danh sách các bà-la-môn cổ đại đề xướng thuyết này, nhưng họ không có sự thống nhất quan điểm giữa những truyền thừa về con đường nào là chân chính.[84]

---

[84] *kiñcāpi, bho gotama, brāhmaṇā nānāmagge paññapenti, addhariyā brāhmaṇā tittiriyā brāhmaṇā chandokā brāhmaṇā bavhārijjhā brāhmaṇā, atha kho sabbāni tāni niyyānikā niyyanti takkarassa brahmasahabyatāya.* Các Bà-la-môn này thiết lập nhiều con đường khác nhau nhưng tất cả đều dẫn đến cộng trú với Brahma: Addhariyā brāhmaṇa: dòng Bà-la-môn Adhvaryu truyền thừa *Rigveda* hoặc *Yajurveda*. Tittiriyā brāhmaṇā: truyền thừa *Yajurveda* ma thuật, Bṛhadāraṇyaka-upanishad thuộc dòng truyền thừa này. Chandokā brāhmaṇā: dòng Bà-la-môn Chandogya truyền *Sāmaveda*. Bavhārijjhā brāhmaṇā: dòng Bà-la-môn Bahvṛca

Mặc dù danh sách liệt kê trong Kinh cho thấy dấu vết mơ hồ về sự xuất hiện của các Upanishad tối cổ; nhưng bấy giờ cũng chỉ manh nha ý tưởng về một đấng Phạm thiên hữu ngã, chứ chưa chứng tỏ rằng các đạo sĩ trong dòng truyền thừa này có ý niệm gì về luân hồi và do đó cũng không có ý tưởng rõ rệt về nghiệp và nghiệp quả. Tất nhiên, nếu hiểu nghiệp và nghiệp báo như là hành vi và báo ứng của hành vi, thì ngay cả trong Veda người ta vẫn tìm thấy ý tưởng về sự thưởng phạt: những ai làm tốt sẽ được hưởng kết quả tốt, nếu làm xấu thì trái lại sẽ bị trừng phạt thích đáng. Đó là ý tưởng phổ thông trong mọi nền văn minh khi xã hội loài người tiến đến giai đoạn có tổ chức, luật pháp được thiết lập. Không thể bằng vào đó để nói có tin tưởng nghiệp và nghiệp báo.

Nói rằng ý tưởng về nghiệp cũng đã được đề cập một cách rõ ràng trong các Upanishad đầu tiên, đây cũng chỉ là sự triển khai ý tưởng phổ thông như vừa nói trên lên cấp lý luận cao hơn. Chẳng hạn, người ta đọc thấy trong *Bṛhadāranyāka-upanishad*: "Nó hành động như thế nào thì nó trở thành như thế đó; hành thiện, nó là người thiện; hành ác, nó là người ác. Bằng phước nghiệp mà nó thành kẻ phước đức; bằng ác nghiệp mà nó thành kẻ ác đức. Nhưng những vị khác thì nói, con người như thế chính là do bởi dục. Nó có dục như thế nào, thì nó có quyết tâm như thế ấy; nó có quyết tâm như thế nào thì nó tạo nghiệp như thế ấy; và nó tạo nghiệp như thế nào thì nó nhận kết quả như thế ấy."[85] Nghiệp được nói đến như vậy không chỉ thuần túy là hành vi đạo đức, và lại càng không phải là hành vi tế tự như được đề cập trong Veda (Rig-Veda). Tuy nhiên, ý tưởng về nghiệp này cũng không được chứng minh là xuất hiện trước thời đức Phật. Trong thời Phật, chỉ có ba Veda được biết đến. Bộ phận thứ tư cùng với các Brāhmana (Phạm thư) cũng không có dấu hiệu phổ

---

truyền *Rigveda*. K.N. Jayatilleke, *Early Buddhist Theory of Knowledge*; "Appendix". Routledge, 2008;

[85] *yathākārī yathācārī tathā bhavati, sādhukārī sādhur bhavati, pāpakārī pāpo bhavati; puṇyaḥ puṇyena karmaṇā bhavati, pāpaḥ pāpena; athau khalv āhuḥ; kāmamaya evāyam puruṣa iti, sa yathākāmo bhavati, tat kratur bhavati, yat kratur bhavati, tat karma kurute, yat karma kurute, tat abhisampadyate. bṛhadāranyaka Upanishad 4.4.5.*

biến trong thời Phật.[86]

Vì ý tưởng về nghiệp liên hệ đến nghiệp báo và luân hồi chưa xuất hiện trong các Veda, và các Upanishad cũng chỉ xuất hiện sau thời đức Phật, cho nên nếu nơi nào các Upanishad nói về nghiệp, thì ý tưởng ấy nếu không phải chịu ảnh hưởng của Phật giáo, thì cũng từ nguồn ảnh hưởng khác, chứ không thể từ Veda như các vị Ấn-độ giáo ngày nay quả quyết. Quan niệm về nghiệp mà trở thành tín lý trong Ấn-độ giáo chỉ được lập thành đầy đủ trong Vedānta và trong Bhagavad-gītā, sau Phật nhiều thế kỷ.

2. Tiền-Mīmāṃsā

Trong thời Phật, các Bà-la-môn là những người truyền tụng Veda. Những vị này cũng thường xuyên đến tranh luận với Phật. Vấn đề của họ hầu hết là sự tồn tại của ātman thường hằng bất biến, và một Brahman sáng tạo cũng thường hằng bất biến; hai chủ đề tư tưởng trong các Upanishad. Nghiệp và tái sinh là những chủ điểm học thuyết, hoặc thuận hoặc nghịch, của các hệ tư tưởng ngoài Veda trong thời đức Phật. Những đề tài này chỉ được luận thuật trong các Kinh thư Ấn-độ giáo sớm nhất cũng sau thời A-dục vương, hoặc kể từ triết gia Śaṅkara trở đi, đặc biệt là Vedānta hậu-Śaṅkara và Bhagavadgītā.

Mīmāṃsā xuất hiện lúc mà tư tưởng triết học Ấn-độ phát triển đến cao độ. *Mīmāṃsāsūtra* được soạn bởi Jaimini khoảng sau Phật vào thời đại A-dục,[87] không thể nói nó không bị tác động bởi các thuyết lý về nghiệp trong Phật giáo và Kỳ-na giáo, cũng như các hệ tư tưởng chống lại Veda chính thống đương thời.

Toàn bộ hệ tư tưởng của Mīmāṃsā xoay quanh chủ đề *dharma* (pháp).[88] Trong ý nghĩa bản thể luận, nó chỉ cho quy luật tồn tại. Trong ý nghĩa hiện tượng, nó chỉ cho mọi sự hữu.

---

86 Lal Mani Joshi: *Brahmanism, Buddhism, and Hinduism*. An Essay on their Origins and Interactions: "iv. Date of the Oldest Upanishads." BPS Online Edition © (2008).

87 S. Dasgupta phỏng định khoảng 200 trước Tl. *A History of Indian Philosophy I* (1922), p. 370.

88 MS 1.1,1: *athāto dharmajijñāsā*. ibid.

Trong ý nghĩa xã hội, nó là luật pháp, và đạo đức. Nhưng nội dung tư tưởng của Mīmāṃsā là tế tự, cho nên pháp ở đây được hiểu như là pháp quy Veda; tức những phận sự được quy định và phán truyền (*codana*) bởi Veda. Các Veda không có tác giả, cho nên những lời thi tụng của Veda xuất phát từ âm thanh tự nhiên, vì tự tính của âm thanh này là tự hữu, thường hằng. Mục đích tế tự là để sinh thiên (*svarga*). Đây là định cú từ các Brāhmaṇa (Phạm thư): *agnihotraṃ juhuyāt svargakāmaḥ*, "Ai muốn *sinh thiên*, hãy tế tự thần Lửa."

Svarga hay sinh thiên là ý niệm có từ Veda. Trong thời đức Phật, đại bộ phận những gia chủ đến với Phật chỉ với mục đích này, và Phật không từ chối, cũng chỉ họ con đường sinh thiên, nhưng không bằng tế tự và cầu nguyện, mà bằng sự trì giới và bố thí.

Sinh thiên trong Mīmāṃsā không chỉ là ý tưởng chất phác như trong tín ngưỡng quần chúng, mà nó hàm chứa một ý nghĩa siêu hình. Thiên giới trong ý nghĩa cổ đại và phổ thông là nơi mà dục lạc được hưởng đầy đủ hơn và lâu dài hơn so với trong thế giới phàm trần. Kinh Phật đã hạ thấp giá trị này của Thiên giới và chỉ ra còn có lạc thọ cao hơn nữa và thanh khiết hơn, đó là lạc do thiền định. Tức trong phạm vi sinh tử, có hai con đường để hưởng thọ lạc đời sau cao hơn loài người: Thiên đạo (*devāyana*) cho chư thiên Dục giới mà sự hưởng lạc không cần đến thiền định, và Phạm đạo (*Brahmāyana*), con đường cộng trú với Phạm thiên bằng tu tập các bậc thiền định. Cao nhất là lạc vô lậu giải thoát đạt được bằng Thánh đạo (*āryāyana*). Mīmāṃsā nguyên thủy chỉ thừa nhận *svarga* như được nói trong Veda nên không biết đến hai đạo kia; và hành vi tế tự là phán truyền duy nhất cần phải tuân theo, do đó cũng không cần đến thiền định. Sābara quyết liệt không thừa nhận rằng kinh nghiệm giác quan của con người có thể biết được Thiên giới *svarga*. Thế nhưng, thực tại gồm hai mặt: *dṛṣṭa*, khả kiến và *adṛṣṭa*, vô kiến. Thí dụ, người ta biết rằng Devadatta còn sống, nhưng y không có mặt trong nhà này, vậy y phải có mặt ở một nơi nào đó. Hoặc thí dụ bổ túc bởi Kumārila: Một người khỏe mạnh nhưng không thấy y ăn lúc nào vào ban ngày, vậy nhất định y có ăn vào ban đêm. Lý luận này được gọi là *arthāpatti*[89], được hiểu là "giả định mặc nhiên". Nó là một trong sáu nguồn nhận thức hay tiêu chuẩn nhận thức có giá trị đúng (*pramāṇa*)[90] mà Kumārila lập nên để chứng minh chân lý được nói trong Veda. Lý luận này được áp dụng cho hành vi tế tự.

Trong hành vi tế tự, bơ được chế vào lửa. Sau tế tự, lửa tắt và bơ cũng thành tro, vậy cái gì tồn tại sau tế lễ để dẫn người tế tự sinh thiên? Bơ và lửa trong hành vi tế tự là những hiện tượng được thấy bằng mắt (*dṛṣṭa*: khả kiến), nhưng kết quả của tế tự thì không thể thấy được bằng mắt (*adṛṣṭa*: vô kiến). Không phải vì không thể thấy mà cho là không có. Vì kết quả sinh thiên là điều được phán truyền trong Veda. Yếu tố không thể thấy được phát sinh trong hành vi tế tự đó chính là *apūrva* (tiền vô, hay phi bản), cái mà trước đó chưa hề có, một vật thể hoàn toàn mới mẻ. Những cái thuộc phạm vi suy luận từ giác quan hiện tại có thể không thấy nhưng nó đã có mặt trước đó. *Apūrva* thì không phải vậy, trước đó hoàn toàn không có. Thế nhưng, như nhà Ấn-độ học danh tiếng hiện đại người Áo, W. Halbfass, khẳng định: không có tham chiếu minh văn nói về *apūrva* trong *Mīmāṃsāsūtra* của Jaimini. Chính Śābara trong sớ giải Mīmāṃsāsūtra đã đề xuất từ này để lý giải quan hệ nghiệp và quả.[91]

Śābara (Savara-svamī) xuất hiện được đoán định khoảng đầu kỷ nguyên Tây lịch.[92] Đấy là thời kỳ mà các bộ phái Phật giáo

---

89 Wogihara, *arthāpatti*: tự mình, suy lý, kết luận tất nhiên; thông nghĩa. Tiếng Anh thường dịch là *implication* (hàm ngụ), *necessary presupposition* (giả định tất yếu).

90 Sáu pramāṇa theo Mīmāṃsā: *pratyakṣa* (hiện lượng), *anumāna* (tỉ lượng), *śabda* (thanh lượng), *upamāna* (thí dụ), *arthāpatti* (thông nghĩa), *anupalabdhi* (bất khả đắc). Dignāga thừa nhận chỉ có hai: hiện lượng (trực giác), tỉ lượng (luận lý); ngoài ra, các nguồn khác mang tính giáo điều, chủ quan và cá biệt, không thể dựa vào đó để phán đoán giá trị đúng hay sai.

91 Felix Layton, *Karma in Motion*, "Karma, Rhythmic Return to Harmony", edited by Virginia Hanson, Rosemarie Stewart, Shirley J. Nicholson; Delhi 2001.

92 S. Dasgupta, op.cit., dẫn ý kiến của Gāṅgānātha Jhā, phỏng định khoảng 57 trước Tl. Govind Chandra Pande, *Life and Thought of Saṅkārācārya* (tái bản 2004, tr. 276), phỏng định khoảng đầu thế kỷ 2.

phát triển đến cao độ, mỗi phái đề xuất những lý giải về nghiệp rất đa dạng, được tập thành chi tiết trong *Đại Tì-bà-sa* và có thể tìm thấy tóm tắt trong *Câu-xá*. Śābara có biết và chịu tác động đến mức nào, điều này chưa được nghiên cứu rộng rãi. Śābara cho rằng chính *apūrva* đã được hàm ngụ trong định nghĩa của *Mīmāṃsāsūtra* về *dharma*: "ý nghĩa của *dharma* chính là *codana*." [93] Về mặt ngữ pháp, *apūrva* là giả định tất yếu (*arthāpatti*) từ tiền đề này: *svargakāmo yajeta*, "Ai muốn sinh thiên, hãy tế tự".

Trước hết, về mặt nhận thức luận, từ *svarga* được chứng minh bằng thanh lượng (*śabda-pramāṇa*). Ngữ thanh của con người tất phải dùng sức, cố ý, cho nên không thể thường hằng. Ngữ thanh của Veda không phải do con người, cũng không phải từ các thần linh (*apauruṣeya*), cho nên tự nhiên, tự hữu (*autpatti*) và do đó hằng hữu (*nitya*). Chính do những đặc tính này mà ngữ thanh của Veda là nguồn chân lý của mọi nhận thức. Veda nói: *svarga*; vậy *svarga* tồn tại. Bởi vì trong lý thuyết về ngôn ngữ của Mīmāṃsā, mỗi ngữ thanh (*śabda*) đều chỉ vào một cái gì hay điều gì đó và chứa đựng một ý nghĩa nào đó (*artha*); [94] cho nên từ *svarga* được Veda nói đến không phải là từ rỗng, tất chỉ vào thực tại thực hữu, mà thực tại này vượt ngoài kinh nghiệm giác quan của con người.

Thứ đến, về mặt ngữ pháp, trong mệnh đề, Śābara nhấn mạnh đến ý nghĩa và chức năng của động từ. Ông nói: "Có một ngữ thanh để phát ngữ hành vi tế tự này được nhận biết đó là *apūrva*. Bởi đó, chúng ta nói chính thể thanh (*bhāvaśabda*: động từ) mời gọi *apūrva*. Nhưng không có ngữ thanh nào trực tiếp phát ngữ cho *apūrva*. Cho nên, chính các đối tượng của thể thanh kêu dậy nghiệp thanh là *apūrva*." [95]

---

[93] MS. 1.1.2: *codanalakṣano'rtho dharmaḥ.ibid.*

[94] Trong Sanskrit, *śabda* vừa là âm thanh được phát ra nơi miệng, và cũng chỉ cho từ ngữ; *artha*, chỉ mục đích, đối tượng, và cũng chỉ ý nghĩa. Cho nên, trong lý thuyết thanh luận này, *śabda = artha*.

[95] *Śābara-bhāṣya* 2.1.1, *ato yas tasya vācakaḥ śabdas tato'pūrva pratīyata iti/tena bhāvaśabdā apūrvasya codakā iti brūmaḥ/na tu kaśacchabdaḥ sākṣād apūrvasya vācako'sti/...tasmād bhāvārthāḥ karmaśabdo'pūrva codayantīti.* Phụ lục tư liệu

Thể thanh (*bhāvaśabda*) chỉ động từ vì nó làm xuất hiện kết quả, và đối tượng của nó là nghiệp thanh (*karmaśabda*), túc từ của động từ. Trong tiền đề Mīmāṃsā, thể thanh này là *yajeta*. Nó làm cho các phẩm vật tế tự chuyển thể thành *apūrva*, thế lực tiềm ẩn, không thể kinh nghiệm bằng cảm quan. Quá trình tác động của nó được gọi là *bhāvanā*, huân tập hay tập thành. Từ này được sử dụng trong các bộ phái Phật giáo để chỉ quá trình tích lũy năng lực nghiệp, quá trình biến chuyển công năng trong hạt giống liên tục để cuối cùng cho xuất hiện chồi non và cuối cùng là hoa trái. Huân tập trong quá trình hiện tại, Sanskrit nói là *bhāvanā*, năng lực làm cho trở thành. Huân tập được tích lũy thành quá khứ, Sanskrit nói là *vāsanā*, như mùi thơm tồn tại trong dầu mè sau khi được ướp hoa. Ý nghĩa này được nói rõ trong *Câu-xá* và *Thành nghiệp luận*. Sābara đã cải biến nó thành "cái chưa từng có trước" xuất hiện theo cách điệu tán ca các thi tụng Veda.

Halbfass cho rằng các vấn đề giải thoát (*mokṣa*) và luân hồi (*saṃsāra*), những vấn đề quan trọng trong triết học Ấn-độ, không được mấy lưu tâm bởi Sābara. Tuy nhiên, từ Kumārila, với một hệ thống triết học Mīmāṃsā bao quát, các vấn đề này trở thành quan trọng. Cho đến chủ đề nghiệp, khởi thủy chỉ giới hạn trong hành vi tế tự, nhưng với Kumārila, nó trở thành nguyên lý nhân quả phổ quát, nhắm lý giải ý nghĩa luân hồi, và *apūrva* trở thành trọng điểm lý luận.[96]

Kumārila, được xem là thành công nhất trong công trình hệ thống hóa Mīmāṃsā,[97] xuất hiện khoảng năm 660, giai đoạn mà tông phái Du-già hành (Yogācārin) lập bởi Vô Trước (Asaṅga) và Thế Thân (Vasubandhu), và luận lý học Phật giáo hoàn thiện bởi Dignāga (Trần-na, trước Huyền Trang, khoảng 480-540) và Dharmakīrti (Pháp Xứng, sau Huyền Trang, khoảng thế kỷ 7), đã phát triển đến cao độ. Cuộc luận chiến và

sanskrit bởi Othmar Gächter: *Hermeneutics and Language in Pūrva-Mīmāṃsā:: A Study in Śābara Bhāṣya*, 1990, p. 138.

[96] op. cit. p.301.

[97] Wilhelm Halbfass, op.cit.

chiến thắng của Huyền Trang với các danh sĩ triết học tôn giáo Ấn-độ vào năm 643 . dưới sự bảo trợ của Vua Harṣavardhana cho thấy Duy thức học và Luận lý học Phật giáo đang chiếm lĩnh vũ đài tư tưởng. Kumārila xuất hiện và hoạt động khoảng nửa thế kỷ sau đó. Dưới áp lực luận lý của Phật giáo, Mīmāṃsā đã liên kết với luận lý học Nyāya và triết học đa nguyên thực tại luận của Vaiśeṣika để bảo vệ truyền thống tế tự của Veda.

Kế thừa Sābara, Kumārila hoàn thiện lý luận Mīmāṃsā. Tương truyền Kumārila đã từng cải trang vào Nalanda nghiên cứu Phật học, và được Dharmakīrti truyền dạy do đó rất tinh thông luận lý học. Cống hiến của Kumārila cho luận lý học Ấn-độ nói chung được đánh giá là không dưới Dignāga. Nhưng đóng góp lớn nhất của Kumārila nói riêng và Mīmāṃsā nói chung là khôi phục niềm tin vào tế tự Veda và phục hồi chế độ giai cấp khắc nghiệt, trong đó cấm những kẻ tật nguyền và giai cấp Śūdra cử hành tế tự.[98] Đây là một trong những điểm chính góp phần vào việc loại trừ Phật giáo ra khỏi Ấn-độ. Cũng chính điểm này mà mặc dù Kumārila là một nhà tư tưởng vô thần, bác bỏ sự tồn tại của một Thượng đế sáng tạo, ông và Mīmāṃsā vẫn được kể là thuộc hệ tư tưởng Veda chính thống.

Mục đích chính trong sự nghiệp của Kumārila là chứng minh Phật giáo là tà thuyết, vì nó không dựa trên những phán truyền của Veda. Để thực hiện mục đích này, Kumārila đã tốn công học kỹ Nhân minh luận, ngành Luận lý học Phật giáo, và xây dựng một hệ thống nhận thức luận hoàn toàn đối kháng với Dignāga và Dharmakīrti. Trong khi Dināga thừa nhận chỉ có hai nguồn nhận thức đáng tin cậy, đó là hiện lượng hay trực giác, và tỉ lượng tức suy lý nhân quả, Kumārila thành lập sáu nguồn nhận thức trong đó nguồn chân lý tuyệt đối là Veda. Những nhận thức nào không tìm thấy có nguồn gốc từ Veda đều là sai lầm. Lập luận của Kumārila, khi giải thích câu kinh 134 của Mīmāṃsāsūtra, có thể tóm tắt như sau: Tất cả những thuyết lý

---

[98] *Mīmāṃsāsūtra (MS)* vi. 1. 4: *aṅgahīnaś ca,*; vi.1. 5: *śudrasya pratiṣiddhatvāt*. Văn bản Sanskrit: The Sacred Books of the Hindus, vol. xxvii, part i: *Mīmāṃsāsūtra of Jaimini*, reprint 1923.

không xuất phát từ Veda đều sai lầm, vì được thuyết bởi các nguyên nhân khác (như tham, và si). Thuyết của Thích-ca và những người khác sai lầm, vì thuyết bởi si hoặc tham. [99]

Lập luận căn bản của Kumārila nói rằng thuyết lý của Phật là những lời được nói bởi con người, có tác giả. Vì có tác giả nên có khởi đầu. Có khởi đầu nên không phải là vĩnh hằng. Vì không phải vĩnh hằng cho nên không chứa đựng chân lý. Trái lại, Veda không có tác giả, không có khởi đầu, nên vĩnh hằng, và do đó chứa đựng chân lý. Chính vì bảo vệ chân lý vĩnh hằng của Veda mà Kumārila bác luôn cả Thượng đế sáng tạo. Vì có sáng tạo tất phải có khởi đầu.

Và cũng chính vì phủ nhận Thượng đế sáng tạo nên Mīmāṃsā tìm một nguyên lý khả dĩ điều hành vũ trụ và nhân sinh. Nguyên lý đó là karma – nghiệp. Do vậy, tuy nguyên thủy nghiệp giới hạn trong hành vi tế tự, nhưng từ Kumārila về sau nó được triển khai rộng hơn. Karma được nâng lên thành quy luật phổ quát: Luật Karma. Luật này không sáng tạo vũ trụ, nhưng điều hành vũ trụ. Cho nên, Mīmāṃsā khởi đầu tư duy chiêm nghiệm về pháp (dharma), để có nhận thức chân chính về phán truyền của Veda, và thực hiện phán truyền này bằng quy luật karma.

Hoặc do vì trong sự phát triển lịch sử, quan hệ và ảnh hưởng hỗ tương giữa các hệ tư tưởng là điều hiển nhiên; hoặc do vì trong thời kỳ đầu Mīmāṃsā chỉ chú trọng chủ đề pháp (dharma) và nghiệp (karma) cho nên không đáp ứng được yêu cầu của một hệ thống độc lập và hoàn chỉnh; các nhà Mīmāṃsā về sau, hoặc Kumārila vì bận tâm bài bác Phật giáo nên tập trung vào các chủ đề nhận thức luận và luận lý học. Cả hai chi phái

---

[99] *Tantravārttika* ad. 1.3.4: *lobhādi kāraṇaṃ cātra bahv evānyat pratīyate/yasmin sannihite nāsti mūlāntarānumā//śkyādayaś ca sarvatra kurvāṇā dharmadeśanām/hetujālavinirmuktaṃ na kadācana kurvate//* Dẫn bởi Kei Kataoka, Fukuoka, *Manu and the Buddha for Kumārila and Dharmakīrti*. Religion and Logic in Buddhist Philosophical Analysis. Proceedings of the Fourth International Dharmakirti Conference. Vienna, August 23-27, 2005. Ed. Helmut Krasser, Horst Lasic, Eli Franco, Birgit Kellner. Wien. pp.255-269.

Mīmāṃsā về sau, Bhaṭṭa dưới ảnh hưởng của Kumārila, và dưới ảnh hưởng của Prabhākara, thừa nhận phần lớn các phạm trù triết học của Nyāya-Vaiśeṣika (Chính lý và Thắng luận); chỉ bác bỏ phần nhận thức luận, sự tồn tại của Thượng đế, và một số yếu tố trong phạm trù phẩm tính (guṇa: đức) của Thắng luận. Thực sự, giữa Vaiśeṣika và Mīmāṃsā có nhiều điểm tương đồng, cho nên Dasgupta đặt câu hỏi: "Phải chăng Vaiśeṣika đại biểu cho một trường phái cổ của Mīmāṃsā?"[100] Điểm đặc biệt là *Vaiśeṣikasūtra*, cũng tương tự như *Mīmāṃsāsūra*, mở đầu bằng giới thuyết về dharma[101], tiếp sau đó khẳng định ngôn ngữ của Veda là nguồn nhận thức có thẩm quyền tối thượng.[102]

Chúng ta đã biết, trong khi luận chứng về *apūrva*, Sābara đã dẫn *adṛṣṭa* như là cơ sở để suy lý. Trong Vaiśeṣika, *adṛṣṭa*, một yếu tố trong cú nghĩa về nghiệp (*karma-padārtha*), cũng có những đặc điểm như *apūrva*, duy chỉ khác biệt là *adṛṣṭa* thuộc phạm vi nhận thức thường nghiệm, mặc dù không thể thấy bằng mắt.

Phạm trù nghiệp trong Vaiśeṣika bao hàm rộng rãi, chỉ cho vận động của mọi vật thể, thân thể và tự ngã. Định nghĩa căn bản về nghiệp, *Vaiśeṣikasūtra* nói, do tương ưng với tự ngã (*ātma-saṃyoga*) và do dụng ý của tự ngã (*ātma-prayāna*) mà có hành động nơi bàn tay.[103] Các hiện tượng tự nhiên như nước hút trong thân cây, lửa bốc lên, sắt bị hút bởi nam châm, cho đến thỏi vàng do bùa chú tự động đi đến tay tên trộm, những hiện tượng vận động này đều là nghiệp, nhưng bên trong chúng tiềm ẩn yếu tố vô kiến (*adṛṣṭa*) vận hành. Nghiệp của cánh tay cử động nâng lên, để xuống v.v. được giải thích là do ý (*manas*). Sự xuất khỏi thân (: chết) hay nhập thân khác (: tái sinh) của tự ngã cũng được vận hành bởi yếu tố vô kiến này. Yếu tố vô kiến hay *adṛṣṭa* như vậy là thế lực tiềm ẩn của nghiệp hay vận động,

---

[100] *A History of Indian Philosophy*, p. 280.

[101] *Vaiśeṣikasūtra* I.i.1: *athāto dharmaṃ vyākhyāmaḥ*. Văn bản Sanskrit: *The Sacred Books of the Hindus*, vol. vi: The Vaiśeṣika sūtra of Canada, 1923.

[102] op.cit. I.i.3: *tad-vacanād āmnāyasys prāmāṇyam.*

[103] op.cit. v.i.1: *ātmasaṃyogaprayatnābhyāṃ haste karma.*

chi phối tất cả mọi tồn tại và hiện tượng, từ vật chất đến tinh thần. Halbfass cho rằng khái niệm *adṛṣṭa* này, như là lực tiềm ẩn của các hành vi quá khứ được xem như là một phẩm tính của tự ngã, khái niệm này đã cung cấp cho Kumārila và các tác giả về sau một điển hình để giải thích *apūrva*.[104] Và ảnh hưởng phản hồi, các đại biểu trong Nyāya-Vaiśeṣika về sau thu nhập ý nghĩa của *apūrva* từ thuyết lý về nghiệp tế tự của Kumārila để mở rộng khái niệm *adṛṣṭa*.[105] Từ sau Kumārila, các từ *apūrva* và *adṛṣṭa* thường được dùng như là đồng nghĩa.

Hầu hết các chủ điểm tư tưởng của Mīmāṃsā được các hệ tôn giáo Ấn độ, kể cả trong pháp luật, đều được tiếp nhận với những cải biến thích hợp. Ngay cả quan điểm vô thần của Mīmāṃsā cũng được biện minh để phù hợp với tín ngưỡng hữu thần chung của Ấn-độ giáo.

3. Vedānta-Bhagavadgītā.

Vedānta < *Veda – anta*: cứu cánh của Veda, chỉ cho phần cuối của Veda tức các Upanishad. Văn hiến Veda phân làm bốn phần: Saṃhita, Brāhmaṇa, Araṇyaka, Upaniṣad. Hai phần đầu chú trọng các nghi thức tế tự, mệnh danh là *karma-kanda* – "nghiệp kiền-độ" hay nghiệp đạo. Hai phần sau luận thuyết về Brahman và ātman, chú trọng phần tri thức, mệnh danh là *jñāna-kānda* – "trí kiền-độ" hay trí đạo. Hệ phái chú trọng phần đầu được gọi là Pūrva-Mīmāṃsā (Tiền Di-man-tát), nhưng thường chỉ gọi là Mīmāṃsā. Hệ phái chú trọng phần sau được gọi là Uttara-Mīmāṃsā (Hậu Di-man-tát), nhưng thường gọi là Vedānta.

Mīmāṃsā và Vedānta trở thành hai hòn đá tảng của Ấn-độ giáo, trên đó phát sinh nhiều chi nhánh nhiều khi nghịch nhau. Vedānta ảnh hưởng về mặt tư tưởng triết học. Mīmāṃsā ảnh hưởng đạo đức và luật pháp. Hai khuôn mặt lớn đại biểu cho hai hệ này là Kumārila và Śaṅkara. Cả hai đều được những người Ấn-độ giáo tán dương là những triết gia vĩ đại nhất không chỉ riêng Ấn-độ mà toàn thể nhân loại, vì chính hai người

---

[104] W. Halbfass, *Tradition*, p. 308.
[105] ibid.

này đã loại trừ Phật giáo ra khỏi đất Ấn. Trong đó, mặc dù ảnh hưởng tư tưởng của Śaṅkara trùm lên Kumārila, nhưng con đường dọn sẵn để loại trừ Phật giáo được kể là phát động bởi Kumārila.

Tôn giáo Veda truyền cho đến Kumārila vẫn là tôn giáo thế tục, không như Phật giáo và Kỳ-na giáo bao gồm chúng đệ tử tại gia và xuất gia. Chính Śaṅkara là người tổ chức thành một tôn giáo có tập đoàn tăng lữ (xuất gia) mệnh danh là saṃnyāsa (thoát ly).

Mặc dù Śaṅkara cũng bài bác Phật giáo kịch liệt như Kumārila, nhưng ông vẫn bị một số hậu duệ trong Vedānta công kích thậm tệ, cho là "tên Phật giáo trá hình" (bauddha-pracchanna). Tuy công kích Phật giáo, nhưng những điều ông viết nếu thay đổi từ ngữ thì dễ dàng khiến người ta có cảm tưởng là Phật giáo. Thật sự, Śaṅkara hoàn toàn không phải Phật giáo, nhưng ông chịu ảnh hưởng của Trung quán và Duy thức quá đậm, dùng phương pháp luận của hai trường phái Đại thừa này để luận giải Upanishad. Ông không trực tiếp học từ hai phái này, mà từ thầy truyền là Govinda, và Govinda là môn đệ trực tiếp của Gauḍapāda. Chính Gauḍapāda mới là người trực tiếp chịu ảnh hưởng của Trung quán rất đậm.

Thế nhưng điều quan trọng để Śaṅkara bị công kích là tư tưởng bất nhị (advaita) với nội dung Phạm-Ngã nhất thể. Brahman và ātman là một, nhưng trong khi bị vô minh che lấp nên ātman bị tách rời khỏi bản thể Brahman mà chịu trầm luân trong thế giới như huyễn (māyā). Một khi ātman loại trừ vô minh, thoát khỏi thế giới như huyễn, trở về với Đại Ngã, bấy giờ ātman và Brahman là một. Điều này không thể chấp nhận được đối với tôn giáo nhất thần (monism). Brahman là Thiên Chúa độc nhất. Ta thuộc về Ngài, một phần trong phẩm tính của Ngài. Nhưng ta không bao giờ là một với Thượng đế. Nói thế chẳng khác nào người đạo Phật nói: tất cả chúng sanh đều là Phật.

Thứ đến, nói thế giới này là như huyễn (māyā), đây là tư tưởng của Phật giáo, nhắm xem tất cả thế giới này đều bất thực, nhưng thế giới này được sáng tạo bởi chính Brahman. Bản thể Brahman là thực hữu, và thế giới mà Ngài tạo ra tất nhiên cũng thực. Còn nhiều điểm nữa, nhưng không phải là trọng tâm vấn đề ở đây.

Như đã thấy, khởi thủy, Mīmāṃsā chỉ nói về nghiệp như là hành vi tế tự và *apūrva* là yếu tố vô kiến phát sinh từ hành vi tế tự và tiềm tại nơi người tế tự để cuối cùng dẫn nó sinh thiên, và như vậy *apūrva* chỉ được hiểu với tính chất thiện. Về sau, ý nghĩa *apūrva* được mở rộng cho hành vi xấu, ác nghiệp, và nó tiềm tại nơi người để dẫn nó tái sinh vào những nơi xấu. Tất cả ý nghĩa này là diễn tiến tự nhiên của nghiệp, không có sự can thiệp của thần linh hay Thượng đế.

Śaṅkara chỉ trích quan điểm này. Chú giải *Brahmasūtra* câu kinh III.2.38[106], Śaṅkara phê bình Mīmāṃsā; phái này cho rằng nghiệp tự nó dẫn đến kết quả trong tương lai mà không có sự can thiệp của Thiên Chúa Īśvara. Theo Śaṅkara, nghiệp là hành vi phát sinh rồi diệt trong thoáng chốc, và *apūrva* như Mīmāṃsā nói thì vốn là yếu tố vô tâm (*acetanā*), tự nó không dẫn đến kết quả lâu dài về sau. Cho nên, điều hợp lý phải nói là nghiệp và kết quả của nghiệp đều do Īśvara. Chính Īśvara là đấng phán xét thiện ác và thưởng phạt. Bhagavadgītā nói, "Ai muốn thờ phụng thần linh nào bằng tín tâm, Ta sẽ làm cho tín tâm của nó không dao động."[107]

Brahmasūtra IV.1.13-14[108] nói, khi đã thông đạt bản tính Brahman, tất cả tội lỗi trước kia đều bị diệt và tội sau này cũng đoạn tuyệt; và cả nghiệp thiện cũng vậy, sau khi xả bỏ thân này; nghĩa là, hiện thân giải thoát (*jīvanmukti*), đoạn tuyệt cả hai.

Câu kinh này là tín lý căn bản của Vedānta, và của cả Ấn giáo về sau, về ý nghĩa diệt nghiệp và giải thoát. Mặc dù ngày nay nói

---

106 *Brahmasūtra* (BS) III.2.38: *phalam ataḥ upapatteḥ*/Brahmasūtra, with text and translation by Swami Vireswarananda, 1847.
107 *Bhagavadgītā* vii.21.
108 op.cit.: *tad-adhigama uttarapūrvāghyor aśleṣavināu tadvyapadeśāt//itarasyāpy evam asaṃśleṣaḥ pāte tu//*

đến Upaniṣad, Vedānta, hay nói chung là Ấn-độ giáo, không thể không đề cập đến khái niệm giải thoát (mokṣa); thế nhưng, trong Veda, không tìm đâu thấy rõ giải thoát như được hiểu sau này. Mục đích của đời người trong Veda, sống hiện tại là hưởng dục (kāma) và tài sản (artha); sau khi chết sinh thiên. Mīmāṃsā trong thời kỳ đầu, từ Jaimini, trung thành với cứu cánh của Veda, xem tế tự để sinh thiên là phận sự và mục đích cứu cánh. Về sau, cho đến Kumārila, bắt đầu lưu ý đến khái niệm giải thoát. Nhưng giải thoát ở đây cũng chỉ không còn trầm luân sinh tử và sinh thiên để vĩnh viễn hưởng thụ dục lạc ở đó.

Chỉ trong các Upaniṣad mới bắt đầu tìm thấy khái niệm giải thoát. Ý niệm về giải thoát như được hiểu sau này liên hệ đến ý tưởng nghiệp quả và luân hồi; cả hai đều khá mơ hồ ngay cả trong các Upanishad. Gán những khái niệm này vào Veda và Upanishad chỉ do các thế hệ sau này. Cho nên, Halbfass phát biểu một câu khá lạ lùng: "Lý thuyết về nghiệp và luân hồi không phải là, và chắc chắn không phải luôn luôn là, phong cách tư duy của Ấn-độ."[109]

Sớm nhất cũng chỉ trước một thời gian ngắn tức là sớm nhất cũng sau Phật giáo thời A-dục, hoặc từ Brahmasūtra trở đi, khái niệm giải thoát mới chính thức được đưa vào các Upanishad cùng lúc với thuyết Bất nhị (advaita), Phạm-Ngã nhất thể, như được thấy ở câu kinh trong sớ giải của Śaṅkara đang đề cập. Trong các câu kinh đã dẫn (BS. III.2.38, 41)[110], hai khái niệm chính về giải thoát được ám chỉ: jīvanmukti – hiện thân giải thoát, và dehamukti – hậu thân giải thoát. Nhưng rõ nhất là các câu kinh BS. iv 1.13, 14, 15. Câu kinh iv.1.13 nói, do thông đạt Brahman mà nghiệp quá khứ tiêu diệt, nghiệp đương lai xả ly.

Ở đây có ba loại nghiệp: (1) nghiệp tích tập (sañcita-karma), những hành vi thiện hay ác trong các đời trước được tích lũy để

---

109 Tradition, p.295.
110 BS. iv. 1. 13-15: tad-adhigama uttarapūrvāghayor aśleṣavināśau, tad vyapadeśāt/itarasyāpy evam asaṃśleṣaḥ, pāte tu/anārabdhakārye eva tu pūrve, tad avadheḥ//

chờ cho kết quả; (2) nghiệp chánh phát (*prārabdha-karma*), nghiệp tích lũy đang hình thành kết quả trong đời này; và (3) nghiệp vị lai (*āgama-karma*), cũng gọi là nghiệp chánh tác (*kriyamāna-karma*), những hành vi thiện ác được làm trong đời hiện tại, được gom chung vào nghiệp tích tập để chờ cho kết quả trong các đời sau.

Người thông đạt Brahman Brahmamādhigama, thấu hiểu được bản tính Brahman, là người đã đạt giải thoát trong lúc còn sống, gọi là hiện thân giải thoát (*jīvanmukti*). Đạt được giải thoát như vậy là bậc chứng trí (*jñāni*), thuộc hàng Thánh giả của Vedānta, tương đương với Arhan trong Phật giáo. Với hiện thân giải thoát, hết thảy nghiệp tích tập đều bị diệt trừ, và nghiệp vị lai cũng bị ngăn chặn. Sớ giải câu kinh iv.1.15 nói, có hai ý kiến về diệt nghiệp. Một ý kiến cho rằng khi một vị đã chứng trí, tất cả nghiệp, tích tập cũng như chánh phát, đều bị diệt sạch. *Brahmasūtra* phủ nhận ý kiến này. Theo đây, vị chứng trí với hiện thân giải thoát chỉ diệt nghiệp tích tập. Nghiệp chánh phát chỉ diệt khi nào hết tác dụng; chứng trí không ngăn cản được tác động của nó. Khi nghiệp này cạn, thân này bị xả bỏ, chứng trí đạt hậu thân giải thoát (*dehamukti*) tức giải thoát sau khi chết.

Sớ giải cũng nói rằng, với nghiệp tích lũy (*sañcita-karma*) còn tồn đọng nơi người chứng trí, sau khi người ấy chết, nếu là thiện sẽ truyền lại cho con cháu hưởng; nếu là ác, sẽ truyền lại cho kẻ thù để nó chịu quả báo thay (!). Đây là những hành vi thiện không thuộc nghiệp thường hành (*nityakarma*) như lễ cúng tế thần Lửa (*agnihotra*: hỏa cúng, hay hỏa tế).

Śaṅkara cũng lưu ý đến khả năng hối tội (*prāyaścitta*: hối tâm) trong một số trường hợp đặc biệt. Điều này được xác nhận bởi Śaṅkara trong đoạn sớ giải câu kinh iii.1.8: "Thật vậy, ngoại trừ do các nguyên nhân hối tâm, không có nghiệp nào bị đoạn tuyệt."[111]

---

[111] *nahi prāyascittādibhir hetubhir vinā karmāṇam ucchedaḥ sambhavyate.* Trong bản dịch Anh của Swami Vireswarananda, nhưng đoạn liên hệ *prāścitta* (hối tâm) bị lược bỏ.

Mặc dù *prāyaścitta* (hối tâm) không được xem là điều kiện tất yếu để dẫn đến giải thoát cứu cánh; nhưng không có chứng trí nào phát sinh với tâm không thanh tịnh. *Prāyaścitta* chính là cầu nguyện sự tha thứ của Thượng đế để gột cho tâm thanh tịnh. Như Srimad Bhāgavatam VI.1.9 nói: "Người dù thấy và nghe, biết tội ác nguy hại cho mình, mà vẫn cố làm, thế thì hối tâm có nghĩa gì?"[112]

Thế nhưng, trong đời sống thường nhật, *prāyaścitta* không thể thiếu vì phạm tội là điều khó tránh. Tín đồ của hầu hết các tôn giáo đều tự cảm thấy yếu đuối trước những cám dỗ hay bị chi phối bởi vô minh, ngu dốt, khiến dễ có hành vi sai quấy, do đó cần đến sự tha thứ của Thượng đế. Luật điển Dharmaśāstra có những quy định khá chi tiết về điều khoản này, tùy theo mức tội và tùy theo giai cấp. Các *prāyaścitta* được thực hành bằng những hành vi như cạo trọc đầu, tắm bùn, tắm phân bò, hay nước thánh.

Prāyaścitta được xem là một phần trong ân huệ của Thượng đế do bởi lòng nhân từ ban phát cho kẻ biết hối lỗi. Nhưng trên tất cả, phương tiện diệt tội này là nhận thức và sùng kính Thượng đế. Kṛṣṇa nói với Arjuna: "Ai nhận thức rằng Ta là đấng Vô sanh (*aja*), đấng Vô thủy (*anādi*), là Thiên Chúa Cao cả (Maheśvara: Đại Tự Tại thiên) của thế gian, người ấy không ngu si giữa những phàm phu ngu muội; nó giải thoát khỏi tất cả mọi tội lỗi."[113]

Sùng kính (*bhakti*), trí (*jñāni*) và nghiệp (*karma*) là ba con đường dẫn đến tương ưng với Thượng đế, dẫn đến cứu cánh giải thoát; là ba bộ phận chính của Bhagavadgītā. Bằng con đường tương ưng nghiệp (*karma-yoga*): thực hiện các phận sự theo giai cấp, tinh cần tu đạo, chiêm bái Thánh tích, bố thí và tế tự; bằng con đường tương ưng trí (*jñāna-yoga*): tự tiết chế, lóng sạch tâm trí; bằng con đường tương ưng kính tín (*bhakti-*

---

[112] *dṛṣṭa-śrutābhyāṁ yat pāpaṁ jānann apy ātmano 'hitam karoti bhuyo vivasah/prayascittam atho katham//*
[113] *Bhagavadgītā* x.3.

yoga): tư duy quán tưởng về Thượng đế.

Sùng kính là sự thể hiện đức tin tuyệt đối nơi Thượng đế, tập trung hoàn toàn ý thức nơi Thượng đế, chuyên tâm nhất trí vào Thượng đế, và như vậy cư ngụ ngay trong Thượng đế. Nhưng làm được điều đó không phải dễ. Nếu không làm được như thế, Kṛṣṇa chỉ dẫn, hãy đi theo con đường hành sự (*abhyāsa*), đó là con đường hành động mà không mong cầu kết quả. Hành động không mong cầu kết quả, hay nghiệp vô cầu, là điểm cốt yếu trong triết lý hành động, hay thuyết lý nghiệp, của Bhagavadgītā.

Trong đó, con đường khó nhất là trí. Kṛṣṇa nói với Arjuna: "Trí (*jñāna*) cao hơn hành (*abhyāsa*). Thiền (*dhyāna*) thiết thực hơn trí. Xả ly nghiệp quả (*karmaphala-tyāga*) thù thắng hơn thiền. Do xả mà trực tiếp dẫn đến tịch tĩnh (*śānti*)." Đó là tuần tự tu tập để đạt đến cứu cánh giải thoát. Bằng hành động xả, vô cầu mà tâm được tịch tĩnh. Do tâm tịch tĩnh mà tập thiền để chiêm quan Thượng đế; do sự chiêm quan này mà đạt được trí tuệ về Thượng đế. Theo văn thì có thể như vậy, nhưng ý kiến các nhà giải thích không đồng nhất. Śaṅkara đặt trí lên hàng đầu. Rāmānuja xem trọng tương ưng nghiệp, thực hành các phận sự thường quy (*nitya-karma*) hay tùy thời (*naimittika*), nhưng trên hết là hành động dâng hiến vì Thượng đế với sự sùng kính tuyệt đối.

Điểm nổi bật nhất trong triết lý hành động hay thuyết lý nghiệp của Bhagavadgītā là chủ nghĩa anh hùng, có thể nói như vậy.

Khởi đầu là Arjuna, tự nhiên cảm thấy rủn chí ngay trước giây phút lâm trận: "Sao ta lại phải giết anh em mình, vì vinh quang chiến thắng, vì vương quốc, hay vì dục vọng?"

Trên chiến trường Kuru, nhìn từ lịch sử hiện thực trong thế giới con người, đó là cuộc chiến huynh đệ tương tàn của anh em ruột thịt trong một vương triều. Cuộc chiến lại được nâng lên hàng tư tưởng triết học, cho nên trường Kuru (Kuru-kṣetra) trở thành trường nghĩa vụ (dharma-kṣetra). Kṛṣṇa, Thượng đế hóa thân làm người đánh xe, khiển trách thái độ bất xứng của

Arjuna; và để khích lệ tinh thần chiến đấu, Kṛṣṇa không phân tích chính nghĩa hay phi nghĩa của cuộc chiến huynh đệ tương tàn này, mà chỉ nói đến nghĩa vụ của người chiến sĩ; nghĩa vụ ấy được quy định bởi chính Thượng đế. Các nhà chú giải không cho rằng Arjuna phân vân vì cuộc chiến phi nghĩa, mà vì không phân biệt được tính bất diệt của Tự ngã ātman và thân xác hủy hoại này. Kṛṣṇa bảo Arjuna: "Ta, và ngươi, và các thủ lĩnh này, đã, đang và sẽ thường hằng tồn tại. Thân xác này rồi già, rồi chết, và rồi tự ngã ātman sẽ chuyển sang thân thể khác. Các trí giả không mơ hồ về điều này."[114] Nói cách khác, trong chân lý tuyệt đối, không có kẻ giết cũng không có kẻ bị giết. Đây là tín lý của hành động. Hai nguyên lý cứu cánh của tồn tại Brahman và ātman, thường hằng, bất diệt. Từ đó mà nhận thức về thế giới, con người, sống và chết, và nghĩa vụ. Trong toàn bộ nội dung Bhagavadgītā hóa thân Thượng đế Kṛṣṇa diễn giải cho người học trò yêu quý của mình là Arjuna về ý nghĩa trí tuệ và hành động, con đường bằng trí tương ưng (*jñāna-yoga*) và nghiệp tương ưng (*karma-yoga*). Bằng trí tuệ mà nhận thức bản tính của ātman và Brahman để đạt đến cứu cánh giải thoát. Bằng hành động, thực hiện các nghĩa vụ một cách hoàn hảo, cũng dẫn đến cứu cánh giải thoát. Cái nào chính hay phụ, hay cả hai hỗ tương, tùy theo trường phái và xu hướng tư tưởng. Trong liên hệ ở đây, chúng ta đề cập một vài khía cạnh trong tương ưng nghiệp.

"Hãy làm trong nghĩa vụ tương ưng, này Arjuna, dẹp bỏ tham trước nơi các nghiệp hành động. Thành công hay thất bại đều bình đẳng. Đó gọi là tương ưng bình đẳng tính."[115] Đây là nội dung cơ bản của thuyết lý nghiệp như là triết lý hành động của Bhagavadgītā.

Vậy, theo đây, nghiệp là gì? Kinh điển Veda quy định ba loại nghiệp, cần phải giác tri: nghiệp (*karma*), hành vi chân chính theo những điều kinh điển quy định; phi nghiệp (*akarma*),

---

[114] Bhagavadgītā (BG) ii. 11, 12.
[115] BG ii. 48.

những hành vi bất chính mà kinh điển cấm chỉ; và vô nghiệp (*akarma*). Trong đó, vô nghiệp hàm ý thú ẩn áo, khó thấy khó hiểu; là hành vi làm mà không làm, không làm mà làm tất cả. Hành động với tâm vô chấp, vô cầu, vì biết rằng kẻ hành động chính là tự ngã, và mọi hành động đều do Thượng đế và dâng hiến cho Thượng đế. "Ai thấy nghiệp trong vô nghiệp, vô nghiệp trong nghiệp, ấy là người đã giác ngộ giữa loài người, đã đạt tương ưng, là tác giả của nghiệp biến mãn."[116]

Nghiệp chân chánh cần phải thực hiện gồm ba hạng mục: (a) Nghiệp thường hành (*nitya-karma*), những nghĩa vụ cần phải thực hiện thường xuyên, như hiến tế thần linh, tế tự tổ tiên và các Bà-la-môn quá vãng, tắm nước thánh sông Hằng.v.v. (b) Nghiệp tùy thời (*naimittika-karma*), nghĩa vụ bất thường, trong những trường hợp đặc biệt, như chăm sóc người ốm, cầu nguyện cho linh hồn người chết, hoặc tắm sông khi có nhật hay nguyệt thực. (c) Nghiệp tùy ái (*kāmya-karma*), hành vi với mục đích mong cầu, như con cái, tài sản.

Nhìn từ biểu diện, nghiệp được nói như vậy hoàn toàn không liên hệ gì đến ý nghĩa được hiểu trong các Kinh Luận Phật giáo. Bởi vì, nghiệp được hiểu trong Phật giáo là những hành vi mang tính thiện ác, hữu ích hay gây hại cho mình và cho người trong đời này và những đời sau, được thực hiện bằng ý chí tự do, bằng quyết định lựa chọn của chính chúng sinh, không một quyền lực ngoại tại hay tối cao nào chỉ định. Cơ sở triết lý của thuyết nghiệp này là không tồn tại một tự ngã thường hằng bất biến đằng sau mọi hành động, và cũng không tồn tại một đấng Chủ tể ngự trị trên cao giám sát mọi hành vi và thưởng phạt. Thế nhưng, gạt ra ngoài tất cả sai biệt ngữ pháp, có và không, tồn tại hay không tồn tại, nghiệp vẫn hàm ý nghĩa chung, đó là bất cứ hành vi nào nhất định dẫn đến kết quả hoặc hữu ích, hoặc tổn hại, cho mình và cho người, trong đời này và đời sau, hành vi ấy được gọi là nghiệp. Điểm khác biệt là trong Bhagavadgītā nghiệp trên phương diện bản thể là nguyên lý

116 BG. iv. 17-18.

của tồn tại, và trong xã hội nó là nguyên lý hành động. Ý nghĩa cốt yếu phát xuất từ nghiệp như là hành vi tế tự của Veda như được thấy trong Pūrva-Mīmāṃsā.

Chúng ta dẫn thêm một ít tụng văn từ Bhagavadgītā để có nhận thức khái quát về diễn tiến của nội dung và từ nghĩa này.

Gītā iii. 14-15: "Các loại hữu sinh xuất sinh từ thực phẩm. Thực phẩm phát sinh từ mưa. Mưa phát sinh từ tế tự. Tế tự là sự phát sinh của nghiệp. Nên biết rằng, nghiệp xuất sinh từ Brahman. Brahman là sự xuất sinh từ Bất hoại. Cho nên, Brahman là đấng Biến hành, thường hằng an trú trong tế tự."[117]

Akṣara trong bài tụng này chỉ cho bản tính không hủy diệt, không biến đổi của Brahman, và cũng chỉ cho văn tự, mẫu âm, hay âm vận, âm tiết; đấy là nguyên ngôn của Veda, bất diệt. Nghiệp được nói ở đây là hành vi tế tự. Śaṅkara giải thích tế tự nói đây chính là sự làm phát sinh yếu tố *apūrva* như được nói trong Mīmāṃsā. Nghiệp được nói như vậy không chỉ hành động của con người, mà bao trùm tất cả mọi thực thể mọi hiện tượng; không tồn tại nào, hữu hình hay vô hình mà bất động. Hoa rơi, lá rụng, cát bay, đá chạy, cho đến hành vi thiện ác của con người, thảy đều được bao trùm trong nghiệp, phát xuất từ thể tính bất diệt, bất biến của Brahman, được phán truyền trong Veda. Hành vi nào phản nghịch phán truyền của Veda sẽ phải nhận hình phạt.

Điều đáng lưu ý trong hai bài tụng này là nội dung gần giống với điều Phật nói: "Hết thảy chúng sinh đều nương nhờ thức ăn mà tồn tại."[118] Ý nghĩa Phật nói, hết thảy chúng sinh đều cần dưỡng chất để tồn tại. Muốn có dưỡng chất, chúng phải tầm cầu,

---

[117] *annād bhavanti bhūtāni parjanyād annasambhavaḥ/yajñād bhavati parjanyo yajñaḥ karmasamudbhavaḥ//karma brahmodbhavaṃ viddhi brahmākṣarasamudbhavam/tasmāt sarvagataṃ brahma nityaṃ yajñe pratiṣṭitam//*

[118] S.12.11 (PTS, ii.11): *cattārome, bhikkhave, āhārā bhūtānaṃ vā sattānaṃ ṭhitiyā sambhavesīnaṃ vā anuggahāya,* "Có bốn loại thực phẩm để cho các chúng sinh đã sinh tồn tại, hoặc tự trợ cho các chúng sinh cầu sinh."

chiếm hữu. Do tầm cầu, chiếm hữu mà tạo nghiệp thiện hoặc bất thiện, và do đó dẫn đến lưu chuyển sinh tử. Trong ý nghĩa của Gītā, nguồn thực phẩm phát xuất từ tính bất diệt của Thượng đế, như là ân huệ Thượng đế ban phát cho mọi loài để duy trì sự tồn tại. Cho nên, tất cả tồn tại, tất cả nghiệp hay hành động đều phải hướng về Thượng đế. Cho nên, bài tụng tiếp theo Gītā (iii.16) nói, kẻ nào không lăn theo bánh xe được chuyển vận như thế, nó sống cuộc đời vô ích trong tội lỗi, buông trôi các căn theo dục lạc.[119]

II. LỤC SƯ NGOẠI ĐẠO

Liên hệ đến vấn đề về nghiệp được nói đến trong Thánh điển nguyên thủy là những vị trong nhóm gọi là "Lục Sư ngoại đạo". Chi tiết tương đối đầy đủ của sáu vị tông sư đương thời Phật này được giới thiệu trong kinh Sa-môn quả.[120]

1. Pūraṇa Kassapa

Trong số đó, **Pūraṇa Kassapa** (Phú-lâu-na Ca-diếp) với thuyết vô tác (*akriya-vāda*) cho rằng mọi hành vi tội ác chẳng dẫn đến nghiệp báo gì: "... Đi đến bờ Nam sông Hằng mà giết, sai bảo giết, cắt xẻ, sai bảo cắt xẻ, luộc chín, sai bảo luộc chín, không do nhân duyên này mà có tội ác; cũng không vì vậy mà dẫn đến hậu quả của tội ác. Đi đến bờ Bắc sông Hằng bố thí, tế tự, không do nhân duyên này có phước, cũng không vì vậy mà dẫn đến kết quả của phước..."[121]

Nơi khác, trong Kinh *Chaḷabhijātisuttaṃ*[122] Ānanda dẫn chủ trương của Pūraṇa phân loại các đẳng cấp theo màu sắc, trong đó thấp nhất là màu đen (*kāṇhābhijāti*), đẳng cấp của những người mổ dê, mổ heo, cho đến cai ngục, và nhiều nghề tàn ác khác. Thứ hai, đẳng cấp màu lam (*nīlābhijāti*) của những Tỳ-

---

[119] *evaṃ pravartitaṃ cakraṃ nānuvartayatīha yaḥ aghāyur indriyārāmano moghaṃ pāha sa jīvati.*

[120] *Sāmaññaphala-sutta*; D. 2; Hán dịch tương đương: *Trường A-hàm 17*, Kinh 27 "Sa-môn quả".

[121] ibid.

[122] A (PTS) iii.383.

kheo sống với gai nhọn (*kaṇḍakavuttika-bhikkhu*). Thứ ba, đẳng cấp màu đỏ (*lohitābhijāti*) của những người Ni-kiền chỉ khoác một y (*nigaṇṭhā ekasāṭakā*). Thứ tư, đẳng cấp màu vàng nghệ (*haliddābhijāti*) của những đệ tử tại gia khoác áo trắng của Lõa hình ngoại đạo (*gihī odātavasanā acelakasāvakā*). Thứ năm, đẳng cấp màu trắng (*sukkābhijāti*) của các nhóm Hoạt mạng nam và nữ (*ājīvakā ājīvakiniyo*). Cho đến thứ sáu màu siêu trắng (*paramasukka*) là đẳng cấp cao nhất của những vị như Nanda Vaccha, Saṅkicca và Makkhali Gosāla. Nhưng phân loại đẳng cấp này trong Kinh Sa-môn quả được kể là chủ trương của Makkhali Gosāla.

Thêm nữa, trong kinh *Mahāli*[123], một người Licchavi tên là Mahāli nói với Phật về chủ trương vô nhân luận (*ahetuka-vāda*) của Pūraṇa, rằng "Không có nhân, không có duyên cho sự thanh tịnh của các chúng sinh..." Chủ trương này trong kinh Sa-môn quả được kể là của Makkhali như sẽ thấy dưới đây.

Buddhaghosa, trong Sớ giải Pāli,[124] giải thích tên gọi này với chi tiết khá ly kỳ. Pūraṇa Kassapa sinh ra, con số nô lệ của gia đình nọ được tròn đầy 100,[125] do sự kiện này mà ông được đặt tên như vậy. Ở đây tất có sự nhầm lẫn. Vì Kassapa (skt.) là một họ lớn thuộc giai cấp Bà-la-môn.

Kinh *Lokāyatikasuttaṃ*[126] tường thuật hai người Bà-la-môn thuộc nhóm Thuận thế (*lokāyatikā brāhmaṇā*) kể với Phật rằng Pūraṇa tự tuyên bố là vị nhất thiết tri, nhất thiết kiến; ông này nói: "Dù khi ta đi hay đứng, thức hay ngủ, tri kiến luôn luôn hiện tiền." Có thể do tuyên bố này mà ông được gọi là Pūraṇa, theo nghĩa là "viên mãn trí tuệ"? Đây có thể đáng tin là nguồn gốc cho tên gọi của ông.

Sớ giải cũng kể thêm rằng, ông được xem như là điềm cát tường do đó không hề bị khiển trách ngay cả khi ông không

---

[123] *Mahālisutttam*, S (PTS) 3.69.
[124] *Samññaphalasuttavaṇṇaṃ*; DA (PTS) 1. 132.
[125] *pūraṇa* (Pāli) có nghĩa là "đày".
[126] A (PTS) 4.428.

chịu làm việc. Nhưng ông vẫn không hài lòng do đó bỏ trốn. Ông bị bọn cướp lột hết y phục; ấy thế, ông không quan tâm, mà cứ lõa thể như vậy đi vào thôn, dân làng nhầm tưởng ông là vị Thánh thiểu dục cho nên rất tôn sùng, và dần dần có rất nhiều người xuất gia theo, con số lên đến 500. Truyện kể này mang tính khinh thị, không đáng tin, nhưng sự kiện Pūraṇa là vị tông sư danh tiếng của một trong các nhóm lõa thể được gọi là Ājīvika (Hoạt mạng ngoại đạo), thì điều này được hầu hết các nhà nghiên cứu về nhóm Ājīvika công nhận. Ông còn chủ trì một tu viện lớn của những tu sĩ Ājīvika ở Kukkaṭanagara.[127]

Barua giải thích chủ trương vô tác (akriya-vāda) của Pūraṇa như là quan điểm về tính thụ động hay bất hoạt (niṣkriya) của linh hồn hay tự ngã; làm hay sai bảo người khác làm, đó không phải do bởi chính linh hồn làm hay khiến người khác làm. Quan điểm này cũng tương tự với Saṃkhyā theo đó purusa, nguyên tố tinh thần, tức tự ngã, là bản thể tự hữu và bất biến.[128] Vì bất biến, nên mọi biến hóa trong quá trình chuyển biến chỉ là ảnh tư duy của purusa chứ không phải là hành động được điều khiển bởi tự ngã.

Pūraṇa được biết là cuối cùng tự kết thúc đời mình trong một ao sen. Biến cố này được tường thuật rất khá lôi cuốn trong Sớ giải Dhammapada, chuyện kể về câu Pháp cú 181.[129] Basham cho rằng chuyện kể này không đáng tin; nhưng sự kiện Pūraṇa tự sát thì có thể chấp nhận; bởi vì tự sát mang tính tôn giáo là điều rất thường thấy trong các tu sĩ Ājīvika khi họ thấy các căn của mình bắt đầu thoái hóa.[130]

Trong các kinh Pāli, cũng như trong các Hán dịch tương đương, các điểm chủ trương của Pūraṇa Kassapa thường lẫn lộn với thuyết của Makkhali Gosāla.

---

[127] Arthur Llewellyn Basham, *History and Doctrines of the Ājīvikas, a Vanished Indian Religion*; Delhi, 2002; p. 81, 20-202.

[128] Benimadhab Barua, *A History of PreBuddhist Indian Philosophy*, Calcuta, 1921; p. 279.

[129] *Devorohaṇavatthu*; DhA (PTS) iii. pp. 199ff.

[130] A. L. Basham, *op.cit.*, tr. 88.

2. Makkhali Gosāla

Makkhali Gosāla (skt. Maskarī Gośālīputra, Mạt-già-lê-cù-xá-lợi) với thuyết luân hồi tịnh hóa (*saṃsārasuddhi-vāda*), theo đó sự giải thoát luân hồi diệt tận khổ đau của mọi loài là quá trình tiến hóa tự nhiên, không do bất cứ hành vi hay nghiệp báo gì. Không có nhân, không có duyên cho sự nhiễm ô hay thanh tịnh của các loài hữu tình. Ta không phải là tác giả, cái khác không phải là tác giả, con người không phải là tác giả. Không có cái gọi là lực, là nỗ lực, năng lực của con người. Hết thảy chúng sinh, hết thảy mọi sinh loại, hết thảy mọi sinh vật, hết thảy loài có sự sống, tất cả đều không tự chủ, bất lực, yếu đuối; chúng là sự tụ hội của định mệnh, bị chi phối bởi định mệnh, biến chuyển theo định mệnh (*niyatisaṅgatibhāvapariṇatā*) mà cảm nghiệm khổ hay lạc trong sáu đẳng cấp chủng loại[131]; dẫn đầu bởi 1 triệu bốn trăm nghìn loại sinh thực khí (*yoni*: sinh môn), và thêm sáu nghìn và sáu trăm nữa. Có 500 loại nghiệp (*pañca kammuno satāni*), và năm loại nghiệp (*pañca ca kammāni*), ba loại nghiệp (*tīṇi ca kammāni*), trong nghiệp và trong nửa nghiệp.[132] Có 62 đạo tích (*paṭipāda*); 62 trung kiếp (*antarakappa*), 6 đẳng cấp chủng loại, 8 vị trí của con người[133]; 49 nhóm hoạt mạng ngoại đạo (*ājīvaka*); 49 nhóm xuất gia ngoại đạo (*paribbājaka*); 49 trú xứ của rồng (*nāgāvāsa*); 2 nghìn quan năng (*indriya*: căn), ba nghìn địa ngục; 36 vi trần giới (*rajodhātu*); 7 loại thai bào hữu tưởng (*saññīgabbha*); 7 loại thai bào vô tưởng (*asaññīgabbha*); 7 loại kết hệ thai (*nigaṇṭhigabbha*); 7 loại chư thiên; 7 loại người; 7 loại ác quỉ (*pisāca*: tì-xá-xà); 7 hồ nước... Có 8 triệu đại kiếp (*mahākakkino*), trong khoảng đó, bất luận kẻ ngu hay bậc trí, sau khi lưu chuyển luân hồi, sẽ tận cùng dứt khổ. Ở đây không có

---

[131] Cũng được cho là phân loại của Pūraṇa Kassapa; xem đoạn trên.

[132] Sớ giải, ibid., năm nghiệp: nghiệp y chỉ năm căn (*pañcindriyavasena*); ba nghiệp: thân, ngữ, ý; nghiệp (*kamme ca*): thân và ngữ; nửa nghiệp (*upaḍḍhakamme ca*): ý nghiệp.

[133] *aṭṭha purisabhūmiyo*: bát nhân địa, 8 giai đoạn tiến hóa của con người. Sớ giải, ibid.: ngu độn địa (*mandabhūmi*), hí tiếu địa (*khiḍḍābhūmi*), ngữ quán sát địa (*padavīmaṃsabhūmi*), trực hành địa (*ujugatabhūmi*), học địa (*sekkhabhūmi*), Sa-môn địa (*samaṇabhūmi*), thắng tiến địa (*jinabhūmi*), thối đọa địa (*pannabhūmi*).

điều này, rằng "Tôi, do bởi giới, do bởi cấm nguyện, bởi khổ hành, bởi phạm hạnh, sẽ làm chín nghiệp chưa chín; hoặc liên tục nhẫn thọ mà diệt trừ nghiệp đã chín." Khổ và lạc đã được đong đầy, luân hồi đã được vạch giới hạn, không có gì để thêm hay bớt, không có gì hơn hay kém. Như cuộn chỉ được ném ra, nó bung ra trong khi lăn; cũng vậy, ngu hay trí sau khi lưu chuyển luân hồi sẽ tận cùng dứt khổ.

Bình luận về các điểm chủ trương này, Malalasekera cho rằng chúng rất khó hiểu, ngay cả các nhà Sớ giải cũng thấy sự giải thích là một việc làm vô vọng.[134]

Giải thích ý nghĩa tên gọi cũng như lý do Makkhali sống lõa thể, Sớ giải Kinh *Sa-môn quả* thuật chuyện: ông vốn là một tên nô lệ; một hôm bưng hũ dầu mè đi qua vũng đất sình, mặc dù chủ đã cảnh giác "coi chừng té!" (*tāta mā khali*) nhưng do vô ý ông đã trượt ngã và làm đổ dầu. Tên ông sau đó được gọi là Makkhali do bởi lời cảnh giác *mā khali*! Do sự kiện này, ông bỏ chạy nhưng chủ nắm áo kéo lại; ông vẫn vụt chạy do đó y bị tuột và ông sống lõa thể từ đó.[135] Buddhaghosa thường có xu hướng kể lai lịch không mấy tốt đẹp của các nhà ngoại đạo, cho nên chuyện kể này không đáng quan tâm. Tuy nhiên, trong đó nói ngữ nguyên của Makkhali là do từ *mā khali* cũng được Patañjali nhắc đến với giải thích khác hẳn. Giải thích này nói, tên ông là Maskarī không phải vì ông là một *maskara*, mà vì ông chủ trương rằng "Chớ tạo các nghiệp. Tịch tĩnh là tối thắng (*mā kṛta karmāṇi, śāntir vaḥ śreyas*)." Từ *maskara* được nhắc đến đây có nghĩa là "gậy trúc" và từ đó *maskarī* chỉ cho người cầm gậy trúc. Đây là ngữ nguyên theo ngữ pháp Pāṇini. Nhưng Patañjali cho rằng *maskarī* là do câu nói *mā kṛta*: "chớ làm", gần với Pāli *mā khali*.[136] Giải thích ngữ nguyên này phù hợp với quan điểm chủ trương của Maskarī.

Thế nhưng *Bhagavati sūtra*, kinh điển của Kỳ-na, đưa ra một

134 *Dictionary of Pali Proper Names*, New Delhi 2003; p. 399.
135 *Samaññaphalasuttavaṇṇaṃ*, DA (PTS) i. 144.
136 A.L. Basham, *op.cit.* p. 79.

giải thích khác. Tên ông ở đây được đọc là Maṅkhali. Từ *maṅkha* được hiểu là một lớp tu sĩ hành khất (*bhikṣāka-viśeṣa*) mang theo một bản gỗ có họa hình trong khi lang thang (*citraphalaka-vyagrakaro*).[137] Rudolf Hoernle cho rằng đây chỉ là hư cấu của Bhagavatī.[138] Thật ra, tên ông có nghĩa là gì, điều này không quan trọng. Hình như các chuyện kể này đều muốn xác nhận Makkhali hay Maskarī xuất thân từ giai cấp thấp hèn. Quan điểm của ông chống lại cả Phật giáo và Kỳ-na giáo cho nên tiểu sử của ông được ghi chép bởi cả hai phía với cố tình hạ thấp giá trị nhân vật, đây cũng là điều dễ thấy.

Trong số các Tông sư ngoại đạo đương thời, Makkhali có lẽ được Phật đánh giá là nguy hiểm nhất do bởi quan điểm tà kiến điên đảo của ông. Kinh *Tăng chi* nói: "Ta không thấy một nhân vật nào mang lại nhiều điều tai hại, không an lạc, không lợi ích, vô nghĩa, khổ não, cho chư thiên và nhân loại như là kẻ ngu si Makkhali."[139]

Các nhà nghiên cứu phần lớn đồng ý rằng Makkhali Gosāla là nhân vật quan trọng trong các nhóm Ājīvika. Ông được xem là người độc nhất sáng lập ra hệ phái này.[140] Trong bảng phân loại sáu đẳng cấp theo màu, Pūraṇa Kassapa liệt Makkhali, cùng với Nanda Vaccha và Kisa Saṅkicca, vào hạng cao nhất thuộc màu cực trắng (*paramasukka*), như thế cũng đủ thấy vị trí của ông trong các Ājīvika.

Trong các điểm chủ trương của Makkhali được nêu trong Kinh *Sa-môn quả*, thuyết không nhân không duyên cũng được nơi khác trong Kinh tạng Pāli, kể là chủ trương của Pūraṇa Kassapa. Phân loại sáu đẳng cấp cũng vậy. Vả lại, sự đánh giá cao của Pūraṇa Kassapa dành cho Makkhali có thể cho thấy ảnh hưởng giữa hai thượng thủ của các Ājīvaka này.

---

137 William-Monier cho từ *maṅkha* 2 định nghĩa: a. người ngâm vịnh trong cung đình (royal bard or panegyst); b. tu sĩ hành khất thuộc một hệ phái nào đó (a mendicant of a partic. order).
138 ERE. i. p. 260; dẫn bởi Basham, op.cit., tr. 35, n. 4.
139 *Makkhali-sutta*, A. (PTS) i. 33.
140 Basham, op.cit., tr. 35.

Điểm đặc biệt trong thuyết lý của Makkhali là nói về nghiệp. Ở đây nghiệp được nhận định như là định mệnh (*niyati-vāda*: quyết định luận), theo đó số phận của mọi loài đã được quyết định không thể thay đổi; không phải được quyết định bởi thần linh hay một đấng tối cao nào, mà chính do quy luật tự nhiên như vậy. Một cách nào đó, có thể nhận định điều này phản ánh tư duy của tầng lớp bình dân bị trị, chống lại trật tự giai cấp dựa trên quyền lực tôn giáo của giai cấp Bà-la-môn. Yếu đuối, bất lực, không thể chống lại trật tự xã hội và thiên nhiên như một thứ định mệnh bất di bất dịch, đây là thái độ bi quan và thụ động của giai cấp bị áp bức.

3. Ajita Kesakambala

Vị tông sư thứ ba, Ajita Kesakambala (skt. Ajita-Keśakambalī), được kể cũng bác bỏ nghiệp và nghiệp quả: không có bố thí, không có hiến sinh (*yiṭṭha*), không có cúng vật (*huta*), không có quả dị thục các nghiệp thiện ác, không có đời này, không có đời khác... con người do bốn đại hợp thành này, khi mệnh chung, cái gì là đất trở lại nhập vào thân đất, nước trở lại nhập vào thân nước, ... bố thí là thuyết bày đặt của kẻ ngu độn; những ai chủ trương thuyết tồn tại (*atthikavāda*) lời nói của chúng là hý luận, giả dối, rỗng tuếch. Ngu cũng như trí sau khi thân rã thảy đều cắt đứt, tiêu hủy, không còn tồn tại sau khi chết.

Tên ông là Ajita, và được gọi là Kesa-kambala vì ông bện tóc làm y phục. *Kesakambalasuttaṃ* chỉ trích thái độ hành trì cũng như thuyết lý của ông: Trong các loại y phục, được bện bằng tóc là loại y phục bi thảm nhất, thấp hèn nhất (*kesakambalo tesaṃ paṭikiṭṭho ākhyāti*). Bởi vì, mùa nóng thì nó làm cho nóng thêm, mùa lạnh nó khiến cho càng lạnh; xấu xí, hôi thối. [141]

Thế nhưng, Barua tán dương thái độ sống mà ông xem là chủ nghĩa khắc kỷ, có thể sánh với Triết gia Epicurus của Hy-lạp. Người đương thời và hậu thế đã hiểu nhầm ông. Barua nói: "Sự thật hiển nhiên, Ajita Keśakambalī của Ấn-độ và Epicurus của

---

[141] *Kesakambalasuttaṃ*, S (PTS) i. 287.

Hy-lạp đều là những con người có trái tim thiện lương, họ yêu cách sống bình dị và tư duy cao siêu."[142]

Thuyết của ông được kể chung với Pāyāsi, tường thuật trong kinh cùng tên *Pāyāsisuttaṃ* (D. 23)[143], thuộc nhóm theo chủ nghĩa duy vật. Cả hai được các nhà chép sử tư tưởng Ấn-độ ghép chung vào nhóm Cārvāka, hay Lokāyāta mà Kinh Phật nói là các nhà ngụy biện (*vitaṇḍa*) và Thuận thế ngoại đạo. Thuyết của họ cũng được liệt vào loại tà kiến đoạn diệt luận (*ucchedavāda*), một thứ chủ nghĩa hư vô cổ đại.

Pāyāsi là một tiểu vương trong thị trấn Setavya thuộc vương quốc Kosala. Thuyết của ông được tóm tắt như sau: "Không có thế giới khác, không có chúng sinh hóa sinh; không nghiệp và quả báo dị thục của nghiệp thiện và ác."[144] Trưởng lão Kumāra-kassapa đã khá vất vả để bác bỏ quan điểm được cho là sai lầm tà kiến này, và kết quả Pāyāsi chấp nhận khuất phục, từ bỏ quan điểm tà kiến của mình.

Cuộc tranh luận giữa tiểu vương Pāyāsi và Kumāra-kassapa cũng được ghi chép trong Kinh điển của Kỳ-na giáo, với tên gọi là Vua Paesi và Kesi. *Sutrakāṅga* nhắc đến thuyết này trong hai bài tụng 11 và 12: ngu cũng như trí đều có một linh hồn (*jīva*); linh hồn tồn tại khi thân xác còn tồn tại; sau khi chết, linh hồn cũng không còn, không có sự tái sinh; không có tội, không có phước, không có thế giới khác; sau khi thân xác tan rã thì linh hồn cũng không tồn tại.[145]

Chi tiết đầy đủ về cuộc hội thoại giữa Vua Paesi và Kesi cũng được ghi trong *Paesi-kahāṇayaṃ*, với bản dịch Anh của Willem B. Bollée.[146] Trong đây, Kesi được ghi đầy đủ là Kesi kumāra-

---

[142] Benimadhab Barua, *A History of Pre-Buddhist Indian Philosophy*, Motilal Banarsidass, (January 1, 1998); tr. 290.

[143] Hán dịch tương đương, *Trường A-hàm* quyển 7, kinh số 7: 弊宿經 *Tệ-tú kinh.*

[144] D. 23 (PTS) ii. 253: *itipi natthi paro loko, natthi sattā opapātikā, natthi sukataḍukkaṭānaṃ kammānaṃ phalaṃ vipāko ti.*

[145] Cf. *Jaina Sutras, Part II (SBE45)*, tr. by Hermann Jacobi, [1895], *Sutrakṛtāṅga* I. 1, 11-12; p. 237.

[146] *Paesi-kahāṇayaṃ*, edited by Willem B. Bollée, Wiesbaden: Harrassowitz, 2002.

samaṇa, Sa-môn tên Kesi xuất gia từ ấu thơ, rõ là đồng nhất với Kumāra-kassapa trong Kinh *Pāyāsi*. Nội dung biện luận tường thuật trong *Paesi-kāṇayaṃ* đại để tương đồng. Cuối cùng Paesi chấp nhận thua lý và thay đổi quan điểm.[147]

4. Pakudha Kaccāyana

Thuyết được kể tiếp theo của Pakudha Kaccāyana (skt. Kakuda-Kātyāyana)[148] có thể liệt vào loại chủ nghĩa duy vật cổ đại Ấn-độ: Bảy yếu tố này (*sattākāyā*), bảy thân: đất, nước, lửa, gió, khổ, lạc, linh hồn, có tự nhiên (*akaṭa*), không do ai sáng tạo... Ở đây không có người giết hại, hoặc có người bị giết hại, người nghe hoặc người nói, người biết hoặc người khiến cho biết. Khi một ai dùng lưỡi kiếm sắc bén chém đầu, thời không có ai tước đoạt sanh mạng của ai cả, lưỡi kiếm chỉ rơi vào giữa bảy thân mà thôi.

Trong Sớ giải đoạn kinh liên hệ,[149] Buddhaghosa không cho biết chi tiết về cuộc đời của Pakudha, mà đặc biệt nhấn mạnh đến sự kiện ông này cự tuyệt dùng nước lạnh (*sītudaka-paṭikkhittako*), dù ngay sau khi đại tiện cũng không dùng nước để rửa. Chỉ dùng nước nóng và cháo (*kañjiya*). Mỗi khi đi qua một con sông hay đường nước, ông cho rằng đã mất giới (*sīlaṃ me bhinna*). Ông chỉ bước qua sau khi làm một tháp bằng cát để quyết ý hộ giới. Basham cho rằng cháo như là món ăn hằng bữa và tháp cát là những hành trì thường thấy trong các tu sĩ Ājīvika, do đó có thể kết luận Pakudha cũng thuộc về một nhóm Ājīvika, nhưng không có ảnh hưởng bằng Makkhali và Pūraṇa.[150]

Với quan điểm về bảy nguyên tố thường hằng, ông được nhiều nhà nghiên cứu cho là người đầu tiên trong tư tưởng sử Ấn-độ lập thuyết nguyên tử luận. Điều này có hơi khoa đại. Trong bảy nguyên tố của Pakudha, có bốn nguyên tố căn bản đã

---

[147] Cf. Erich Frauwallner, *History of Indian Philosophy: The Nature-philosophical schools and the Vaiśeṣika*; Delhi 1993; vol. II, p. 218.

[148] Barua, *op.cit*, đồng nhất với Pippalāda được thấy trong Praśna-upanishad.

[149] DA (PTA) i. 144.

[150] *op.cit*. tr. 92.

được nói đến trong các Veda. Kinh điển Phật giáo cũng thường xuyên nói đến bốn nguyên tố, tức bốn đại chủng (*mahābhūta*) là những yếu tố cơ bản hợp thành vật chất. Sự phân tích này được tiếp tục đi sâu chi tiết trong các bộ phái phát triển về sau, cho đến các nhà Đại thừa. Duy có điều, trong tất cả luận giải về cực vi này, không công nhận chúng là những thực thể thường hằng bất biến.

Trong bốn nguyên tố cổ điển, Pakudha thêm nguyên tố *jīva*, tức mạng căn, hay tự ngã, hay phổ thông gọi là linh hồn. Jīva là bản thể thường hằng được nói đến trong Nigaṇṭha, nhưng ở đây nó không được xem là thành phần vật chất mặc dù bị bao trùm trong vật chất bởi nghiệp chất. Các tường thuật về chủ trương của Pakudha không thấy đâu xác định rõ *jīva* ở đây là yếu tố vật chất, hay nó là tồn tại tinh thần. Trong chín thực thể thường hằng của Vaiśeṣika, *ātma* hay tự ngã, điều mà trong thuyết của Pakudha nó được gọi là *jīva,* cũng là yếu tố thường hằng tuy không phải là vật chất được cấu tạo bởi bốn nguyên tố vật chất.

Thêm nữa, hai yếu tố khổ và lạc, Pakudha cũng cho là thực thể thường hằng. Điều này muốn nói rằng khổ và lạc những yếu tố tự nhiên, không do ai tạo ra chúng, không do chính ta mà cũng không do ai khác. Cho nên, quan điểm này chỉ đáng xếp vào loại thường trú luận (*sassata-vāda*) như được kể trong kinh Phật, chứ không thể gọi là tiên phong của nguyên tử luận, dù hiểu nguyên tử theo phương diện nào, từ tư tưởng Hy-lạp cổ đại, hay khoa học hiện đại. Nếu muốn, người ta có thể nói rằng Pakudha chỉ tập hợp các chủ điểm đã được phổ biến trong các thuyết lý đương thời mà lập thành quan điểm riêng, không có gì mới mẻ. Có lẽ vì thế mà trong tư liệu Phật giáo cũng như Kỳ-na giáo, là hai nguồn tư liệu chủ yếu để hình dung các hoạt động tư tưởng đương thời ở Ấn-độ, đều không xem trọng và chỉ tường thuật sơ lược về ông này.

Trong bốn nhà nói trên, hoặc trực tiếp hoặc gián tiếp, không thừa nhận nghiệp và nghiệp quả, thảy đều được xếp vào nhóm *akriya*, chủ trương vô tác. Tiểu sử của họ còn mơ hồ. Những tường thuật trong Phật giáo cũng như Kỳ-na giáo muốn gợi ý rằng họ xuất thân từ giai cấp thấp kém. Có lẽ vì thế tư tưởng của họ chống lại hệ tư tưởng chính thống Veda; và phần nào đó phản ảnh tín ngưỡng phổ thông của các giai cấp thấp trong xã hội Ấn bấy giờ, bị thống trị bởi các giai cấp đặc quyền Bà-la-môn và Sát-đế-lị.

5. Nigaṇṭha Nātaputta

Vị thứ năm được kể trong *Sa-môn quả* là Ni-kiền Thân Tử (Nigaṇṭha Nātaputta| Nirgrantha-Jñātiputra), được tôn xưng Giáo tổ của Kỳ-na giáo (Jainism), sẽ nói trong một mục riêng ở trang kế tiếp, phần III.

6. Sañjaya Belaṭṭhaputta

Vị thứ sáu được kể là Sañjaya Belaṭṭhaputta (skt. Sañjayī Vairaṭṭiputra, Tán-nhã-di Tì-la-lê Tử). Hai vị đại đệ tử của Phật là Xá-lợi-phất và Đại Mục-kiền-liên được nói theo học phái này trước khi theo Phật.

Thuyết của ông được kinh *Sa-môn quả* thuật như sau: "Nếu hỏi, 'Có thế giới khác (*paro loko*) không?', nếu tôi nghĩ có đời khác, tôi sẽ trả lời, 'Có thế giới khác'; nhưng tôi không nói như vậy, không nói như kia, không nói khác như thế... Nếu hỏi, 'Không có thế giới khác chăng?', nếu tôi nghĩ 'Không có thế giới khác', tôi sẽ trả lời 'Không có thế giới khác'; nhưng tôi không nói như vậy, không nói như kia, không nói khác như thế..."

Sớ giải Pāli liệt thuyết của ông vào nhóm ngụy biện luận như được nói trong kinh *Phạm võng*, kiểu lý luận uốn éo như con lươn (*amarāvikkhepika*). Kinh nói, những vị này vì không biết một cách như thật thiện, hay bất thiện, và vì sợ vọng ngữ (*musāvādabhayā*), không muốn vọng ngữ, nói lời hư dối, nên họ trả lời, "tôi không nói như vậy. Tôi không nói như kia. Tôi không nói khác như kia..."

Không có nhiều tư liệu về cuộc đời cũng như học thuyết của ông trong nguồn Pāli cũng như trong văn hiến phương Bắc.

III. NI-KIỀN THÂN TỬ - VÀ KỲ-NA GIÁO

Vị Tông sư thứ năm được tường thuật là Ni-kiền Thân Tử (P. Nigantha Nātaputta, S. Nirgrantha Jñātiputra).

Sử sách Kỳ-na giáo chép rằng cả Vua Bimbisāra (Tần-bà-sa-la) mà họ gọi Seṇika, và con trai của vua là Ajātasātru (A-xà-thế) mà họ gọi là Kūnika đều là đệ tử của Mahāvīra. Chi tiết này có vẻ phù hợp với sự kiện được tường thuật trong Kinh *Sa-môn quả*, mặc dù trong đây nói Vua A-xà-thế (Kūnika-Ajātasatru) đến phỏng đạo Ni-kiền Thân Tử chỉ một lần mà kết quả là không hài lòng với giải đáp của ông này cho nghi vấn của mình. Khi được hỏi về kết quả thiết thực trong hiện tại của sa-môn, người tu đạo là gì, Ni-kiền Thân Tử đề xuất thuyết của mình về bốn luật nghi tiết chế hay bốn cấm giới phòng hộ (cātuyāsaṃvarasaṃvuto)[151].

Bốn loại cấm giới phòng hộ này được biết cũng chính là bốn cấm nguyện (skt. *cāturyāma dharma*) của Pārśvara,[152] vị Tirthantika thứ 23, tiền nhân trực tiếp của Mahāvīra vốn được kể là vị cuối cùng trong 24 Tirthantika. Bốn cấm nguyện của Pārśva gồm: Không giết hại tức bất bạo động (*ahiṃsā*) tức không sát sanh, không trộm cắp (*asteya*), tôn trọng sự thật tức không nói dối (*satya*) và không sở hữu (*aparigraha*). Mahāvīra thêm cấm nguyện thứ năm là phạm hạnh (*brahmacārya*), tức tuyệt dục. Trong năm điều cấm giới của Mahāvīra, có hai điều được nói là ảnh hưởng lớn đối với Gandhi sau này: bất bạo động (*ahiṃsā*) và tôn trọng sự thật (*satya*).

Bốn phòng hộ của Thân Tử được nêu trong Kinh *Sa-môn quả*, theo Sớ giải, điều thứ nhất liên hệ đến nước. Kinh nói: *sabbavārivārito ca hoti*, Sớ giải thích nghĩa: *vāri* ở đây được hiểu là nước (*sabbauadako*). Thân Tử chủ trương cấm chế đối với tất cả loại nước lạnh, vì ông cho rằng trong nước lạnh có

---

[151] nigaṇṭho sabbavārivārito ca hoti, sabbavāriyutto ca, sabbavāridhuto ca, sabbavāriphuṭo ca.

[152] Kailash Chand Jain *Lord Mahāvīra and His Times*, Delhi 1991, tr. 16.

chúng sinh có tri giác [153] (*sattasaññī*), nếu dùng đến có thể sát hại chúng sinh ấy. Thế nhưng, Bodhi dịch Anh cụm từ này cho thấy được hiểu khác: *curbed by all curbs*, "ước thúc bằng tất cả mọi ước thúc".[154] Theo đó thì từ *vāri* ngoài nghĩa là "nước" như Sớ giải thích nghĩa, nó cũng còn có nghĩa là "ước thúc, ngăn cấm" như trong từ *vārita* vốn là phân từ quá khứ của *vāreti*. Thế nhưng, trong từ điển của Pali Text Society, từ *vāri* không có nghĩa thứ hai. Từ điển Pāli-Nhật của Vân Tỉnh Chiêu Thiện (Kumoi) cũng chỉ nêu một nghĩa của *vāri* là *nước*. Có thể Bodhi liên hệ bốn phòng hộ của Nigantha với bốn cấm nguyện của Pārśva nên cho *vāri* thêm một nghĩa nữa, vì trong bốn cấm nguyện này không nói gì đến nước. Tuy nhiên, như Sớ giải cho thấy đối tượng của điều phòng hộ này là các chúng sinh trong nước lạnh chứ không phải phòng hộ chỉ vì nước lạnh. Điều này cũng phù hợp với tin tưởng của các Kỳ-na như được nêu trong *Ācārāṅgasūtra*, Thánh điển của Kỳ-na giáo: Có rất nhiều sinh vật sống trong nước; và với tu sĩ Kỳ-na nước phải được nói là loại vật chất có sự sống, nghĩa là có linh hồn. Cho nên, tu sĩ Kỳ-na cần phải chấp hành cấm chế đối với nước. Kinh này cũng chỉ trích những người theo đạo Phật vì những người này tự cho là họ được phép sử dụng nước một cách tự do, được phép uống và làm vệ sinh.[155]

Chủ trương về nghiệp của Ni-kiền tử được đề cập trong Kinh Phật, đặc biệt *Upāli-sutta* và *Cūḷadukkhandha-sutta* trong Majjhima-Nikāya.[156]

Kinh *Upāli* mở đầu bằng đối thoại giữa Phật và một người Ni-

---

[153] MA. (PTS) 1.168: *so kira sītodake sattasaññī hoti, tasmā na taṃ vaḷañjeti.*

[154] Bhikkhu Bodhi, *The Middle-Length Discourses of the Buddha: sabbavārivārito*, "curbed by all curbs"; *sabbavāriphuṭo*, "claimed by all curbs". Thanissaro Bhikkhu dịch bốn phòng hộ này: "obstructed by all waters, conjoined with all waters, cleansed with all waters, suffused with all waters."

[155] Hermann Jacobi, *Ācārāṅga-sūtra*, *Jaina Sutras, Part II (Sacred Books of the East vol. 22)*, tr. by Hermann Jacobi, [1884], p. 6.

[156] M 56 (PTS 1.372 ff): *Upālisuttaṃ*. Hán, *Trung A-hàm* quyển 13, số 133 "Ưu-bà-li kinh." – M 14 (PTS 1.91 ff) *Cūḷadukkhakkhandhasuttaṃ*. Hán, *Trung A-hàm*, quyển 25, số 100 "Khổ ấm kinh".

kiền tên là Dīghatapassī (Trường Khổ Hành). Đức Phật hỏi Dīghatapassī: Nigaṇṭha Nāṭaputta thiết lập bao nhiêu nghiệp cho sự tạo tác ác nghiệp và cho sự chuyển khởi ác nghiệp? Dīghatapassī trả lời: Nigaṇṭha Nāṭaputta không có tập quán thuyết về nghiệp, mà có tập quán nói về phạt (daṇḍa). Được hỏi có bao nhiêu loại phạt, trả lời: có ba; đó là thân phạt (kāyadaṇḍa), ngữ phạt (vacīdaṇḍa) và ý phạt (manodaṇḍa). Ba loại phạt này khác nhau, trong đó thân phạt được cho là nghiêm trọng nhất. Giải thích về các loại phạt này, Sớ giải Pāli[157] nói, các Nigaṇṭha cho rằng hai loại phạt thân và ngữ thuộc loại vô tâm; thân phạt, cũng như gió thổi lay cành cây, làm nước trôi, trong đó không có gì là tâm cả. Ngữ phạt, cũng như gió thổi khiến hai cành cây cọ vào nhau phát ra tiếng, và gió thổi khiến nước chảy có tiếng, trong đó cũng không có cái gì là tâm. Vì vậy, Ni-kiền Thân Tử chủ trương thân phạt là nghiêm trọng nhất.

Thuyết giáo của Đức Phật khác hẳn với Nigaṇṭha. Ngài không nói "phạt" mà nói "nghiệp", và trong ba nghiệp, ý nghiệp quan trọng nhất.

Cuộc đối thoại giữa Phật và Dīghatapassī đến đây thì ngưng. Dīghatapassī sau đó đi đến với Nigaṇṭha Nāṭaputta và tường thuật cuộc hội kiến vừa rồi. Trong sự tường thuật này cũng chỉ nói đến lời khoa trương của Nāṭaputta rằng, cái gọi là ý phạt thấp kém không thể so sánh với thân phạt mạnh mẽ được, và không có giải thích chi tiết gì thêm. Lúc bấy giờ có trưởng giả Upāli vốn là tục gia đệ tử của Nigaṇṭha Nāṭaputta cũng có mặt. Sau khi nghe tường thuật, Upāli cao hứng tình nguyện đến luận chiến với Sa-môn Gotama và hứa hẹn sẽ nắm Sa-môn Gotama mà xoay như lực sĩ xoay thùng rượu.

Trong cuộc luận chiến với Phật, Upāli cũng không đưa ra giải thích nào về chủ trương thân phạt, duy chỉ xác nhận tính cách nghiêm trọng của nó. Nhưng đức Phật nêu nhiều thí dụ chứng tỏ chính ý nghiệp có sức mạnh hơn thân nghiệp. Chính ý nghiệp

---

[157] *Upālisuttavaṇṇaṃ*, MA (PTS) 3.53.

điều động thân nghiệp.

Cuối cùng, Upāli chấp nhận thuyết của Phật và cho rằng Nigaṇṭha Nātaputta đã sai lầm khi chủ trương thân phạt. Sau đó, ông trở thành đệ tử của Phật.

Có lẽ ý nghĩa thân phạt của Ni-kiền Thân Tử sẽ rõ hơn khi đọc đến kinh *Tiểu khổ uẩn* (*Cūḷadukkhandha-sutta*). Kinh được thuyết cho Mahānāma họ Thích khi Phật trú tại Ca-tì-la-vệ.

Sau khi nêu các nguy hiểm của dục (*kāma*), đức Phật kể lại cuộc hội thoại với các Ni-kiền tử tại núi Linh thứu, thành Vương xá. Tại đây, trên ngọn Đá đen (Kālasilā) bên triền núi Tiên thôn (Isigilipassa), có một số tu sĩ thuộc nhóm Ni-kiền tử đang tu khổ hành. Họ luôn luôn đứng thẳng người, không chịu ngồi, tự gây ra và chịu đựng những cảm giác cực kỳ nhức nhối. Đức Phật hỏi họ ý nghĩa của sự khổ hành như vậy; những vị này trả lời: "Nigaṇṭha Nātaputta là vị Nhất thiết trí, Nhất thiết kiến, dù đi hay đứng, lúc ngủ hay thức, Tri Kiến luôn luôn hiện tiền. Ngài dạy rằng, những nghiệp ác mà chúng tôi đã làm trước kia sẽ do những khổ hành nhức nhối kịch liệt này mà bị tiêu diệt. Trong hiện tại, ở đây do được phòng hộ bởi thân, ngữ và ý mà nghiệp ác vị lai sẽ không được thực hiện. Do vậy, bằng khổ hành mà nghiệp cũ bị tiêu diệt. Do không tạo nghiệp mới mà có vô lậu trong vị lai. Do vô lậu vị lai mà nghiệp diệt tận. Do nghiệp diệt tận mà khổ diệt tận. Do khổ diệt tận mà cảm thọ cũng diệt tận. Do thọ diệt tận mà toàn bộ khổ bị diệt trừ. Chúng tôi chấp nhận thuyết pháp này."

Từ hữu lậu – *āsrava* – được đề cập trong đoạn dẫn trên, về nghĩa gốc không có sự khác biệt lớn giữa Phật giáo và Kỳ-na giáo; đó là dòng chảy. Đối với Kỳ-na, nó là dòng chảy, hay cũng có thể hình tượng như là cống rãnh, qua đó *karma* hay nghiệp được dẫn trôi vào linh hồn (*jīva*). Karma hay nghiệp ở đây cũng không phải là khái niệm trừu tượng; nó không đơn giản chỉ cho hành động hay hành vi như được hiểu trong các hệ tư tưởng khác, mặc dù nghĩa gốc vẫn chỉ cho hành động. Nó là một phân tử vật chất, gọi *karma-vargāṇā* (nghiệp chất), tràn đầy trong không gian. Khi linh hồn (*jīva*) bị khuấy động bởi tham, sân, si, được bộc phát ngang qua thân, ngữ và ý, nó gây nên sự chấn động cho môi trường xung quanh khiến cho các phân tử vật chất gọi là nghiệp chất này theo dòng *āsrava* (lậu) mà trôi vào, rồi bám vào linh hồn và trùm kín linh hồn khiến nó trở thành ô nhiễm bởi nghiệp chất và do đó phải chịu luân chuyển trong luân hồi. Có hai dòng chảy. Dòng thứ nhất, *bhāvāsrava* – thể tánh lậu, ảnh hưởng đến các hoạt động tâm lý. Theo dòng chảy này các phân tử nghiệp chất xâm nhập. Thể tánh lậu được khơi nguồn bởi các yếu tố như tà kiến (*mithyātva*), ác giới (*avirati*), phóng dật (*pramāda*), các ô trược (*kaṣāya*) như tham, sân, kiêu mạn, và các gia hành của thân, ngữ, ý (*yoga*). Chính bởi các yếu tố này tạo ra sự xung động môi trường nên hấp dẫn các nghiệp chất. Khi các phân tử nghiệp chất trôi vào linh hồn, nó bám dính linh hồn như bụi bám vào da được bôi dầu; chúng tạo thành dòng chảy gọi là *karmāsrava* – nghiệp lậu. Nghiệp lậu tác động gây chướng ngại nhận thức chân chính (*jñānāvarānīya*: huệ chướng, và *darśanāvaranīya*: kiến chướng), gây ra cảm thọ khổ lạc làm chướng ngại cảm thọ diệu lạc của linh hồn (*vedanīya*: thuận thọ chướng), và sự ngu si làm chướng ngại chánh tín (*mohanīya*: thuận si chướng). Bốn chướng ngại này cùng với chướng thiện nghiệp (*antarāya-karma*) thuộc loại nghiệp tổn hại (*ghātika-karma*). Năm loại nghiệp này, kể thêm ba loại nữa: thọ nghiệp (*āyuṣka-karma*) hạn định tuổi thọ, danh nghiệp (*nāma-karma*) quyết định thân vật lý cho linh hồn, và chủng tánh nghiệp (*gotra-karma*) quyết định dòng họ, giai cấp mà linh hồn thác sinh. Do bị bao trùm bởi nghiệp chất (*karma-vargānā*), linh hồn trong dòng lưu chuyển sinh tử xuất hiện dưới dạng như là nghiệp thân (*kārmaṇa-śarīra*), cơ thể trong hình thái của nghiệp. Nếu nghiệp mới không được tích lũy; nghiệp cũ được cạo sạch dần, cho đến khi linh hồn trở về trạng thái nguyên thủy của nó; trạng thái vô tận kiến (*anantadarśna*), vô tận trí (*anantajñāna*), diệu lạc (*anantasukha*), vô tận tinh tấn (*anantavīrya*). Bấy giờ linh hồn được nói là đã giải thoát (*mukta-jīva*). Quá trình cạo bỏ nghiệp chất bám nơi linh hồn này được gọi là *nirjarā* (tẩy trừ). Đây là điều mà các Ni-kiền tử trên sườn Tiên thôn giải thích về ý nghĩa của sự khổ hành của họ.

Điều được gọi là "linh hồn" nói trên, nguyên Sanskrit là *jīva*. Từ này trong kinh Kim cang, La-thập dịch là "thọ giả" khiến cho hầu hết các nhà sớ giải kinh này đều hiểu sai. Nơi khác, Huyền Trang dịch là "mạng" hay "mạng căn" được hiểu là yếu tố duy trì sự sống. Cái mà các Jaina gọi là *jīva*, trong các hệ phái khác gọi nó là *ātman*, tự ngã; Saṃkhyā gọi nó là *puruṣa*. Jaina phân loại tất cả tồn tại thành năm phạm trù trong hai nhóm: *jīva* - mạng hay hữu mạng, loại có linh hồn; và *ajīva*, vô mạng, không linh hồn. Năm phạm trù được gọi là năm *astikāya*: hữu thân, thân hay bộ phận tồn tại chiếm cứ một điểm trong không gian lớn hay nhỏ tùy trường hợp. *Jīva*, mạng, hay tự ngã, hay linh hồn, là một thực thể tồn tại chiếm cứ một khoảng không gian nhất định, lớn hay nhỏ tùy theo cơ thể của loài mà nó thác sinh trong đó. Các *astikāya* khác, gồm *dharma* (pháp) chỉ các dữ liệu cho nhận thức giác quan; *adharma* (phi pháp), khác với các loại dữ liệu nói trên; *ākāśa* (hư không), và *pudgala*. Từ cuối này cũng thường thấy trong kinh Phật, hoặc phiên âm là "bổ-đặc-già-la", hoặc dịch nghĩa là "nhân", con người, hoặc nhân cách hoặc nhân xưng; ở đó nó được hiểu là có chức năng như là chủ thể của nhận thức và hành động; nó cũng là tự ngã giả tưởng lưu chuyển trong luân hồi. Nhưng trong tín lý Jaina nó không hoàn toàn có nghĩa như vậy. Pudgala là loại phân tử vật chất cực kỳ vi tế, vi tế cho đến mức không thể phân tích được nữa, bấy giờ người ta có thể gọi nó là cực vi (*paramāṇu*). Các phân tử này tồn tại tràn đầy khắp không gian. Khi linh hồn bị khuấy động bởi các ô nhiễm tham, sân, si các thứ, khiến môi trường quanh nó bị khuấy động, các phân tử vật chất *pudgala* này theo đường dẫn *āsrava* trôi vào bám dính linh hồn; những phân tử này bấy giờ trở thành *karma-pudgala*, chất thể nghiệp. Cho nên, nghiệp đối với các Jaina không chỉ là hành vi của thân, ngữ, ý, mà bản chất của nó chính là vật chất. Nghĩa là, nghiệp là một yếu tố thuộc trong loại *astikāya*: hữu thân. Hẳn là do ý nghĩa này mà các Ni-kiền tử chủ trương thân phạt, như chủ đề cư sỹ Upāli nêu lên để tranh luận với Phật.

Kinh điển của Kỳ-na giáo ghi chép xuất xứ của giáo chủ mình từ chúng tộc Jñātṛka Kṣatriya. Jñātṛka được đồng nhất với Sanskrit là Jñātiputra (Pāli: Nātaputta), Hán dịch là "Thân Tử", hoặc phiên âm là "Nhã-đề Tử". Nirgrantha (Pāli. Nigaṇṭha), Hán âm là "Ni-kiền" và dịch là "Ly-hệ" (ngoại đạo). Nirgrantha là danh từ chỉ cho chúng đệ tử xuất gia, theo nghĩa gỡ bỏ tất cả mọi ràng buộc thế gian như được nói trong *Sūtrakṛtāṅga*.[158] Từ này cũng có nghĩa là cởi bỏ hết y phục. Phái Śvetambara (Bạch y) cho rằng Mahāvīra sống lõa thể nhưng điều này không phải là tất yếu để giải thoát, vì vậy họ chủ trương vận y phục. Trái lại Digambara (Thiên y) cho rằng lõa thể là tất yếu để được giải thoát, vì vậy họ chủ trương tuyệt đối lõa thể. Các đệ tử tôn xưng ông là Mahāvīra, nghĩa là đấng Đại Hùng. Những vị đạt đạo được tôn xưng là *Jina*, chỉ cho vị đã chiến thắng, cũng như từ *Buddha* chỉ cho vị đã giác ngộ vậy. *Jaina* là từ phái sinh của *Jina*.

Nói theo quan điểm lịch sử thế tục, Mahāvīra cũng như đức Phật, vốn xuất thân từ giai cấp thống trị, nhưng đã từ bỏ đặc quyền của giai cấp.[159] Giáo lý của Mahāvīra cũng như của Phật về mặt xã hội chối bỏ đặc quyền giai cấp, và thuyết nghiệp báo là nền tảng giải phóng giai cấp. Nhưng chủ trương thân phạt của Ni-kiền tử có vẻ nhuốm màu bi quan vì chấp nhận định mệnh, để cho thân thể bị hành hạ và từ đó mà khống chế tâm. Phật nêu giáo nghĩa ý phạt, bằng ý chí mà khống chế thân, vận dụng tâm khống chế vật, đó là con đường tự giải phóng.

---

[158] *Sūtrakṛtāṅga*, Anh dịch H. Jacobi, Book 1 Lecture 14 "The Nirgrantha". The Sacred Books of the East, vol. 45, 1895.

[159] Các đệ tử Kỳ-na cho rằng Mahāvīra là con trai của vua Siddhārtha, vị vua rất có thế lực cai trị thành Kuṇḍapura (hoặc Kuṇḍugrāma). Nhưng Jacobi (*Jaina-sūtra I, Introduction, The Sacred Books of the East*, vol. 45, 1895; p. xi) cho rằng đây chỉ là sự khoa đại. Kuṇḍapura được đồng nhất với thị trấn Koṭigāma. Nó chỉ là một khu ngoại ô của Vaiśali (Vệ-xá-li) thủ phủ của Videha. Vì vậy, Siddhārtha có thể chỉ là một quận trưởng hay xã trưởng của một thị trấn mặc dù ông thuộc giai cấp kṣatriya; và vợ ông chỉ được gọi là *kṣatriyānī* (sát-lị nữ) chứ chưa hề được gọi là *devī* (vương hậu hay hoàng hậu).

Kinh điển Veda chứa đựng nguồn lạc quan phản ảnh nhân sinh quan của giai cấp thống trị, vì họ chỉ biết sinh ra để hưởng thụ từ những khổ lụy của hạng người mà họ xem là bần cùng nô lệ. Tín ngưỡng bình dân do thường xuyên bị áp bức nên có xu hướng bi quan. Mặc dù tín ngưỡng này đại bộ phận bị bao trùm trong bóng tối định mệnh khắc nghiệt cho nên trở thành thụ động và do bất lực trước bất công xã hội mà nảy sinh nhiều thứ tư tưởng mê tín dị đoan. Thế nhưng, ý thức về nỗi khổ triền miên từ đời này sang đời khác đã trở thành ý tưởng về chuỗi luân hồi bất tận; điều này tất nhiên hàm chứa chân lý không được thấy trong các hệ tư tưởng chính thống Veda.

Nghiệp quả và luân hồi là hai nền tảng giáo lý trong Phật giáo và Kỳ-na giáo. Các Upanishad cũng dần dần thừa nhận ảnh hưởng của ý tưởng về nghiệp báo và luân hồi này, nhưng vẫn trong giới hạn của lạc quan giai cấp. Đây cũng chỉ là quan điểm bên ngoài tín ngưỡng Ấn-độ giáo. Những người Ấn giáo nhất định thấy có sự liên tục của vấn đề nghiệp báo và luân hồi từ Veda tối cổ cho đến tất cả các hệ tư tưởng hiện đại, nghĩa là cho đến cả Vivekananda, Aurobindo và Gandhi. Theo đó, thuyết lý của Phật và Kỳ-na liên hệ đến nghiệp cũng chỉ là sự cải biến từ nền tảng Veda và Upanishads. Rõ ràng đây là thành kiến đảo ngược lịch sử.

Trong Hội nghị Tôn giáo tại Chicago (26 September 1893), Vivekananda đại biểu Ấn-độ giáo tuyên bố Đức Phật Thích-ca là hóa thân của Thượng đế Ấn giáo, đạo Phật của Thích-ca Mâu-ni là một bộ phận của Ấn giáo. Phật giáo, như được truyền bá tại các nước, như Trung Hoa và Nhật Bản, là đứa con ngỗ nghịch (rebel child) của Ấn giáo. Những nỗ lực của Kumārila và Śaṅkara cho ta hiểu rõ ý nghĩa lịch sử của tuyên bố này.

Sự thực lịch sử dứt khoát, trong Veda không có dấu vết của ý tưởng nghiệp và luân hồi như phổ thông được hiểu ngày nay cả trong Ấn giáo. Ý nghĩa nghiệp và luân hồi, giải thoát, là trọng điểm giáo nghĩa của Phật. Những người phục hồi tôn giáo Veda để xây dựng Ấn giáo không thể cưỡng lại xu thế lịch sử tư tưởng, nên bắt buộc phải lượm nhặt những điểm giáo lý của Phật với cải biến thích hợp theo tập quán giai cấp như Kumārila và Śaṅkara đã làm.

PHẦN HAI

NGHIỆP LUẬN
PHẬT GIÁO

CHƯƠNG III

CĂN BẢN GIÁO NGHĨA
VÀ BỘ PHÁI

I. GIÁO NGHĨA A-HÀM - NIKĀYA

Thánh điển nguyên thủy ở đây chỉ giới hạn trong bốn *Nikāya*, và các *A-hàm* Hán dịch. Một số kinh văn được Tì-bà-sa dẫn chứng và Câu-xá dẫn lại để làm cơ sở giáo chứng cho các quan điểm của mình. Các dẫn chứng này liên hệ đến các vấn đề bản thể và bản chất của nghiệp, các phân loại nghiệp, tác động và hậu quả của nghiệp.

1. Phân biệt nghiệp báo

Trung A-hàm, 170 Kinh Anh vũ. Tương đương Pāli, *M. 135. Kamma-vibhṅga.* Hán, Việt dịch, *No 78: Đâu-điều kinh; No 79: Anh Vũ kinh; No 80: Thủ-ca trưởng giả thuyết nghiệp báo sai biệt kinh; No 81: Phân biệt thiện ác nghiệp báo kinh.*

"Bạch Cù-đàm, do nhân gì, do duyên gì, chúng sanh kia đều thọ thân người mà có người cao kẻ thấp, có người đẹp kẻ xấu. Vì sao vậy? Bạch Cù-đàm, tôi thấy có kẻ sống lâu, người chết yểu; có kẻ nhiều bệnh, người ít bệnh; lại thấy có kẻ thân hình đoan chánh, có người không đoan chánh; lại thấy có kẻ có oai đức, người không oai đức; lại thấy có kẻ sanh nhằm dòng dõi tôn quý, có người sanh nhằm dòng dõi ti tiện; lại thấy có kẻ giàu có, có người nghèo hèn; lại thấy có kẻ thiện trí, có người ác trí."

Đức Thế Tôn trả lời:

"Chúng sanh kia do nơi hành nghiệp của chính mình, nhân bởi nghiệp mà thọ báo, duyên vào nghiệp, y nơi nghiệp, tùy theo nơi nghiệp xứ có cao thấp mà chúng sanh có tốt đẹp hay không tốt đẹp."[160]

Anh Vũ Ma-nạp Đô-đề Tử bạch Thế Tôn rằng:

"Sa-môn Cù-đàm nói vắn tắt quá, không phân biệt một cách rộng rãi, tôi không thể hiểu hết được. Mong Sa-môn Cù-đàm nói một cách rộng rãi cho tôi nghe để tôi được hiểu rõ ý nghĩa."

Đức Thế Tôn bảo:

"Này Ma-nạp, hãy nghe kỹ và suy nghĩ kỹ. Ta sẽ phân biệt một cách rộng rãi cho ông nghe."

Anh Vũ Ma-nạp Đô-đề Tử bạch:

"Kính vâng, tôi xin vâng lời lắng nghe."

Đức Phật nói:

1. "Này Ma-nạp, do nhân gì, do duyên gì mà kẻ nam hay người nữ thọ mạng rất ngắn ngủi? Nếu có kẻ nam hay người nữ nào sát sanh, hung dữ, cực ác, uống máu, ý nghĩ ác hại, không có tâm từ bi đối với tất cả chúng sanh, cho đến các loài côn trùng; người ấy lãnh thọ nghiệp này, tạo tác đầy đủ rồi, đến khi thân hoại mạng chung, chắc chắn đi đến chỗ ác, sanh vào trong địa ngục. Mãn kiếp địa ngục rồi, lại sanh vào nhân gian, tuổi thọ rất ngắn ngủi. Vì sao vậy? Con đường này đưa đến nhận lãnh sự đoản thọ, nghĩa là kẻ nam hay người nữ sát sanh, hung dữ, cực ác, uống

---

[160] Pl. (M.iii.204): *kammassakā sattā kammadāyādā kammayonī kammabandhū kammappaṭisaraṇā. kammaṃ satte vibajati yadidaṃ hīnappaṇītatāyāti.* "chúng sanh là sở hữu chủ của nghiệp, là kẻ thừa tự của nghiệp, là thai sanh của nghiệp, lấy nghiệp làm quyến thuộc, nghiệp làm sở y. Nghiệp phân biệt chúng sanh thành cao quý hay hạ liệt."

máu. Này Ma-nạp, nên biết, nghiệp này có quả báo như vậy.

"Này Ma-nạp, do nhơn gì, duyên gì mà kẻ nam hay người nữ thọ mạng rất dài? Nếu có kẻ nam hay người nữ nào xa lìa nghiệp sát, đoạn tuyệt nghiệp sát, bỏ hẳn dao gậy, có tâm tàm, có tâm quý, có tâm từ bi, làm lợi ích cho tất cả cho đến loài côn trùng; người ấy thọ nghiệp này, tạo tác nghiệp ấy đầy đủ rồi đến khi thân hoại mạng chung chắc chắn tiến lên chỗ lành, sanh vào trong cõi trời. Mãn kiếp ở cõi trời, lại sanh vào nhân gian, thọ mạng rất dài. Vì sao vậy? Con đường này đưa đến nhận lãnh sự trường thọ, nghĩa là kẻ nam hay người nữ xa lìa nghiệp sát, đoạn tuyệt nghiệp sát. Này Ma-nạp, nên biết, nghiệp này có quả báo như vậy.

2. "Này Ma-nạp, do nhân gì, duyên gì mà kẻ nam hay người nữ đa phần có tật bệnh? Nếu có kẻ nam hay người nữ nhiễu hại chúng sanh; người ấy hoặc nắm tay, hoặc dùng cây đá, hoặc dùng dao gậy nhiễu hại chúng sanh. Người ấy thọ nghiệp này, tạo thành nghiệp ấy đầy đủ rồi, đến khi thân hoại mạng chung chắc chắn đưa đến chỗ ác, sanh vào trong địa ngục. Mãn kiếp địa ngục, lại sanh vào nhân gian, chịu nhiều tật bệnh. Vì sao vậy? Con đường này đưa đến chỗ chịu nhiều bệnh, nghĩa là kẻ nam hay người nữ nào nhiễu hại chúng sanh.[161] Ma-nạp nên biết, nghiệp này có quả báo như vậy.

"Này Ma-nạp, do nhân gì, duyên gì mà kẻ nam hay người nữ không có tật bệnh? Nếu có kẻ nam hay người nữ nào không nhiễu hại chúng sanh, người ấy không dùng tay nắm, không dùng cây đá, không dùng dao gậy nhiễu hại chúng sanh. Người ấy tạo nghiệp này, tác thành nghiệp ấy đầy đủ rồi, đến khi thân hoại mạng chung chắc chắn tiến lên chỗ lành, sanh vào trong cõi trời. Mãn kiếp ở cõi trời rồi, lại sanh vào nhân gian, không có tật bệnh. Vì sao vậy? Con đường này đưa đến hưởng thọ không tật bệnh, nghĩa là kẻ nam hay người nữ nào nhiễu hại chúng sanh. Ma-nạp nên biết, nghiệp này có quả báo như vậy.

---

[161] Pl.: *sattānaṃ viheṭhakajātiko hoti*, người có bẩm tính ưa bức hại chúng sanh.

3. "Này Ma-nạp, do nhân gì, duyên gì mà kẻ nam hay người nữ có thân hình không đoan chánh? Nếu có kẻ nam hay người nữ mà tánh nóng nảy, hay bực dọc, vừa nghe chút ít đã nổi cơn giận dữ, nổi ganh ghét mà sanh lo buồn, nổi thịnh nộ tranh chấp; người ấy thọ lấy nghiệp này, tạo tác đầy đủ rồi, đến khi thân hoại mạng chung chắc chắn đưa đến chỗ ác, sanh vào trong địa ngục. Mãn kiếp địa ngục, lại sanh vào nhân gian, hình thể không đoan chánh. Vì sao vậy? Vì con đường này đưa đến thọ báo hình thể không đoan chánh, nghĩa là kẻ nam hay người nữ nào tánh nóng nảy, hay bực dọc.[162] Ma-nạp nên biết, nghiệp này có quả báo như vậy.

"Này Ma-nạp, do nhân gì, duyên gì mà kẻ nam hay người nữ có thân hình đoan chánh? Nếu có kẻ nam hay người nữ nào tánh không nóng nảy, không hay bực dọc, người ấy nghe lời nói êm ái hay thô bỉ cộc cằn không nổi cơn giận dữ, không ganh ghét sanh ra buồn rầu, không nổi thịnh nộ tranh chấp. Người ấy thọ nghiệp, tác thành đầy đủ rồi, đến khi thân hoại mạng chung chắc chắn tiến lên chỗ lành, sanh vào trong cõi trời. Mãn kiếp ở cõi trời lại sanh vào nhân gian, hình thể đoan chánh. Vì sao vậy? Vì con đường này đưa đến thọ báo hình thể đoan chánh, nghĩa là kẻ nam hay người nữ nào tánh không nóng nảy, không nhiều bực dọc. Ma-nạp nên biết, nghiệp này có quả báo như vậy.

4. "Này Ma-nạp, do nhân gì, duyên gì mà kẻ nam hay người nữ không có oai đức? Nếu có kẻ nam hay người nữ nào bên trong ôm lòng tật đố; người ấy thấy kẻ khác được cung kính, cúng dường, liền sanh lòng tật đố; nếu thấy kẻ khác có của thì muốn làm sao của ấy được về mình. Người ấy tạo nghiệp này, tác thành đầy đủ rồi, đến khi thân hoại mạng chung chắc chắn đưa đến chỗ ác, sanh vào trong địa ngục. Mãn kiếp địa ngục rồi, lại sanh vào trong nhân gian, không có oai đức. Vì sao vậy? Vì con đường này đưa đến thọ báo không có oai đức, nghĩa là kẻ nam

---

[162] Pl.: *kodhano hoti upāyāsabahulo*, người hay phẫn nộ, nhiều bực dọc.

hay người nữ nào bên trong ôm lòng tật đố.[163] Ma-nạp nên biết, nghiệp này có quả báo như vậy.

"Này Ma-nạp, do nhân gì, duyên gì mà kẻ nam hay người nữ có oai đức lớn? Nếu có kẻ nam hay người nữ không ôm lòng tật đố, người ấy thấy kẻ khác được cung kính cúng dường mà không sanh lòng tật đố. Nếu thấy kẻ khác có của, không có lòng ham muốn của ấy được về ta. Người ấy tạo nghiệp này, tác thành đầy đủ rồi, đến khi thân hoại mạng chung chắc chắn tiến lên chỗ lành, sanh vào trong cõi trời. Mãn kiếp ở cõi trời rồi, lại sanh vào nhân gian, có oai đức lớn. Vì sao vậy? Vì con đường này đưa đến thọ báo có oai đức, nghĩa là kẻ nam hay người nữ nào không ôm lòng tật đố. Ma-nạp nên biết, nghiệp này có quả báo như vậy.

5. "Này Ma-nạp, do nhân gì, duyên gì mà kẻ nam hay người nữ sanh vào dòng dõi ti tiện? Nếu có kẻ nam hay người nữ nào kiêu ngạo, ngã mạn, người đáng cung kính thì không cung kính, đáng tôn trọng thì không tôn trọng, đáng quý thì không quý, đáng phụng thờ thì không phụng thờ, đáng cúng dường thì không cúng dường, đáng nhường lối thì không nhường lối,[164] đáng nhường chỗ ngồi thì không nhường chỗ ngồi, đáng chắp tay hướng về lễ bái, thăm hỏi thì không chắp tay hướng về lễ bái, thăm hỏi. Người ấy thọ nghiệp này, tác thành đầy đủ rồi, đến khi thân hoại mạng chung chắc chắn đưa đến chỗ ác, sanh vào trong địa ngục. Mãn kiếp địa ngục, lại sanh vào nhân gian, sanh nhằm dòng dõi ti tiện. Vì sao vậy? Vì con đường này đưa đến thọ báo sanh nhằm dòng dõi ti tiện, nghĩa là kẻ nam hay người nữ nào kiêu ngạo, đại mạn.[165] Ma-nạp nên biết, nghiệp này có quả báo như vậy.

"Này Ma-nạp, do nhân gì, duyên gì mà kẻ nam hay người nữ sanh nhằm dòng dõi tôn quý? Nếu có kẻ nam hay người nữ nào không có lòng kiêu ngạo, đại mạn, người đáng cung kính thì

---

[163] Pl.: *issāmanako hoti*, người có tâm tật đố, hay ganh tị.
[164] Pl.: *maggārahassa na maggaṃ deti.*
[165] Pl.: *thaddho hoti atimānī*, cao ngạo, kiêu mạn.

cung kính, đáng tôn trọng thì tôn trọng, đáng quý thì quý, đáng phụng thờ thì phụng thờ, đáng cúng dường thì cúng dường, đáng nhường lối thì nhường lối, đáng nhường chỗ thì nhường chỗ, đáng chắp tay hướng về lễ bái thăm hỏi thì chắp tay hướng về lễ bái thăm hỏi. Người ấy tạo nghiệp này, tác thành đầy đủ rồi, đến khi thân hoại mạng chung chắc chắn tiến lên chỗ lành, sanh vào trong cõi trời. Mãn kiếp ở cõi trời, lại sanh vào nhân gian nhằm dòng dõi tôn quý. Vì sao vậy? Vì con đường này đưa đến thọ báo sanh nhằm dòng dõi tôn quý, nghĩa là kẻ nam hay người nữ nào không kiêu ngạo, đại mạn. Ma-nạp nên biết, nghiệp này có quả báo như vậy.

6. "Này Ma-nạp, do nhân gì, duyên gì mà kẻ nam hay người nữ không có của cải? Nếu có kẻ nam hay người nữ nào không làm thí chủ, không thực hành bố thí cho Sa-môn, Bà-la-môn, cho kẻ nghèo cùng đơn độc ở xa đến xin những thứ như đồ ăn, thức uống, quần áo, chăn mền, vòng hoa, hương thoa, nhà cửa, giường chõng, đèn dầu và sai dịch; người ấy tạo nghiệp này, tác thành đầy đủ rồi, đến khi thân hoại mạng chung chắc chắn đưa đến chỗ ác, sanh vào trong địa ngục. Mãn kiếp địa ngục, lại sanh vào nhân gian, không có của cải. Vì sao vậy? Vì con đường này đưa đến thọ báo không có của cải, nghĩa là kẻ nam hay người nữ nào không biết làm người thí chủ, không thực hành bố thí.[166] Ma-nạp nên biết, nghiệp này có quả báo như vậy.

"Này Ma-nạp, do nhân gì, duyên gì mà kẻ nam hay người nữ có nhiều của cải? Nếu có kẻ nam hay người nữ nào biết làm người thí chủ, biết thực hành bố thí; người ấy bố thí cho Sa-môn, Bà-la-môn và kẻ nghèo cùng, cô độc, từ xa tới xin những thứ như đồ ăn thức uống, áo quần, chăn mền, vòng hoa, hương thoa, nhà cửa, giường chõng, đèn dầu và sai dịch. Người ấy thọ nhận nghiệp này, tác thành đầy đủ rồi, đến khi thân hoại mạng chung chắc chắn tiến lên chỗ lành, sanh vào trong cõi trời. Mãn kiếp ở cõi trời, lại sanh vào nhân gian, có nhiều của cải. Vì sao vậy? Vì con đường này đưa đến thọ báo có nhiều của cải, nghĩa

---

166 Pl.: *na dātā hoti*, không phải là người cho, không phải là người hay bố thí.

là kẻ nam hay người nữ nào làm người chủ bố thí, biết thực hành hạnh bố thí. Ma-nạp nên biết, nghiệp này có quả báo như vậy.

7. "Này Ma-nạp, do nhân gì, duyên gì mà kẻ nam hay người nữ có trí tuệ kém cỏi? Nếu có kẻ nam hay người nữ nào không thường đến nơi kia hỏi việc. Nếu có Sa-môn, Bà-la-môn danh đức, người ấy không thường đến nơi đó hỏi đạo nghĩa, rằng 'Thưa Chư Tôn, thế nào là thiện, thế nào là bất thiện? Thế nào là tội, thế nào là không tội? Thế nào là vi diệu, thế nào là không vi diệu? Thế nào là trắng, thế nào là đen? Trắng đen từ đâu sanh ra? Ý nghĩa của quả báo hiện tại như thế nào? Ý nghĩa của quả báo vị lai như thế nào? Ý nghĩa quả báo hậu thế như thế nào?' Giả sử có hỏi nhưng không chịu thực hành. Người ấy thọ nghiệp này, tác thành đầy đủ rồi, đến khi thân hoại mạng chung chắc chắn đưa đến chỗ ác, sanh vào trong địa ngục. Mãn kiếp địa ngục, lại sanh vào nhân gian, có trí tuệ kém cỏi. Vì sao vậy? Vì con đường này đưa đến thọ báo trí tuệ kém cỏi, nghĩa là kẻ nam hay người nữ ấy không có thường đến nơi kia hỏi việc. Ma-nạp nên biết, nghiệp này có quả báo như vậy.

"Này Ma-nạp, do nhân gì, duyên gì mà kẻ nam hay người nữ có trí tuệ tốt đẹp? Nếu có kẻ nam hay người nữ nào thường hay đến nơi kia hỏi việc. Nếu có sa-môn, Bà-la-môn danh đức, người ấy thường đến nơi ấy mà hỏi đạo nghĩa, rằng 'Thưa Chư Tôn, thế nào là nghiệp thiện, thế nào là bất thiện? Thế nào là tội, thế nào là không tội? Thế nào là vi diệu, thế nào là không vi diệu? Thế nào là trắng, thế nào là đen? Trắng và đen từ đâu sanh ra? Ý nghĩa của quả báo hiện tại là thế nào? Ý nghĩa của quả báo vị lai là thế nào? Ý nghĩa quả báo hậu thế như thế nào?' Hỏi xong lại thường thực hành. Người ấy thọ nghiệp này, tác thành đầy đủ rồi, đến khi thân hoại mạng chung chắc chắn tiến lên chỗ lành, sanh vào trong cõi trời. Mãn kiếp ở cõi trời, lại sanh vào nhân gian, có trí tuệ tốt đẹp. Vì sao vậy? –Vì con đường này đưa đến thọ báo có trí tuệ tốt đẹp, nghĩa là kẻ nam hay người nữ nào thường hay đến nơi kia hỏi việc. Ma-nạp nên biết, nghiệp này có quả báo như vậy.

"Ma Mạp nên biết, tạo tác nghiệp tương xứng với đoản thọ, tất chịu đoản thọ. Tạo nghiệp tương xứng với trường thọ, tất được trường thọ. Tạo tác nghiệp tương xứng với nhiều tật bệnh, tất phải chịu nhiều tật bệnh. Tạo tác nghiệp tương xứng với ít tật bệnh, tất được ít tật bệnh. Tạo tác nghiệp tương xứng với sự không đoan chánh, tất phải thọ sự không đoan chánh. Tạo tác nghiệp tương xứng với đoan chánh, tất được đoan chánh. Tạo tác nghiệp tương xứng với không oai đức, tất phải chịu không oai đức. Tạo tác nghiệp tương xứng với oai đức, tất được oai đức. Tạo tác nghiệp tương xứng với dòng dõi ti tiện, tất phải sanh nhằm dòng dõi ti tiện. Tạo tác nghiệp tương xứng với dòng dõi tôn quý, tất được sanh vào dòng dõi tôn quý. Tạo tác nghiệp tương xứng với không của cải, tất bị không của cải. Tạo tác nghiệp tương xứng với nhiều của cải, tất được nhiều của cải. Tạo tác nghiệp tương xứng với trí tuệ kém cỏi, tất bị trí tuệ kém cỏi. Tạo tác nghiệp tương xứng với trí tuệ tốt đẹp, tất được trí tuệ tốt đẹp.

"Này Ma-nạp, đó là những điều Ta đã nói từ trước rằng 'Chúng sanh do hành nghiệp của chính mình, do nghiệp mà thọ báo, duyên nơi nghiệp, tùy theo nghiệp xứ cao thấp mà chúng sanh có tốt đẹp hay không tốt đẹp.'..."[167]

2. Nghiệp đen-trắng

Tạp A-hàm, Việt, kinh số 943. Đại chánh, kinh 1039. Pāli, A. 10. 176. *Cunda*.

"Có Sa-môn, Bà-la-môn thờ phụng nước, thờ Tì-thấp-ba Thiên,[168] cầm trượng, bình nước, thường rửa sạch tay mình.[169] Vị chánh sĩ như vậy thường khéo nói pháp rằng: 'Này thiện nam, vào ngày mười lăm mỗi tháng, dùng mạt vụn hồ-ma và

---

[167] No.79 kết luận, Phật nói: đời sau ai nghe kinh này mà lông dựng đứng, nước mắt chảy sẽ được gặp Phật Di-lặc trong tương lai.

[168] Tì-thấp-ba thiên 毘濕波天. Pāli: Issara (Skt. Iśvara).

[169] Pāli: *brāhmaṇā pacchābhūmakā kamaṇḍalukā sevālamālikā aggiparicārikā udakorohakā soceyyāni paññapenti*, những người Bà-la-môn ở phương Tây, mang theo bình nước, đeo vòng hoa huệ, thờ lửa, thường xuyên tắm gội, cử hành các lễ thánh tẩy.

am-ma-la để gội tóc, tu hành trai pháp, mặc đồ mới sạch, đeo tràng hoa[170] dài, lụa trắng, nằm lên trên đất trét phân bò. Này thiện nam, sáng mai dậy sớm lấy tay sờ đất và nói như vầy: 'Đất này trong sạch. Ta cũng sạch như vậy.' Tay cầm cục phân bò cùng nắm một nắm cỏ tươi, miệng nói: 'Cái này trong sạch. Ta cũng trong sạch như vậy.' Nếu ai như vậy thì được thấy là trong sạch. Nếu ai không như vậy, hoàn toàn không trong sạch.' Bạch Thế Tôn, Sa-môn, Bà-la-môn nào, nếu trong sạch như vậy thì đáng cho con kính ngưỡng."

Phật bảo Thuần-đà:

"Có pháp đen và báo ứng đen; bất tịnh cho quả bất tịnh; gánh nặng thì chúc xuống. Nếu ai đã thành tựu những pháp ác này, dù cho sáng mai dậy sớm lấy tay sờ đất, và nói rằng 'thanh tịnh' thì vẫn bất tịnh, cho dù không chạm cũng không thanh tịnh. Người này cầm cục phân bò và nắm cỏ tươi nói rằng 'thanh tịnh' thì vẫn bất tịnh, cho dù không chạm cũng không thanh tịnh.

"Này Thuần-đà, thế nào là pháp đen, báo ứng đen, bất tịnh cho quả bất tịnh, gánh nặng thì chúc xuống... *cho đến* chạm hay không chạm, tất cả đều bất tịnh?

"Này Thuần-đà, đối với tất cả chúng sanh, cho đến côn trùng cũng không tránh xa sự sát hại, tay thường tanh máu, tâm thường suy nghĩ đến đánh đập, sát hại, không hổ, không thẹn, tham lam, keo kiệt. Đó là nghiệp ác sát sinh.

"Đối với tài vật, làng xóm, đất trống của người, cũng không xa lìa trộm cắp.

"Đối với những người được bảo hộ bởi cha mẹ, anh em, chị em, phu chủ, thân tộc cho đến người trao vòng hoa, mà dùng sức cưỡng bức, làm mọi việc tà dâm, không lìa bỏ tà dâm.

"Nói dối không chân thật: Hoặc ở chốn vua quan, các nhà nói chơn thật, nơi có nhiều người tụ tập cần lời nói thích đáng, nhưng lại nói lời không thật; không thấy nói thấy, thấy nói

---

[170] Bản Nguyên Minh: man 鬘. Bản Cao-ly: phát 髮. Bản Tống: tu 鬚.

không thấy, không nghe nói nghe, nghe nói không nghe; biết nói không biết, không biết nói biết. Vì chính mình, vì người khác, hoặc vì tài lợi, biết mà nói dối không chịu lìa bỏ. **[271c]** Đó gọi là vọng ngữ.

"Hoặc nói hai lưỡi gây chia lìa; đem chuyện đầu này đến nói đầu kia, đem chuyện chỗ kia đến nói chỗ này, phá hoại lẫn nhau, làm cho tan rã sự hòa hợp. Thấy người chia rẽ thì mừng.

"Hoặc không lìa bỏ lời nói thô ác, mắng nhiếc. Có những lời nói dịu dàng, êm tai, làm vui lòng, rõ ràng dễ hiểu, lời nói được ưa nghe, được nhiều người yêu mến, hợp ý, tùy thuận tam-muội. Xả bỏ những lời như vậy mà nói lời gắt gao, cộc cằn, bị nhiều người ghét, không ưa, không hợp ý, không dẫn đến tâm định. Nói những lời như vậy, không lìa bỏ lời nói thô. Đó gọi là ác khẩu.

"Hoặc lời nói phù phiếm, phá hoại; nói không đúng lúc, nói không thực tế, lời nói vô nghĩa, lời nói phi pháp, lời nói thiếu suy nghĩ. Nói những lời phá hoại như vậy.

"Không lìa bỏ tham lam; đối với tài vật người khác khởi tham dục, nói rằng 'Phải chi ta có vật này thì rất tốt.'

"Không xả bỏ sân nhuế tệ ác; trong tâm suy nghĩ: chúng sanh kia đáng bị trói, đáng bị roi vọt, gậy gộc, đáng giết; muốn cho nó khó sống.

"Không bỏ tà kiến; điên đảo thấy như vầy: 'Không bố thí, không quả báo, không có phước, không có điều thiện điều ác, không có quả báo của nghiệp thiện ác; không có đời này, đời khác, không có cha mẹ, không có chúng sanh hoá sanh; thế gian không có A-la-hán, không có các vị chánh hành, chánh hướng mà trong đời này hay đời khác tự biết tác chứng, tự biết 'Ta, sự sinh đã dứt, phạm hạnh đã lập, những việc cần làm đã làm xong, không còn tái sinh đời sau nữa.' Này Thuần-đà, đó gọi là pháp đen, báo ứng đen, bất tịnh, quả bất tịnh, gáng nặng thì chúc xuống... *cho đến* cầm lấy hay không cầm lấy tất cả đều bất tịnh.

"Này Thuần-đà, có pháp trắng, báo ứng trắng, tịnh và quả tịnh, nhẹ nhàng đi lên. Nếu ai đã tạo thành những điều này, mà sáng sớm sờ đất, nói cái này tịnh ta tịnh, thì cũng được thanh tịnh, hay không sờ, thì cũng được thanh tịnh. Hoặc cầm cục phân bò cùng nắm cỏ tươi, nếu nhân tịnh quả tịnh thì dù có cầm nắm hay không cầm nắm cũng được thanh tịnh.

"Thuần-đà, thế nào là pháp trắng, báo ứng trắng, đến, sờ hay không sờ, thì cũng được thanh tịnh?

"Đó là, có người không sát sanh, lìa bỏ sát sanh, bỏ đao trượng, biết hổ thẹn, thương xót nghĩ đến tất cả chúng sanh. Không trộm cướp, lìa bỏ trộm cướp, vật cho thì lấy, không cho không lấy, tâm sạch không tham. Lìa tà dâm hoặc đối người được cha mẹ bảo hộ,... *cho đến* người trao vòng hoa, đều không cưỡng bức làm chuyện tà dâm. Lìa nói dối, căn cứ vào sự thật mà nói. Xa lìa nói hai lưỡi, không đi đến chỗ này nói chuyện chỗ kia, đến chỗ kia nói chuyện chỗ này, phá hoại lẫn nhau; đã bị ly gián nên làm hòa hợp, đã hòa hợp nên tùy hỷ. Xa lìa ác khẩu, không thô rắn, những lời nói ra khiến nhiều người ưa thích. Tránh xa lời nói phá hoại, nói lời chân thật, **[272a]** nói đúng lúc, nói đúng sự thật, nói có ý nghĩa, nói như pháp, nói theo hiểu biết. Lìa tham dục, đối với của cải, đồ vật người khác không tưởng là của mình mà sinh tham đắm. Lìa sân nhuế, không nghĩ đến việc đánh đập, bắt trói, giết hại, gây các tai nạn.

Thành tựu chánh kiến, không thấy điên đảo, nói có bố thí, có quả báo, có phước, có quả báo thiện hành, ác hành, có đời này, có cha mẹ, có chúng sanh hoá sinh, trong đời có A-la-hán, ngay trong đời này hay đời khác mà hiện tại tự biết tác chứng, tự biết 'Ta, sự sinh đã dứt, phạm hạnh đã lập, những việc cần làm đã làm xong, tự biết không còn tái sinh đời sau nữa.' Này Thuần-đà, đó gọi là pháp trắng, báo ứng trắng, đến, sờ hay không sờ, thì cũng được thanh tịnh."

3. Nghi vấn về thọ nghiệp

Trung A-hàm, 171 kinh *Phân biệt đại nghiệp*. Tương đương Pāli, M. 136 *Mahā-kammavibhaṅga-sutta*.

a. Định và Bất định nghiệp

Phật nói:

1. "Này A-nan, hoặc có một người không từ bỏ sát sanh, không từ bỏ lấy của không cho, không từ bỏ tà dâm, không từ bỏ nói dối,... cho đến không từ bỏ tà kiến. Với sự không xả ly, không thủ hộ này, thân hoại mạng chung sanh về chỗ lành, sanh lên trời. Này A-nan, hoặc có một người từ bỏ sát sanh, từ bỏ lấy của không cho, từ bỏ tà dâm, từ bỏ nói dối, cho đến từ bỏ tà kiến. Với sự xả ly, sự thủ hộ này, thân hoại mạng chung sanh về chỗ ác, trong địa ngục.

2. "Này A-nan, hoặc có một người không từ bỏ sát sanh, không từ bỏ lấy của không cho, không từ bỏ tà dâm, không từ bỏ nói dối, cho đến không từ bỏ tà kiến. Với sự không xả ly, không thủ hộ này, thân hoại mạng chung sanh về chỗ ác, trong địa ngục. Này A-nan, hoặc có một người từ bỏ sát sanh, từ bỏ lấy của không cho, từ bỏ tà dâm, từ bỏ nói dối, cho đến từ bỏ tà kiến. Với sự xả ly và thủ hộ này, thân hoại mạng chung sanh về chốn lành, trong cõi trời.

b. Tà kiến không ác hành

"Này A-nan, ở đây có người không từ bỏ sát sanh, không từ bỏ lấy của không cho, không từ bỏ tà dâm, không từ bỏ nói dối, cho đến không từ bỏ tà kiến; với sự không xả ly, không thủ hộ này, thân hoại mạng chung, người ấy sanh về chốn lành, trong cõi trời. Nếu có vị Sa-môn, Bà-la-môn chứng được thiên nhãn, thành tựu thiên nhãn mà thấy người kia, thấy rồi bèn tự suy nghĩ rằng, 'Không có thân ác hành, cũng không có quả báo của thân ác hành. Không có khẩu và ý ác hành, cũng không có quả báo của khẩu và ý ác hành. Vì sao? Ta thấy người kia không từ bỏ sát sanh, không từ bỏ sự lấy của không cho, không từ bỏ tà dâm, không từ bỏ nói dối, cho đến không từ bỏ tà kiến; với sự không xả ly, không thủ hộ này, nhưng khi thân hoại mạng chung sanh về cõi lành, trong cõi trời. Nếu có những trường hợp khác cũng tương tự như vậy, không từ bỏ sát sanh, không từ bỏ không cho mà lấy, không từ bỏ tà dâm, không từ bỏ nói dối, cho đến không từ bỏ tà kiến; với sự không xả ly, không thủ hộ này, kia tất cả khi thân hoại mạng chung nhất định sanh về cõi lành, trong cõi trời. Ai thấy như vậy gọi là chánh kiến. Ai thấy khác đi, trí họ đi về nẻo tà.' Bất cứ sở tri và sở kiến nào được cực lực mò mẫm, đều chủ trương theo một chiều rằng 'Đây mới là chân thật, ngoài ra đều hư dối.'

c. Tà kiến không diệu hành

"Này A-nan, ở đây có người từ bỏ sát sanh, từ bỏ không cho mà lấy, từ bỏ tà dâm, từ bỏ nói dối, cho đến từ bỏ tà kiến; với sự xả ly, thủ hộ này, thân hoại mạng chung sanh về chốn ác, sanh trong địa ngục. Nếu có Sa-môn, Bà-la-môn chứng được thiên nhãn, thành tựu thiên nhãn mà thấy người kia, thấy rồi bèn tự suy nghĩ rằng: "Không có thân diệu hành, không có quả báo của thân diệu hành, không có khẩu và ý diệu hành, cũng không có quả báo của khẩu và ý diệu hành.' Vì sao? Ta thấy người kia từ bỏ sát sanh, từ bỏ sự lấy của không cho, từ bỏ tà dâm, từ bỏ nói dối, cho đến từ bỏ tà kiến; với sự xả ly, thủ hộ này, thân hoại mạng chung sanh về chốn ác, sanh trong địa ngục. Nếu có những trường hợp khác cũng tương tự như vậy, từ bỏ sát sanh, từ bỏ không cho mà lấy, từ bỏ tà dâm, từ bỏ nói dối, cho đến từ bỏ tà kiến; với sự xả ly, thủ hộ này, kia tất cả khi thân hoại mạng chung nhất định sanh về chốn ác, sanh trong địa ngục. Ai thấy như vậy gọi là chánh kiến. Ai thấy khác đi, trí họ đi về nẻo tà.' Bất cứ sở tri và sở kiến nào được cực lực mò mẫm, đều chủ trương theo một chiều rằng 'Đây mới là chân thật, ngoài ra đều hư dối.'

d. Quan điểm có ác hành

"Này A-nan, ở đây có người không từ bỏ sát sanh, không từ bỏ không cho mà lấy, không từ bỏ tà dâm, không từ bỏ nói dối, cho đến không từ bỏ tà kiến; với sự không xả ly, không thủ hộ này, thân hoại mạng chung sanh về chốn ác, sanh trong địa ngục. Nếu có Sa-môn, Bà-la-môn chứng được thiên nhãn, thành tựu thiên nhãn mà thấy người kia, thấy rồi bèn tự suy nghĩ: 'Có thân ác hành, có quả báo của thân ác hành, có khẩu và ý ác hành, cũng có quả báo của khẩu và ý ác hành.' Vì sao? Ta thấy kẻ kia không từ bỏ sát sanh, không từ bỏ không cho mà lấy, không từ bỏ tà dâm, không từ bỏ nói dối, cho đến không từ bỏ tà kiến; với sự không xả ly, không thủ hộ này, kia tất cả khi thân hoại mạng chung nhất định sanh về chốn ác, sanh trong địa ngục. Ai thấy như vậy gọi là chánh kiến; thấy khác đi, trí họ đi về nẻo tà.' Bất cứ sở tri và sở kiến nào được cực lực mò mẫm, đều chủ trương theo một chiều rằng: 'Đây mới là chân thật, ngoài ra đều hư dối.'

e. Quan điểm có diệu hành

"Này A-nan, nếu có một người từ bỏ sát sanh, từ bỏ không cho mà lấy, từ bỏ tà dâm, từ bỏ nói dối, cho đến từ bỏ tà kiến. Với sự xả ly, thủ hộ này, thân hoại mạng chung sanh về chốn lành, sanh trong cõi trời. Nếu có Sa-môn, Bà-la-môn chứng được thiên nhãn, thành tựu thiên nhãn mà thấy người kia, thấy rồi bèn tự suy nghĩ: 'Có thân diệu hành, cũng có quả báo của thân diệu hành; có khẩu và ý diệu hành, cũng có quả báo của khẩu và ý diệu hành. Vì sao? Ta thấy kẻ kia từ bỏ sát sanh, từ bỏ không cho mà lấy, từ bỏ tà dâm, từ bỏ nói dối, cho đến từ bỏ tà kiến; với sự xả ly, thủ hộ này, khi thân hoại mạng chung nhất định sanh về chốn lành, sanh trong cõi trời. Nếu lại có trường hợp khác tương tự như vậy, từ bỏ sát sanh, từ bỏ không cho mà lấy, từ bỏ tà dâm, từ bỏ nói dối, cho đến từ bỏ tà kiến; với sự xả ly, thủ hộ này, tất cả những người ấy khi thân hoại mạng chung nhất định sẽ sanh về nẻo lành, sanh trong cõi trời. Ai thấy như vậy gọi là chánh kiến; thấy khác đi, trí họ đi về nẻo tà.' Bất cứ sở tri và sở kiến nào được cực lực mò mẫm, chủ trương theo một chiều rằng: 'Đây mới là chân thật, ngoài ra đều hư dối.'

g. Chánh kiến nghiệp báo

1a. "Này A-nan, ở trong đó, nếu vị Sa-môn, Bà-la-môn chứng được thiên nhãn, thành tựu thiên nhãn, nói như thế này, 'Không có thân ác hành, không có quả báo của thân ác hành. Không có khẩu, ý ác hành, không có quả báo của khẩu và ý ác hành.' Ta không chấp thuận vị ấy. Nếu vị ấy nói như thế này, 'Ta thấy người kia không từ bỏ sát sanh, không từ bỏ không cho mà lấy, không từ bỏ tà dâm, không từ bỏ nói dối, cho đến không từ bỏ tà kiến; với sự không xả ly, không thủ hộ này, thân hoại mạng chung sanh về chốn lành, sanh lên trời.' Ta chấp thuận[171] vị ấy. Nếu nói như vầy, 'Nếu có những trường hợp khác tương tợ như vậy, không từ bỏ sát sanh, không từ bỏ không cho mà lấy, không từ bỏ tà dâm, không từ bỏ nói dối, cho đến không từ bỏ tà kiến; với sự không xả ly, không thủ hộ này, tất cả những người ấy khi thân hoại mạng chung sanh về chỗ lành, [708a] sanh lên trời.' Ta không chấp thuận vị ấy. Nếu có ai nói như vầy, 'Thấy như vậy mới là chánh kiến, thấy khác là kẻ có trí tà.' Ta không chấp thuận. Bất cứ sở tri và sở kiến nào được cực lực mò mẫm, chủ trương theo một chiều rằng 'Đây mới là chân thật, ngoài ra đều hư dối.' Ta cũng không chấp thuận. Vì sao? Này A-nan, Như Lai biết những người đó là trường hợp khác.

1b. "Này A-nan, trong đó có Sa-môn, Bà-la-môn chứng được thiên nhãn, thành tựu thiên nhãn, nói thế này, 'Không có thân diệu hành, cũng không có quả báo của thân diệu hành; không có khẩu, ý diệu hành, cũng không có quả báo của khẩu và ý diệu hành.' Ta không chấp thuận vị ấy. Nếu nói thế này, 'Ta thấy người kia từ bỏ sát sanh, từ bỏ lấy của không cho, từ bỏ tà dâm, từ bỏ nói dối, cho đến từ bỏ tà kiến. Với sự xả ly, thủ hộ này, thân hoại mạng chung sanh về nẻo ác, sanh trong địa ngục.' Ta chấp thuận[172] vị ấy. Nếu có ai nói thế này, 'Có những trường hợp khác tương tợ như vầy, từ bỏ sát sanh, từ bỏ lấy của không cho, từ bỏ tà dâm, từ bỏ nói dối, cho đến từ bỏ tà kiến; với sự xả ly, thủ hộ này, tất cả những người ấy khi thân hoại mạng chung sanh về nẻo ác, sanh trong địa ngục.' Ta không chấp thuận.[173] Nếu kia lại nói thế này, 'Thấy như vậy mới là chánh kiến, thấy khác là kẻ có trí tà.' Ta cũng không chấp thuận. Bất cứ sở tri và sở kiến nào được cực lực mò mẫm, chủ trương theo một chiều rằng 'Đây mới là chân thật, ngoài ra đều hư dối.' Ta cũng không

---

[171] Chấp nhận có, vì những trường hợp cần phân biệt.

[172] Chấp nhận có. Trường hợp hành thiện, nhưng tái sanh ác thú, vì có sự phân biệt.

[173] Như trên, nhưng không chấp nhận, vì quan điểm một chiều (nhất hướng).

chấp thuận. Vì sao? Này A-nan, Như Lai biết những người đó là trường hợp khác.

2a. "Này A-nan, trong đó nếu có Sa-môn, Bà-la-môn chứng được thiên nhãn, thành tựu thiên nhãn, nói như vầy, 'Có thân ác hành, cũng có quả báo của thân ác hành. Có khẩu, ý ác hành, cũng có quả báo của khẩu và ý ác hành.' Ta chấp thuận vị ấy. Nếu kia nói như thế này, 'Ta thấy người kia không từ bỏ sát sanh, không từ bỏ lấy của không cho, không từ bỏ tà dâm, không từ bỏ nói dối, cho đến không từ bỏ tà kiến. Với sự không xả ly, không thủ hộ này, thân hoại mạng chung sanh về nẻo ác, sanh trong địa ngục.' Ta chấp thuận vị ấy. Nếu nói thế này, 'Những trường hợp tương tự như vậy, không từ bỏ sát sanh, không từ bỏ lấy của không cho, không từ bỏ tà dâm, không từ bỏ nói dối, cho đến không từ bỏ tà kiến; với sự không xả ly, không thủ hộ này, tất cả những người ấy khi thân hoại mạng chung sanh về nẻo ác, sanh trong địa ngục.' Ta không chấp thuận. Nếu kia lại nói thế này, 'Thấy như vậy mới là chánh kiến, thấy khác là kẻ có trí tà.' Ta cũng không chấp thuận. Bất cứ sở tri và sở kiến nào được cực lực mò mẫm, chủ trương theo một chiều rằng 'Đây mới là chân thật, ngoài ra đều hư dối.' Ta cũng không chấp thuận. Vì sao? Này A-nan, Như Lai biết những người đó là trường hợp khác.

2b. "Này A-nan, trong đó nếu có Sa-môn, Bà-la-môn chứng được thiên nhãn, thành tựu thiên nhãn, nói như thế này, 'Có thân diệu hành, cũng có quả báo của thân diệu hành; có khẩu, ý diệu hành, cũng có quả báo của khẩu và ý diệu hành.' Ta chấp thuận vị ấy. Nếu nói như vầy, 'Ta thấy người kia từ bỏ sát sanh, từ bỏ lấy của không cho, từ bỏ tà dâm, từ bỏ nói dối, cho đến từ bỏ tà kiến; với sự xả ly, thủ hộ này, thân hoại mạng chung sanh về chốn lành, sanh trong cõi trời.' Ta chấp thuận họ. Nếu nói như vầy, 'Nếu có những trường hợp tương tự như vầy, từ bỏ sát sanh, từ bỏ lấy của không cho, từ bỏ tà dâm, từ bỏ nói dối, cho đến từ bỏ tà kiến; với sự xả ly, thủ hộ này, tất cả những người ấy khi thân hoại mạng chung sanh về chốn lành, sanh trong cõi trời.' Ta không chấp thuận họ. Nếu kia lại nói thế này,

'Thấy như vậy mới là chánh kiến, thấy khác là kẻ có trí tà.' Ta cũng không nghe họ. Bất cứ sở tri và sở kiến nào được cực lực mò mẫm, chủ trương theo một chiều rằng 'Đây mới là chân thật, ngoài ra đều hư dối.' Ta cũng không nghe họ. Vì sao? Này A-nan, Như Lai biết những người đó là trường hợp khác.

h. Thuận thọ nghiệp

1. "Này A-nan, nếu có một người không từ bỏ sát sanh, không từ bỏ lấy của không cho, không từ bỏ tà dâm, không từ bỏ nói dối, cho đến không từ bỏ tà kiến; với sự không xả ly, không thủ hộ này, thân hoại mạng chung sanh về chốn lành, sanh trong cõi trời. Ấy là, nếu trước kia nó đã tạo tác nghiệp bất thiện, tác đã thành rồi, do sự không xả ly, không thủ hộ, cho nên ở trong đời hiện tại thọ báo xong, họ sanh về nơi đó.[174] Hoặc do hậu báo cho nên người kia không vì nhơn này, không vì duyên này mà thân hoại mạng chung sanh về chốn lành, sanh trong cõi trời. Hoặc trước kia đã tạo tác nghiệp thiện, tác đã thành rồi, do xả ly và thủ hộ nên chưa tiêu hết, cần phải được thọ báo ở chốn lành; kia do nhơn này, duyên này cho nên thân hoại mạng chung sanh về chốn lành, sanh trong cõi trời. Hoặc khi chết khởi các tâm, và tâm sở hữu pháp thuộc thiện[175] tương ưng với chánh kiến; kia nhờ nhơn này, duyên này, thân hoại mạng chung sanh về chốn lành, sanh trong cõi trời. A-nan, Như Lai biết người kia là như vậy.

2. "Này A-nan, nếu có một người từ bỏ sát sanh, từ bỏ lấy của không cho, từ bỏ tà dâm, từ bỏ nói dối, cho đến từ bỏ tà kiến; với sự xả ly, thủ hộ này, thân hoại mạng chung sanh về nẻo ác, sanh trong địa ngục. Người ấy do trước kia đã tạo tác nghiệp thiện, tác đã thành rồi, do sự xả ly, thủ hộ cho nên ở trong đời hiện tại họ thọ báo xong, cho nên sanh về nơi đó. Hoặc do bởi hậu báo cho nên họ không vì nhơn này, duyên này mà thân hoại mạng chung sanh về nẻo ác, sanh trong địa ngục. Hoặc trước kia đã tạo tác nghiệp bất thiện, tác đã thành rồi, do không

---

[174] Tức sanh về cõi lành.
[175] Tức khi chết với tâm và tâm sở thiện.

xả ly và không thủ hộ nên chưa tiêu hết, phải [708c] thọ báo ở địa ngục; họ do nhơn này, duyên này cho nên thân hoại mạng chung sanh về nẻo ác, sanh trong địa ngục. Hoặc khi chết sanh tâm và các tâm sở hữu pháp bất thiện tương ưng với tà kiến, do nhơn này, duyên này, thân hoại mạng chung sanh về nẻo ác, sanh trong địa ngục. A-nan, Như Lai biết người kia là như vậy.

3. "Này A-nan, nếu có một người không từ bỏ sát sanh, không từ bỏ lấy của không cho, không từ bỏ tà dâm, không từ bỏ nói dối, cho đến không từ bỏ tà kiến; với sự không xả ly, không thủ hộ này, thân hoại mạng chung sanh về nẻo ác, sanh trong địa ngục. Kia do chính nhơn này, duyên này thân hoại mạng chung sanh về nẻo ác, sanh trong địa ngục. Hoặc trước kia đã tạo tác nghiệp bất thiện, tác đã thành rồi, do sự không xả ly, không thủ hộ mà chưa tiêu hết, nên phải thọ báo ở địa ngục; kia do nhơn này, duyên này cho nên thân hoại mạng chung sanh về nẻo ác, sanh trong địa ngục. Hoặc khi chết sanh các tâm và tâm sở hữu pháp bất thiện tương ưng với tà kiến, kia do nhơn này, duyên này, thân hoại mạng chung sanh về nẻo ác, sanh trong địa ngục. A-nan, Như Lai biết người kia là như vậy.

4. "Này A-nan, nếu có một người từ bỏ sát sanh, từ bỏ lấy của không cho, từ bỏ tà dâm, từ bỏ nói dối, cho đến từ bỏ tà kiến; với sự xả ly, thủ hộ này, thân hoại mạng chung sanh về chốn lành, sanh trong cõi trời. Kia nhờ chính nhơn này, duyên này thân hoại mạng chung sanh về chốn lành, sanh trong cõi trời. Hoặc trước kia đã tạo tác nghiệp thiện, tác đã thành rồi, nhờ có xả ly, có thủ hộ mà chưa tiêu hết, phải được thọ báo thiện; kia nhờ nhơn này, duyên này cho nên thân hoại mạng chung sanh về chốn lành, sanh trong cõi trời. Hoặc đến lúc chết sanh các tâm và tâm sở hữu pháp thiện tương ưng với chánh kiến, kia do nhơn này, duyên này, thân hoại mạng chung sanh về chốn lành, sanh trong cõi trời. A-nan, Như Lai biết người kia là như vậy.

i. Bốn hạng người

"Lại nữa, có bốn hạng người. Hoặc có người không có mà tợ như có. Hoặc có mà tợ như không có. Hoặc không có tợ như không có. Hoặc có tợ như có.[176]

"Này A-nan, cũng như có bốn loại xoài. Hoặc xoài không chín mà giống như chín. Hoặc chín giống như không chín. Hoặc không chín giống như không chín. Hoặc chín giống như chín.

"Cũng vậy A-nan, bốn thứ xoài được thí dụ với người. Hoặc có người không có mà tợ như có. Hoặc có mà tợ như không có. Hoặc không có tợ như không có. Hoặc có tợ như có."

4. Bản chất nghiệp

a. Nghiệp & Định mệnh

Tạp A-hàm, Việt kinh số 1358. Đại chánh, kinh 977. Pāli, S. 36. 21. *Sīvako*. Biệt dịch, No 100 (211).

"Thưa Cù-đàm, có một số xuất gia Bà-la-môn quan điểm như vầy, nói như vầy: 'Tất cả những gì được giác tri bởi con người, tất cả những thứ ấy đều là nhân đã được tạo tác từ trước.[177] Tu các khổ hạnh khiến cho các nghiệp quá khứ sạch hết, không còn tạo ra nghiệp mới, đoạn các nhân duyên, không còn các lậu trong đời vị lai. Vì các lậu đã hết nên nghiệp hết. Vì nghiệp hết nên hết khổ. Khổ hết nên rốt ráo biên tế của khổ.' Ở đây quan điểm của Cù-đàm là như thế nào?"

Phật bảo Thi-bà:

"Sa-môn, Bà-la-môn kia thật sự nói một cách mơ hồ, không suy xét, không cân nhắc, ngu si, không khéo léo, không biện biệt. Vì sao? Hoặc khổ khởi lên do gió mà chúng sanh giác tri, hoặc khởi do đờm, hoặc khởi từ nước dãi, hoặc khởi từ đẳng phần,[178] hoặc do tự hại, hoặc do kẻ khác hại, hoặc do thời tiết

---

[176] Pl. (M.iii. 215), bốn loại nghiệp: *atthi kammaṃ abhabbaṃ abhabbābhāsaṃ*, có nghiệp vô năng tương tợ vô năng; *abhabbaṃ bhabbābhāsaṃ*, vô năng tợ hữu năng; *bhabbañceva bhabbābhāsaṃ*, hữu năng tợ hữu năng; *bhabbaṃ abhabbābhāsaṃ*, hữu năng tợ vô năng.

[177] Pāli: *yaṃ kiñcāyaṃ purisapuggalo paṭisaṃvedeti sukhaṃ vā dukkhaṃ vā adukkhamasukhaṃ vā sabbaṃ taṃ pubbekatahetū'ti*: Bất cứ lạc thọ gì, khổ thọ gì, hay phi khổ phi lạc thọ gì, mà con người cảm thọ, tất cả đều là nhân được tạo tác từ trước.

[178] *Đẳng phần khởi*, khởi lên do các yếu tố kể trên hợp lại.

khí hậu. Người tự hại kia, hoặc nhổ tóc, hoặc nhổ râu, hoặc thường đứng giơ tay, hoặc ngồi xổm trên đất, hoặc nằm giữa tro đất, hoặc nằm trên chông gai, hoặc nằm trên cái chày, hoặc nằm trên ván, hoặc nằm trên đất trét phân trâu, hoặc nằm trong nước, hoặc một ngày tắm rửa ba lần, hoặc đứng một chân, thân xoay chuyển theo mặt trời. Họ siêng năng thực hành mọi thứ khổ như vậy. Này Thi-bà, đó gọi là tự hại. Còn khổ do kẻ khác hại là, hoặc bị người khác dùng tay, đá, dao, gậy, các thứ hại thân. Đó gọi là kẻ khác làm hại.

"Này Thi-bà, hoặc bị thời tiết làm hại, như mùa đông thì thật lạnh, mùa xuân thì thật nóng, mùa hạ vừa nóng vừa lạnh. Đó là bị thời tiết hại. Những điều này thật có ở thế gian, chẳng phải hư vọng. Này Thi-bà, thế gian có những thực tế này như bị gió làm hại... *cho đến* bị thời tiết, khí hậu làm hại. Chúng sanh kia giác tri như thật. Ông cũng tự có những tai họa này: gió, đờm, nước dãi, thời tiết làm hại, ... *cho đến* biết thời tiết làm hại như vậy, được giác tri như thật như vậy.

"Này Thi-bà, Sa-môn, Bà-la-môn nào nói rằng: tất cả những gì người ta tri giác được đều là nhân đã được tạo từ trước, đó là bỏ việc thực tế ở thế gian mà nói theo sự nhận thấy hư vọng của chính mình.

"Này Thi-bà, có năm nhân, năm duyên sinh tâm ưu khổ. Những gì là năm? Nhân bởi tham dục triền phược, duyên bởi tham dục triền phược mà sinh tâm pháp ưu khổ. Nhân bởi sân nhuế, thụy miên, trạo hối, nghi triền phược; duyên bởi sân nhuế, thụy miên, trạo hối, nghi triền phược sinh tâm pháp ưu khổ. Này Thi-bà, đó là năm nhân, năm duyên sanh tâm ưu khổ?

"Này Thi-bà, có năm nhân, năm duyên không sanh tâm ưu khổ. Những gì là năm? Nhân tham dục trói buộc, duyên tham dục trói buộc sinh tâm ưu khổ; lìa tham dục trói buộc, không khởi tâm ưu khổ. Đây gọi là năm nhân, năm duyên không khởi tâm ưu khổ, ngay hiện tại không bị thiêu đốt, không đợi thời tiết, thông suốt những gì được thấy, duyên nơi chính mình mà giác tri.

b. Nghiệp & Vô ngã

Tạp A-hàm, bản Việt, kinh số 104' Đại chánh, kinh 58. Pāli, tham chiếu các kinh, S. 22. 82. *Puṇṇamā*; M. 109. *Mahāpuṇṇama-sutta*; 110. *Cūḷapuṇṇama-sutta*.

Bấy giờ, trong chúng lại có một vị Tỳ-kheo khác căn trí đần độn, không hiểu biết, vì vô minh che lấp, nên khởi tà kiến ác, nghĩ rằng: "Nếu vô ngã, tạo nghiệp vô ngã, vậy thì ai là người sẽ chịu quả báo trong đời vị lai?"

Bấy giờ, đức Thế Tôn biết những ý nghĩ trong tâm của vị Tỳ-kheo kia, liền bảo các Tỳ-kheo:

"Ở trong chúng này, có người ngu si, vô trí, vô minh nghĩ rằng: 'Nếu sắc là vô ngã, thọ, tưởng, hành, thức là vô ngã, tạo nghiệp vô ngã, thì ai là người sẽ nhận quả báo?' Những điều nghi ngờ như vậy, trước đây Ta đã giải thích. Thế nào Tỳ-kheo, sắc là thường hay vô thường?"

Đáp: "Bạch Thế Tôn, vô thường."

Hỏi: "Vô thường, là khổ chăng?"

Đáp: "Bạch Thế Tôn, là khổ."

Hỏi: "Vô thường, khổ, là pháp biến dịch, vậy đa văn Thánh đệ tử có nên ở trong đó thấy là ngã, khác ngã, ở trong nhau không?"

Đáp: "Bạch Thế Tôn, không."

"Đối với thọ, tưởng, hành, thức cũng lại như vậy. Cho nên, này các Tỳ-kheo, những gì thuộc về sắc, hoặc quá khứ, hoặc hiện tại, hoặc vị lai; hoặc trong, hoặc ngoài; hoặc thô, hoặc tế; hoặc tốt, hoặc xấu; hoặc xa, hoặc gần; tất cả chúng đều chẳng phải là ngã, chẳng phải những gì thuộc về ngã, người thấy như vậy được gọi là thấy đúng. Đối với thọ, tưởng, hành, thức lại cũng như vậy. Đa văn Thánh đệ tử quán như vậy, thì liền tu tập tâm nhàm chán. Đã nhàm chán rồi, thì ly dục. Do ly dục mà giải thoát, giải thoát tri kiến, biết rằng, 'Ta, sự sanh đã dứt, phạm hạnh đã lập, những điều cần làm đã làm xong, không còn tái sanh đời sau nữa.'"

c. Đệ nhất thiện

Trung A-hàm, 179 kinh *Ngũ Chi Vật Chủ.* Tương đương Pāli, M.78 *Samaṇamaṇḍikā-sutta.*

"Này Vật chủ, theo lời Dị học Sa-môn Văn-kì Tử nói, nếu quả thật như vậy thì trẻ sơ sanh tay chân mềm yếu, nằm ngửa mà ngủ, cũng sẽ thành tựu thiện, đệ nhất thiện, là bậc Vô thượng sĩ, chứng đắc đệ nhất nghĩa, là Sa-môn chất trực. Này Vật chủ, trẻ sơ sanh còn không có tưởng về thân, huống nữa là tạo nghiệp ác của thân. Nó chỉ có thể cử động thân. Này Vật chủ, trẻ sơ sanh còn không có tưởng về miệng, huống nữa là nói ác. Nó chỉ biết khóc. Này Vật chủ, trẻ sơ sanh còn không có tưởng về niệm, huống nữa là niệm ác, duy chỉ biết bập bẹ.[179] Này Vật chủ, trẻ sơ sanh còn không có tưởng về mạng, huống nữa là sống tà mạng, duy chỉ suy niệm đến sữa mẹ. Này Vật chủ, theo lời Dị học Sa-môn Văn-kì Tử nói, như vậy thì trẻ sơ sanh cũng thành tựu thiện, đệ nhất thiện, là bậc Vô thượng sĩ, chứng đắc đệ nhất nghĩa, là Sa-môn chất trực.

"Này Vật chủ, nếu người nào có bốn sự, Ta tuyên bố rằng người ấy thành tựu thiện, đệ nhất thiện, nhưng không phải là bậc Vô thượng sĩ, không thể chứng đắc đệ nhất nghĩa, cũng không phải là Sa-môn chất trực.

"Những gì là bốn? Là thân không tạo nghiệp ác, miệng không nói ác, không sống tà mạng và không suy niệm niệm ác. Này Vật chủ, nếu người nào có bốn sự, Ta tuyên bố rằng người ấy thành tựu thiện, đệ nhất thiện, nhưng không phải là bậc Vô thượng sĩ, không thể chứng đắc đệ nhất nghĩa, cũng không phải là Sa-môn chất trực.

"Này Vật chủ, thân nghiệp, khẩu nghiệp, Ta tuyên bố đó là giới.

"Này Vật chủ, niệm,[180] Ta tuyên bố đó là tâm sở hữu đi theo với tâm.

---

[179] Trong bản Hán có sự nhầm lẫn về thứ tự *mạng* và *niệm.*
[180] Hán: niệm 念. Pl.: *saṅkappa,* tư duy.

"Này Vật chủ, Ta nói nên biết giới bất thiện. Nên biết giới bất thiện phát sanh từ đâu? Nên biết, giới bất thiện bị diệt trừ không còn dư tàn ở chỗ nào, bị bại hoại không còn dư tàn ở chỗ nào? Nên biết, đệ tử Hiền Thánh làm thế nào để diệt trừ giới bất thiện?

"Này Vật chủ, Ta nói nên biết giới thiện. Nên biết giới thiện phát sanh từ đâu? Nên biết, giới thiện bị diệt không còn dư tàn ở chỗ nào, bị bại hoại không còn dư tàn ở chỗ nào? Nên biết, đệ tử Hiền thánh làm thế nào để diệt trừ giới thiện?

"Này Vật chủ, ta nói nên biết niệm bất thiện. Nên biết niệm bất thiện phát sanh từ đâu? Nên biết, niệm bất thiện bị diệt trừ không còn dư tàn ở chỗ nào, bị bại hoại không còn dư tàn ở chỗ nào? Nên biết, đệ tử Hiền thánh làm thế nào để diệt trừ niệm bất thiện?

"Này Vật chủ, ta nói nên biết niệm thiện. Nên biết niệm thiện phát sanh từ đâu? Nên biết, niệm thiện bị diệt trừ không còn dư tàn ở chỗ nào, bị bại hoại không còn dư tàn ở chỗ nào? Nên biết, Hiền Thánh làm thế nào để diệt trừ niệm thiện?

"Này Vật chủ, thế nào gọi là giới bất thiện?

"Thân hành bất thiện, miệng, ý hành bất thiện. Đó gọi là giới bất thiện.

"Này Vật chủ, giới bất thiện này phát sanh từ đâu? Ta nói chỗ phát sanh của chúng, nên biết là phát sanh từ tâm. Tâm là thế nào? Nếu tâm có dục, có nhuế, có si, nên biết giới bất thiện phát sanh từ tâm này.

"Này Vật chủ, giới bất thiện bị diệt trừ, không còn dư tàn ở chỗ nào, bị bại hoại không còn dư tàn ở chỗ nào? Đa văn Thánh đệ tử xả bỏ nghiệp bất thiện về thân, tu tập nghiệp thiện về thân; xả bỏ nghiệp bất thiện về miệng, ý, tu tập nghiệp thiện về miệng, ý. Đây là giới bất thiện bị diệt trừ không còn dư tàn, bị bại hoại không còn dư tàn.

"Này Vật chủ, đệ tử Hiền Thánh làm thế nào diệt trừ giới bất thiện? Đa văn Thánh đệ tử quán nội thân như thân, cho đến quán thọ, tâm, pháp như pháp. Như vậy là Hiền Thánh đệ tử đã diệt trừ giới bất thiện.

"Này Vật chủ, thế nào gọi là giới thiện? Thân hành thiện, miệng, ý hành thiện. Đó gọi là giới thiện.

"Này Vật chủ, giới thiện này phát sanh từ đâu? Ta nói chỗ phát sanh của chúng, nên biết là phát sanh từ tâm. Tâm là thế nào? Nếu tâm không có dục, không có nhuế, không có si, nên biết giới thiện phát sanh từ tâm này.

"Này Vật chủ, giới thiện bị diệt trừ không còn dư tàn ở chỗ nào, bị bại hoại không còn dư tàn ở chỗ nào. Đa văn Thánh đệ tử hành trì giới mà không dính trước nơi giới, đây là giới thiện bị diệt trừ không còn dư tàn, bị bại hoại không còn dư tàn.

"Này Vật chủ, Hiền Thánh đệ tử làm thế nào để diệt trừ giới thiện? Đa văn Thánh đệ tử quán nội thân như thân, cho đến quán thọ, tâm, pháp như pháp. Như vậy là Hiền Thánh đệ tử đã diệt trừ giới thiện.

iv. Nghiệp & Đệ nhất nghĩa Không

Tạp A-hàm, Việt, kinh số 299. Đại chánh, kinh 335.

"Thế nào là Kinh đệ nhất nghĩa Không? Này các Tỳ-kheo, khi mắt sanh thì nó không có chỗ đến; lúc diệt thì nó không có chỗ đi. Như vậy mắt chẳng thật sanh, sanh rồi diệt mất; có nghiệp báo mà không tác giả. Uẩn này diệt rồi, uẩn khác tương tục, trừ pháp tục số. Đối với tai, mũi, lưỡi, thân, ý cũng nói như vậy, trừ pháp tục số."

II. BỘ PHÁI LUẬN THUYẾT NGHIỆP

1. Tổng quan các bộ phái

Cho đến thời đại Thế Thân của Câu-xá, các bộ phái Phật giáo y cứ trên giáo nghĩa A-hàm và Nikāya lên đến con số 20 theo nguồn tư liệu của Huyền Trang. Sau này A. Bareau tổng kết tất cả các nguồn tư liệu, tổng kết số lượng và giáo nghĩa có tất cả

23 bộ phái. Theo suy đoán, mỗi bộ phái tất có luận đến nghiệp, nhưng không phải hoàn toàn mâu thuẫn nhau. Nhiều bộ phái có chung quan điểm về một vấn đề, cũng có quan điểm độc lập không chia sẻ với các bộ khác.

A. Bareau nghiên cứu khá đầy đủ chi tiết về các bộ phái, lịch sử, địa bàn hoạt động, và giáo nghĩa. Trong phần phụ lục ông lập bảng tổng kết giáo nghĩa, trong đó các điểm giáo nghĩa liên hệ đến nghiệp được chia làm ba nhóm: nghiệp thể (22 điểm), nhân khởi của nghiệp (17 điểm) và nghiệp quả (13 điểm). Những điểm quan trọng của vấn đề nghiệp được Tì-bà-sa dẫn và phân tích khá rõ nên không cần phải liệt kê ra đây. Những điểm còn lại không quan trọng lắm đối với vấn đề nghiệp nên cũng không cần thiết dẫn chi tiết ở đây.

Vì lý do luận thư của phần lớn các bộ phái này không còn lưu truyền, do đó những điểm giáo nghĩa căn cứ các tư liệu sử từ Pāli (*Kathāvatthu*), Tây tạng (Taranatha), và nhiều nhất là Hán. Một số các bộ phái được Đại Tì-bà-sa dẫn để biện luận như Đại chúng bộ (Mahāsaṅgika), Độc tử bộ (Vātsīputrīya), Chánh lượng bộ (Sammitīya), Kinh lượng bộ (Sautrāntika), Thí dụ sư (Dārṣṭāntika), Phân biệt thuyết (Vibhajjavāda). Do được dẫn để biện luận nên các điểm giáo nghĩa được phân tích khá rõ.

Trừ Hữu bộ Tì-bà-sa với nguồn điển tịch phong phú phần lớn do Huyền Trang phiên dịch và chú giải bởi đệ tử thân truyền là Phổ Quang và Pháp Bảo; ngoài ra luận thư của một số bộ phái khác cũng được lưu truyền qua Hán dịch, như *Tam-di-để luận* thuộc Chánh lượng bộ; *Thành thật luận* được phỏng định thuộc Kinh lượng bộ; *Tứ đế luận*, Thủy Dã Hoằng Nguyên [181] cho là tác giả không rõ thuộc bộ phái nào, nhưng Ấn Thuận suy đoán thuộc Kinh lượng bộ, với nhận xét "Thành thật luận, và Tứ đế luận của Bà-tẩu-bạt-ma đều thông qua Kinh bộ nhưng không hạn cuộc trong Kinh bộ." [182] Quan điểm các bộ này đều được giới thiệu trong *Đại Tì-bà-sa* cùng với bình luận.

---

[181] Mizuno Kogen (Thủy Dã Hoằng Nguyên): *Nghiên cứu luận thư Pāli.*
[182] Ấn Thuận, *Nghiên cứu luận thư và luận sư Thuyết nhất Hữu bộ chủ yếu,* tiết 5 & 6.

Ngoài ra, *Xá-lợi-phất A-tì-đàm*, luận thư của Pháp thượng bộ (Dharmaguptaka), giới thiệu khá đầy đủ và chi tiết những luận điểm về nghiệp của bộ phái này.

Tóm lại, trong nguồn văn hiến về nghiệp hiện còn khá đầy đủ và luận thuyết có hệ thống, chỉ thuộc hai bộ phái, phương Nam với Thượng tọa bộ và phương Bắc với Hữu bộ Tì-bà-sa. Luận thuyết của Tì-bà-sa là cơ sở chính của Câu-xá luận, do đó sẽ được nói chi tiết trong nhiều chương của phần Tổng luận này. Trong chương hiện tại, chúng ta tóm tắt những điểm chính trong thuyết lý về nghiệp của Thượng tọa bộ (Theravāda).

2. Nhiếp nghĩa luận

A-tì-đạt-ma nhiếp nghĩa luận (Abhidhammattha-saṅgaha), luận thư cương yếu của Abhidhamma-Pāli, vị trí trong Thượng tọa bộ cũng giống như Câu-xá là tác phẩm cương yếu của Abhidharma-Sanskrit của Thuyết nhất thiết hữu bộ, đặc biệt Hữu bộ Tì-bà-sa.

Nội dung *Nhiếp nghĩa luận* diễn giải bốn thể tài lớn: tâm (*citta*), tâm sở (*cetasika*), sắc (*rūpa*) và Niết-bàn (*nibbāna*). Trong bảng phân chương của Narada, nghiệp chỉ là một trong năm chủ đề được luận trong chương V: Vīthimutta-vibhāgo, "Thoát ly lộ trình".

Tổng quát, các vị Thượng tọa bộ phân loại nghiệp được Phật thuyết trong hai trình độ khác nhau. Trình độ phổ thông, được chỉ rõ trong các Kinh, gọi là tục đế (*sammuti-sacca*), nghiệp trong hiện thực thường nghiệm, được nói theo ngôn ngữ quy ước. Trong trình độ này, Phật chỉ nói đến nghiệp bất thiện (*akusala-kamma*), nghiệp thiện (*kusala-kamma*), nghiệp thiện sắc giới (*rūpāvacarakusala-kamma*), nghiệp thiện vô sắc giới (*arūpāvacarakusala-kamma*).

Trong trình độ gọi là cao hơn, vượt ngoài tri thức thường nghiệm, gọi là thắng nghĩa đế (*paramattha-sacca*), chân lý siêu nghiệm, nghiệp được Phật nói trong Abhidhamma. Đây cũng là chủ đề nghiệp được diễn giải trong *Nhiếp nghĩa luận*. Trong trình độ này, nghiệp được phân loại thành bốn phạm trù.

(1) **Phân loại theo tác dụng** (*kicca-kamma*), có bốn:

(a) *Janaka-kamma*, sanh nghiệp, nghiệp dẫn sanh. Nghiệp dẫn tái sinh từ đời sống này sang đời sống khác.

(b) *Upatthambaka-kamma*, trì nghiệp, nghiệp duy trì. Nghiệp duy trì sự tồn tại trong một đời sống sau khi sinh cho đến khi chết.

(c) *Upapīḍaka-kamma*, phương hại nghiệp hay chướng nghiệp, có tác dụng ngược lại với nghiệp dẫn sinh. Nghiệp thiện bị chướng ngại bởi bất thiện, như người giàu sang nhưng không hưởng được khoái lạc từ sự giàu sang này. Hoặc nghiệp dẫn sinh bất thiện bị chướng ngại bởi nghiệp thiện, như con chó được chủ nhà giàu cưng.

(d) *Upaghātaka*, tổn hại nghiệp, hủy diệt nghiệp dẫn sinh thiện hoặc bất thiện. Như người được dẫn sinh bởi nghiệp thiện nhưng gây ác nghiệp nghiêm trọng khiến nghiệp này bị hủy, cắt ngang để nhận quả báo của nghiệp bất thiện.

(2) **Phân loại theo cảm dị thục** (*pākadānapariyāya-kamma*), có bốn:

(a) *Garuka-kamma*, trọng nghiệp, thiện hoặc bất thiện với thế lực cực mạnh cho kết quả trong đời này hay đời sau mà không thế lực nào cản trở được.

(b) *Āsannā-kamma*, cận tử nghiệp, nghiệp tái hiện ngay trước sát-na mạng chung, định hướng dẫn sinh đời sống tiếp theo.

(c) *Ācinna-kamma*, tích tập nghiệp. Nghiệp được lặp lại thường xuyên thành tập quán, thiện hoặc bất thiện, khiến cho người tạo nghiệp ứng xử theo tập quán đó hoặc bị ám ảnh bởi việc đã làm như một hội chứng rối loạn.

(d) *Kaṭattā-kamma*, dĩ tác nghiệp. Nghiệp đã gây có thể bị quên nhưng nó vẫn được tích lũy để sau này cho kết quả.

(3) **Phân loại theo thời gian** (*pākakāla-kamma*), có bốn:

(a) *Diṭṭhidhammavedanīya-kamma*, thuận hiện sinh thọ nghiệp, cho quả dị thục ngay trong đời này.

(b) *Upapajjavedanīya-kamma*, thuận thứ sinh thọ nghiệp, cho quả trong đời tái sinh tiếp theo.

(c) *Aparāpariyacedanīya-kamma*, thuận hậu sinh thọ nghiệp, cho quả sau đời sau.

(d) *Ahosi-kamma*, quá khứ nghiệp, đã chìm vào quá khứ, không còn cho quả nữa.

(4) **Phân loại theo xứ** (*pākathāna-kamma*), có bốn:

(a) *Akusala-kamma*, (dục giới) bất thiện nghiệp;

(b) *Kusala-kamma*, (dục giới) thiện nghiệp.

(c) *Rūpāvacarakusala-kamma*, sắc giới thiện nghiệp.

(d) *Arūpāvacarakusala-kamma*, vô sắc giới thiện nghiệp.

Trong các phân loại nghiệp dẫn trên, hình thức phân loại tuy có khác, nhưng nội dung không mấy khác biệt với Hữu bộ. Những loại nghiệp trong các phân loại này được gọi là luận thuyết theo thắng nghĩa đế, nhưng thực chất là những phân loại để giải thích các hiện tượng rất thường gặp trong đời sống của các loài. Những giải thích này nhiều khi vượt ngoài chứng nghiệm thực tế, vốn dựa vào lòng tin hơn là bằng chứng cứ hiển nhiên.

3. Luận sự (Kathāvatthu)

Kathāvatthu (Luận sự), luận thư thứ năm trong bảy luận thư căn bản thuộc tạng Abhidhamma của Thượng tọa bộ (Theravāda), soạn tập bởi Moggallīputta Tissa, vị chủ trì Đại hội Kết tập lần thứ ba dưới thời Vua A-dục, ghi chép cùng với phê phán quan điểm các bộ phái Phật giáo tại Ấn-độ. Trong số 18 bộ theo ghi chép của *Dīpavaṃsa* (Đảo sử), và thêm 6 bộ nữa theo Buddhaghosa, vị chú giải Luận sự, các giáo nghĩa của 12 bộ được nêu, với 226 luận điểm. Bản dịch Anh bởi Shwe Zan Aung & Mrs. Rhys Davids lập hai bảng mục lục phân tích khá chi tiết. Bảng I các luận điểm được sắp theo chủ đề. Có tất cả 10 chủ đề, trong đó nghiệp được liệt vào phần B của chủ đề "VIII. Vũ trụ luận" với 11 luận điểm. Một số luận điểm khác liên hệ đến nghiệp được liệt vào trong các chủ đề khác, như vấn đề thiện và bất thiện trong chủ đề "X. Đạo đức". Bảng II liệt kê 12 bộ khác nhau cùng với các luận điểm của mỗi bộ.

Các luận điểm liên hệ đến nghiệp trong các bộ phái theo bảng phân tích của A. Bareau nhiều hơn gấp bốn lần. Theo đây có thể biết nhiều luận điểm được triển khai sau thời A-dục; thời kỳ mà các Upaniṣad được tập thành, các Puraṇa xuất hiện, cùng với những kinh điển căn bản của Ấn-độ giáo như *Brahmasūtra*, *Bhagavadgītā*, và sự xuất hiện các hệ phái triết học như Pūrvā-Mīmāṃsā, Vedānta, Nyāya-Vaiśeṣika, Yoga-Saṃkhyā; thêm vào đó là sự phát triển của Kỳ-na giáo; tất cả đều nhắm tấn công các giáo nghĩa căn bản của Phật giáo. Như Kỳ-na giáo với tính chất vật chất của nghiệp, Pūrva-Mīmāṃsā với yếu tố *apūrva*, Vedānta với yếu tố *adṛṣṭa*. Những điểm này không phải không có căn cứ tâm lý thực nghiệm; nhưng giá trị chân lý trong giới hạn nào, đó còn là vấn đề tranh luận. Do vậy, các bộ phái Phật giáo đã phải phát triển lý luận, và do bởi hoàn cảnh xã hội hoặc vị trí địa lý mà các luận điểm của các bộ phái này nhiều khi chống trái nhau. Thượng tọa bộ phát triển tại đảo Tích-lan, Phật giáo không có hệ tư tưởng đối thủ, do đó có thể giữ được hình thức khá gần nguyên thủy, và cũng tất nhiên là khá đơn sơ so với các bộ phát triển trên lục địa Ấn.

Các luận điểm về nghiệp trong bảng mục lục phân tích của Shwe Zan Aung & Mrs. Rhys Davids lược dẫn như sau:

1. (a). Đất là dị thục của nghiệp (*paṭhavī kammavipāko ti*). Luận điểm của An-đạt-ca (Andhaka). Nghiệp dẫn đến quyền làm chủ tự tại (*issariya*) và quyền chi phối (*adhipacca*) đối với đất, do đó đất là dị thục của nghiệp. Thượng tọa bộ phản đối: đất không phải là nghiệp dị thục, vì nó không tương ưng với khổ thọ hay lạc thọ, không tương ưng với xúc, tưởng, tư, tâm; nó không có đối tượng để duyên (*sārammana*: hữu sở duyên), không có chuyên tâm (*samannāhāra*), không có tác ý (*manasikāra*).

(b) Sắc là dị thục (*rūpaṃ vipāko ti*). Luận điểm của An-đạt-ca và Chánh lượng bộ. Các pháp tâm-tâm sở (*citta-cetasika*) phát sinh bởi nghiệp đã tạo; cũng vậy, sắc phát sinh bởi dị thục.

2. Già-chết là dị thục (*jarāmaraṇaṃ vipāko ti*). Luận điểm An-đạt-ca. Nghiệp dẫn đến dung sắc xấu xí (*dubbavaṇṇa*) và tuổi thọ vắn (*appāyu*), tức dẫn đến già và chết; do đó, già-chết là dị thục của nghiệp.

3. Dị thục là pháp của dị thục pháp (*vipāko vipākadhammadhammo ti*)[183]. Luận điểm của An-đạt-ca. Bốn uẩn vô sắc (*arūpīkkhandha*) hỗ tương làm duyên (*aññamaññapaccaya*), chúng là dị thục và cũng là pháp dị thục; do đó dị thục là pháp của pháp dị thục (dị thục sinh dị thục).

4. A-la-hán thoái thất quả A-la-hán do bởi nhân là nghiệp (*kammahetu arahā arahattā parihāyatī'ti*). Luận điểm của Đông sơn bộ (Pubbaselīya| Pūrvaśaila) và Chánh lượng bộ (Sammitīya).

5. Hết thảy nghiệp đều có dị thục (*sabbaṃ kammaṃ savipākan'ti*). Luận điểm của Đại chúng bộ, dẫn chứng lời Phật: "Này các Tỳ-kheo, Ta không nói nghiệp đã được cố ý tạo tác, được tích tập, chưa cho quả cảm thọ trong đời này, trong đời sau, trong đời sau tiếp theo, mà diệt." (A. 10.217)

6. Thanh là dị thục (*saddo vipāko ti*). Luận điểm của Đại chúng bộ, dẫn lời Phật: "Ai mà c nghiệp đã được tạo tác, được tích tập, được sung mãn, được phát triển như vậy, vị ấy có âm thanh như Phạm thiên (*brahmassaro*), như chim ca-lăng-tần-già (*karavikabhāṇī*). Thượng tọa bộ: thanh không tương ưng với khổ thọ, lạc thọ hay phi khổ phi lạc thọ, không có sở duyên (*anārammaṇa*), nên không phải là dị thục.

7. Tất cả sáu xứ (*saḷāyatana*) đều là dị thục. Luận điểm của Đại chúng bộ; sáu xứ phát sinh do bởi nghiệp đã tạo tác, do đó chúng đều là dị thục.

---

[183] *vipākadhamma*: dị thục pháp, cũng nói là *savipāka*: hữu dị thục, chỉ cho nghiệp có dị thục, nguyên nhân sẽ cho quả dị thục.

8. Sáu xứ trụ thai mẹ đồng thời không trước không sau (*saḷāyatanaṃ apubbaṃ acarimaṃ mātukucchismiṃ saṇṭhātī'ti*). Luận điểm của Đông sơn trụ bộ (Pubbaselīya) và Tây sơn trụ bộ (Aparaselīya); nếu cho rằng các căn mắt, tai, ngửi, nếm phát sinh sau này, vậy nó tạo nghiệp trong thai mẹ để thủ đắc mắt (*mātukucchismiṃ cakkhupaṭilābhāya kammaṃ karotī'ti*)?

9. Nghiệp khác với tích tập của nghiệp (*aññaṃ kammaṃ añño kammūpacayo'ti*). Luận điểm của An-đạt-ca và Chánh lượng bộ; nghiệp tích tập (*kammūpacaya*) không tương ưng tâm (*cittavippayutta*), vô ký (*avyākata*) và không sở duyên (*anārammaṇa*), do đó khác với nghiệp.

10. Tất cả cái này đều do nghiệp (*sabbam idaṃ kammato'ti*). Luận điểm của Vương sơn bộ (Rājagirika) và Nghĩa thành bộ (Siddhatthika); dẫn lời Phật: "Thế gian bị vận chuyển bởi nghiệp. Chúng sinh bị vận chuyển bởi nghiệp. Chúng sinh bị buộc chặt vào nghiệp như trục xe quay theo bánh xe (*kammanibandhanā sattā, rathassāṇīva yāyato*)." (M.ii.460).

11. Hết nghiệp đều là định nghiệp (*sabbe kammā niyatā'ti*). Luận điểm của An-đạt-ca và Bắc sơn bộ (Uttarāpathaka|Uttaraśaila), nghiệp nhất định cho quả của nó trong đời hiện tại, đời tiếp theo hay các đời tiếp theo nữa.

12. Chư thiên có luật nghi (*atthi devesu saṃvaro'ti*). Sớ giải không nêu bộ phái; chỉ giải thích và đề xuất phê phán; theo luận điểm này, chư thiên kể từ Tam thập tam trở lên do không phạm năm cấm giới nên có luật nghi (*saṃvara*).

13. Nghiệp là luật nghi (*saṃvaro kaman'ti*). Luận điểm của Đại chúng bộ (Mahāsaṅghika); vì Kinh nói, "Mắt thấy sắc, không chấp thủ tướng của sắc, cho đến, ý biết pháp không chấp thủ tướng của pháp", do đó luật nghi và bất luật nghi đều là nghiệp. Thượng tọa bộ phê phán (Sớ giải): Chính tư (*cetanā*) tạo tác nghiệp. Thân dẫn đầu bởi tư được gọi là thân nghiệp. Ngữ và ý cũng vậy. Nếu luật nghi là nghiệp, vậy luật nghi dẫn đầu bởi phòng hộ nhãn căn nên gọi là nhãn nghiệp?

14. A-la-hán cũng tích tập phước. Luận điểm của An-đạt-ca; vì A-la-hán cũng bố thí y, bát, ngọa cụ các thứ cho Tăng, và cũng hành lễ nơi tháp miếu, cho nên cũng tích tập phước.

15. Năm thức cũng thiện, cũng bất thiện (*pañcaviññāṇā kusalāpi akusalāpī'ti*). Không có sớ giải.

16. Biểu là giới (*viññatti sīlan'ti*). Luận điểm của Đại chúng bộ và Chánh lượng bộ; thân biểu (*kāya-viññatti*) là nghiệp bởi thân (*kāya-kamma*); ngữ biểu (*vācī-viññatti*) là nghiệp bởi ngữ (*vācīkamma*).

17. Vô biểu là ác giới (*aviññatti dussilyanti*). Luận điểm của Đại chúng bộ; người quyết định hành ác, chỉ một mình nó biết mà thôi, do đó vô biểu là ác giới.

18. Người trụ một kiếp (trong địa ngục) khả năng không đắc tâm thiện (*kappaṭṭho kusalaṃ cittaṃ na paṭilabheyyā'ti*). Quan điểm của Bắc đạo bộ (Uttarāpathaka); nếu từ đó (địa ngục) xuất mà nó sở đắc tâm thiện, thế thì nó cũng đắc sắc giới thiện tâm, vô sắc giới cho đến xuất thế thiện tâm? Thượng tọa bộ: trụ một kiếp nó cũng có thể đắc thiện tâm; nó có thể bố thí Tăng, kính lễ tháp miếu.

19. Bất thiện căn tục sinh thiện căn (*akusalamūlaṃ paṭisandahati kusalamūlanti*), và ngược lại. Luận điểm của Đại chúng bộ; cũng như nó có thể viễn ly vật mà nó tham trước, và ngược lại, tham trước vật mà nó viễn ly, cũng vậy, bất thiện căn tiếp nối thiện căn và ngược lại.

20. Sắc thiện hoặc bất thiện (*rūpaṃ kusalākusalan'ti*). Luận điểm của Hóa địa bộ; thân nghiệp và ngữ nghiệp thiện hoặc bất thiện; thân biểu (*kāya-viññatti*) bởi thân nghiệp, ngữ biểu (*vacī-viññatti*) bởi ngữ nghiệp, hoặc thiện hoặc bất thiện.

21. Giết mẹ, dù không cố ý, đọa vô gián (*asañcicca mātaraṃ jīvitā voropetvā ānantariko hotī'ti*). Luận điểm của Bắc đạo bộ (Uttarapāthaka).

Bảng liệt kê trên đây chưa phải là đầy đủ, nhưng cũng cho

chúng ta một cái nhìn tổng quát về các luận điểm liên hệ đến nghiệp sau khi Phật giáo phân phái và trước thời kỳ của *Luận sự* xuất hiện. Bảng liệt kê của A. Bareau nhiều hơn, cho thấy sự phát triển về sau.

4. Dị bộ

Sử liệu về các bộ phái, Hán dịch có *Dị bộ tông luân luận*, soạn tập bởi Thế Hữu (Vasumitra), dịch bởi Huyền Trang và sớ giải giáo nghĩa bởi Khuy Cơ.[184] Tài liệu này khá quan trọng để nghiên cứu tư tưởng các bộ phái phát triển cho đến thời Thế Hữu, với bản Hán dịch sớm nhất bởi Cưu-ma-la-thập (Kumārajīva), trước Huyền Trang hơn 300 năm; nhưng bản dịch Huyền Trang khá quan trọng với sớ giải của Khuy Cơ, vì thời đại của Huyền Trang là giai đoạn mà sự phát triển của các bộ phái đã quá cực điểm, không có giải thích đặc biệt nào về giáo nghĩa. Sự chu du của Huyền Trang, gặp gỡ Tăng đồ các bộ phái còn tồn tại bấy giờ, hẳn cung cấp khá nhiều chi tiết quan trọng về sự hiểu và hành các giáo nghĩa trong các bộ phái.

Các điểm giáo nghĩa của các bộ phái được A. Bareau biên tập khá kỹ từ *Dị bộ tông luân luận* với sớ giải của Khuy Cơ, cũng với các nguồn tư liệu bổ sung khác. Riêng về chủ đề nghiệp, luận điểm đồng và dị giữa các bộ phái khá nhiều, và khá chi ly phức tạp khó dẫn hết ra đây. Những luận điểm quan trọng được Tì-bà-sa dẫn và phê bình cũng khá chi tiết, mà phần lớn có thể thấy trong Câu-xá, do đó cũng không cần phải liệt kê hết ra đây.

Ngoài *Dị bộ tông luân luận*, một số luận thư khác của các bộ phái tồn tại trong Hán dịch cũng cung cấp thêm nhiều chi tiết cụ thể về giáo nghĩa của các bộ phái.

Trong số luận thư Hán dịch này, ba bộ quan trọng cũng nên nhắc qua ở đây.

---

[184] 異部宗輪論 世友菩薩造三藏法師玄奘譯 T49n2031.- 異部宗輪論述記 翻經沙門 基 記 X53n0844.

5. Xá-lợi-phất A-tì-đàm

Xá-lợi-phất A-tì-đàm luận[185] (*śāriputrābhidharmaśāstra*). Đây chính xác là luận thư của Pháp mật bộ, cũng gọi là Đàm-vô-đức bộ (Dharmagupta), cùng một hệ với Luật Tứ phần. Hiển nhiên nhất là trong phần tường thuật về Đại hội Kết tập lần thứ nhất, các bộ khác chỉ đề cập đến tạng Kinh và Luật, chỉ riêng Tứ phần có đề cập đến kết tập Luận tạng với nội dung được kể là "hữu nạn, vô nạn, hệ tương ưng, tác xứ."[186] Đây là nội dung các phần của *Xá-lợi-phất A-tì-đàm*: "Vấn phần, Phi vấn phần, Nhiếp tương ưng phần, Tự phần."

A. Bareau, trong chương về Dharmagupta, liệt kê và diễn giải chi tiết các luận điểm giáo nghĩa của Pháp mật bộ, chia làm hai phần. Phần thứ nhất gồm 13 giáo nghĩa căn bản dẫn từ nguồn sử liệu của Vasumitra, Bhavya và Vinitadeva. Phần thứ hai thuật 79 luận điểm của bộ phái này, tất cả đều trích từ *Xá-lợi-phất A-tì-đàm*. Một số luận điểm quan trọng liên hệ đến chủ đề nghiệp lược nêu như dưới đây.

1. Sắc uẩn thuộc (a) Dục giới hệ... thân biểu (*kāya-vijñapti*), ngữ biểu (*vāg-vijñapti*) phát khởi bởi tâm (*citta-samutthāna*); vô biểu bất luật nghi (*asaṃvara-avijñapti*) của thân và ngữ; vô biểu luật nghi (*saṃvara-avijñapti*) của thân và ngữ hữu lậu. (b) Sắc giới hệ... thân, ngữ biểu phát khởi bởi tâm; vô biểu luật nghi của thân và ngữ hữu lậu. (c) Vô sắc giới hệ... vô biểu luật nghi của thân ngữ hữu lậu.[187]

2. Năm uẩn đủ cả ba tính chất thiện, bất thiện và vô ký. Sắc uẩn thiện: thân và ngữ biểu phát khởi bởi tâm thiện; vô biểu luật nghi của thân và ngữ hữu lậu; thân tinh tiến, thân khinh an; chánh ngữ, chánh nghiệp, chánh mạng. Sắc uẩn bất thiện: bất thiện, thân, ngữ biểu phát khởi bởi tâm bất thiện; vô biểu bất luật nghi của thân và ngữ. Sắc uẩn vô ký: thân, ngữ biểu phát

---

[185] 舍利弗阿毘曇論 姚秦罽賓三藏曇摩耶舍共曇摩崛多等譯; T28n1548.

[186] T22n1428, tr.968b26: 有難無難繫相應作處。集為阿毘曇藏。

[187] ibid. 552a09-25. Trong bốn hệ (dục, sắc, vô sắc và bất hệ), A. Bareau (lđ.13) chỉ dẫn vô sắc hệ.

khởi bởi tâm vô ký.[188]

3. Năm giới, thảy đều thuộc sắc, vô kiến, vô đối, có dị thục, không tương ưng tâm, phi tâm sở, không tùy tâm chuyển, không tương ưng nghiệp, không tùy nghiệp chuyển; chỉ có trong Dục giới, là pháp có dị thục, sẽ cho quả dị thục.[189]

4. Năm căn (*āyatana*: xứ): mắt, tai, mũi, lưỡi và thân đều là dị thục. Hương, vị, xúc hoặc dị thục, hoặc phi dị thục. Hương dị thục, chỉ mùi hương của nội thân, thơm hoặc không thơm, sản phẩm của nghiệp phiền não. Hương phi dị thục thuộc ngoại xứ, sở duyên của tỉ thức. Vị, và xúc, cũng vậy. Sắc, thanh, ý và pháp hoặc dị thục, hoặc pháp có dị thục[190]. Sắc dị thục là sắc của nội thân, có đẹp có xấu, sản phẩm của nghiệp phiền não, là thân biểu chuyển động bởi cảm thọ tâm. Sắc có dị thục là thân biểu phát động bởi tâm thiện hoặc bất thiện. Thanh cũng vậy.[191]

5. Bốn đại chủng hoặc dị thục, hoặc phi dị thục. Thuộc nội thân, sinh bởi nghiệp phiền não, chúng là dị thục. Thuộc ngoại giới, chúng là phi dị thục.[192]

6. Biểu nghiệp bởi thân (*kāya-vijñapti*) là thân nghiệp (*kāya-karma*) thuộc sắc xứ (*rūpāyatana*). Vô biểu nghiệp bởi thân (*kāya-avijñapti*) là thân nghiệp thuộc pháp xứ (*dharmāyatana*). Biểu nghiệp bởi ngữ (*vāg-vijñapati*) là ngữ nghiệp (*vāk-karma*) thuộc thanh xứ (*śabdāyatana*). Vô biểu nghiệp bởi ngữ là ngữ nghiệp thuộc pháp xứ. Ý nghiệp, là duyên (nhân) của nghiệp.[193]

---

[188] ibid. 549a24-b09. Bareau, lđ. 14.

[189] ibid. 574c25-575b01. Bareau, lđ. 22.

[190] báo pháp (*vipākadharma = savipāka*), nó dẫn đến dị thục. Sắc của thân biểu và thanh của ngữ biểu, phát động bởi tâm thiện hay bất thiện là nghiệp sẽ cho quả dị thục.

[191] ibid. 531b15. Bareau lđ. 23 & 24. Bareau chỉ đề cập thanh dị thục mà không kể đến thanh cũng là pháp có dị thục (*savipāka*).

[192] ibid. 573b17. Bareau lđ. 28, chỉ nêu dị thục mà không nêu phi dị thục.

[193] ibid. 581a18. Bareau lđ. 34, diễn dịch đại ý: "Có một vô biểu (*avijñapti*) là ý nghiệp, là một phần của pháp xứ (*dharmāyatana*), được bao gồm trong sắc uẩn (*rūpaskandha*)." Cũng trong đoạn này của Luận, lđ. 42 nói "có thân nghiệp và khẩu nghiệp khác với tư (*cetanā*)." Đây có lẽ diễn dịch đoạn văn này: 云何身業若業非緣非口業是名身業. "Thân nghiệp là gì? Nó là phi duyên (*apratyaya*) của nghiệp (không phải nhân phát khởi nghiệp), và không phải ý nghiệp." Định nghĩa

7. Ba bất thiện căn (*akusala-mūla*), không phải nghiệp, nhưng tương ưng với nghiệp; cả ba đều phi tâm, nhưng tương ưng với tâm; thảy đều là những tâm sở.[194]

8. Ba uẩn thọ, tưởng và thức là nhân (của dị thục, *vipākahetu*). Hai uẩn sắc và hành vừa là nhân vừa không phải là nhân. Sắc uẩn là nhân, đó là biểu nghiệp và vô biểu nghiệp của thân và ngữ. Không phải là nhân, đó là sắc nội thân như mắt, tai, mũi, lưỡi, thân, đẹp hay xấu, đáng ưa hay không đáng ưa; thân và ngữ biểu phát khởi bởi tâm vô ký; cũng với ngoại xứ sắc và thanh, sở tri bởi mắt và tai; những thứ này không phải là nhân của dị thục.[195]

6. Thành thật luận[196]

Tuy không được nghiên cứu rộng rãi bằng Câu-xá, *Thành thật luận* cũng chiếm một vị trí khá quan trọng trong nghiên cứu Phật học theo thứ lớp giáo nghĩa từ Tiểu thừa đến Đại thừa. Phật giáo Trung Hoa luận giáo nghĩa căn bản tập trung trên hai luận đề Hữu và Không. Trong Tiểu thừa, *Câu-xá* đại biểu cho Tiểu thừa Hữu tông; *Thành thật luận* đại biểu cho Tiểu thừa Không tông; Trung quán, Đại thừa Không tông, và Duy thức Đại thừa Hữu tông. Phân tông đại cương này chỉ có tính cách ước lệ.

Thành thật luận sở thuộc tông phái, có khá nhiều ý kiến bất đồng. A. Bareau theo nhận định của Chân Đế (Paramārtha) cho rằng thuộc Đa văn bộ (Bahuśrutīya) và liệt kê 18 luận điểm của bộ này dẫn từ *Thành thật luận*.[197]

Các học giả Nhật Bản cũng luận khá chi tiết về bộ phái của luận thư này. Chủ yếu là ý kiến của Thủy Dã Hoằng Nguyên, *Thành thật luận* thuộc Thí dụ bộ.[198] Ý kiến của Ấn Thuận,

ý nghiệp cũng vậy. Có thể có sự nhầm lẫn của Bareau ở đây.

194 ibid. 570c05. Bareau lđ. 43, chỉ nêu các bất thiện căn không phải là nghiệp.

195 ibid. 548b04. Bareau lđ. 49: tư (*cetanā*) không phải là dị thục nhân (*vipākahetu*) duy nhất, và thọ (*vedanā*) cũng không phải là dị thục quả (*vipākaphala*) duy nhất." Luận điểm phản đối Chánh lượng bộ.

196 成實論 姚秦三藏鳩摩羅什譯 T32n1646.

197 *Les Sectes bouddhiques*, chap. v. Les Bahaśrutīyas.

198 Thủy Dã Hoằng Nguyên (Mizuno Kigen): *Nghiên cứu Văn hiến Phật giáo*, Hoa dịch

Thành thật luận xuất phát từ Kinh bộ nhưng không hoàn toàn theo Kinh bộ. Đại sư kết luận: "Ha-lê-bạt-ma, từ A-tì-đạt-ma mà đi vào Kinh bộ, rồi lại đi sâu vào năm bộ, cuối cùng khảo nghiệm dị đồng, phê phán đúng sai, không chỉ thâu thái sở trường các luận sư khác mà còn đi thẳng vào "thật nghĩa trong Tam tạng". [...] *Thành thật luận* gần với nghĩa của Kinh bộ, nhưng không thể nói là thuộc Kinh bộ. Nếu nói về tông phái, *Thành thật luận* lập thành một tông riêng vậy."[199]

Luận phân làm năm tụ. Tụ đầu, "Phát tụ", tổng quát giáo nghĩa căn bản. Bốn tụ tiếp theo y theo bốn Thánh đế. "Nghiệp luận" thuộc tụ thứ ba "Tập đế", gồm 26 phẩm, từ phẩm 95-120.[200] Dưới đây chỉ lược thuật một số luận điểm trong các phẩm này.

1. Thể của thân nghiệp: di động. Luận điểm này được nêu để phê bình trong *Câu-xá*; được nói là của *Chánh lượng bộ*, y trên cơ sở là sắc pháp ngoại giới tồn tại trên một sát-na đủ thời gian để di chuyển. *Thành thật luận* thừa nhận chủ trương pháp diệt trong từng sát-na, nhưng pháp khi sinh ở nơi khác mà gây tổn hại hay hữu ích cho kẻ khác, đó là thân nghiệp.[201] Vả lại, nói thân nghiệp là theo ngôn ngữ quy ước (thế tục đế) trong phạm vi thường nghiệm; nếu trong sự thực siêu nghiệm, thân không phải là nghiệp.[202] Thân chỉ là công cụ của nghiệp. Khi nào, do tác động bởi tâm, nó xuất hiện trong nhiều vị trí khác nhau và tích tập tội phước, đó mới là thân nghiệp.

2. Ý có vô biểu (*avijñapti*).[203] Vì Phật đã nói, ý quan trọng nhất trong ba nghiệp. Do sự tích tập của trọng nghiệp mà nói là vô biểu; vì trọng nghiệp thì thường xuyên tăng trưởng.[204] Kinh bộ không thừa nhận có vô biểu nghiệp. Hữu bộ thừa nhận vô biểu nhưng ý nghiệp không có vô biểu.

Hứa Dương Chủ. 水野弘元, 許洋主 佛教文獻研究.

[199] Ấn Thuận Pháp sư, 印順法師 說一切有部為主的論書與論師之研究. tr. 578.

[200] T32n1646, tr.289c14- 308c24.

[201] T32n1646_p0289c22.

[202] T32n1646_p0273b05.

[203] La-thập dịch là "vô tác".

[204] T32n1646_p0290a12.

3. Nhân bởi tâm mà sinh tội hay phước, dù trong khi ngủ say hay ngất, tội phước vẫn tăng trưởng. Sự tăng trưởng này là do vô biểu.[205] *Câu-xá* dẫn tám luận cứ của Hữu bộ chứng minh tồn tại vô biểu. *Thành thật luận* chỉ nêu bốn luận cứ: (a) vô biểu là thể của giới; (b) phước tăng trưởng; (c) sai người khác làm; (d) nếu không có vô biểu thì không có luật nghi (saṃvara). Lý luận đại để cũng giống như Hữu bộ.

4. Vô biểu là hành không tương ưng tâm, trong hành uẩn, không phải sắc pháp. Hành là tín hiệu (nimitta), tức nguyên nhân, tác thành sự sinh khởi. Sắc pháp do bản chất biến hoại nên không thể tác thành.[206]

Thân và ngữ nghiệp thuộc sắc. Vô biểu chỉ được gọi là nghiệp thân và ngữ, nhưng không phải được tạo tác bởi thân và ngữ. Nhân bởi thân, ngữ và ý nghiệp mà phát sinh nên nói là có thể tính của thân, ngữ, ý nghiệp. Hoặc chỉ phát sinh từ ý nên gọi là vô biểu.

Vô biểu chỉ phát sinh từ nghiệp thiện hoặc bất thiện. Nghiệp vô ký yếu ớt, không làm phát sinh vô biểu. Vô biểu phát sinh từ sát-na thứ hai trở đi.

5. Trong vô sắc giới cũng có vô biểu.

6. Có nghiệp được làm bởi cố ý (sañcita: tư, hay cố tư) hay không cố ý. Trước biết mà vẫn làm gọi là cố ý; hoặc nghiệp được làm bởi tâm quyết định, gọi là cố ý. Nghiệp cố ý mới có quả dị thục.[207]

7. Nghiệp cố ý mới được tích tập và cho quả trong đời này, đời tiếp theo, hay những đời tiếp theo sau nữa. Nhưng nơi vị chứng đắc chân trí nghiệp không còn được tích tập, như hạt giống đã hư mục.[208]

8. Nghiệp đối với quả có định và bất định. Định nghiệp, dù ít

---

[205] T32n1646_p0290a19.
[206] T32n1646_p0290b10.
[207] T32n1646_p0290c03.
[208] T32n1646_p0290c20.

dù nhiều, nhất định phải thọ quả.[209] Xác định mức tội cũng như Hữu bộ được nói trong *Câu-xá*.

Còn nhiều luận điểm khác nữa; những điểm quan trọng đều có được đề cập trong Câu-xá nên không cần thiết dẫn hết ra đây. Những điểm trên đây chỉ nêu tượng trưng để có thể hiểu được tình hình luận nghiệp giữa các bộ.

Ngoài ra, trong các luận thư như *Tam-di-để luận* của Chánh lượng bộ, *Tứ để luận* suy đoán thuộc Thí dụ bộ, cũng đề xuất những lý giải về nghiệp. Những luận điểm dị biệt giữa các bộ phần lớn được dẫn và phê bình trong *Luận sự* (*Kathāvatthu*) và trong *Câu-xá*, do đó cũng không cần thiết phải dẫn hết ra đây.

---

[209] T32n1646_p0291a05.

PHẦN BA

NGHIỆP LUẬN
A-TÌ-ĐẠT-MA

CHƯƠNG IV

THỂ TÍNH CỦA NGHIỆP

I. BIỂU SẮC – BIỂU NGHIỆP

Thế Thân mở đầu thiên luận về nghiệp, rằng: *karmajaṃ lokavaicitryam*, mọi sai biệt đa dạng của thế gian đều là sản phẩm của nghiệp. Giới thuyết này đã nêu rõ tầm quan trọng của giáo nghĩa về nghiệp. Bởi vì từ "thế gian" (*loka*) được nói ở đây bao gồm thế giới các chủng loại sinh vật và thế giới tự nhiên mà các sinh loại y nơi đó để tồn tại. Giáo nghĩa nghiệp bác bỏ các truyền thuyết thần thoại về sáng thế, về khởi điểm và diệt tận của thế giới. Ngày nay, với những tư liệu khai quật được từ các nguồn văn minh tối cổ của nhân loại, từ nền văn minh Sumeria và Babylon trong vùng Lưỡng hà, cũng như Ấn-độ với các Veda đầu tiên, ý tưởng về một đấng Chủ tể sáng tạo thế giới từ một khởi điểm thời gian nào đó, là điều chỉ được tưởng tượng sau này, khi mà xã hội được tổ chức để điều hòa những cạnh tranh, bấy giờ hình thành ý tưởng về một lãnh thổ với một sở hữu chủ duy nhất, như được tường thuật trong kinh *Khởi thế nhân bổn* hay *Tiểu duyên*.[210] Từ cạnh tranh phát sinh các vấn đề thiện ác,

---

[210] *Trường A-hàm 6*, kinh số 5. Pāli, D.27 *Aggaññasutta*.

và từ đó cũng phát hiện những bất công và bất bình đẳng trong xã hội, giữa người với người, rồi tiến xa hơn nữa, giữa loài người và các sinh vật khác. Chỉ khi nào con người có ý thức về tính bất bình đẳng bấy giờ mới có khái niệm về một Sở hữu chủ duy nhất của toàn thế giới, và tiến lên nữa, thành đấng Sáng tạo duy nhất của thế gian. Nguyên nhân độc nhất của thế gian này, A-tì-đạt-ma gọi là "bất bình đẳng nhân" (viṣamahetu). Bởi vì, như lời Phật dạy, hết thảy chúng sinh đều là kẻ thừa tự nghiệp của nó; cao hay thấp, sang hèn đều là sản phẩm của nghiệp. Cho nên, không thể từ giữa đám chúng sinh bị chi phối bởi nghiệp ấy mà lựa chọn một thực thể nào đó quyết định như là Chủ nhân ông của vũ trụ, với quyền năng tối thượng tự do ban phát ân huệ hay thưởng phạt, theo cái gọi là "Thiên Ý" mà loài người không được phép bàn cãi.

Vậy, nghiệp là gì? Nhận thức phổ thông và căn bản nói rằng, đó là hành vi nhất định dẫn đến kết quả báo ứng tương xứng. Từ nhân cho đến quả, qua một khoảng thời gian và không gian, cái gì tồn tại liên tục để từ nhân chuyển thành quả? Lý giải sự tồn tại của thể tính này là thuyết lý căn bản của Abhidharma khi nói về nghiệp.

Nếu không thừa nhận tồn tại một quyền lực tối thượng để giám sát và thưởng phạt các hành vi thiện hay ác của con người, vậy sau khi hành động hoàn tất và thân hành động cũng hủy hoại, cái gì tồn tại để đời sau cho ra kết quả?

Cũng như nếu không có một công năng tồn tại liên tục không gián đoạn trong hạt giống thóc giống, chắc chắn sẽ không có kết quả là cây lúa phát sinh. Vấn đề chỉ có thể giải quyết nếu thể của nghiệp được xác định.

Tự thể của nghiệp là gì? Nó là tâm, hay là vật?

1. Một nghiệp hay hai nghiệp

Khi nói về tự thể của nghiệp, đoạn kinh Phật nói sau đây được xem là nền tảng giáo nghĩa để phân biệt. Kinh nói, "Này các Tỳ-kheo, Ta nói nghiệp là tư. Sau khi tư, nó tạo nghiệp bởi thân, ngữ hay ý."²¹¹ Đoạn văn này dẫn từ Pāli. Hán dịch tương đương có khác: "Có hai loại nghiệp: tư, và nghiệp sau khi tư."²¹²

Trong đoạn văn Pāli, về mặt cú pháp, giữa hai mệnh đề "Ta nói nghiệp là tư" và "Sau khi tư, nó tạo nghiệp bởi thân, ngữ hay ý" không có liên tự *vā* (hoặc là) hay *ca* (và) để xác định phân loại một nghiệp hay hai nghiệp. Nếu nói "*hoặc*" thì chỉ có một nghiệp. Nếu nói là "*và*" thì có hai. Thông thường nói có ba nghiệp; đó là muốn nói nghiệp được thực hiện bởi ba công cụ.

Theo Hán dịch, nghiệp có hai phân loại rõ rệt: nghiệp là tư và nghiệp sau khi tư. Phân loại này có ý nghĩa gì? Đây là đoạn Kinh trích từ *Trung A-hàm*, vốn được xác định là Kinh truyền tụng bởi Hữu bộ. Giả thiết Hán dịch có thể không lưu ý đến những chi tiết nhỏ như vậy, nhưng đoạn Kinh Sanskrit dẫn bởi Thế Thân thì hoàn toàn phù hợp: *dve karmaṇī cetanā karma cetayitvā ca*, "có hai loại nghiệp; tư *và* sau khi tư."

Vậy, có sự cải biến nào trong cách đọc của các vị Hữu bộ so sánh với truyền tụng nguyên thủy hay không? Đó là vấn đề cần khảo cứu, nhưng không phải phạm vi ở đây.

Đoạn Kinh như vậy chính là cơ sở để Hữu bộ phân biệt hai loại nghiệp có bản chất khác nhau. Tư nghiệp, tức ý nghiệp, bản chất thuộc tâm. Nghiệp được làm sau khi tư, nghiệp thân và ngữ. Thân và ngữ là hai pháp thuộc sắc, điều này được thừa nhận trong tất cả các bộ phái. Chúng chỉ là công cụ của nghiệp, sau khi hành vi hoàn tất, hoạt động của thân ngữ cũng chấm dứt. Cái gì tồn tại để dẫn đến hình thành kết quả? Hữu bộ trả lời đó là một loại sắc được mệnh danh vô biểu (*avijñapti-rūpa*) phát sinh ngay sau sát-na thân hay ngữ phát khởi hành động.

Vậy, tổng quát mà nói, về danh mục, nghiệp có ba như thường thấy trong kinh; về tự tánh hay thể chất, nghiệp có hai loại, thuộc sắc và thuộc tâm. Nếu phân tích thêm, tự thể của thân

---

²¹¹ Dẫn Pāli, A.iii. tr. 415: *cetanāhaṃ, bhikkhave, kammaṃ vadāmi. cetayitvā kammaṃ karoti – kāyena vācāya manasā.*

²¹² *Trung* 27, tr. 600a24: 有二業: 思、已思業.

nghiệp là sắc và sắc này có hai phần: biểu và vô biểu; ngữ nghiệp cũng vậy. Danh mục đầy đủ của nghiệp nên nói là năm: một ý nghiệp; thân và ngữ mỗi thứ đều có hai. [213]

Nói tóm, theo Hữu bộ, đại thể có hai phân loại nghiệp với hai bản chất khác nhau: một thuộc tâm, và một thuộc sắc. Phân loại này có ý nghĩa như thế nào, và mối quan hệ giữa sắc và tâm như thế nào để tạo nghiệp và dẫn đến kết quả của nghiệp? Vấn đề này thật sự quan trọng trong luận thuyết về nghiệp.

Điều cần thiết để có giải đáp, trước hết nên hiểu có hay không có biểu và vô biểu tồn tại như những thực thể, và nếu có chúng được quan niệm như thế nào?

2. Thân-ngữ biểu

Vô biểu sắc sẽ được đề cập trong đoạn sau. Trước hết hãy nói về biểu nghiệp thân và ngữ. Hai loại biểu nghiệp này thuộc sắc. Loại sắc này thông tin cho người ngoài biết ý nghĩ trong tâm của một người, nên gọi nó là biểu sắc. Ý nghĩ hay ý đồ sẽ hành động được phát biểu hay được thông tri nơi các cử động của thân, gọi là thân biểu; thông tri qua ngôn ngữ, gọi là ngữ biểu. Do chính đặc điểm này mà những cử động của thân và ngữ được gọi là nghiệp. Ý nghĩa nghiệp được hiểu như vậy để không nhầm lẫn với sự hiểu biết trong các hệ phái triết học khác. Như *Đại Tì-bà-sa* chỉ điểm[214], Thắng luận (Vaiśeṣika) chủ trương năm loại nghiệp: ném lên hay nâng lên (*utkṣepana*: thủ), ném xuống hay đặt xuống (*avakṣepana*: xả), co lại (*ākuñchana*: khuất); duỗi ra (*prasaraṇa*: thân) và đi hay di chuyển (*gāmana*: hành). Hoặc Số luận (Saṃkhyā) chủ trương chín loại nghiệp: thủ, xả, v.v cho đến mở, đóng, hành. Hoặc một số ngoại đạo chủ trương cả 12 xứ (*āyatana*) đều có nghiệp tính, như nói: Nghiệp của mắt là gì? Nhìn thấy sắc. Nghiệp của sắc là gì? Làm đối tượng của mắt; v.v. Đấy không phải chỉ rõ tự thể của nghiệp; chúng không biểu lộ hay thông tri ý đồ gì cả. Chỉ có loại sắc nơi

---

[213] *Phẩm loại túc luận* quyển 7, tr.717c26: "Thân nghiệp là gì? Biểu và vô biểu thuộc thân. Ngữ nghiệp là gì? Biểu và vô biểu của ngữ. Ý nghiệp là gì? Tư."

[214] *Tì-bà-sa* quyển 113, tr. 587a01 tt.

thân của hữu tình, và chỉ khi nào các sắc này thông tri cho biết tâm tư hay ý đồ của chúng sinh ấy, bấy giờ mới gọi nó là biểu sắc.

Về biểu nghiệp bởi ngữ, trong đây không có biện luận gì đặc biệt. Quan điểm khác nhau trong các bộ phái không lớn, và đã được đề cập trong phẩm "Phân biệt Giới". Vậy ở đây chỉ đề cập chi tiết về thân biểu.

Mặc dù không tìm thấy trong Kinh ở đâu có nêu danh loại sắc này – biểu sắc, nhưng trong Luận tạng của Thượng tọa Nam phương cũng đã đề cập. Như trong định nghĩa về sắc của thân biểu, *Pháp tụ luận* nói:[215] Những biểu hiện nơi thân, như co, duỗi, nhìn, ngắm, thông tri, thông báo, bộc lộ một ý tưởng gì đó hoặc thiện, hoặc bất thiện, hoặc vô ký. Sớ giải[216] nói rõ hơn về tự thể của nó. Đó là sắc được phát khởi bởi tâm (*cittasamuṭṭhāna*: tâm đẳng khởi) ngang qua cửa thân nghiệp nên được gọi là thân biểu." Tương tự, thông qua cổng ngữ nghiệp, nó được gọi là ngữ biểu. Khi tâm khởi ý nghĩ "Tôi sẽ bước tới. Tôi sẽ bước lui" (*abhikkamāmi; paṭikkamāmi*), lúc bấy giờ tâm này khởi động (*samuṭṭhāpeti*: đẳng khởi) sắc. Sắc này bao gồm bốn đại chủng (bốn giới, *dhātu*) và bốn sở tạo như hiển sắc (*vaṇṇa*: màu sắc), hương, vị và thực phẩm; trong đó phong đại có tác dụng đặc biệt vì do nó mà thân di chuyển. Cử động nơi thân được nhận biết do bởi hiển sắc của nó là sắc xứ, đối tượng của mắt. Sự xác định thể loại của thân biểu theo Thượng tọa bộ như vậy sẽ không đồng nhất với các bộ phái khác. Câu-xá dẫn hai quan điểm đối nghịch về tự thể.

a. Thân biểu: di chuyển

Tự thể của thân biểu là gì?

Độc tử bộ (Vatsīputriya), hoặc Chánh lượng bộ (Sammitīya)[217] nói, đó là sự di chuyển (*gati*) của thân. Do sự di chuyển của thân

---

[215] *Dhammasaṅgani* (&636) PTS 144.
[216] *Dhammasaṅgaṇi-aṭṭhakathā* PTS 83.
[217] Chánh lượng bộ xuất thân từ Độc tử bộ.

hoặc một bộ phận nơi thân của một người mà người khác khi nhìn thấy có thể nhận ra ý định của người ấy muốn làm gì. Quan điểm của bộ này được nói rõ hơn trong *Thành nghiệp luận*[218]: Thể tính của thân biểu là sự chuyển động của thân; ý thức duyên vào đó như là đối tượng để phát sinh. Bộ phái này xếp loại nó vào sắc xứ, đối tượng của mắt. Điều này loại trừ những chuyển động của môi miệng các thứ vì những chuyển động này không biểu thị ý định gì của tâm. Nếu sự chuyển động của môi miệng mà phát sinh âm thanh, đồng thời âm thanh ấy chuyển tải ý định của tâm, thì chính âm thanh mới là ngữ biểu.

Chuyển động được hiểu là sự chuyển dịch từ điểm này sang điểm khác trong không gian. Nó giả thiết sắc pháp ngoại giới thuộc loại vật chất có tính liên tục hữu hạn. Liên tục hữu hạn tức tồn tại liên tục trong một khoảng thời gian ngắn đủ cho sự chuyển dịch. Tính liên tục được định nghĩa là "không thấy có sự khác biệt nhận thức trong sự chuyển dịch". Ý nói, cánh tay cử động khi gây nghiệp chẳng hạn, được tác thành bởi vô số cực vi; khi cánh tay di chuyển có nghĩa là các cực vi hợp thành nó chuyển dịch từ điểm này sang điểm khác. Cực vi trong điểm này cũng là cực vi trong điểm kia, không có nhận thức sai biệt.

Hữu bộ bác bỏ ý kiến về tự thể của thân biểu là sự di động này. Theo bộ phái này, chỉ có hai loại sắc là đối tượng được nhận thức bởi mắt: hiển sắc hay màu sắc và hình sắc hay hình thể. Hai loại sắc này là tập hợp của các đại chủng, tức các yếu tố cực vi. Tùy theo sự bố trí của các yếu tố cực vi mà sắc ấy được thấy là xanh hoặc vàng, hoặc dài hoặc ngắn. Nếu định nghĩa này được thừa nhận là đúng với bản ý của Hữu bộ, ta có thể nói, thứ nhất là loại vật chất xuất hiện như là mặt phẳng, và loại thứ hai là đường. Thế nhưng, nhận thức phổ thông cho rằng sự sai biệt về hiển sắc và hình sắc được xác định từ chính mỗi yếu tố cực vi. Không hoàn toàn chính xác như vậy. Vì đối tượng của mắt được nói là tụ sắc hay tập hợp sắc, gọi là sở tạo sắc, tức vật chất được cấu trúc từ các yếu tố cực vi. Bản thân các yếu tố cực vi

---

[218] Xem "Phụ luận" trong sách này.

không thành đối tượng của mắt.

Hữu bộ đề xuất một loạt lý luận để bác bỏ chủ trương thể tính của thân biểu là sự chuyển dịch của thân này.

Trước hết, theo nguyên lý nhận thức, cái gì không xuất hiện như là đối tượng của các thức, cái ấy không tồn tại như một thực thể. Thí dụ sừng thỏ, thậm chí ý thức cũng không hình dung được nó giống như cái gì, mà đó chỉ là từ ngữ suông. Như vậy, nếu thân biểu là sắc, nó không thể là sắc xứ, vì không xuất hiện như đối tượng của mắt.

Thứ đến, sự chuyển dịch của một vật thể chỉ là bóng dáng hư cấu của ý thức. Vì theo quan điểm sát-na sinh diệt của Hữu bộ, không một pháp nào tồn tại kéo dài trong hai sát-na. Nó sinh trong sát-na nào thì diệt ngay trong sát-na đó. Do không tồn tại đến sát-na thứ hai cho nên tự thể của nó không có sự di chuyển. Sự chuyển dịch từ vị trí này sang vị trí khác cần thiết tối thiểu phải có hai sát-na.

Các vị Hữu bộ Tì-bà-sa không thừa nhận mắt có khả năng tiếp thu trạng thái chuyển động của đối tượng. Theo các vị này, tính thể của bất cứ tồn tại nào cũng chỉ xuất hiện trong sát-na rồi biến mất. Như khi nhìn thấy ngọn lửa di chuyển trên đồng cỏ khô, đó chỉ là sự kết nối những ảnh tượng quá khứ của thức thành một chuỗi liên tục trong không gian. Thế nhưng, một cọng cỏ là một tập hợp vô số cực vi. Một khi hỏa đại trong cực vi ấy tăng thịnh, ngọn lửa xuất hiện, ta gọi là cực vi ấy bị đốt cháy. Chỉ một sát-na, cực vi ấy bị tiêu diệt. Cực vi không tồn tại, hỏa đại nơi cực vi ấy cũng diệt, ngọn lửa cũng tắt theo. Nó không tồn tại đến cực vi thứ hai để châm lửa cho cực vi này bốc cháy. Tuy nhiên, khi nó xuất hiện với hỏa đại tăng thịnh, chính lực làm cho hỏa đại tăng thịnh này tác động đến những cực vi khác quanh nó. Lực của hỏa đại tăng thịnh này được gọi là tăng thượng duyên (*adhipati-pratyaya*). Cực vi thứ hai bị tác động bởi lực tăng thịnh của hỏa đại của cực vi trước khiến cho hỏa đại trong tự thân nó cũng tăng thịnh. Hỏa đại trong nó tăng thịnh, nó được thấy là bốc cháy trong khi đó cực vi trước đã diệt. Lần lượt tiếp nối liên tục như thế. Bằng lý luận như vậy, Hữu bộ bác bỏ sự di động xuất hiện như là đối tượng của nhận thức bởi mắt. Nghĩa là, sự chuyển dịch bởi thân chỉ là hư cấu của ý thức.

b. Thân biểu: hình sắc

Quan điểm thứ hai là chủ trương của Hữu bộ, nói tự thể của thân biểu là hình sắc, vì cử động của thân được nhận thức theo dạng hình học: cong hay thẳng, dài hay ngắn.

Dù được hiểu theo dạng nào, nghiệp tất yếu là lực tác động. Nếu là lực tác động, tất phải có sự di chuyển từ vật này sang vật khác. Trong hoạt động của giác quan, điều này có sự khác biệt. Nếu muốn quan sát hoạt động của thân để biết nó biểu thị cho ý đồ gì của tâm ý, trước hết thân với các bộ phận của nó phải được nhận thức như là đối tượng của mắt. Tất cả đối tượng của mắt chỉ có thể xuất hiện trong hai dạng: a. Đường hoặc thẳng hoặc cong, hoặc dài hoặc ngắn, thuật ngữ gọi là hình sắc; b. Mặt phẳng với các độ màu xanh, vàng, đỏ, trắng, thuật ngữ gọi là hiển sắc. Nếu là đường thì phải là một tập hợp liên tục không gián đoạn giữa các điểm trong một chiều không gian.

Trong các học thuyết A-tì-đạt-ma, tất cả sắc hay vật chất đều được cấu thành từ bốn nguyên tố cơ bản hay đại chủng (*mahābhūta*); nhưng các đại chủng này không xuất hiện như là sắc làm đối tượng của thức. Sắc làm đối tượng của thức là một tập hợp các đại chủng cực tiểu gọi là vi tụ; rồi các vi tụ này tập hợp thành một tổ hợp gọi là đại chủng sở tạo sắc. Có bốn đại chủng sở tạo sắc chính: sắc gồm hiển và hình, hương, vị và xúc. Tất cả tám yếu tố này, bốn đại chủng căn bản và bốn sở tạo, hợp thành một tổ hợp sắc không bao giờ tách rời nhau trong mọi đối tượng. Tùy theo quan năng tiếp thu mà nó được nhận biết như là sắc, hay hương, hay vị, hay xúc.

Đối tượng của mắt là sắc xuất hiện trong hai thể loại. Nếu là mặt phẳng, theo bố trí đặc biệt của các đại chủng và sở tạo, sắc xuất hiện như là xanh, vàng các thứ. Đó cũng phải là sự tập hợp của nhiều điểm theo nhiều chiều không gian. Khi nói, tự thể của biểu nghiệp bởi thân là lực di chuyển theo phương, điều này muốn nói ở đây rằng trong nhận thức đối tượng mắt không tiếp thu đường hay mặt phẳng. Biết được phương di chuyển là do suy lý của ý thức. Khi mắt nhìn thấy thân hình di động từ vị trí này sang vị trí khác, ý thức tiếp thu ảnh tượng quá khứ được nhận thức bởi mắt rồi suy lý phương di chuyển và tiên đoán mục tiêu nhắm đến.

Như vậy, khi nói ta đang nhìn thấy cử động tay hay chân nơi thân của một người, Hữu bộ không nói ta đang thấy sự chuyển động mà nói ta đang thấy một đối tượng xuất hiện đang di chuyển theo dạng hình học. Sự di chuyển ấy phải biểu thị ý đồ thiện hay ác, nếu không nó chỉ như gió thổi, lá rơi, không thành biểu nghiệp.

Kinh bộ lại bác bỏ tính thực hữu của nhận thức đối tượng hình học này. Nhận thức độ dài hay ngắn nơi một đối tượng chỉ là nhận thức quy ước. Đối tượng thực hữu để mắt tiếp thu không phải là độ dài hay ngắn, mà là những điểm cực vi. Cực vi là một chất điểm. Hai hay nhiều điểm liên tiếp nhau tạo thành ấn tượng về độ dài. Như hình ảnh một đàn kiến, hay vòng lửa xoay. Đối tượng thực hữu mắt tiếp thu là những con kiến chứ không phải là một đường thẳng. Đường thẳng được thấy chỉ là sự diễn dịch của ý thức. Cũng vậy, đối tượng mà mắt tiếp thu chỉ là một đốm lửa, nhưng vì nó di chuyển với vận tốc cực nhanh cho nên ý thức hư cấu thành một đường tròn liên tục.

Vả lại, Kinh bộ cũng không thừa nhận cực vi tồn tại. Cực vi chỉ là khái niệm quy ước. Do giả huệ tưởng, trí năng nhận thức bằng giả tưởng hay giả thiết, người quan sát phân tích khối vật chất thành những điểm cực nhỏ đến độ không thể phân tích được nữa, và gọi nó là cực vi. Đó không phải là giới hạn cuối cùng của vật chất, mà chính là giới hạn cuối cùng của khả năng nhận thức. Tuy Kinh bộ không thừa nhận đối tượng có tính hình học tồn tại như một thực thể, nhưng vẫn chấp nhận ý kiến cho rằng thể của thân biểu là hình sắc. Sự thừa nhận này chỉ có tính quy ước để qua đó nhận biết ý đồ. Tuy thế, thừa nhận như vậy chưa đủ để xác định thể của thân nghiệp. Chỉ khi nào có sự can thiệp của tư, ý chí hành động hoặc thiện hoặc ác; ý chí ấy vận chuyển thông qua cổng hành động là thân [219], gọi nó là thân nghiệp.

c. Nhật xuất luận giả

Thêm một quan điểm nữa được dẫn trong *Thành nghiệp luận*, nhưng không được đề cập trong *Câu xá*. Luận giả này không thấy đề cập trong *Đại Tì-bà-sa* hay trong các luận thư khác của Hữu bộ. Nguồn thông tin chính chỉ được thấy trong sớ giải *Trung luận* của Cát Tạng. [220] Cát Tạng dẫn lời của La-thập: "Tôi khi ở Thiên trúc từng nghe... Tông sư của họ là Cưu-ma-la-đà (Kumāralāta), người đã viết *Nhật xuất luận*." [221] Chi tiết hơn được thuật bởi Khuy Cơ trong *Thành duy thức luận thuật ký*: "Nhật xuất luận giả, bản sư của Kinh bộ, xuất hiện sau Phật Niết-bàn khoảng 100 năm, viết 900 bộ luận. Đương thời được tôn xưng là một trong năm đại luận sư của Thiên trúc, xuất hiện như mặt trời rọi sáng thế gian. Cũng gọi là Thí dụ sư." [222]

Quan điểm này có vẻ chiết chung giữa Chánh lượng bộ và Hữu bộ. Thực tế không có sự chuyển dịch từ điểm này đến điểm khác vì bản tính của tồn tại là sinh diệt trong từng sát-na. Nhưng, có một thực thể đặc biệt được dẫn sanh bởi tâm sai biệt; nó nương nơi tay chân các thứ mà phát khởi. Chính thực thể này là nguyên nhân khiến cho tay chân các thứ chuyển động từ phương này đến phương khác. Nhân ấy được nói là thân biểu; được xếp loại vào sắc xứ, đối tượng chỉ được tiếp thu bởi ý thức. Loại sắc này không phải hiển hay hình như trong phân loại của Hữu bộ. Giả thiết nó là phong đại (gió) được dẫn sanh bởi tâm. Giả thiết này cũng bị bác bỏ. Vì phong giới vốn không biểu lộ cho thấy, làm sao biểu thị được ý? Lập luận phong giới có vai trò đặc biệt trong thân biểu vốn cũng là

---

[219] So sánh *Dhammasaṅgaṇi-aṭṭhakathā* PTS 83 dẫn trên.

[220] Cát Tạng, *Trung quán luận sớ*, quyển 1, T42n1824, tr.004c29.

[221] Ấn Thuận có thể nhầm lẫn nhật xuất (*sūryodāya*) với nhật diệu, nên dẫn lời Tăng Triệu: "Xuất diệu, xưa gọi là Thí dụ." 說一切有部為主的論書與論師之研究 tr. 519.

[222] Khuy Cơ, *Thành duy thức luận thuật ký* quyển 2, T43n1830, tr.274a08.

chủ trương của Thượng tọa bộ đã dẫn trên.

Trong *Câu-xá*, Thế Thân kết luận bằng quan điểm của Kinh bộ. Trong *Thành nghiệp luận*, đại thể cũng như vậy: thân biểu được nhận thức như là quy ước. Nghĩa là, không có gì khác nhau về bản thể vật chất của các cử động tay chân khi gây nghiệp hay không gây nghiệp. Nếu cử động ấy được điều khiển bởi ý định thiện hay bất thiện, bấy giờ gọi nó là thân biểu.

Xem ra quan điểm này lạc hậu một chút so với Hữu bộ, nếu quan sát để phân tích lực múa kiếm với ý định giết người và lực múa kiếm chỉ cốt trình diễn. Thí dụ, hai võ sinh đang dợt võ. Bỗng một anh nhận thấy bạn thật sự cố ý đả thương mình, bèn nổi giận phản kích. Cũng chiêu thức ấy với tay chân ấy, nhưng nhìn vào người ta liền biết đang từ hảo ý chuyển sang ý đồ bất thiện.[223] Nếu không có sự biến đổi nào nơi yếu tố vật chất của cánh tay, làm sao phân biệt? Quan sát của Hữu bộ thật sự không thể bằng suy luận mà xác định được bản chất. Nó là quy luật biến đổi vật lý tác động bởi tâm lý, như người đang nói chuyện bình thường bỗng bị xúc chạm thế nào đó mà đùng đùng nổi giận, mặt đỏ gay gắt, cung tay muốn đánh người; rõ ràng là có sự biến đổi vật lý toàn thân, chứ không phải thân được điều động để hành sự như người ta điều khiển bộ máy. Vậy nên cần có quan sát cụ thể bằng thực nghiệm, y như một nhà khoa học quan sát hiện tượng vật lý, hoặc như nhà thần kinh học đo đạc não vậy. Vì không phải là vấn đề triết học siêu hình để suy luận viển vông. Các vị Phật học nhiều khi, hoặc đa phần, phạm phải lỗi này.

d. Ý nghĩa biện luận

Do đâu mà có những biện luận xem ra có vẻ tế toái này? Có hai nguyên do. Thứ nhất, do bởi xu hướng phân tích của các vị A-tì-đạt-ma, bất cứ tồn tại nào cũng cần phải được phân tích cho đến tận cùng lý tính. Sự phân tích này nhiều khi dẫn đến

---

[223] Thí dụ này thông tục hóa biện luận của các vị Tì-bà-sa về sự biến đổi trạng thái tâm, từ vô ký chuyển sang thiện và bất thiện, biểu lộ nơi thân và ngữ. *Tì-bà-sa 117*, tr. 610b08.

chi tiết vụn vặt. Thứ hai, để xác định tự thể tồn tại và do đó biết được tác dụng của nó. Chẳng hạn như khi thấy một vật di chuyển và đẩy một vật khác cũng di chuyển tiếp theo. Nếu quan sát bằng mắt theo hình thái di chuyển của vật mà ta có thể xác định được vận tốc và phương của lực đang di chuyển, từ đó có thể dự đoán được kết quả sẽ xảy ra như thế nào. Khi cử động bình thường như đi đứng, do tập quán bẩm sinh, những cử động này được thực hiện bởi loại sắc bẩm sinh, gọi là dị thục; nó kết hợp giữa di truyền của cha mẹ với nghiệp quá khứ, cử động tự nhiên theo tập quán bẩm sinh chứ không cần tác động của ý thức. Loại sắc này do đó không có bẩm tính thiện hay bất thiện. Nếu khi có ý định gây nghiệp thiện hay bất thiện, thân hay khẩu cử động phải bằng một loại sắc phát sinh do tác động bởi ý; nếu nó được tác động bởi tâm bất thiện thì cử động mang tính chất bất thiện. Và cử động này sẽ lưu lại ấn tượng mà trong đời này nó thành tập quán và chuyển biến để sang đời sau được xử lý thành kết quả.

Cánh tay chẳng hạn là khối vật chất, tụ sắc hay tích tập sắc, được cấu tạo bởi vô số đại chủng, bởi các yếu tố vật chất cơ bản. Các đại chủng này là sản phẩm của dị thục (*vipākaja*: dị thục sinh), tức khối vật chất do kết hợp của nghiệp quá khứ với vật chất hiện tại do di truyền bởi cha mẹ. Nó cũng cần được nuôi dưỡng bằng cơm cháo các thứ; đây gọi là đặc tính sở trưởng dưỡng (*aupacayika*). Vì sắc pháp thuộc loại hữu vi, sinh diệt trong từng sát-na; đại chủng này sinh rồi diệt để cho đại chủng khác sinh tiếp theo. Thế nhưng do cấu hình của dị thục sinh, sản phẩm của nghiệp, đại chủng sinh sau đồng loại với đại chủng trước, như những giọt nước giống nhau chảy ra từ một nguồn duy nhất. Đây gọi là đẳng lưu tính (*naiṣyandika*).[224]

Tóm tắt mà nói, cánh tay là khối tích tụ của các đại chủng với ba đặc tính: dị thục sinh (*vipākaja*), sở trưởng dưỡng (*aupacayika*) và đẳng lưu tính (*naiṣyandika*). Trước khi cử động, trong khi cử động, và sau khi cử động, khối đại chủng này

---

[224] Xem kārikā i. 37.

không thay đổi tự thể của chúng với ba đặc tính vừa kể. Vậy do đâu mà chúng chuyển động để cánh tay cử động, và để từ cử động này mà người ngoài có thể nhận biết ý đồ của cử động ấy?

Bất cứ nghiệp nào cũng lưu lại ấn tượng để trong thân hay tâm người tạo nghiệp để sau này cho ra kết quả. Duy chỉ có vấn đề, ấn tượng được lưu lại đó có bản thể là sắc hay tâm?

Như vậy, nếu không xác định được tự thể của nghiệp, thì không thể biết được tác động của nó như thế nào để dẫn đến kết quả. Với Độc tử bộ hay Chánh lượng bộ, tự thể của thân biểu là sự chuyển động của thân. Hữu bộ nói, nó là sắc được nhận thức như là đối tượng di chuyển theo phương hình học. Qua cử động hay qua đối tượng hình học này, ta xác định được mục tiêu của hành động và từ đó biết rõ ý đồ của mục tiêu ấy. Kinh bộ bác bỏ hết cả hai, và nói, lực tác động lên thân để có hành động, lực ấy phát xuất từ ý chí, gọi nó là tư (*cetanā*). Vậy tự thể của nghiệp chính là lực được phát động bởi ý chí. Lực ấy thuộc tâm, không thuộc sắc. Ý chí ấy là một lớp vi tế của ý thức, một loại tiềm thức hay vô thức như ta thường nói trong tâm lý học hay tâm phân học ngày nay. Thế Thân, trong *Thành nghiệp luận*, bác bỏ cả ba, và lập thêm thức thứ tám, ngoài ý thức, là nơi mà tất cả kinh nghiệm quá khứ lắng đọng thành khối năng lực để khi hội đủ điều kiện sẽ dẫn sinh kết quả.

Ý chí hay tư tâm sở (*cetanā*) là một chức năng hoạt động của ý thức. Bản chất của nó là tâm. Tâm hay thức là tồn tại không hình thù, và không thể tập hợp thành khối lượng, làm thế nào nó có thể tác động lên tồn tại vật chất, tức sắc pháp, vốn là tồn tại có hình chất, có thể tập hợp thành khối lượng? Không thấy Hữu bộ hay Tì-bà-sa, hoặc trong bất cứ bộ phái nào, đã có lưu ý như thế nào về vấn đề này ở đâu đó. Vấn đề xem có vẻ đương nhiên, không cần lý giải.

Nói chung, các bộ phái Phật giáo, cho đến cả Đại thừa Trung luận và Du-già hành, thảy đều cho rằng tâm có khả năng tác động lên sắc hay mọi thứ vật chất. Vì điều này được thấy trong nhiều Kinh điển, từ nguyên thủy đến Đại thừa.

Vì không thể quan sát bằng kinh nghiệm thường nhật của tục thức, mối liên hệ đời trước và đời sau của một người, ngoại trừ khả năng đồng bóng, cho nên khó mà mô tả một cách cụ thể về quan hệ nghiệp từ khi được tạo tác trong đời này và nghiệp quả được thành hình trong đời sau.

Ở đây cũng có vấn đề: đại chủng của biểu nghiệp bằng cách nào mà kích phát một loại vô biểu sắc vốn là tự thể của vô biểu nghiệp? Vẫn không tìm thấy giải đáp trực tiếp.

Nếu không có giải đáp trực tiếp cho vấn đề nêu trên, chúng ta có thể nêu câu hỏi khác: bằng quan sát hay bằng thí nghiệm nào, hay chỉ bằng suy luận thuần lý, mà các luận sư A-tì-đạt-ma phát hiện ra hai loại đại chủng vừa đề cập của biểu nghiệp và vô biểu nghiệp? Dù sao, hai loại đại chủng này cũng giải thích chí ít một số hiện tượng về các hoạt động tâm lý trong quan hệ với vật chất, như năng lực của ý chí hành động, vấn đề ký ức ẩn trong trường hợp phản ứng phòng vệ đạo đức, hay tập quán hành động phi đạo đức. Đúng hay sai còn tùy thuộc trình độ nhận thức.

II. VÔ BIỂU SẮC – VÔ BIỂU NGHIỆP

1. Vô biểu trong các luận thư

Vô biểu nghiệp, mà tự thể là vô biểu sắc, là điểm đặc sắc của Hữu bộ. Duy chỉ thân và ngữ có vô biểu. Ý không có vô biểu. Một số nhà nghiên cứu đặt vấn đề vì sao và tìm cách lý giải. Thật sự vấn đề không có gì đáng nói. Bởi vì tự thể của vô biểu nghiệp là vô biểu sắc; mà nội dung của loại sắc này hàm chứa ý đồ của ý thức, nhưng ý đồ ấy ngấm ngầm, không lộ ra ngoài cho người khác biết. Ý thức không phải là sắc pháp nên không thể có vô biểu.

Tuy nhiên, *Thành thật luận* cho rằng ý nghiệp cũng có vô biểu. Ở đây, La-thập dịch là "vô tác": không làm. Hiểu rằng ý nghiệp có vô tác (không làm; tất nhiên ý không có hành động như thân hay miệng) thì dễ lý luận hơn nói rằng ý nghiệp có vô biểu. *Thành thật luận* lý luận: "Phải chăng chỉ có thân và ngữ có vô

tác, còn ý thì không có vô tác? Đáp: Không phải vậy. Vì sao?...
Trọng nghiệp được tích tập gọi là vô tác. Vì nó liên tục tăng
trưởng không gián đoạn, cho nên biết rằng ý nghiệp cũng có vô
tác."[225] Đại ý, nghiệp sau khi được tích tập thực hiện dưới dạng
không biểu lộ, tức "không làm gì cả" hiểu theo La-thập. Vô biểu
mà hiểu như vậy thì không phải là ý nghĩa mà Hữu bộ muốn
nói.[226]

Trong tư liệu thuộc Hán tạng, vô biểu sắc chỉ được thấy nói
trong các luận thư của Hữu bộ và *Xá-lợi-phất a-tì-đàm* (vô giáo
sắc).[227] Loại sắc này không thấy được đề cập đến trong các kinh
điển A-hàm và Nikāya. Tuy thế, Hữu bộ cũng dẫn được Kinh
chứng, cho rằng chính nó đã được đức Phật nói đến. Dẫn chứng
này có thể tìm thấy trong Saṅgītisutta do Xá-lợi-phất kết tập:
"Ba nhiếp thủ sắc: sắc hữu kiến hữu đối, sắc vô kiến hữu đối,
sắc vô kiến vô đối."[228] Từ dẫn chứng này, Hữu bộ khẳng định,
sắc vô kiến vô đối chính là vô biểu sắc.[229]

Đoạn kinh Hán dịch tương đương trong *Trường A-hàm* không
thấy nhắc đến ba loại sắc này. Tuy vậy, Luận tạng Pāli không hề
lập vô biểu sắc để xem là tự thể của nghiệp như Hữu bộ.

Căn cứ trên đoạn Kinh vừa dẫn, Hữu bộ nói, trừ vô biểu sắc,
không có sắc nào để gọi là vô kiến vô đối. Kinh bộ cũng thừa
nhận đoạn Kinh do Phật nói, nhưng giải thích đó không phải là
vô biểu sắc. Khi hành giả du-già nhập định, bấy giờ trong tĩnh
lự xuất hiện một loại sắc do uy lực của định. Sắc này không phải
là đối tượng của mắt, và nó cũng không chiếm một chỗ nào
trong không gian, do đó được gọi là vô kiến vô đối.

Hữu bộ tiếp tục dẫn thêm nhiều giáo chứng và lý chứng để

---

[225] quyển 7, T32n1646, tr. 290a12.

[226] quyển 7, phẩm 9 "Vô tác"; tr. 290b09: Ba nghiệp thân, ngữ và ý đều có vô tác, nhưng, vô tác
thuộc hành không tương ưng trong hành uẩn chứ không thuộc sắc như Hữu bộ.

[227] *Thành thật luận* quan niệm có vô tác (= vô biểu nghiệp) nhưng không thuộc trong
sắc uẩn mà lại thuộc hành uẩn.

[228] tividhena rūpasaṅgaho – sanidassanasappaṭighaṃ rūpaṃ,
anidassanasappaṭighaṃ rūpaṃ, anidassana-appaṭighaṃ rūpaṃ. D. 33.

[229] T27n1545, tr.634c16.

chứng minh sắc vô biểu cũng đã được chính Phật ám chỉ, và theo suy lý sự tồn tại của loại sắc như vậy là chính xác. *Câu-xá* trưng dẫn 8 chứng cứ của Hữu bộ; Kinh bộ lần lượt bác bỏ từng chứng cứ một. Tám chứng cứ của Hữu bộ được *Câu-xá* dẫn không phải không có căn cứ, nhưng giải thích ý nghĩa của chúng thì có sự bất đồng giữa hai bộ này.

Trong các luận thư thuộc thời kỳ đầu của Hữu bộ chưa thấy rõ khẳng định vô biểu sắc là gì. *Tập dị môn luận*[230] khi giải thích ba loại sắc mà Xá-lợi-phất kết tập, cũng chỉ nói nó được xếp loại vào một xứ, tức pháp xứ; cũng không chỉ rõ đó là vô biểu sắc.

Trong *Tập dị môn luận*[231] cũng như trong *Pháp uẩn túc luận*[232], ngữ nghiệp vô biểu được xác định là chánh ngữ của bậc vô học (A-la-hán); cũng vậy vô biểu nghiệp thuộc thân là vô học chánh nghiệp, và vô biểu của cả thân và ngữ là vô học chánh mạng.

Tập dị môn luận cũng nói đến 11 loại sắc pháp, trong đó, sắc thứ 11 là loại sắc được nhiếp vào pháp xứ, tức vô kiến vô đối sắc; nhưng không chỉ rõ những sắc gì. Duy chỉ một đoạn trong giải thích bốn niệm trụ có nói sắc xuất hiện trong thân niệm trụ là loại sắc được liệt vào pháp xứ; tất nhiên vì không phải là đối tượng của mắt. Như vậy, cũng như trong Pāli, ba loại sắc cũng đã được Hữu bộ nói đến, nhưng chưa lập loại sắc này làm thể của các vô biểu.

Các luận thư được phỏng định thuộc thời kỳ thứ hai như *Thi thiết túc luận, Thức thân túc luận, Giới thân túc luận* không thấy nói gì đến sắc thuộc pháp xứ hay vô biểu nghiệp. Cũng được phỏng định thuộc thời kỳ này nhưng chậm hơn, *Phẩm loại túc luận* bắt đầu đề cập tương đối khá đầy đủ hai khái niệm quan trọng này trong Hữu bộ: vô biểu sắc thuộc pháp xứ và vô biểu nghiệp có bản chất là sắc. Luận này nói: "Vô biểu sắc là gì? Đó là sắc được bao hàm trong pháp xứ. Sắc này cùng với năm sắc căn

---

[230] T26n1536, tr.379b06.

[231] T26n1536, tr.452c20-27; 452c27- 453a05.

[232] T26n1537, tr.481c19-25; 481c25-28.

trong mọi thời được nhận thức bởi một thức; đó là ý thức."[233]
Đoạn sau, luận này lại nói, "Những gì là có sắc? Nghiệp bởi thân
và ngữ được kể trong pháp xứ."[234] Có lẽ muốn nói là vô biểu
của thân và ngữ. Nhưng cũng có thể hiểu nghiệp bởi thân bởi
ngữ không thuộc đối tượng của mắt và tai; theo đó, những cử
chỉ của thân biểu lộ một ý nghĩ nào đó bên trong, hay những lời
nói muốn bày tỏ ý tưởng nào đó, tuy được thấy bởi mắt và nghe
bởi tai, nhưng chính ý thức mới nhận thức được ý nghĩa đằng
sau những cử chỉ và lời nói ấy. Quan điểm có vẻ không được
xác nhận bởi luận *Câu-xá*, cũng như trong *Đại Tì-bà-sa*, vì trong
đây theo các vị Hữu bộ Tì-bà-sa thân biểu nghiệp chính là hình
sắc, tức đối tượng được nhận thức bởi mắt.

Tiếp tục khai triển ý nghĩa chánh ngữ, chánh nghiệp và chánh
mạng được nói đến trong *Tập dị* và *Pháp uẩn*, ở đây *Phẩm loại*
đưa vào khái niệm luật nghi (*saṃvara*). Luận nói, "Chánh ngữ là
gì?... Do năng lực giản trạch (thẩm tra) dẫn khởi vô lậu khiến
tránh xa, ngăn ngừa các ác hành bởi ngữ, tịch tĩnh phòng hộ
(=luật nghi), ... Đó gọi là chánh ngữ."[235] Chánh nghiệp và chánh
mạng cũng vậy." Đây là nói về Thánh đạo vô lậu. Các lực phòng
hộ dẫn khởi bởi vô lậu này, trong *Câu-xá* chúng được gọi là vô
lậu luật nghi. Nhưng trong luận này cũng chưa thấy nêu rõ ba
loại luật nghi phòng hộ như trong *Tì-ba-sa* được diễn giải bởi
Câu-xá. Có thể do chiêm nghiệm lực phòng hộ dẫn khởi bởi vô
lậu này mà các luận sư Hữu bộ phát hiện khả năng phòng hộ
bởi thọ giới và thiền định.

Cho đến *Phát trí* và *Đại Tì-bà-sa* bấy giờ vấn đề vô biểu nghiệp
và vô biểu sắc mới được triển khai chi tiết. Một số điểm trong
đó bị Kinh bộ chỉ trích, hoặc chính Thế Thân không đồng ý,
được Chúng Hiền biện luận bổ sung như thấy trong *Thuận
chính lý luận*.

---

[233] T26n1542, tr.693a03.
[234] T26n1542, tr.696b18.
[235] T26n1542, tr.722a17.

2. Phước tăng trưởng

Trong các cơ sở giáo chứng được dẫn, ở đây có thể nhắc đến một giáo chứng để tìm hiểu ý nghĩa của vấn đề.

Để có căn cứ giáo chứng, Hữu bộ dẫn đoạn Kinh như sau: "Với thiện gia nam tử, hay thiện gia nữ nhân, có tịnh tín, mà thành tựu bảy cơ sở phước nghiệp hữu y này, phước tăng trưởng thường trực liên tục ngày đêm, dù khi đi hay đứng, ngủ hay thức. Phước nghiệp sự vô y cũng vậy." Đoạn văn có thể tìm thấy trong kinh "Thế gian phước", *Trung A-hàm*,[236] không thấy Pāli tương đương. Nó cũng được tìm thấy trong *Tạp A-hàm* kinh số 977,[237] tương đương Pāli *Vanaropasuttaṃ* (Samyutta 1.5.7)[238] *Thành thật luận* cũng dẫn đoạn Kinh này giải thích ý nghĩa vô biểu mà La-thập dịch là vô tác: "Nhân bởi tâm mà sinh tội hay phước; phát sinh trong mọi lúc dù khi ngủ hay bị ngất. Đây gọi là vô tác. Như trong Kinh nói: Nếu ai trồng cây, vườn rừng, bắc cầu đò, v.v., phước mà người ấy làm ngày đêm thường xuyên tăng trưởng."[239]

Lý luận của các vị Hữu bộ như sau: Bảy cơ sở phước nghiệp hữu y, tức bảy loại cơ sở vật chất được bố thí, liệt kê theo kinh *Thế gian phước* bao gồm bố thí cho chúng Tỳ kheo các thứ như Tăng phòng, giường ghế, y phục, thức ăn sáng, thức ăn trưa, cung cấp người giúp việc và chăm sóc sức khỏe khi trời mưa hay tuyết. Ý trong Kinh này muốn nói, do các vật bố thí này có thể được sử dụng lâu dài cho nên phước của người bố thí cũng tăng trưởng theo sự thọ dụng của người được cho. Người bố thí sau khi đã cho đi những vật này rồi, không phải thường xuyên nghĩ đến sự bố thí và vật thí này. Nếu không phát sinh vô biểu

---

[236] *Trung 2*, tr. 427c26.
[237] *Tạp*, quyển 36, tr. 261b07.
[238] S (PTS) i. 34: ārāmaropā vanaropā, ye janā setukārakā; papañca udapānañca, ye dadanti upassayaṃ, tesaṃ divā ca ratto ca, sadā puññaṃ pavaḍḍhati; dhammaṭṭhā sīlasampannā, te janā saggagāmino" ti.
Những ai trồng vườn, trồng rừng, bắc cầu, cho nước uống và giếng và cho phòng ở; phước của những người ấy tăng trưởng ngày đêm. Những ai trụ pháp, có giới, sinh thiên."
[239] *Thành thật luận* quyển 7, tr. 290a19.

sắc do lực của hành vi bố thí, và sắc ấy tồn tại trong người bố thí liên tục không hề gián đoạn; thế thì cái gì tồn tại trong thân người cho để nói phước tăng trưởng? Tâm ý là pháp luôn luôn sinh diệt, biến đổi liên tục, khi nghĩ thiện, khi nghĩ bất thiện, hoặc khi vô ký; trong tình trạng biến đổi và gián đoạn ấy, làm sao có thể nói phước liên tục tăng trưởng bởi tâm?

Trong trường hợp bố thí Tăng viên, Tăng phòng các thứ như được nói trong Kinh đã dẫn, theo sinh hoạt Tăng đoàn nguyên thủy, các Tỳ-kheo không thường trú một nơi nào cố định. Cho nên khi người bố thí đang thực hiện sự bố thí, người thọ dụng lúc đó có thể đang ở một nơi khác. Khi Tỳ-kheo đến Tăng viên này để thọ dụng, bấy giờ thí chủ hẳn là không hiện diện ở đó, và có thể hai người hoàn toàn không biết nhau. Nói cách khác, người bố thí không biết ai sẽ là người thọ dụng, và thọ dụng vào lúc nào và như thế nào, vậy làm sao phước lại tự nhiên tăng trưởng trong thân tâm người ấy?

Nói tóm lại, khi một người hành sự bố thí, tự thân người ấy phát sinh một loại sắc pháp đặc biệt khác với các hành sự khác để khi người khác nhìn vào biết đấy là cử chỉ thiện. Sắc pháp này đồng thời là lực kích phát một loại sắc vô biểu, ngấm ngầm tồn tại trong cử chỉ thiện ấy mà người ngoài không thể thấy. Thực sự, đó là lực thúc đẩy cử chỉ thiện của thân, nếu không tồn tại lực này, tay chân không thể tiếp tục chu tất việc thiện như ý mong muốn.

Kinh bộ không phi bác đoạn Kinh dẫn chứng, nhưng không chấp nhận giải thích của Hữu bộ. *Câu-xá* thuật lại quan điểm truyền thống của Kinh bộ, theo đó, các vị Tiền bối kỳ cựu của bộ này nói, trong trường hợp bố thí này, do phẩm chất đạo đức của người thọ dụng và công năng bổ ích của vật thí cho nên mới có sự kiện phước tăng trưởng. Nghĩa là càng ngày càng lớn mạnh thêm thuận theo sự tăng trưởng phẩm chất đạo đức của người thọ dụng và công năng bổ ích lâu dài vật thí. Khi ý định bố thí khởi và được thực hiện, trong dòng ý thức phát sinh một chuỗi tương tục vi tế của tư, được huân tập bởi ý chí duyên đến đối tượng bố thí, do được huân tập như vậy nên chuỗi tương tục liên tục chuyển biến một cách vi tế, càng lúc càng trở nên mạnh hơn, càng lúc càng cho nhiều kết quả hơn. Nói cách khác, sau khi bố thí, trong ký ức người ấy lưu giữ ấn tượng tâm lý về sự kiện này, và do thường xuyên nghĩ đến cho nên phước thường xuyên tăng. Lý luận này liên hệ đến vấn đề tương tự như học tập và ký ức. Một điều được học tập, và được lặp lại thường xuyên, năng lực ký ức và tập quán sẽ tăng cường. Tuy nhiên, trong mẫu lý luận của Kinh bộ, ký ức và tập quán là nội dung của ý thức, không liên hệ gì đến vật chất, nên loại bỏ tồn tại sắc pháp vô biểu.

Trong đây nói "chuỗi tương tục chuyển biến sai biệt vi tế" (*sūkṣmaṃ pariṇāmaviśeṣaṃ*), muốn nói đến một tầng ý thức vi tế (*sūkṣma manovijñāna*) trong chủ trương của Kinh bộ. Bởi vì nguyên thủy đức Phật chỉ nói đến sáu thức, trong đó thức thứ sáu là ý; cũng có khi gọi nó là tâm (*citta*), ý (*manas*) hoặc thức (*vijñāna*), ba danh từ cũng chỉ cho một thực thể thức.[240] Hoạt động của thức thứ sáu này sinh diệt bất thường, như trong khi ngủ say hay bất tỉnh, trong trạng thái gọi là vô tâm như trong vô tưởng định và tưởng thọ diệt tận định, ý thức không hoạt động. Vậy thức nào tồn tại liên tục để chấp trì sinh mạng? Và chính đức Phật cùng đã nói: khi noãn (hơi ấm), thọ (sinh mạng) và thức, ba thứ này lìa khỏi thân, thân này như khúc gỗ vô tri. Và nơi khác, khi nói đến tâm, nó được định nghĩa là "tích tập" và được giải thích rằng nó tích tập tức tích lũy nghiệp thiện ác. Từ đó nhiều bộ phái cố tìm trong những điều Phật nói, cái gì khả dĩ chỉ cho tâm tích tập này. Như Thượng tọa bộ nói đó là hữu chi (*bhavāṅga*), thứ 8 trong 12 chi duyên khởi; vì chi này được cho là dẫn đến tái sinh, vậy nó là nơi tích tập nghiệp thiện ác, và do vậy chính nó duy trì sinh mạng. Kinh bộ không tìm thêm đâu ngoài ba từ này, và do đó phân ý thức thành hai tầng. Tầng hoạt động mặt ngoài như ý thức thường được đề cập chung với năm thức trước trong các hoạt động nhận thức. Tầng sâu bên dưới mọi hoạt động nhận thức là tầng ý thức vi tế, tồn tại liên tục kể cả trong trạng thái nhập vô tâm định, vì theo

---

240 Câu-xá, T29n1558, tr.021c23.

những vị này, nếu trong vô tưởng định hoàn toàn vô tâm, vậy thì mạng căn bị đứt và phải được gọi là chết.[241] Phát hiện này được nói là tiên phong của Duy thức Du già hành sau này, khi các vị này phân tâm-ý-thức thành ba tầng hoạt động với các đối tượng khác nhau. Một cách nhìn đại khái, tầng tế ý thức này có thể so sánh với tầng vô thức của Freud và các nhà tâm phân học, mặc dù không phải hoàn toàn nhất trí.

Đoạn dẫn trên cũng nói "chuyển biến sai biệt" (*pariṇāmaviśeṣa*), điểm đặc biệt trong quá trình biến chuyển của chuỗi tương tục vi tế. Do bởi được huân tập thường xuyên nên chuỗi tương tục càng lúc càng trở nên có thế lực để cuối cùng dẫn đến kết quả càng lúc càng nhiều hơn. Khái niệm về sự chuyển biến sai biệt này sẽ dẫn đến thuyết huân tập chủng tử trong các vị Duy thức học sau này.

Đây quả thực là vấn đề nan giải. Mặc dù mỗi bộ phái đều cố gắng nêu lên giải thích của mình, nhưng tất cả đều được thấy là không thỏa mãn. Trừ phi giả thiết rằng khi thực hiện hành vi bố thí, trong thân hay tâm người bố thí phát sinh và tồn tại một thực thể nào đó, hoặc tâm hoặc vật, và khi người nhận đang thọ dụng vật thí lúc bấy giờ nơi người này cũng phát sinh một thực thể giống như cái gì đó. Do có quan hệ đặc biệt bởi vật thí và người thí, cho nên thực thể phát sinh từ nơi người thọ dụng bằng cách nào đó truyền thông đến người bố thí và tác động lên thực thể phát sinh và tồn tại kể từ thời điểm thực hiện hành vi bố thí.

Điểm khó khăn để lý giải vấn đề ở đây là, người bố thí và người thọ dụng có thể ở hai địa điểm cách xa nhau, và thời điểm bố thí cũng cách xa thời điểm thọ dụng, vậy thì từ sự bố thí vật thí đã phát sinh cái gì, và cái này tồn tại như thế nào để lan tỏa trong không gian, tạo thành tác động liên thể giữa ba thực thể: người bố thí, vật thí và người thọ dụng? Vả lại, Hữu bộ cũng nói, khi vật thí bị hủy, bấy giờ phước tích lũy vẫn tồn tại nơi thí chủ nhưng không còn tăng trưởng.

---

[241] *Tì-bà-sa* 151, tr. 772c21

Giả thiết thực thể ấy chính là tâm. Nếu theo tin tưởng thần bí, năng lực của tâm hay ý thức là vô hạn, không bị hạn chế bởi không gian và thời gian, thì khả năng tác động như vậy khỏi phải biện luận. Nhưng với Hữu bộ, đây là tương tác giữa hai loại sắc. Cả hai loại sắc này, một là vật thể di động và cái kia là lực của di động, thảy đều có nội dung là vật chất nên quan hệ của chúng tất có thể lý giải bằng các quy luật vật lý. Quan hệ này có thể diễn theo quy luật "tác động từ xa" (action at distance) hay không, đấy là vấn đề.

Hoặc chúng ta cũng có thể cho một giả thuyết để lý giải vấn đề như sau. Khi một người quyết định bố thí, từ ý thức của người ấy hình thành một dòng chảy quyết định thí gọi là tương tục tư. Dòng chảy càng lúc càng mãnh liệt, như dòng điện được tăng cường điện thế, cho đến lúc nó kích hoạt cử động thân để thực hiện hành vi bố thí. Trong hành vi bố thí, vật thí là đối tượng duyên đến của ý thức, nó tác động ý thức để biến đổi dòng chảy quyết định của tương tục tư thành lực gọi là vô biểu nghiệp mà tự thể là sắc pháp (vật chất). Khi vật thí được thọ dụng, do hiệu quả phát sinh nơi thân và tâm của người thọ dụng tác động ngược lại nơi vật thí, và do tương tác của lực phát sinh nơi vật thí đối với tâm của thí chủ, bấy giờ phước nghiệp nơi người ấy tăng trưởng thêm một bực. Cho đến khi vật thí hủy hoại, lực phát sinh từ nó cũng mất và do đó sẽ không còn sự tăng trưởng phước nghiệp nơi thí chủ nữa.

Trong giả thuyết này, điểm thần bí cố nhiên là lực tương tác giữa ba thực thể: thí chủ, vật thí, người thọ dụng. Bản chất của lực này là gì, và tồn tại như thế nào? Có lẽ rất khó, hoặc không thể, tìm ra giải đáp, trừ phi nói rằng chỉ do kinh nghiệm sâu hay cạn của hành giả Thiền. Chứng lý để chấp nhận nó hoàn toàn là bất vững, mà để bác bỏ cũng không phải hoàn toàn có cơ sở.

Tất nhiên trong thời đại của các luận sư Hữu bộ, giả thiết tồn tại vô biểu sắc thật khó chấp nhận với các bộ phái Phật giáo có xu hướng duy tâm hay duy ý chí.

3. Mệnh lệnh sát sanh

Một dẫn chứng khác nữa xem như là lý chứng để biện minh cho sự thiết lập vô biểu sắc. Luận chứng này nói: "Sai người khác làm, làm sao thành nghiệp đạo?"

Một người sai người khác giết. Người được sai thi hành mệnh lệnh, và người ra lệnh thì sau đó nghĩ chuyện khác, hoặc có thể quên hẳn việc ra lệnh giết. Nhưng khi người được sai hoàn tất nhiệm vụ, ngay lúc đối tượng phải bị giết ấy chết, chính trong sát-na này trong thân-tâm người ra lệnh, dù đang ở đâu, đang làm gì, đang nghĩ gì, vẫn phát sinh vô biểu của sát nghiệp.

Giả sử ở đây ta lập một thí nghiệm tưởng tượng để lý giải hiện tượng này. Một người khởi lên ý nghĩ giết, và ý nghĩ ấy được phát thành lời sai khiến. Ngay trong lúc ấy, chính những yếu tố vật chất tác thành mệnh lệnh ấy, ta nói khu vực nào đó trong thân hay tâm (giả thiết là não?) người ấy được kích thích và hình thành mệnh lệnh. Khi biết mệnh lệnh được chấp hành, khu vực ấy hình thành một mẫu sắc pháp (giả thiết là mẫu xung điện não) gọi là sát sanh. Tiếp theo, thủ phạm này không làm gì hay nghĩ gì liên hệ đến việc giết ấy nữa, nhưng mẫu sắc pháp của lệnh sát sinh ấy xem như được chuyển thành mẫu ký ức lâu dài (long-term memory). Cho đến khi, ngay thời điểm mà nạn nhân bị thanh toán, chính lúc ấy mẫu ký ức này tự nhiên bị kích động và nó chuyển thành mẫu sát nghiệp, được lưu trữ đâu đó trong thân-tâm kẻ ra lệnh như là ký ức suốt đời, hay suốt kiếp. Điều khó hiểu là làm sao khi người này chết lại tác động đến thân-tâm người kia. Tất nhiên, người bị giết có nghĩa là thân tức yếu tố vật chất của người ấy bị hại; vậy vật chất này tác động đến vật chất khác là điều khả dĩ, theo giải thích như thế nào đó về quy luật tác động từ xa. Bằng thí nghiệm nào để chứng minh được hiện tượng này? Đây vẫn là vấn đề lực tương tác giữa ba thực thể: người ra lệnh, người được sai, và người bị giết; lực ấy nếu có thì được hình thành như thế nào và tồn tại như thế nào trong ba thực thể này để gây hiệu quả tương tác trong những địa điểm và thời điểm khác nhau?

Về sự kiện này, *Tì-bà-sa*²⁴² giải thích: trong khi ra lệnh, bấy giờ biểu nghiệp của ngữ được phát động. Sát-na tiếp theo, do lực tác động của nó, vô biểu nghiệp phát sinh. Sau đó mệnh lệnh không cần được nhắc lại nên biểu nghiệp cũng không có. Nhưng vô biểu nghiệp sau khi phát sinh vẫn tiếp tục tồn tại cho đến khi đối tượng bị giết đã chết, ngay sát-na ấy, vô biểu sắc, vốn liên tục tồn tại nơi thân-tâm người ra lệnh, bấy giờ chuyển biến thành căn bản nghiệp đạo của sát sinh. Nghiệp đạo sát được thành hình, và sẽ tồn tại cho đến khi hội đủ điều kiện để được xử lý thành kết quả. Nếu không tồn tại vô biểu sắc, không thể lý giải được quá trình hình thành và tồn tại này của nghiệp.

Kinh bộ phản bác và lý giải sự kiện như sau. Khi ra lệnh giết, ấy là lúc gia hành nghiệp đạo khởi động. Gia hành nghiệp đạo (*prayoga-karmapatha*) tức hành vi chuẩn bị và tiến hành trong quá trình hành động. Từ đó cho đến khi sứ giả hoàn tất nhiệm vụ, trong suốt quá trình này, chuỗi tương tục vi tế phát sinh và liên tục chuyển biến cho đến khi đạt đến điểm đặc thù là lúc mà đối tượng cần giết đã chết và nghiệp sát căn bản thành hình. Ý nghĩa "chuỗi tương tục chuyển biến đặc thù vi tế" cũng được hiểu như trong trường hợp bố thí phước tăng trưởng đã nói trên. Sau khi nghiệp sát thành hình, chuỗi tương tục vi tế này tồn tại cho đến tận cùng vị lai, cho đến khi nào hội đủ điều kiện để tác thành kết quả.

Nghiệp sát được thành hình gọi là nghiệp đạo căn bản (*maula-karmapatha*). Nghiệp đạo được hiểu là đạo lộ của nghiệp, con đường mà nghiệp trải qua, và cũng là con đường mà nghiệp dẫn đến kết quả, diễn biến từ khi khởi động cho đến khi tác thành kết quả. Với Hữu bộ, thể nghiệp đạo này chính là vô biểu sắc. Với Kinh bộ, đó là chuỗi tương tục chuyển biến sai biệt vi tế của ý thức. Các nhà Duy thức học sẽ gọi nó là công năng chủng tử (*bīja-viśeṣa*) tích lũy lắng đọng như trầm tích thành thức a-lại-da.

Nghiệp đạo của ngữ đại loại cũng được hiểu như vậy.

---

²⁴² quyển 122 tr. 634c18 tt.

Sau khi giới thiệu biện luận của hai bộ phái, Thế Thân kết luận, cả hai thực thể của hai thuyết, vô biểu sắc và chuỗi tương tục chuyển biến sai biệt vi tế của ý thức, đều khó lãnh hội như nhau. Thế nhưng, Thế Thân cho ý kiến riêng, khi thân khởi động được phát động bởi tâm cho đến khi hành động hoàn tất mục tiêu, bấy giờ một pháp đặc biệt phát sinh từ thân và tâm nhưng lại khác với thân và tâm ấy, và pháp này được chỉ định là vô biểu sắc; điều này không được thừa nhận. Điều mà Thế Thân muốn thừa nhận là từ chuỗi tương tục của tâm và tâm sở (*cittacaittasantānāt*) mà phát sinh quả trong vị lai. Nói tóm, thể chất của nghiệp như vậy là tâm chứ không phải sắc.

4. Giới như bờ đê

Một dẫn chứng khác cũng rất được lưu ý, vì nó liên hệ đến bản chất đạo đức.

Phật nói, giới như bờ đê. Khả năng tránh không làm điều xấu, đó gọi là giới. Khả năng này tồn tại trong thân người có giới, nó như bờ đê ngăn chặn dòng nước bẩn. Hữu bộ hiểu khả năng đó phải là vô biểu sắc. Ác giới như sát sinh chẳng hạn, được thực hiện do bởi ngữ, nếu không tự mình giết mà ra lệnh người khác giết. Những hành vi của thân và ngữ này đều có thể chất sắc pháp.

Có bảy chi ác giới. Bảy chi có bảy tổ hợp đại chủng khác nhau để thực hiện các hành vi ác giới khác nhau này. Tổ hợp đại chủng có nhiệm vụ làm cơ sở cho hành vi giết thì không thể làm cơ sở cho hành vi trộm. Cánh tay để giết và để trộm chỉ là một, nhưng sắc pháp hợp thành cánh tay ấy sẽ thay đổi bản chất khi thực hiện hành vi này. Cho nên, để ngăn chặn ác giới không thể hoàn toàn do tâm, mà phải do các sắc pháp đối trị tương xứng. Vả lại, Phật nói "bờ đê" (*setu*), với các vị Hữu bộ, cần được hiểu theo nghĩa cụ thể, chứ không phải chỉ là thí dụ bóng bẩy.

Kinh bộ phản bác. Trước hết người thọ giới đối trước một vị mà mình kính trọng có giới, lập thệ sẽ không hành ác. Khi gặp trường hợp khả dĩ phá giới, người ấy nhớ lại điều lập thệ và cũng tự thẹn với vị mà mình lập thệ, do đó phát sinh khả năng không phạm. Tức khả năng hộ giới là khả năng của ký ức, và sự không phạm giới là "quyết định không làm" (*akriyā*). Bởi vậy, người khi mất ký ức có thể phạm giới điều mà nó đã lập thệ.

Hữu bộ nghĩ khác. Người có giới, trong thân (chứ không phải trong tâm) tồn tại sắc vô biểu, là thể tính của lực phòng hộ của giới. Vô biểu sắc này hình thành ngay khi người ấy tự mình nói lên lời phát nguyện thọ giới. Khi điều kiện phá giới đương trường, vô biểu sắc tồn tại ấy tự nhiên phát huy lực phòng hộ; người ấy tự động tránh xa điều kiện phạm giới một cách tự nhiên, không cần đến sự can thiệp của ý thức để phủ quyết "không làm".

III. PHÁT KHỞI VÀ TỒN TẠI

1. Hai động lực

Chúng ta lặp lại định nghĩa của *Tì-bà-sa* về vô biểu nghiệp[243]: Nếu do dao động mà thân trở thành có tính chất thiện hay bất thiện, vậy có khác gì với sự dao động của hoa lá? Hoa lá các thứ thuộc loại thể chất vô căn, nghĩa là dao động mà không thể phát sinh cảm giác, không có cảm nghiệm về sự dao động. Các thể chất hữu căn trong sinh vật thì không phải vậy. Biểu và vô biểu y trên thân có căn này mà phát sinh, hoặc chỉ một bộ phận của thân như búng ngón tay hay cất chân bước, hoặc chuyển động toàn thân như lễ Phật, rượt đuổi kẻ thù; những hành vi ấy biểu thị tính chất thiện hay bất thiện.

Biểu và vô biểu đều thuộc loại sắc pháp y trên bốn đại chủng, được gọi là sở tạo sắc (*mahābhūtānām upādāya-rūpa/ bhautika*). Bộ phận nào của cơ thể hoạt động với ý hướng thiện hay bất thiện, bộ phận ấy trở thành biểu nghiệp với sự phát sinh các đại chủng đặc biệt. Chính các đại chủng đặc biệt này làm cơ sở tập hợp thành một loại sắc có khả năng chuyển tải thông tin, gọi là sắc biểu nghiệp. Chúng tồn tại như là những cực vi. Số lượng cực vi phát sinh để thành biểu nghiệp tương

---

[243] quyển 122 tr. 635a08.

đương với lượng của bộ phận cơ thể ấy. Số lượng cực vi để thành vô biểu phát sinh cũng ngang bằng số lượng cực vi của biểu nghiệp.

Biểu và vô biểu nghiệp phát khởi như thế nào? Khởi do hai động lực: nhân đẳng khởi (*hetu-samutthāna*) và đồng sát-na đẳng khởi (*tatkṣaṇa-samutthāna*). Cả hai động lực đều phát sinh từ tâm hay thức. Động lực thứ nhất là nguyên nhân kích khởi hành động. Động lực thứ hai duy trì và thúc đẩy hành động tiếp diễn. Tất cả lực làm đẳng khởi, động cơ phát động thân và ngữ biểu, đều phát xuất từ tâm. Lực này gọi là lực dẫn phát hay lực chuyển (*vartaka*). Sau sát-na kích khởi bởi lực dẫn phát, hành vi liên tục tiến hành tức biểu nghiệp cần phải được chuyển động liên tục bởi lực tiếp theo vẫn phát xuất từ tâm ý. Lực này gọi là lực tùy chuyển (*anuvartaka*). Gọi nó là đồng sát-na đẳng khởi, vì nó phát cùng lúc trong cùng sát-na với biểu nghiệp để giữ cho các hoạt động tiếp tục diễn tiến. Nếu không vậy, như trong trạng thái vô tâm, hoạt động sẽ ngưng. Xứng Hữu (Yaśomitra) cho thí dụ, như người khởi ý nghĩ "Ta sẽ đi vào xóm", ý nghĩ này kích phát cử động thân. Nếu nửa chừng người ấy chết, bấy giờ không còn lực phát nào để chuyển động thân, cử động đi liền ngưng.

Nói tâm kích phát, tức do động lực của tâm mà phát sinh đại chủng mới làm sở y cho thân và ngữ biểu. Các đại chủng này là nhân làm phát sinh vô biểu. Vô biểu sau đó y trên các đại chủng của thân mà tồn tại.

Sát-na thứ nhất các đại chủng làm sở y cho thân biểu là nhân phát sinh vô biểu. Từ sát-na thứ hai trở đi, chúng là sở y cho vô biểu. Đại chủng là sở y cho thân được ví dụ như bàn tay. Vô biểu được ví dụ như bánh xe. Đại chủng đầu tiên kích khởi như bàn tay đẩy bánh xe. Sau đó, nó thuộc về quá khứ. Đại chủng thân hiện tại của các sát-na tiếp theo làm sở y cho vô biểu tồn tại được ví dụ như mặt đất làm điểm tựa cho bánh xe lăn.

Trong sáu thức, thức nào là động lực kích khởi; ý kiến bất nhất giữa các vị Hữu bộ Tì-bà-sa. Một số cho rằng duy chỉ ý thức; năm thức hoàn toàn không có khả năng khởi động thân và ngữ nghiệp. Hoặc quan niệm, trước hết do ý thức khởi động sau đó năm thức duy trì hành động diễn tiến. Tức nói năm thức không có khả năng làm nhân đẳng khởi, nhưng có khả năng làm sát-na đẳng khởi. Lý do, có thể vì năm thức này không có khả năng phán đoán. Nhưng tôn giả Tăng-già-phiệt-tô (Saṅghavasu)[244] nói rằng năm thức cũng có khả năng khởi động và duy trì thúc đẩy. Như một người đột nhiên bị đánh, tức thì đánh trả lại, bấy giờ nhất định ý thức chưa khởi kịp thời để phán đoán và quyết định nên hay không nên đánh trả.

Trước hết, thức bị nhiễm bởi một ý tưởng thiện hay bất thiện, hoặc vô ký, bèn phát động thân hay ngữ hành động biểu thị những ý đồ này. Tâm trong sát-na phát động đầu tiên và tâm trong sát-na tiếp theo để hành động tiếp diễn, có đồng tính chất thiện, ác, hay vô ký hay không, cũng là vấn đề bất nhất trong Hữu bộ. Một số cho rằng, phát khởi có thể từ tâm thiện, nhưng hành động tiếp diễn có thể được thúc đẩy bởi tâm thuộc tính chất khác. Như một người đi đường; hành vi đi được phát khởi bởi tâm vô ký.[245] Trong khi đi, chợt người ấy thấy tượng Phật liền khởi thiện nhãn thức. Như vậy, thân biểu được phát động bởi tâm vô ký, nhưng tiếp sau đó hành vi lễ bái được phát động bởi tâm thiện. Hoặc một người đang vẽ tranh Phật. Vẽ thuộc loại công xảo xứ, những hoạt động có tính kỹ thuật hay nghệ thuật đều thuộc tính vô ký. Khi vẽ, thân biểu được phát động bởi tâm vô ký. Trong khi vẽ, có thể đột nhiên khởi tâm cung kính, tức thiện nhãn thức. Đây là những thí dụ các trường hợp nhân đẳng khởi là tâm vô ký nhưng sát-na đẳng khởi là tâm thiện.

Tôn giả Thế Hữu không cho như vậy. [246] Vị này giải thích, vì giác huệ (*buddhi*) tức khả năng phán đoán xảy ra cực nhanh. Như khi đang đi chẳng hạn, bấy giờ tâm thiện hay nhiễm không

---

244 *Tì-bà-sa 117*, tr. 610a22.

245 Đi là một trong bốn cử chỉ của thân gọi là oai nghi lộ (*īryāpatha*), hoạt động của các cử động này có tính chất vô ký, phi thiện phi bất thiện.

246 T27n1545, tr.610b08.

hiện tiền. Khi tâm thiện hoặc nhiễm hiện tiền, hành vi bước đi tức thì ngưng; bởi vì duy chỉ tâm vô ký mới phát động chân bước. Tiếp theo tâm vô ký lại khởi và bấy giờ tâm thiện hay nhiễm lại diệt mất. Sự luân chuyển của hai loại tâm cực nhanh khiến ta có ấn tượng như là sau khi tâm vô ký kích khởi chân, tiếp theo tâm thiện hay nhiễm tiếp tục thúc đẩy chân bước.

Sau khi được thức kích khởi, trong thân, giả sử là thân nghiệp, phát sinh một loạt các đại chủng mới làm sở y cho thân biểu. Sắc của thân biểu là sở tạo sắc, đặc tính của chúng là hữu kiến hữu đối, thấy được bằng mắt và có tính đối kháng. Cùng lúc với sự phát sinh đại chủng làm sở y cho thân biểu, một loạt các đại chủng khác phát sinh làm sở y cho vô biểu nghiệp. Sắc của vô biểu cũng là sở tạo, có đặc tính vô kiến vô đối.

Nói tóm lại, các yếu tố vật chất cấu tạo thân thể, tay chân, là các đại chủng dị thục sinh, sản phẩm của nghiệp quá khứ kết hợp với di truyền của cha mẹ. Các đại chủng bẩm sinh này làm cơ sở cho hai hoạt động có tính chất vô ký, phi thiện phi bất thiện, là oai nghi lộ tức những cử chỉ đi, đứng, nằm, ngồi; và công xảo xứ, là các hoạt động nghệ thuật hay công kỹ nghệ. Khi ý thức có ý đồ thực hiện một nghiệp đạo, một hành vi thiện hay bất thiện, trong thân một loạt các đại chủng mới được sản sinh để làm cơ sở cho các hoạt động này.

2. Đại chủng tân tạo

Vì sao Hữu bộ lại thấy cần có các đại chủng tân tạo này, và chúng phát sinh như thế nào? Để hiểu rõ vấn đề, chúng ta nghiên cứu câu hỏi này bởi *Câu-xá*: "Khi biểu nghiệp này đang phát sanh, có cần phải hủy hình sắc trước đó hay không?"[247] Hình sắc tức tổ hợp các đại chủng được bố trí như thế nào đó để được thấy là thẳng hay cong, dài hay ngắn. Đó là sắc của thân biểu. Câu hỏi có thể được minh họa bằng thí dụ như sau. Một người đang đi đường, chợt trông thấy con rắn, ý tưởng giết khởi lên, y liền chụp lấy cây gậy và đập chết con rắn. Hành vi đi

---

[247] Xem đoạn chánh văn Việt dịch, tr. 28.

đường, là cử động của thân được điều khiển bởi tâm vô ký. Sắc làm cơ sở cho cử động này thuộc loại dị thục sinh, cũng vô ký. Khi ý định giết khởi lên, sắc bẩm sinh vô ký không thể biểu thị tính thiện hay bất thiện. Vì vậy, cần phát sinh loại sắc tân tạo để làm cơ sở cho hành vi này, được kích khởi bởi tâm bất thiện nên nó cũng nhuộm tính bất thiện.[248] Trong trường hợp này, sắc cũ bẩm sinh có bị hủy để nhường chỗ cho sắc mới hay không? *Câu-xá* tự động trả lời: không hủy. Vì sao? Theo quan điểm của Tì-bà-sa, sắc thuộc dị thục sinh khi bị đứt không thể nối trở lại.

Tại đây, *Câu-xá* nêu câu hỏi có vẻ kỳ dị: "Nếu thế, biểu sắc y chỉ bất cứ chi thể nào để phát sinh, chi thể đó phải trở thành phì đại?" Nghĩa là, khi bộ phận nào trong thân cử động, như cánh tay chẳng hạn, để thực hiện hành vi sát, đại chủng mới phát sinh và rải đầy khắp trong toàn bộ cánh tay, thế thì, số lượng đại chủng có sẵn cộng thêm số lượng đại chủng mới phát sinh này vì sao không thấy cánh tay ấy mập thêm? Câu trả lời cũng có vẻ kỳ dị không kém: "Thân có những khe hở có thể dung chứa chúng."

Câu hỏi thoạt nghe có vẻ kỳ dị nhưng có cơ sở kinh nghiệm. Câu trả lời chính xác hay không còn tùy thuộc kết quả quan sát và thí nghiệm. Kinh nghiệm thông thường có thể báo cho biết khi một người đang trong trạng thái bình thường bỗng bị kích động bởi một tín hiệu nào đó, do ý nghĩ bên trong hay tác động từ bên ngoài, nó tức thì phản ứng hay chuẩn bị phản ứng. Trong tình hình này, nó có thể cảm thấy có sự biến đổi trong cơ thể: mặt biến sắc, tim đập nhanh hơn, v.v. Quan sát hiện tượng này, các vị luận sư Hữu bộ lý luận rằng những biến đổi trong cơ thể như thế không phải các đại chủng dị thục tức các yếu tố bẩm sinh bị biến đổi, mà là một loại đại chủng mới, chúng có tính chất đẳng lưu. Nói là đẳng lưu vì chúng là quả được sản sinh từ nhân đồng loại. Nhân đồng loại đây là sắc dị thục. Quá trình sản sinh như sau. Các đại chủng dị thục (bẩm sinh) cần

---

được nuôi dưỡng tức phải thâu nhận các yếu tố bên ngoài để tích lũy mà tồn tại và phát triển. Các đại chủng đẳng lưu tùy thuộc các yếu tố vật chất bẩm sinh và phát triển này. Nói cách khác, từ các yếu tố vật chất bẩm sinh của thân, do bởi tác động của tâm mà từ các đại chủng này phát sinh các đại chủng làm sở y cho sắc sở tạo của thân biểu.

Nói rằng các đại chủng tân tạo được rải đầy khắp chi thể, điều này có thể không chính xác do bởi suy luận diễn dịch từ kinh nghiệm trực giác; loại trực giác thường nghiệm này dễ dẫn đến phán đoán không chính xác. Có thể là do một loạt các hóa chất mới được sản xuất trong não để chuyển tải thông tin và mệnh lệnh đến các cơ quan liên hệ. Nhưng các luận sư A-tì-đạt-ma không phải là các nhà khoa học não, và thời bấy giờ cũng chưa có công cụ thăm dò và đo đạc não để phát hiện vai trò của các hóa chất trong não.

3. Tồn tại và hủy

Đồng thời với biểu nghiệp, trong cùng sát-na, vô biểu phát sinh. Ngoại trừ trường hợp những vị đắc định và các Thánh giả, sinh trong Dục giới và nói riêng loài người, vô biểu được phân làm ba loại:

a. *Biệt giải thoát luật nghi*, thiện nghiệp vô biểu chỉ cho năng lực phòng hộ của giới khiến người có giới không vi phạm những điều cấm ky.

b. *Bất luật nghi*, năng lực khiến những người hành các nghề nghiệp gây hại chúng sinh. Các hành vi này trở thành tập quán bất thiện, khiến người có bất luật nghi mất khả năng phòng hộ, dễ dàng và có thói quen gây tội ác.

Hai loại này sau khi phát sinh sẽ tồn tại suốt đời cho đến khi xả thân mạng; trừ trường hợp bị tác động bởi những điều kiện nội hay ngoại tại. Chi tiết này sẽ được nói rõ hơn trong chương "Giới thể và Nghiệp đạo".

c. *Phi luật nghi phi bất luật nghi*, hay nói gọn, xử trung luật nghi; vô biểu của những hành vi hoặc thiện hoặc bất thiện không đến mức nghiêm trọng. Xử trung có tính thiện như lễ bái với tâm chí thành, thuần tín. Xử trung bất thiện, như đánh đập chúng sinh không với phiền não mãnh liệt tác động. Vô biểu thuộc loại này tồn tại ngắn hạn, và bị hủy do bởi tác động ngoại duyên hay tâm ý. Các trường hợp này cũng sẽ được nói rõ hơn trong chương "Giới thể và Nghiệp đạo".

CHƯƠNG V

LUẬT NGHI VÀ NGHIỆP ĐẠO

I. BIỆT GIẢI THOÁT LUẬT NGHI

1. Luật nghi – Vô biểu sắc

Như những gì được giới thiệu trong chương trước, nguyên nhân dẫn Hữu bộ đi đến chỗ xây dựng thuyết vô biểu sắc là muốn lý giải hai vấn đề: a. nghiệp tích lũy và tái sinh; b. năng lực phòng hộ giới. Trong đó vấn đề phòng hộ giới nổi bật.

Hữu bộ lập ba loại khả năng phòng hộ mà tự thể là vô biểu sắc, gọi là ba luật nghi. Biệt giải thoát luật nghi (*prātimokṣa-saṃvara*) là loại vô biểu phát sinh khi phát nguyện thọ giới. Tĩnh lự luật nghi (*dhyānaja-saṃvara*) phát sinh khi chứng đắc định, từ sơ thiền cho đến tứ thiền. Vô lậu luật nghi (*anāsrava-saṃvara*) phát sinh khi nhập Thánh đạo.

Từ luật nghi hay phòng hộ đã được đức Phật thường xuyên nói đến trong các Kinh, khi chỉ ra quá trình tu đạo của một Tỳ-kheo. Như nói, "Vị ấy như vậy xuất gia, thành Sa-môn, an trú được phòng hộ bởi sự phòng hộ của biệt giải thoát."[249] Phòng

---

[249] *Samaññaphalasutta*, D(PTS) i.63: *so evaṃ pabbajito samāno pātimokkha-*

hộ của (hay bởi) biệt giải thoát là cách dịch khác của từ Phạn *prātimokṣa-saṃvara*, phổ thông dịch là ba-la-đề-mộc-xoa giới; trong *Câu-xá*, đó là biệt-giải thoát luật nghi.

Kinh điển cũng nói đến *indriya-saṃvara*, phòng hộ căn môn, hay "căn luật nghi", và cũng nói *manaḥ-saṃvara*, phòng hộ ý hay ý luật nghi. Phòng hộ căn môn, hay thủ hộ căn môn, là canh chừng kiểm soát các căn khi nhìn, khi nghe, không cho những ấn tượng xấu từ đó mà khuấy động làm ô nhiễm tâm ý. Sự canh chừng này là do chánh niệm và chánh tri, hoạt động của ý, bản chất không thuộc sắc, nên không có tự thể là vô biểu sắc. Ý căn môn cũng vậy, canh chừng không để ý tưởng tà vạy khởi lên, cũng không có bản chất sắc pháp. Do đó, các trường hợp cần phòng hộ mà Phật nói trên, duy chỉ phòng hộ thân và ngữ là do tác động bởi sắc.

Tuy được nói đến trong Kinh như vậy, nhưng Luận tạng Pāli không lập vô biểu sắc là thể của các phòng hộ này. Và trong Sớ giải của *Pháp tập luận* (*Dhammasaṅgaṇi-aṭṭhakathā*) cũng nói đến năm loại *saṃvara*, phòng hộ hay luật nghi: *sīlasaṃvara*, phòng hộ bởi giới hay giới luật nghi, *satisaṃvara*, phòng hộ bởi niệm hay niệm luật nghi, *ñāṇasaṃvara*, phòng hộ bởi huệ hay huệ luật nghi, *khantisaṃvara*, phòng hộ bởi nhẫn hay nhẫn luật nghi, *vīriyasaṃvara*, phòng hộ bởi tinh tấn hay tinh tấn luật nghi. Trong tất cả các luật nghi này không nói đến vô biểu sắc như là tự thể. Pāli cũng không nói đến tĩnh lự luật nghi và vô lậu luật nghi.

Tập *Luận sự* (*Kathāvatthu*) cũng nói đến thân biểu và ngữ biểu và vô biểu của ý. Nhưng thân và ngữ biểu ở đây không được xem là nghiệp thiện hay bất thiện, mà đó là những cử chỉ biểu hiện của giới. Tập *Sớ giải Luận sự* chỉ quan điểm của Đại chúng bộ và Chánh lượng cho rằng thân biểu là thân nghiệp, ngữ biểu là ngữ nghiệp và các biểu nghiệp này là giới. Thế nhưng, theo quan điểm của *Luận sự*, thân và ngữ biểu thuộc sắc, trong khi giới là sự tránh xa, nó không phải là sắc pháp

---

saṃvara-saṃvuto viharati.

(*sīlaṃ nāma virati na rūpadhammo*) mà là nghiệp thuộc về ý.[250] *Luận sự* cũng chỉ điểm thêm rằng, theo quan điểm của Đại chúng bộ, căn cứ trên quan niệm phước tăng trưởng (*puññavaḍḍha*) và ác nghiệp có thể được thực hiện bằng cách ra lệnh; do đó bộ này chủ trương vô biểu là ác giới (*aviññatti dussilyanti*).[251]

Từ luật nghi cũng được nhắc đến nhiều lần trong *Tập dị môn túc luận* và *Phẩm loại túc luận*. Như khi giải thích ý nghĩa chi hành trong 12 chi duyên khởi, nói "thân luật nghi, ngữ luật nghi, mạng thanh tịnh trong sơ tĩnh lự gọi là phước hành. Do nhân duyên này, sau khi thân hoại mạng chung, sinh trong chúng đồng phần của Phạm chúng thiên." Luật nghi trong sơ tĩnh lự cho đến tĩnh lự thứ tư được nói ở đây tức là tĩnh lự luật nghi.

Hoặc trong ba tịch mặc (*mauneya*)[252], "thân luật nghi của bậc vô học gọi là thân tịch mặc, ngữ luật nghi của bậc vô học gọi là ngữ tịch mặc."[253] Loại luật nghi này được gọi là vô lậu luật nghi. Như vậy, cả ba loại luật nghi: biệt giải thoát luật nghi, tĩnh lự luật nghi và vô lậu luật nghi đã được đề cập rất sớm trong các luận thư sơ kỳ của Hữu bộ. Tuy vậy, chưa thấy dứt khoát xác định rằng tự thể của các luật nghi này là vô biểu sắc; mặc dù *Tập dị* cũng như *Pháp uẩn* đều nói đến thân nghiệp vô biểu và ngữ nghiệp vô biểu là thể của ba chi vô học chánh ngữ, chánh nghiệp và chánh mạng. Từ vô biểu ở đây không nhất thiết chỉ cho vô biểu sắc.

Chúng ta đã thấy, trong tám luận chứng của Hữu bộ dẫn bởi *Câu-xá* nhằm chứng minh sự tồn tại của thể vô biểu sắc, có đến ba luận chứng liên hệ đến vấn đề phòng hộ giới. Luận chứng thứ sáu: thể của chánh ngữ, chánh nghiệp và chánh mạng trong

[250] Kathāvatthu (PTS) 441. Cf. *Points of Controversial*, transl. by Shwe Zan Aung & Mrs. Rhys David, London, 1915, p. 304.

[251] ibid.

[252] Pāli: *tīṇi moneyyāni – kāyamoneyyaṃ, vacīmoneyyaṃ, manomoneyyaṃ.* Saṅgītisutta, D(PTS) iii. 220.

[253] *Tập dị*, quyển 6, tr. 390b01.

tám chi Thánh đạo; luận chứng thứ bảy: thể của luật nghi biệt giải thoát; luận chứng thứ tám: giới như bờ đê.

Thoạt tiên, thể của ba chi Thánh đạo ấy được đề cập trong *Tập dị môn túc luận.* Luận này nói, "Thế nào là vô học chánh ngữ? Các Thánh đệ tử đối với khổ tư duy là khổ, đối với tập tư duy là tập, đối với diệt tư duy là diệt, đối với đạo tư duy là đạo; vì do lực giản trạch tương ưng với tác ý vô học, loại trừ bốn loại ác hành bởi ngữ nhắm mục đích tà mạng, sở đắc viễn ly của bậc vô học đối với các ác hành khác của ngữ...; đó là ngữ nghiệp vô biểu." Vô học chánh nghiệp và chánh mạng đại để cũng được định nghĩa như vậy.²⁵⁴

Đoạn văn này mô tả quá trình tu chứng từ Dự lưu cho đến đắc quả A-la-hán, bấy giờ thành tựu chánh ngữ, chánh nghiệp và chánh mạng của bậc vô lậu. Luận nói "Thánh đệ tử tư duy khổ", khởi đầu bằng tu tập quán bốn Thánh đế. Luận nói "do lực giản trạch tương ưng với tác ý vô lậu"; năng lực giản trạch là trí tuệ với khả năng quán sát và phân tích để nhận thức thực tính của tồn tại. Nơi vị đã đắc quả A-la-hán, trí năng này hoạt động liên hệ với tác ý của bậc vô học. Tác ý (*manaskāra*) là hướng tâm đến đối tượng để nhận thức hay để tác động. Như khi vị A-la-hán bị kích động bởi một kẻ muốn gây hấn, tâm của Ngài liền hướng đến đối tượng ấy nhưng không hề bị khuấy động bởi sân hay si, đó là do tác ý vô lậu của bậc vô học. Chính tác ý này tạo thành lực phòng hộ tự nhiên, cho nên ý tưởng phản ứng nơi vị A-la-hán dù cực nhẹ như nói lời khinh bạc hay tỏ thái độ bất mãn cũng không hề xảy ra. Lực phòng hộ này được xem là tác động tự nhiên, như là tập quán thành thục, không đợi có sự can thiệp phán đoán của ý thức. Hữu bộ gọi khả năng phòng hộ tự nhiên này là "vô lậu luật nghi" (*anāsrava-saṃvara*).

Trong đoạn nói về luật nghi vô lậu này cần phân biệt hai ngữ cảnh. Thông thường chúng ta hiểu tám chi Thánh đạo là tiêu chuẩn sống theo đạo chân chánh hằng ngày. Như chánh ngữ,

---

²⁵⁴ T26n1536, tr.452c20-27. Mười pháp vô học nơi A-la-hán: từ vô học chánh kiến, cho đến vô học chánh giải thoát và vô học chánh giải thoát tri kiến.

nói năng luôn luôn chân chánh, phù hợp đạo lý; chánh mạng, mưu sinh kiếm sống bằng phương tiện chân chính. Trong ngữ cảnh này, chỉ nên nói là "đạo tám chi", chứ không nói Thánh đạo tám chi. Trong ngữ cảnh thứ hai, Thánh đạo cần được hiểu đó là con đường dẫn đến Thánh quả, đạo lộ của các Thánh đạo. Trong ngữ cảnh này, chỉ khi nào vị Thánh đệ tử nhập định, trong trình độ nào đó, và quán sát Thánh đế. Khi Thánh đế được chứng nghiệm, ngay lúc ấy Thánh đạo mới hiện tiền. Trong khi nhập quán Thánh đạo như vậy, không có nói năng, cũng không đi khất thực, làm sao có chánh ngữ hay chánh mạng? *Câu-xá* giả thiết giải thích của Hữu bộ: Trong lúc nhập quán, Thánh đạo vô lậu phát sinh, bấy giờ nơi vị ấy phát sinh năng lực phòng hộ. Sau khi xuất quán, trong sinh hoạt bình thường, do năng lực đạt được Thánh đạo ấy tự động phòng hộ thân và ngữ. Đó là căn cứ theo hiệu quả mà gọi tên cho nguyên nhân. Tức là, trong khi nhập quán Thánh đạo, không nói, không làm gì, nhưng khi xuất quán thân và ngữ sẽ được phòng hộ. Năng lực Thánh đạo là nhân; thân và ngữ được phòng hộ là quả.

Điều này có ý nghĩa như thế nào? Thực sự, nếu muốn rõ chi tiết, cần phải biết đến quá trình tu tập từ khi khởi sự cho đến khi đạt quả cao nhất. Những vấn đề liên hệ như vậy sẽ được nói rõ trong hai phẩm tiếp theo là "Phân biệt Tùy miên" và "Phân biệt Hiền Thánh". Nhân đây, tóm tắt chỉ có thể nói như vậy: do nhận thức được bản chất tồn tại nên các Thánh giả tùy theo trình độ tu chứng đã tạm thời hay vĩnh viễn đoạn trừ một số hay toàn bộ các phiền não khởi lên do mê mờ bản chất tồn tại liên hệ. Các phiền não này có hai năng lực. Thứ nhất, lực khởi động ý thức phá giới hay gây nghiệp bất thiện, và thứ hai là lực tiến hành phá giới hay gây nghiệp bất thiện. Tùy theo trình độ nhận thức về thực tại mà các lực này bị ngăn chặn.

Như vậy, từ ý nghĩa phòng hộ tự nhiên không cần đến sự can thiệp của ý, Hữu bộ tiến đến lý luận, phòng hộ không do ý, vậy bản thể của lực phòng hộ ấy phải là sắc. Cho nên, các luận thư về sau khẳng định lực phòng hộ chính là sắc vô biểu.

2. Biệt giải thoát luật nghi

Khi nói về quá trình tu đạo của Tỳ-kheo, đức Phật thường nói như vầy, tản mạn trong nhiều kinh: "Như Lai xuất hiện trên thế gian... thiện gia nam tử ấy nghe Pháp... Một thời gian sau, người ấy từ bỏ tài sản lớn, tài sản nhỏ, từ giã thân thích quyến thuộc... xuất gia, lìa bỏ gia đình sống không gia đình. Người ấy như vậy xuất gia, thành Sa-môn, sống được phòng hộ bằng sự phòng hộ của biệt giải thoát, chánh niệm tỉnh giác, thấy sợ trong những tội nhỏ nhặt, thọ trì học xứ và học tập trong các học xứ, thành tựu thân, ngữ nghiệp thiện, mạng thanh tịnh, có đầy đủ giới, thủ hộ căn môn, thành tựu chánh niệm chánh tri, tri túc."

Kinh nói "phòng hộ bằng sự phòng hộ của biệt giải thoát" (Pāli: *pātimokkha-saṃvarasaṃvuto*), tức ở đây được gọi là "biệt giải thoát luật nghi" (Skt: *prātimokṣa-saṃvara*). Sự phòng hộ này gồm rất nhiều điều khoản được liệt kê trong Kinh, mà các vị phiên dịch Pāli thường phân làm tiểu giới (*cūḷasīlaṃ*), trung giới (*majjhimasīlaṃ*) và đại giới (*mahāsīlaṃ*). Trong đó, tiểu giới bao gồm sự tránh xa mười nghiệp đạo bất thiện, cùng với sự từ bỏ các thú vui thế tục và không có tư hữu. Trung giới bao gồm những phương tiện sinh sống không phù hợp với người xuất gia, gọi là các tà mạng, như hành nghề bói toán, xem thiên văn địa lý các thứ. Phần đại giới bao gồm những phiếm luận gọi là "súc sinh luận".

Nhận xét chung, "biệt giải thoát" được Kinh nói như vậy chỉ bao gồm những điều khoản cấm chế đối với người xuất gia. Những điều khoản này được phát triển theo thời gian song song với sự bành trướng của chế độ Tăng-già để cuối cùng hình thành luật điển của Tỳ-kheo và Tỳ-kheo-ni, được gọi là Kinh Biệt giải thoát (*Prātimokṣa-sūtra*), mà chúng Tỳ-kheo và Tỳ-kheo-ni mỗi nửa tháng phải tập học và tụng đọc gọi là "thuyết giới" (*Prātimokṣa-uddeśa*). Xem thế, trong nguyên thủy, *prātimokṣa* hay biệt giải thoát là danh từ đặc biệt để chỉ luật của Tỳ-kheo và Tỳ-kheo-ni, nhưng Hữu bộ đã diễn rộng thành nguyên lý đạo đức cơ bản của tất cả chúng đệ tử Phật, tại gia và xuất gia. *Câu-xá*, cũng như *Tì-bà-sa* không có định nghĩa trực tiếp về "biệt giải thoát", mà chỉ gián tiếp nói: "Ngoại đạo cũng có giới nhưng không gọi là biệt giải thoát vì nó không dẫn đến cứu cánh giải thoát điều ác. Do bởi y cứ trên hữu (*bhava*) mà thiết lập."[255] Y cứ trên hữu, nghĩa là mong rằng do sự trì giới này mà đời sau ta sẽ như vầy như kia, sinh thiên chẳng hạn.

Có tám nhóm luật nghi biệt giải thoát: luật nghi Tỳ-kheo, luật nghi Tỳ-kheo-ni, luật nghi Thức-xoa-ma-na, luật nghi Sa-di, luật nghi Sa-di-ni, luật nghi Ưu-bà-tắc, luật nghi Ưu-bà-di, luật nghi cận trụ. Tám nhóm này phân biệt theo tính phái. Như Ưu-bà-tắc (cận sự nam) và Ưu-bà-di (cận sự nữ) đều có chung năm giới như nhau. Nhưng tính phái sai biệt cho nên hình thức trì hay phạm cũng sai biệt. Như giới tà dâm chẳng hạn, hình thức vi phạm của nam và nữ không giống nhau. Các nhóm khác cũng vậy.

Tổng chi, về tự thể, chỉ có bốn loại luật nghi biệt giải thoát: a. luật nghi Cận sự, gồm năm điều gọi là năm học xứ; b. luật nghi Cận trụ, gồm tám điều; c. Sa-di và Sa-di-ni, mười điều; d. Tỳ kheo và Tỳ-kheo-ni, gọi chung là giới Cụ túc được phân thành bảy tụ tức bảy chương trong Luật điển, và năm thiên tức năm mức phạm tội. Thức-xoa-ma-na (chánh học) là Sa-di-ni đang học tập để chuẩn bị trở thành Tỳ-kheo-ni, tự thể của giới là Sa-di-ni.

3. Thọ giới và đắc giới

Luật nghi biệt giải thoát là khả năng phòng hộ, ngăn cản bảy nghiệp đạo, chia làm hai nhóm chính. Nhóm thứ nhất, chỉ phòng hộ bốn nghiệp đạo: thân không sát sinh, trộm cướp, tà dâm và miệng không vọng ngữ. Nhóm thứ hai phòng hộ bảy nghiệp đạo: bốn nghiệp đạo kể trên, thêm ba điều thuộc về ngữ nghiệp. Trong đó, áp dụng cho hàng xuất gia, không tà dâm được thay bằng không dâm dục. Ba nghiệp đạo thuộc ý không

---

[255] Trong từ Skt. *prātimokṣa*, tiền tố *prati-* trong đây có hai nghĩa: cá biệt và hướng đến. Định nghĩa gián tiếp này chỉ rõ nghĩa thứ hai: hướng đến giải thoát. Các số giải Trung Hoa đều nói: giữ được điều nào (cá biệt) thì giải thoát riêng ác nghiệp đó. Có thể không chính xác.

được phòng hộ bằng biệt giải thoát, mà bằng chánh niệm và chánh tri.

Bảy nghiệp đạo thiện và bất thiện chỉ diễn ra trong Dục giới, thế giới của các chúng sinh không có tâm định. Do vậy, luật nghi biệt giải thoát cũng chỉ có tác dụng trong Dục giới.

Thêm nữa, trong Dục giới, chỉ có ba châu thiên hạ mới có đủ bảy nghiệp đạo. Châu thứ tư ở phía bắc, trong bảy chi này, chỉ có một chi duy nhất là tạp uế ngữ, vì được nói rằng chúng sinh trong đây cũng có ca hát, hay trò chuyện viển vông. Các nghiệp đạo khác không có tác dụng, vì nhân dân trong châu này không có khái niệm về tư hữu. Điều này như được nói trong các Kinh[256]. Do không có khái niệm về tư hữu nên không có cạnh tranh để tích lũy. Do không có cạnh tranh tích lũy nên không có sát sanh và trộm cướp. Cũng do không có ý niệm tư hữu, nên cũng không có khái niệm sở hữu gia đình, vợ chồng và con cái, nên không có tà dâm. Không có vọng ngữ các thứ cũng do bởi tính cách ấy.

Về châu này, gọi là Bắc Câu-lô (Uttara-kuru), có thể đọc *Câu xá* phẩm "Phân biệt giới".

Ba nghiệp đạo tham, sân, si, có đủ cả trong bốn châu. Trong Bắc châu có, nhưng không hiện hành.

Nghiệp đạo mang tính chất xã hội như thế, cho nên, có thể được định nghĩa là bất cứ hành vi nào được thực hiện với ý định gây lợi hay hại cho chúng sinh khác, và hành vi ấy nhất định dẫn đến các đời sau để hình thành kết quả, hành vi ấy được gọi là nghiệp đạo. Trên đây, nói ba châu thiên hạ, tức chỉ giới hạn trong xã hội loài người. Suy diễn mà nói, chư Thiên không có cạnh tranh tích lũy cho nên không có nghiệp đạo. Tuy vậy, cứ theo thần thoại, như chuyện kể chư Thiên và A-tu-la chiến đấu với nhau để giành vương quốc thiên giới, cho nên cũng gây nghiệp sát. Nhưng đó là những chuyện thần thoại. Loài quỷ và thú (cầm thú), có đủ cả 10 nghiệp đạo thiện và bất

---

256 *Trường A-hàm*, kinh số 4: "Tiểu duyên"; Pāli, Dīghanikāya 26: *Agañña-suttaṃ*.

thiện. Trong địa ngục, có ba nghiệp đạo hiện hành. Vì khổ quá, chúng sinh trong đây gây gổ, ác khẩu với nhau. Cũng vì buồn khổ, chúng nói những lời tạp nhạp. Thân tâm bị bứt rứt, khốn khổ, nên chúng nổi sân với nhau. Tham và tà kiến có, nhưng không hiện hành. Không hiện hành tham, vì trong địa ngục chẳng có thứ gì đẹp khả ý để tham. Cũng không hiện hành tà kiến, vì không có quan điểm hay học thuyết gì. Những điều phân biệt này có tính truyền thuyết hơn là kinh nghiệm thực tế, nhưng nó cũng cho thấy ý nghĩa 10 nghiệp đạo thiện và bất thiện được hiểu như thế nào để có những phân biệt như vậy.

Luật nghi, như được biết, là khả năng phòng hộ 7 nghiệp đạo bất thiện, nói chung chỉ có trong Dục giới. Nhưng trong đây cũng chỉ đề cập đến bảy chúng đệ tử Phật là có đủ tư chất để phát sinh vô biểu luật nghi. Trong bảy chúng, tại gia có hai là Cận sự nam (*upasaka*: Ưu-bà-tắc) và Cận sự nữ (*upasikā*: Ưu-bà-di); xuất gia có 5: Sa-di, Sa-di-ni, Thức-xoa-ma-na, Tỳ-kheo và Tỳ-kheo-ni.

Trong bốn loại luật nghi biệt giải thoát nêu trên, luật nghi Cận trụ, về mặt hình thức, nửa mang tính xuất gia, nửa mang tính tại gia. Mang tính xuất gia, vì trong đây điều khoản tà dâm thay bằng không dâm dục. Mang tính tại gia, vì còn được phép tích lũy tư hữu. Những điều khác, cần được giải thích trong hai phương diện: xã hội và tâm lý. Về phương diện xã hội, người xuất gia hoàn toàn thoát ly gia đình và xã hội. Trong luật nghi Cận trụ, không có sự thoát ly này. Như điều khoản nói trang sức chẳng hạn. Với người xuất gia, không được phép trang điểm, trau chuốt sắc đẹp vì dễ phát sinh tham luyến. Trong giới cận trụ, cũng có thể giải thích như vậy, nhưng đó là lý tưởng; trong thực tế, vì trang điểm hay nằm ngồi trên những chỗ cao sang làm phát sinh tâm kiêu mạn và quyền lực. Người đời trang sức hay phục sức ngoài mục đích làm đẹp, còn hàm thái độ kiêu mạn, khoe khoang thân phận và tài sản cũng như dung sắc. Vì sống trong gia đình, giữa những ràng buộc, tâm lý này diễn ra hằng ngày. Giới cận trụ có hiệu lực trong một ngày một đêm để người cư sỹ có điều kiện tạm thời thoát ly ràng buộc xã hội.

Nếu không cảm thấy ràng buộc và cần thoát ly, sẽ không thể phát triển nhận thức sâu sắc về Thánh đạo.

Về phương diện khác của giới cận trụ, đó là ý nghĩa tôn giáo. Từ cận trụ, *upavasatha* hay *uposatha*, không phải là từ riêng biệt của Phật giáo. Nó có từ nguồn gốc Veda. Các gia chủ Bà-la-môn trong Veda có nhiệm vụ định kỳ tế tự thần linh. Ngày tế tự, họ kiêng ăn chiều. Tục lệ kiêng ăn có từ cổ đại trong hầu hết các tôn giáo. Trong thời Phật, các đệ tử tại gia của Phật trước hết là người đã tin theo các đạo khác, phần lớn là Veda. Khi theo Phật, tập quán tôn giáo này vẫn còn ảnh hưởng. Thay vì bấy giờ cử hành tế tự *upavasatha* (cận trụ) để thực hiện phận sự đối với thần linh, các đệ tử Phật được khuyến khích ngày ấy nên chú tâm trì giới để tăng trưởng đạo đức, thể hiện bổn phận đối với chính mình. Trong *upavasatha* của các Bà-la-môn, có điều cấm kỵ là kiêng ăn chiều. Trong luật nghi Cận trụ, không ăn chiều được xem là giới thể, điều khoản chủ yếu.

Luật nghi biệt giải thoát như nói trên gọi là các loại giới thệ thọ, được tác thành bởi ba yếu tố: xã hội, tâm lý và sinh lý. Do yếu tố xã hội nên chỉ có hiệu lực trong những cộng đồng xã hội đặc biệt với trình độ phát triển nhất định. Do yếu tố tâm lý, nó tùy thuộc nhận thức và ý chí quyết định. Yếu tố thứ ba không kém quan trọng, đó là quy luật phản ứng tự vệ của cơ thể. Tức do nhận thức rằng hành vi như vậy có thể dẫn đến hậu quả xấu của nghiệp báo, nhưng ý chí rất nhiều khi không đủ mạnh để chống lại những cám dỗ hay phản ứng khi bị xúc phạm, do đó cần luyện tập để cho thân và ngữ trở thành tập quán đạo đức, không làm những điều xấu dẫn đến hậu quả xấu của nghiệp báo. Hiệu lực của khả năng phòng hộ này tùy thuộc phần lớn vào điều kiện sinh lý cơ thể. Vì vậy, trong giới Tỳ-kheo và Tỳ-kheo-ni, một số khiếm khuyết về cơ thể không được phép thọ, vì cho rằng nó không có tác dụng gì vì giới thể không phát sinh. Cũng vì lý do này mà nói súc sanh cũng có thể thọ giới nhưng chỉ phát sinh diệu hành chứ không thể phát sinh luật nghi. Như trong một số chuyện kể, Long vương cũng thường hiện lên thọ giới. Tuy thọ, có phát nguyện thọ giới, nhưng không thành tựu luật nghi, mà chỉ thành tựu diệu hành. Đó cũng chỉ là chuyện truyền kỳ, không cần thiết để nói đáng tin hay không đáng tin. Tuy vậy, nó cũng cho biết hiệu lực của luật nghi như thế nào.

Thành tựu luật nghi biệt giải thoát là khi vô biểu phòng ngự các nghiệp đạo phát sinh trong thân người thọ giới và tồn tại ở đó cho đến khi mất hiệu lực hay bị hủy. Sự phát sinh của vô biểu phòng ngự này trong khi thọ giới gọi là đắc giới. Đắc giới hay thành tựu luật nghi biệt giải thoát chỉ phát sinh trong một số điều kiện nhất định khi thọ giới, ngoài ra, không hội đủ các điều kiện này, sự thọ giới chỉ được gọi là diệu hành.

Vô biểu sắc của luật nghi biệt giải thoát vì chỉ tồn tại và có tác dụng trong Dục giới trong trạng thái tán tâm do đó thảy đều tùy thuộc biểu nghiệp của thân và ngữ. Lý do là trong trạng thái tán tâm, ý chí không đủ mạnh để kích khởi phát sinh vô biểu sắc. Vì vậy, đối với Hữu bộ, vấn đề thọ giới và đắc giới được đặc biệt lưu ý.

Đắc giới, chỉ sự phát sinh vô biểu sắc trong lúc thọ giới làm tự thể cho luật nghi phòng hộ. Các loại giới thuộc luật nghi biệt giải thoát vì vậy được gọi là "giới thệ thọ" (*samādāna*), do người muốn có giới tự mình phát biểu ý chí muốn thọ dưới sự xác nhận của một cá nhân hay một tập thể có đủ tư cách để xác nhận. Cá nhân nói đây là người đã có giới, trong trường hợp thệ thọ đối với năm giới tại gia (Cận sự), tám giới (Cận trụ), Sa-di, Sa-di-ni, và Thức-xoa-ma-na. Giới Tỳ kheo và Tỳ kheo ni phải được thệ thọ trước tập thể Tăng Tỳ kheo và Tỳ kheo ni theo túc số quy định. Những quy định này chi tiết được chỉ rõ trong Luật tạng.

Điều kiện căn bản để có thể đắc giới đối với tất cả các loại giới này là trước tiên phải quy y Tam bảo. Ý nghĩa muốn nói rằng nếu không nhắm đến mục đích cứu cánh là giải thoát sinh tử thì không thể phát sinh khả năng phòng hộ, ví như người đi đường mà không xác định được đích đến thì dễ sinh mệt mỏi và có thể đi lạc đường hoặc thối lui.

Mặt khác, điều tranh luận sôi nổi giữa Hữu bộ và Kinh bộ là

trường hợp thọ năm giới để thành đệ tử tại gia. Với Hữu bộ, phải thệ thọ đủ; còn mức hoàn hảo trì giới thì tùy thuộc năng lực và thời gian. Với Kinh bộ, có thể chỉ phát nguyện nhận thọ một hoặc hai, cho đến đủ cả năm. Mỗi bên đều dẫn Kinh, nhưng phân tích cú pháp lời Phật và giải thích theo ý riêng của mình. Tranh luận này có thể tế toái, nhưng nó cũng cho thấy quan điểm đạo đức có thay đổi theo tình hình phát triển của xã hội.

Theo ý kiến các vị Hữu bộ, khi quy y để trở thành đệ tử Phật, người đó từ đó trở đi tất phải có phẩm chất đạo đức trong trình độ khả dĩ chấp nhận, không nhất thiết phải là con người hoàn hảo. Có thể xem đây là xu hướng chủ nghĩa hình thức về vấn đề đạo đức.

Theo ý kiến các vị Kinh bộ, chỉ cần phát nguyện quy y Tam bảo là đủ để trở thành đệ tử Phật. Phát nguyện thọ điều khoản giới luật nào là tùy khả năng. Phát nguyện thệ thọ nhưng năng lực trì giới kém, thường xuyên vi phạm, thế thì sự thệ thọ chỉ là hình thức suông. Đây có thể được xem là xu hướng duy ý chí.

4. Căn bản nghiệp đạo

Nghiệp, như đã hiểu, là hành vi nhắm đến mục đích với ý đồ thiện hay bất thiện do bị khuấy động bởi phiền não; khi mục đích đạt được, ngay trong sát-na ấy, nghiệp đạo căn bản thành hình; nó định hướng và cũng định hình cho kết quả trong tương lai. Nghiệp đạo cực thiện là hành vi thọ giới và vô biểu của giới phát sinh. Cho nên, quá trình thọ giới cũng chính là diễn tiến hành sự của nghiệp đạo.

Một cách đại cương, khi ý thức bị tác động bởi các đối tượng ngoại giới hay nội giới, nó quan sát và tư duy rồi đi đến quyết định phải làm gì. Quyết định này gián tiếp hoặc trực tiếp điều khiển thân và ngữ hoạt động. Nói gián tiếp, chỉ cho lý giải vấn đề của Hữu bộ; trực tiếp, chỉ cho chủ trương của Kinh bộ. Hai bộ phái này đại diện cho hai xu hướng lý giải quá trình tạo nghiệp trong các bộ phái, kể cả Đại thừa.

Nói chung, Hữu bộ cũng như Kinh bộ, và cũng như hết thảy các bộ phái khác, thảy đều tin tưởng ý thức hay tâm ý có khả năng vô biên, do đó nó có thể làm bất cứ điều gì nó muốn. Cho nên, với Kinh bộ, diễn tiến tạo nghiệp có vẻ đơn giản hơn. Khởi đầu, ý thức khởi ý định, nó quan sát và suy nghiệm, gọi là hoạt động của tư (*cetanā*). Hoạt động này tiếp diễn tạo thành dòng chảy liên tục gọi là tương tục tư (*cetanā-santāti*). Do thường xuyên lặp lại nên ý chí quyết định càng lúc càng tăng cường; đây gọi là quá trình mà chuỗi tương tục được huân tập bởi tư. Được huân tập (*paribhāvita*) đồng nghĩa với được tăng cường. Chuỗi tương tục này biến đổi một cách vi tế, cho đến thời điểm của cao độ huân tập, nó đủ năng lực điều khiển mọi cử động của thân và ngữ.

Ý thức như vậy được ví dụ như ông vua, vì có năng lực tự tại. Hữu bộ cũng tin như vậy, nhưng khác hơn Kinh bộ, ở đây ông vua không trực tiếp làm gì cả, mà chỉ phát biểu ý muốn, và khi ấy các thuộc hạ làm những điều cần làm để ý muốn của vua được thỏa mãn. Nói cách khác, tuy có năng lực tự tại, nhưng ý thức không trực tiếp tạo nghiệp. Ý thức chỉ phát khởi ý định, và hành sự tạo nghiệp là sắc pháp vô biểu của thân và khẩu. Chúng ta chỉ có thể biết được lý giải của Hữu bộ trong chừng mực đó, vì không có minh văn nào nói rõ hơn. Có lẽ các vị luận sư này tuy hiểu ý muốn và hành sự của vua là như thế, dù vậy, cũng như các bộ phái khác, xem tác động của ý thức lên thân và khẩu là sự kiện đương nhiên, không cần lý giải.

Vấn đề không đơn giản như vậy. Ý thức, giả thiết tồn tại một thực thể như vậy, là thực thể không hình chất, không chiếm một khoảng không gian nào, do đó nó cũng không di chuyển lần lượt từ điểm này sang điểm khác như các thực thể vật chất. Bản thân nó không có tính chất đối kháng, không cái gì có thể cản trở nó, và nó cũng không ngăn cản cái gì. Vậy làm sao nó có thể đẩy cánh tay di chuyển? Vấn đề hết sức nghiêm trọng đối với các triết gia tâm học và các nhà khoa học não. Khi sự hiểu biết về não càng rõ hơn, và nhất là khi phát sinh vấn đề trí tuệ nhân tạo do bởi khả năng suy nghĩ vượt bậc của máy điện toán, vấn đề tâm và vật, ý thức và não, càng trở nên tranh luận phân vân giữa các nhà nghiên cứu.

Các vị Hữu bộ một cách vô tình cũng đã ý thức được vấn đề này do đó không để cho ý thức trực tiếp hành sự tạo nghiệp, mà phải qua trung gian các vô biểu sắc, cũng như ý muốn của ông vua được thực hiện qua các thần thuộc. Nhưng không tiến thêm để lý giải vì sao. Trong truyền thống tín ngưỡng thần quyền, năng lực tự tại của vua như vậy là do Thượng đế quy định; nó tự nhiên như vậy là như vậy. Ngay ở Trung Hoa, ý niệm thần quyền rất mờ nhạt từ buổi đầu lịch sử, nhưng trong đà phát triển xã hội, cũng dành cho hoàng đế quyền lực tự tại do trời ban. Thế thì, trong bối cảnh chung như vậy, không có động cơ nào để khiến các vị Hữu bộ đặt thêm vấn đề. Các vị Thượng tọa cho rằng ý căn nằm ở trái tim thì chắc không hề bận tâm thắc mắc vấn đề này. Các vị Duy thức, được xem là phát triển hậu kỳ của Phật giáo Đại thừa, cũng không hề đặt vấn đề. Cho nên, chúng ta không có cơ sở bằng minh văn nào trong lịch sử tư tưởng Phật giáo để tìm hiểu cách lý giải vấn đề.

Tuy nhiên, trong Kinh đức Phật cũng đã nói rằng "thức duyên danh sắc, danh sắc duyên thức", cả hai không bao giờ tách rời, cho đến khi nhập Niết-bàn. Ý nghĩa này muốn nói rằng, trong sát-na tối sơ khi thọ sinh, thức tức nghiệp quá khứ kết hợp với di truyền của cha mẹ để thành danh-sắc. Cho nên, danh và sắc trở thành một thực thể bất khả phân trong suốt chu kỳ của sự sống. Danh-sắc phát triển thành sáu xứ, gồm năm quan năng cảm giác và ý thức. Như vậy, tâm và sắc tuy được giả thiết như là hai thực thể riêng biệt, nhưng trong trường kỳ luân chuyển sinh tử, cả hai không hề phân ly. Vậy thì, hoạt động của căn không thể không có thức, và trong hoạt động của thức cũng không thể không có căn. Chỉ tùy thuộc điểm đứng để quan sát mới phân biệt đây là sắc căn và kia là tâm thức khác nhau. Điều này khả dĩ bổ sung lý giải của Hữu bộ về ý nghĩa thức không trực tiếp tạo nghiệp, mà gián tiếp qua hoạt động của thân và ngữ.

Chúng ta trở lại vấn đề. Khi do bởi hoạt động của tư (*cetanā*) đạt đến cao điểm quyết định, ngay lúc ấy một loại sắc pháp mới phát sinh nơi bộ phận của thân cần để hành sự, và bộ phận ấy bắt đầu cử động. Đây nói là sát-na biểu nghiệp của thân phát sinh. Đồng thời với nó có phát sinh vô biểu hay không, còn tùy mức độ cường lực tác động của tư. Như người trong khi lễ bái mà không có tâm thiết tha, lúc ấy chỉ có thân biểu mà không có vô biểu. Trong vấn đề thọ giới, tất cả thân biểu phát sinh đồng thời cũng phát sinh vô biểu.

Giai đoạn bắt đầu khởi sự hành động, cho đến thời điểm mục đích được hoàn tất, gọi là gia hành của nghiệp đạo (*karmapatha-prayoga*). Không có nghiệp đạo nào mà không có gia hành. Vì không thể vừa khởi ý nghĩ là mục đích liền được đạt đến. Chuyện kể các Tiên nhân thời xưa bằng thần thông khi khởi tâm niệm muốn đốt cháy khu rừng, tức thì khu rừng bốc cháy. Nhưng đó là truyền thuyết, thực tế có như vậy hay không, ở đây không bàn đến.

Một người sau khi nghe Pháp, rồi hiểu và tin, bèn phát tâm quy y và thọ giới. Đây chỉ là giai đoạn huân tập tư. Khi đã quyết định, thân và ngữ bắt đầu khởi động. Đây là khởi điểm của gia hành nghiệp đạo. Sát-na đầu tiên cần được kích phát bởi lực của tâm, lực này gọi là nhân đẳng khởi (*hetu-samutthāna*). Nếu có ý định tạo nghiệp bất thiện, thì tâm đẳng khởi này bị nhiễm bởi tham, hoặc sân, hoặc tà kiến. Phát tâm quy y và thọ giới, tâm này liên hệ với ba thiện căn là vô tham, vô sân, và vô si. Sau sát-na thứ nhất được kích khởi, biểu nghiệp cần được liên tục thúc đẩy bởi tâm, lực vận hành này gọi là sát-na đẳng khởi. Lực phát động, nhân đẳng khởi, là lực chuyển. Lực vận hành là lực tùy chuyển. Nói cụ thể hơn, sau khi đã quyết định, trong khi tiến hành các điều kiện cần thiết để thọ giới, ý thức quyết định thọ giới thường xuyên theo sát các cử động của thân biểu; nếu vì lý do gì đó, ý nghĩ này tạm thời ngưng, nghĩ sang chuyện khác, mặc dù cử động thân vẫn tiếp tục, nhưng bấy giờ cử động ấy không phải là thân biểu của gia hành nghiệp đạo của mục đích thọ giới. Tuy thế, vô biểu của nó vẫn tồn tại. Chỉ khi nào người ấy thay đổi ý định, thôi không thấy cần quy y thọ giới nữa, bấy giờ vô biểu gia hành này tự động hủy.

Quan hệ biểu và vô biểu trong giai đoạn gia hành này cũng

tương tự như các hoạt động nhận tin, thông tin, và lưu trữ thông tin trong quá trình học tập và ký ức. Hành vi nếu được lặp lại thường xuyên hơn, ký ức sẽ trở thành bền hơn. Đó là thế lực được tăng cường do bởi huân tập. Mỗi khi ý thức vươn đến đối tượng mà nó nhắm đến như là mục đích hành động, bấy giờ cường độ của dòng chảy tư được tăng, được huân tập để càng lúc càng mạnh hơn. Cũng vậy, biểu nghiệp của gia hành thọ giới nếu được thường xuyên lặp lại, vô biểu càng được tăng cường, giới thể khi thành tựu sẽ có lực phòng hộ mạnh hơn.

Vô biểu sắc phát sinh thành căn bản nghiệp đạo khi mục đích nhắm đến được hoàn tất, đó là sát-na đắc giới thể. Nó trở thành lực phòng hộ bảy chi nghiệp đạo bất thiện. Do bản chất của các đối tượng có khả năng bị tổn hại bởi hành vi bất thiện, tương ứng có bảy loại vô biểu sắc khác nhau, chúng được tạo thành từ các đại chủng riêng biệt.

Vô biểu sắc là thể của nghiệp đạo, cũng là tự thể của luật nghi, hay giới thể, y trên thân này mà tồn tại. Khi thân này rã, vô biểu sắc này cũng hủy theo. Nếu vậy, nghiệp đạo tồn tại như thế nào để dẫn đến kết quả trong các đời sau? Đây là vấn đề "Nghiệp và Nghiệp quả".

5. Trụ luật nghi

Căn bản nghiệp đạo là danh từ để chỉ thể của nghiệp đạo phát sinh trong sát-na duy nhất khi mục đích được đạt đến. Sát-na tiếp theo sau đó, cho đến khi nào vô biểu bị hủy, gọi là hậu khởi của nghiệp đạo (*prṣṭha-karmapatha*). Trong nghiệp đạo hậu khởi, vô biểu luôn luôn tồn tại, nhưng biểu nghiệp hoặc có, hoặc không. Hành vi của thân và ngữ sau khi đắc giới, bất kể thời gian nào, được thực hiện do bởi tác ý liên hệ đến giới, những hành vi ấy là biểu nghiệp của hậu khởi.

Bởi vì vô biểu luật nghi vốn là sắc, y trên thân này mà tồn tại, khi thân rã thì vô biểu cũng tự động hủy, cho nên thọ giới và đắc giới trong đời này không ảnh hưởng đến đời sau. Nghĩa là, trong đời sau không có lực phòng hộ nếu không thọ giới.

Người được cho là đắc giới thể, trong thân tồn tại vô biểu của luật nghi, người đó được gọi là "trụ luật nghi". Có nghĩa là sống trong môi trường được phòng hộ.

Vô biểu luật nghi, xét về thời gian, có hai loại: suốt đời, và một ngày một đêm. Tám giới cận trụ thuộc loại sau, chỉ có hiệu lực từ bình minh xuất hiện ngày hôm nay, cho đến thời điểm bình minh xuất hiện ngày hôm sau, giới thể tự xả, vô biểu của luật nghi tự động hủy.

Ngoài ra, tất cả các loại giới khác đều có hiệu lực suốt đời kể từ khi đắc giới. Khi ấy vô biểu sắc của luật nghi bị hủy. Cũng còn một số nguyên nhân khác khiến vô biểu bị hủy, luật nghi xả. Nguyên nhân thứ nhất là do ý nguyện, khi người có giới không muốn giữ giới ấy nữa, và tuyên bố xả. Như Tỳ-kheo hay Tỳ-kheo-ni tuyên bố xả học xứ và hoàn tục. Tuyên bố như thế nào để được xác nhận là hợp thức hay không hợp thức, chi tiết được nói rất kỹ trong Luật tạng. Nguyên nhân thứ hai, thân này là sở y của vô biểu luật nghi; cho nên khi thân rã thì vô biểu cũng tự động hủy. Thứ ba, do đoạn thiện căn, tức khi phát sinh tà kiến, không còn tin tưởng Tam bảo, không tin tưởng nghiệp báo luân hồi, bấy giờ luật nghi tự động xả, vô biểu tự hủy.

Cuối cùng, do phát sinh hai căn cùng lúc. Hai căn tức vừa nam căn vừa nữ căn. Đây là điểm khá tế nhị. Đối với Tỳ kheo và Tỳ kheo ni, một người khi phát sinh hai căn, bấy giờ không thể xác định nam hay nữ, do đó không thể xếp vào Tăng nào để sống chung. Trường hợp này có ba ý nghĩa. Về bản chất, tự thể của giới Tỳ-kheo và Tỳ-kheo ni cũng là một, nhưng do sai biệt tính phái nên, về mặt tâm lý cũng như sinh lý, điều kiện để trì giới và phá giới không giống nhau. Người phát sinh hai căn cùng lúc, để phán quyết học xứ trong trường hợp phạm hay không phạm, không biết căn cứ vào luật nào, Tỳ-kheo hay Tỳ-kheo ni. Ý nghĩa thứ hai là về phương diện xã hội, Tỳ-kheo và Tỳ-kheo ni là hai tập thể sống riêng biệt vì lý do tính phái. Người không phân biệt được tính phái không thể xếp vào tập thể nào. Sống chung không phân biệt những người đồng tính và không đồng tính sẽ xảy ra nhiều vấn đề phức tạp về mặt tâm lý cũng như xã hội. Ý nghĩa sau cùng, là ý nghĩa được chú trọng trong các Luật cũng như Luận. Ý nghĩa này liên hệ đến Thánh đạo. Người hai căn, theo lý luận, do điều kiện tâm sinh lý, được ví như ruộng muối, không thể gieo trồng được thứ gì, không thể phát triển hạt giống vô lậu để đạt đến Thánh quả. Với những ý nghĩa trên, người phát sinh hai căn bị từ chối sống chung với tập thể xuất gia, vì giới thể vô biểu đã tự động hủy.

Ngoài trường hợp liên hệ đến tập thể xuất gia, trong các luận, cũng như trong các luật, không thấy nói riêng về điều kiện xả luật nghi hay không đắc luật nghi đối với các loại luật nghi biệt giải thoát khác. Nhưng theo suy diễn thì có thể nói tất cả đều bị xả, và trở thành luật nghi xử trung; sự trì giới không phạm lúc bấy giờ được xem là diệu hành, những hành vi tốt đáng khen ngợi; chúng không có khả năng phòng hộ các nghiệp đạo bất thiện nên không gọi là luật nghi biệt giải thoát.

Trường hợp phạm giới hay phá giới để dẫn đến kết luận xả hay không xả luật nghi, điều này cũng là đề tài tranh luận phân vân giữa các bộ phái. Tuy vậy, chủ yếu cũng chỉ là vấn đề liên hệ đến giới Tỳ-kheo và Tỳ-kheo-ni. Các luật đều có phân tích rất kỹ về các trường hợp này để có phán quyết được xem là hợp Chánh pháp. Bởi vì, khi một người mà giới thể bị xem là đã mất, đã hủy hoàn toàn, người ấy phải bị trục xuất ra khỏi tập thể. Trong thực tế, tranh luận mất giới hay không mất giới đối với một Tỳ-kheo bị cáo là phạm giới hay phá giới nhiều khi dẫn đến tình trạng phá Tăng nghiêm trọng, tập thể Tỳ-kheo bị chia rẽ không sống chung với nhau.

6. Giới tùy tâm chuyển

Luật nghi biệt giải thoát phát sinh tùy thuộc thân biểu, không hoàn toàn tùy thuộc ý chí, mặc dù ý chí vẫn là động lực phát khởi. Còn hai loại luật nghi khác không tùy thuộc thân biểu, mà hoàn toàn tùy thuộc sức mạnh của ý chí và nhận thức; đó là luật nghi phát sinh do bởi tĩnh lự, và do bởi nhận thức được bản chất của tồn tại, chứng nghiệm Thánh đế. Cả hai được gọi là luật nghi tùy tâm chuyển. Tự thể luật nghi vẫn là vô biểu sắc.

Loại sắc này phát sinh và tồn tại hoàn toàn tùy thuộc tâm nên gọi là sắc tùy tâm chuyển.

Trường hợp nhập định, hay do chứng nghiệm Thánh đế, một số phiền não hay toàn bộ bị trấn áp, hoặc bị vĩnh viễn đoạn trừ. Ý thức không bị phiền não khuấy động, cho nên không có tác ý gây hại, thực hiện các hành vi bất thiện. Tính chất không làm này, Hữu bộ gọi là luật nghi, tự thể là sắc pháp. Nói cách khác, trong khi nhập định, do năng lực của định, một loại sắc đặc biệt phát sinh, có khả năng phòng ngự các hành vi bất thiện. Cũng vậy, khi chứng nghiệm Thánh đế, do năng lực của Thánh đạo một loại sắc đặc biệt gọi là vô lậu sắc phát sinh; nó cũng có khả năng phòng ngự các hành vi bất thiện.

Kinh bộ thừa nhận có các loại sắc này, nhưng đó không phải là luật nghi. Do không bị phiền não tác động, cho nên không làm. Đơn giản là "không làm" chứ không phải do được phòng hộ bởi sắc vô biểu. Trong kinh Phật cũng có nói đến loại sắc vô lậu. Hành giả khi tu tập định, do định lực dẫn sinh loại sắc đặc biệt, nếu định thuộc vô lậu thì sắc đó là vô lậu.

Trong sắc giới không có các hành vi bất thiện, do đó không có đối tượng để phòng ngự. Đối tượng để phòng ngự chính là các nghiệp bất thiện trong Dục giới. Các nghiệp này được thực hiện bởi thân và ngữ, thuộc sắc pháp, nên lực phòng ngự cũng phải sắc pháp. Trường hợp này cũng tương tự như luật nghi biệt giải thoát. Mặc dù mọi cử động thiện hay bất thiện của thân và ngữ đều được điều động bởi tâm ý, nhưng dứt khoát, đối với Hữu bộ, ý thức không trực tiếp hành sự mà phải thông qua sắc. Cho nên, tĩnh lự luật nghi và vô lậu luật nghi đều có tự thể là sắc.

Kinh bộ bác bỏ với lý luận rằng, do định lực và nhận thức mà không hành các nghiệp bất thiện chứ không phải do lực phòng hộ bởi sắc pháp mà không hành các nghiệp bất thiện.

Như đã thấy trong đoạn trên, Pāli cũng lập năm loại luật nghi, nhưng không kể đến tĩnh lự luật nghi và vô lậu luật nghi.

Nói tóm, vô biểu sắc là khám phá đặc sắc của Hữu bộ.

II. BẤT LUẬT NGHI VÀ XỬ TRUNG LUẬT NGHI

1. Bất thiện nghiệp đạo

Nghiệp đạo cực thiện là các luật nghi như đã nói. Trái với thiện là bất thiện. Trong nghiệp đạo thiện, hiệu lực thiện của các luật nghi có thời hạn suốt đời, trừ trường hợp luật nghi cận trụ. Nghiệp đạo bất thiện nếu trở thành tập quán suốt đời bấy giờ được gọi là "bất luật nghi" (*asaṃvara*). Chi tiết về bất luật nghi sẽ được nói trong đoạn sau; ở đây nói tổng quát về mười nghiệp đạo bất thiện.

Trong các Kinh, mỗi khi nói về các điều xấu ác nên tránh không làm, đức Phật thường nêu ba ác hành và mười nghiệp đạo bất thiện. Ba ác hành bao gồm tất cả mọi hành vi xấu đáng chê trách, và dẫn đến hậu quả tai hại, là những điều xấu được làm bởi thân, ngữ và ý. Trong tất cả điều ác gồm trong ba ác hành này, có mười điều nghiêm trọng gọi là mười nghiệp đạo bất thiện.

Về căn bản, nghiệp đạo được định nghĩa như sau: "Tư (*cetanā*) chính là nghiệp. Con đường (*patha*) mà tư hoạt động để đạt đến mục đích cuối cùng của nó, gọi là nghiệp đạo (*karmapatha*)."[257]

Theo định nghĩa này, mười nghiệp đạo được phân tích thành hai phần. Phần đầu bảy chi vừa là nghiệp vì chỉ cho hành động; và cũng là đạo, vì là phương tiện để tư đạt đến mục đích. Gọi chung là nghiệp đạo. Ba chi cuối là nghiệp chứ không phải đạo, vì tham, sân và tà kiến, hoặc vô tham, vô sân, vô si, có bản chất là thúc đẩy hành động; chúng là nguyên nhân khởi động các hành động. Không phải là đạo, ví dụ như nói "vương đạo" vì là đường của vua, nhưng đường không phải là vua.[258]

Ngoài mười chi này ra, các hành vi hoặc thiện hoặc bất thiện cũng được gọi là nghiệp nhưng không phải là nghiệp đạo, như lễ bái hay đánh đập, hành hạ súc sanh vậy. Đây là những diệu hành (*sucarita*) hay ác hành (*duścarita*), được kể trong xử trung luật nghi.

---

257 *Tì-bà-sa* quyển 113, tr. 587c18.
258 ibid. 589a24.

Theo nghĩa khác, cả mười chi cũng đều gọi chung là nghiệp đạo, vì chúng là nguyên nhân, tức là con đường, dẫn đến sự suy tổn nội thân và ngoại vật, nếu là bất thiện; hoặc tăng trưởng, nếu là thiện. Suy tổn nội thân, như sát sanh sẽ dẫn đến hậu quả là thọ mạng ngắn. Ngoại vật suy tổn, như trộm cướp sẽ dẫn đến kết quả là tài sản hao hụt, túng thiếu.[259]

Các nghiệp đạo thiện hoặc bất thiện được thực hiện hoặc do cá nhân hoặc do tập thể. Thực hiện do ý định cá nhân, nghiệp ấy dẫn đến hậu quả cho chính cá nhân ấy. Nếu nghiệp được thực hiện bởi nhiều người, tùy theo vai trò của những người ấy và cũng do tâm ý khi thực hiện mà kết quả sẽ nhận lãnh tùy mức độ tương xứng.

Nói một cách tổng quát, về cơ bản, tất cả các nghiệp đạo phát xuất từ ý chí cá nhân; các nghiệp đạo đều mang tính xã hội và thời đại. Nói mang tính xã hội, vì động cơ gây nghiệp ít nhiều đều do tác động bởi các điều kiện gia đình và xã hội. Trong những trường hợp này, như ta thường nói, cá nhân và tập thể hay cả cộng đồng xã hội đều có liên đới trách nhiệm khi nghiệp được thực hiện, và cũng nhận lãnh kết quả tùy theo mức độ tâm ý và hành động tương xứng.

Mặt khác, trong một số Kinh có nói đến những chu kỳ thành và hoại của thế giới, trong đó có những thời kỳ mà đại bộ phận xã hội hành đủ mười thiện hay bất thiện. Khi xã hội hành đủ mười thiện, là lúc xã hội đang trên đà hưng thịnh, mọi người sống trong hòa bình và an lạc. Trái lại, đại bộ phận xã hội hành đủ mười bất thiện, xã hội lâm vào tình trạng suy thoái, bởi các tai họa do tật dịch, đói kém và chiến tranh. Trong những thời kỳ, chỉ một hay hai hoặc nhiều điều thiện hay bất thiện được phát triển, tình hình sinh hoạt xã hội xấu hay tốt cũng phát triển tương xứng.[260]

Các nghiệp đạo được thực hiện đều diễn theo trình tự, như

---

[259] ibid. 588a11.

[260] *Trường A-hàm*, quyển 6, kinh số 6 "Chuyển luân thánh vương tu hành", T01n0001, tr.039a22 tt. Pāli, D. 26 *Cakkavatti-sīhanāda-suttaṃ*.

trong trường hợp luật nghi, khởi từ gia hành, kết thúc bằng căn bản, và tàn dư bằng hậu khởi. Trong bảy nghiệp đạo, khi thực hiện, khởi từ gia hành, mỗi nghiệp đạo đều phát sinh biểu nghiệp và vô biểu nghiệp tương xứng. Như vậy, có bảy chi bất thiện, tất có bảy nhóm đại chúng riêng biệt làm sở y cho biểu và vô biểu.

Bảy chi nghiệp đạo, từ gia hành cho đến căn bản, hoặc có đủ cả biểu và vô biểu như tự tay mình sát hại hay trộm cướp, hay dục tà hành. Có trường hợp, trong căn bản nghiệp đạo, chỉ tồn tại có vô biểu mà không có biểu, như ra lệnh người khác giết. Cũng có trường hợp, khi gia hành, thân biểu tiến hành với tâm không hăng hái, ý lực không đủ mạnh để tác động khiến phát sinh vô biểu, bấy giờ chỉ có hoạt động với biểu nghiệp mà không có vô biểu. Vì có ra lệnh nên trong gia hành có biểu nghiệp là ngữ; nhưng khi đối tượng bị giết đã chết, khi ấy căn bản nghiệp đạo thành hình không do tự tay người ra lệnh, do đó sát nghiệp này đối với người ấy có vô biểu mà không thân biểu. Về hậu khởi, tất cả các nghiệp đạo đều có vô biểu, nhưng biểu nghiệp thì hoặc có hoặc không. Như trong sát nghiệp, sau khi giết xong còn cắt xẻ các thứ cho nên biểu nghiệp vẫn tiếp diễn. Nếu giết xong, không làm bất cứ điều gì thêm nữa bằng thân hay ngữ, bấy giờ không có biểu nghiệp.

Người gây nghiệp bao giờ cũng có một mục đích chính; để đạt được mục đích này nó cần nhiều hành động chuẩn bị khác. Nói rõ hơn, như nghiệp đạo trộm hay cướp chẳng hạn. Mục đích là chiếm đoạt tài sản của người khác. Nếu mục đích này đạt được, khi tài vật được cầm trong tay, nghiệp đạo căn bản thành hình. Trong khi tiến hành, trong giai đoạn gia hành, nếu mục tiêu gặp nhiều chướng ngại, như có thế lực bảo vệ, nó cần nhiều thủ đoạn khác. Như sở hữu chủ cố giữ không buông, để chiếm đoạt, cần phải giết. Như vậy, nghiệp đạo căn bản là trộm cướp, nhưng gia hành là sát. Hoặc nói năng lường gạt, gây chia rẽ giữa các sở hữu chủ, v.v. Như vậy là gia hành bằng các ngữ biểu. Hoặc cần mê hoặc, nó cám dỗ sở hữu chủ bằng dục tà hành. Như vậy là gia hành bằng dục tà hành. Nói tóm, một căn bản nghiệp đạo có thể tiến hành bằng cả sáu nghiệp đạo kia. Căn bản tất phải có vô biểu. Gia hành hoặc có, hoặc không, như đã nói.

Vô biểu nghiệp tồn tại trong thời hạn nào? Đối với các thiện vô biểu thuộc luật nghi, thời hạn tồn tại như đã nói. Đối với các hành vi bất thiện, nếu không phải là các ác hành, vô biểu tồn tại cho đến hết đời nếu không có điều kiện đối trị. Điều kiện đối trị là khi thọ giới, nếu luật nghi phát sinh, ngay lúc ấy vô biểu bất thiện bị hủy để thay thế vô biểu của luật nghi. Trừ phi thọ giới và vô biểu phát sinh, các trường hợp khác như về sau tỏ ý ăn năn, quyết ý từ bỏ, bấy giờ chỉ phát sinh diệu hành chứ không phát sinh vô biểu. Chúng ta cần nhắc lại, vô biểu là năng lực phòng hộ. Vô biểu không phát sinh, có nghĩa là người ấy có thể tránh không làm, nhưng đó là do ý chí quyết định chứ không do lực phòng hộ.

Trường hợp vừa nói có thể diễn giải thêm như vầy. Khi thực hiện nghiệp bất thiện lần đầu, như sát hại chẳng hạn, vô biểu sát tồn tại, nó sẽ trở thành tập quán hành động, như một loại ký ức ẩn, khiến người ấy lần sau nếu có điều kiện sẽ dễ dàng hành động hơn lần đầu. Nếu do ý chí diệu hành, về sau tình hình gây nghiệp tái diễn nhưng nó không làm, điều này tùy thuộc phán đoán lúc bấy giờ, như cảm thấy không an toàn hay hậu quả xấu sẽ xảy ra, chứ không phải do khả năng phòng hộ tự nhiên mà không làm. Người có luật nghi, khi gặp điều kiện gây ác, lực phòng hộ khiến tự nhiên không làm, nhưng nếu do bởi phiền não cực mạnh khuấy động, vượt ngoài khả năng phòng hộ, người ấy phá giới hoặc phạm giới. Nếu sau đó không có tâm ý và hành vi sám hối để khôi phục tự thể của luật nghi, bấy giờ vô biểu sẽ hủy và người ấy mất luôn khả năng phòng hộ. Vì vậy, giới được ví như bờ đê. Khi đê nứt rạn, nếu không kịp thời tu bổ, dần dần nó sẽ vỡ. Khi đê vỡ, vấn đề khôi phục không đơn giản; có trường hợp là bất khả.

Vô biểu của loại bất thiện vừa nói, nếu không có biểu nghiệp thường xuyên lặp lại, nó không tăng trưởng để thành tập quán. Do đây phân biệt hai loại vô biểu bất thiện nghiệp đạo. Loại thứ nhất như vừa kể. Loại khác, chỉ cần làm một lần là thành tập quán, mất khả năng phòng hộ, đây gọi là vô biểu bất luật nghi.

Trong đây, nói tiếp về vô biểu bất thiện thuộc loại cực trọng, đó là tội ngũ nghịch.[261] Nguyên danh tiếng Phạn của nghiệp này gọi là *ānantarya-karman*, nghĩa chính là không có sự gián cách (*anataram*), không có cái gì chắn ngang để cản trở.[262] Đây là nhắm vào kết quả mà nói. *Đại Tì-bà-sa* định nghĩa: "Do hai duyên mà gọi là vô gián. Ngăn hiện, hậu và ngăn các thú khác."[263] Hiện, hậu; chỉ thuận hiện thọ và thuận hậu thọ. Báo ứng của nó không xảy ra ngay trong đời này, và cũng không xảy ra đời tiếp theo đời sau. Tức nó dẫn kết quả tức khắc ngay trong đời sau, kế tiếp đời này. Các thú khác, chỉ các cõi không phải địa ngục. Nghiệp này trực tiếp dẫn xuống địa ngục, không thể chuyển đổi. *Câu-xá* khẳng định nó là nghiệp thành dị thục trực tiếp ngay sau sát-na vừa chết.

Trong thời Phật, hai trường hợp phạm vô gián nghiệp nghiêm trọng. Thứ nhất là A-xà-thế, do bị Đề-bà-đạt-đa xúi dục, giết cha để cướp ngôi. Trường hợp thứ hai, chính Đề-bà-đạt-đa vừa phá hoại hòa hiệp Tăng, vừa đả thương Phật.

A-xà-thế giết cha vì tham vọng quyền lực chứ không do tà kiến, cho nên chỉ gây nghiệp vô gián chứ thiện căn chưa bị đứt.[264] Đề-bà-đạt-đa gây tội, vì tham vọng mà cũng do phát sinh tà kiến, cho nên vừa xúc tội vô gián, vừa đoạn thiện căn.

Do thiện căn chưa bị đứt, A-xà-thế có thể sám hối và thọ tam quy ngũ giới, vô biểu luật nghi vẫn phát sanh. Tuy vô biểu luật nghi có thể phát sinh, nhưng trong đời này, và trước khi chịu

---

[261] Năm tội vô gián: giết cha, giết mẹ, giết A-la-hán, phá hòa hiệp Tăng và làm thân Phật chảy máu.

[262] Hán dịch là "tội nghịch", chỉ tội chống lại vua. Trong luật cổ Trung quốc, ăn cắp đồ tông miếu, nơi thờ phụng tổ tiên của vua, và giết vua, bị ghép vào tội đại nghịch. Trong Phật giáo, đó chỉ là nghiệp bất thiện.

[263] quyển 119 T27n1545, tr.619a16.

[264] *Thức thân túc luận*, quyển 11, T26n1539, tr.586a27, thực hiện năm nghiệp vô gián, thảy đều đoạn thiện căn. *Tì-bà-sa* quyển 47, T27n1545, tr.242b09: các pháp thiện bị lực của tham, sân, si khiến dẹp xuống, sau đó khi tà kiến khởi lên, rễ thiện bị đứt.

báo ứng để dứt sạch nghiệp vô gián, ông không thể chứng Thánh quả, dù thấp nhất.[265]

Thiện căn bị đứt do khởi tà kiến, bác bỏ không có nhân quả. Sau đó, khởi tâm hoặc tin rằng có, hoặc nghi ngờ có thể có nhân quả, bấy giờ thiện căn được nối lại.[266] Rễ của các pháp thiện rất khó đứt, chỉ với loại tà kiến mạnh mới đủ làm đứt. Cho nên, chỉ hạng người căn trí, khả năng suy luận nhạy bén mới có thể khởi tà kiến để làm đứt thiện căn.

2. Bất luật nghi

Đối nghịch với luật nghi là bất luật nghi (*asaṃvara*), mất khả năng phòng hộ. Nghịch hay mất ở đây hiểu theo nghĩa tích cực. Nghĩa là, mất khả năng phòng hộ vì trong thân phát sinh các vô biểu của bất luật nghi; các vô biểu này, mà tự thể là sắc, là một thứ năng lực tạo thành tập quán, khiến cho người gọi "trụ bất luật nghi" thường cảm thấy thích thú trong khi gây nghiệp; hoặc tự thấy việc làm ấy như là tự nhiên, không có ý thức phản tỉnh về thiện hay bất thiện.

Bất luật nghi như vậy phát sinh do bởi quyết định chọn nghề nghiệp; nó có tính chất trọn đời. Vì chọn nghề nghiệp để sinh sống, liên hệ đến sự sống, cho nên khi vô biểu loại này phát sinh nó tồn tại cho đến hết đời. Chỉ bị hủy, khi người ấy quyết định không hành nghề ấy nữa. Nếu thọ giới, trong khi phát ngôn thọ, bấy giờ nếu hội đủ điều kiện vô biểu luật nghi phát sinh, tức thì vô biểu bất luật nghi bị hủy. Nhưng sau đó tự động

---

[265] Trong kinh Sa-môn quả, A-xà-thế sau khi nghe Phật thuyết pháp, tỏ ý ăn năn xin sám hối, đức Phật xác nhận và do đó ông phát nguyện quy y và thọ trì năm giới. D. 2 Samññaphalasuttam. Hán, *Trường A-hàm*, quyển 17, kinh số 27 "Sa-môn quả", T01n0001, tr.107a20. Tài liệu Pāli kể, sau khi chết, ông đọa địa ngục Lohakumbhiya, trải qua 60.000 năm, rồi tái sinh làm người, tu hành thành Bích-chi-phật hiệu Vijītavī và cuối cùng nhập Niết-bàn. Sử Kỳ-na giáo cũng chép A-xà-thế là đệ tử trung thành của giáo phái này. Malalasekera, *Dictionary of Pāli Proper Names*, mục từ Ajātasattua; tr. 35.

[266] *Thức thân túc luận*, quyển 12, T26n1539, tr.587c07: Một người sau khi giết cha hay mẹ, không có tâm hối hận; và một người sau khi giết khởi tà kiến bác bỏ nhân quả, đối với cả hai, thiện căn bị tổn giảm dần cho đến khi đứt hẳn, trong đời này không thể nối lại.

hành sự trở lại, vô biểu bất luật nghi tái phát sinh, và vô biểu luật nghi bị hủy. Đây muốn nói đến trường hợp người trụ bất luật nghi, nhưng lãnh thọ giới cận trụ thời hạn một ngày một đêm. Vô biểu của luật nghi cận trụ phát sinh, vô biểu bất luật nghi bị hủy. Sau khi hết thời hạn một ngày một đêm, chừng nào người ấy chưa tiếp tục hành vi nghề nghiệp thường nhật trở lại, trong thời gian ấy vô biểu bất luật nghi không tái phát sinh. Người này bấy giờ ở trong trạng thái gọi là "trụ xử trung". Chỉ khi nào thực sự bắt tay vào việc, bấy giờ vô biểu bất luật nghi mới tái sinh.

Vô biểu bất luật nghi phát sinh lần đầu tiên trong đời, khi nào người ấy, sau khi suy nghĩ chọn nghề, cuối cùng quyết định; thí dụ chọn nghề đồ tể chẳng hạn, và bắt đầu chuẩn bị phương tiện, cho đến khi con vật đầu tiên bị giết nhưng chưa chết, người ấy bỗng thay đổi ý nghĩ, quyết định không làm nghề này nữa, ý nghĩ và các hành vi trong khoảng thời gian này chỉ được gọi là ác hành bởi thân và ngữ; không thành bất luật nghi. Nếu con vật bị giết và chết, ngay sát-na con vật đầu tiên ấy chết, vô biểu bất luật nghi phát sinh; tồn tại và tác động người trụ bất luật nghi suốt đời, chừng nào có tác động bởi những điều kiện thích hợp mới bị xả. Các hành vi trước khi con vật bị giết chết thảy đều là gia hành của bất luật nghi.

Nói chung, trong bảy nghiệp đạo, bất cứ nghiệp đạo nào được thực hiện với ý định như là hành nghề để mưu sinh, và tất nhiên là ý nguyện suốt đời, thảy đều trở thành bất luật nghi. Các nghề nghiệp được liệt vào loại bất luật nghi gồm có giết dê, giết gà, giết heo, bắt chim, bắt cá, săn thú, trộm cướp, đao phủ, cai ngục, xiềng xích voi, nấu thịt chó, đặt bẫy lưới, quan giám sát hình phạt của vua, và các quan tòa xử kiện, cũng là hạng bất luật nghi. Trong đó, những nghề nghiệp như cai ngục, quan tòa, thi hành hình phạt, chỉ thành bất luật nghi khi thực hiện với tâm ý vui thích.

Về sau, trong sự phát triển của luật Đại thừa, cũng do tình hình phát triển các loại nghề nghiệp, thêm một số nghề được kể vào số bất luật nghi, như buôn bán vũ khí, nấu hay buôn bán rượu. Những nghề này được xem là bất luật nghi vì tạo phương tiện gây nghiệp cho người khác. Danh sách có thể còn dài nữa, khi xã hội phát triển càng thêm nhiều nghề nghiệp gây hậu quả xấu ảnh hưởng đến người khác.

Tổng quát, có hai điều kiện để vô biểu bất luật nghi phát sinh. Nếu sinh trong gia đình không phải hành các nghề nghiệp bất luật nghi, sau đó quyết định hành nghề như thế. Cho đến khi kết quả đầu tiên đạt được, bấy giờ vô biểu phát sinh. Thứ hai, nếu sinh trong gia đình hành nghề bất luật nghi, không cần phải tuyên bố, mà ngay khi người ấy khởi sự hành nghề này và sát-na nào đạt kết quả, sát-na ấy vô biểu phát sinh.

3. Vô biểu xử trung

Vô biểu xử trung, ở khoảng giữa, nói đầy đủ là "phi luật nghi phi bất luật nghi".

Phi luật nghi: Những hành vi thiện như lễ Phật, bố thí, phóng sinh, được gọi là diệu hành bởi thân, ngữ hay ý vì sẽ dẫn đến kết quả tốt đẹp, đáng ưa thích. Chúng cũng phát sinh biểu và vô biểu, nhưng không phải là năng lực phòng hộ, không có khả năng ngăn ngừa các nghiệp đạo bất thiện, do đó không gọi là luật nghi.

Phi bất luật nghi: Những hành vi bất thiện như đánh đập người khác, hành hạ thú vật, v.v., được gọi là những ác hành bởi thân, ngữ hay ý; chúng nhất định dẫn đến kết quả xấu, không như ý. Nhưng không phải như những hành vi liên hệ nghề nghiệp để trở thành tập quán gây nghiệp bất thiện, không làm mất khả năng phòng hộ nghiệp đạo bất thiện như các bất luật nghi.

Như vậy, khi nói vô biểu xử trung, cần phân biệt xử trung thiện và xử trung bất thiện.

Các hành vi có tính chất xử trung này, nếu là thiện nhưng được làm với tâm không thiết tha ân cần, như lễ Phật mà không chú tâm chí thành; những hành vi như vậy chỉ có biểu nghiệp, thân biểu hoặc ngữ biểu, nhưng không phát sinh vô biểu. Cũng vậy, trong các hành vi xử trung có tính bất thiện, nhưng được làm với tâm không hăng hái, phiền não không mãnh liệt, cũng chỉ có biểu nghiệp mà không phát sinh vô biểu. Nếu không phát sinh vô biểu, những hành vi này như diễn tập mà chơi, có thể trở thành tập quán, nhưng không mang đến kết quả tốt đẹp gì gọi là đáng yêu hay không đáng yêu.

Kết quả nói đây thường được gọi là phước cho đời này và cho cả đời sau. Các cử chỉ như đi đứng, nằm ngồi, hay tương tự, gọi là oai nghi lộ, thuộc tính vô ký. Các hành vi liên hệ đến nghệ thuật như vẽ vời, ca hát, chẳng hạn, hay công kỹ nghệ, gọi là công xảo xứ, thảy đều có tính vô ký. Những cử chỉ và hoạt động này tuy có thể tạo thành tập quán, khiến cho hành vi thành thạo hơn, xảo diệu hơn, nhưng không phát sinh vô biểu để dẫn đến kết quả lạc hay khổ trong đời này và đời sau.

Biểu và vô biểu xử trung thiện và bất thiện sau khi phát sinh có thể tồn tại một thời gian, nếu chưa bị tác động bởi điều kiện xả.

CHƯƠNG VI

NGHIỆP VÀ NGHIỆP QUẢ

SINH TỬ LƯU CHUYỂN

1. Nghiệp – Duyên khởi chi

Nghiệp, phổ thông được hiểu là quy luật nhân quả. Nhân quả cũng chỉ là mối quan hệ về tồn tại và tác dụng của các hiện tượng tâm và vật trong phạm vi thường nghiệm. Lý tính của tất cả mọi tồn tại được Phật chỉ điểm là lý tính duyên khởi.[267]

Lý tính duyên khởi được nhận thức trên hai trình độ khác nhau. Trong trình độ thông tục của nhận thức thường nghiệm, quan hệ duyên khởi là quan hệ nhân quả. Chân lý của thực tại trong trình độ này được gọi là tục đế, nó có tính quy ước, lệ thuộc mô hình cấu trúc của các căn hay quan năng nhận thức. Nhận thức về sự vật và môi trường chung quanh chắc chắn loài người không giống loài vật. Trong loài người, bối cảnh thiên nhiên và xã hội tạo thành những truyền thống tư duy khác nhau, rồi những dị biệt này dẫn đến chiến tranh tôn giáo.

---

[267] Ý nghĩa chi tiết về lý tính duyên khởi và 12 chi duyên khởi, xem phẩm 3: "Phân biệt thế gian", Việt dịch, toàn bộ chương II. (Hương tích ấn hành 2013).

Trên bình diện thứ hai, lý tính duyên khởi được nhận thức bằng tri thức siêu nghiệm. Từ siêu nghiệm tuy được dùng phổ biến trong ngôn ngữ Việt nhưng ý nghĩa của nó đa phần có gốc từ triết học phương Tây. Vậy ở đây cần phân biệt. Siêu việt, nói nôm na là siêu việt kinh nghiệm. Trong đây muốn nói nhận thức không bị chi phối bởi khả năng quan sát theo luật quan hệ nhân quả, mà nhìn thẳng vào bản chất của tồn tại. Trong truyền thống tư duy Phật giáo, loại nhận thức này được gọi nhiều tên trong nhiều hoạt động khác nhau của trí tuệ. Hoặc gọi là tuệ quán (*vipaśyanā*): trí tuệ quán chiếu, quan sát tồn tại trong từng sát-na sinh diệt để nhận thức được bản chất và tự thể của nó. Hoặc gọi trí tuệ vô phân biệt, nhận thức không qua quá trình cấu trúc thực tại quan sát thành hai phần đối lập là chủ thể và đối tượng, năng tri và sở tri, vân vân. Chân lý đạt được từ nhận thức này được gọi là thắng nghĩa đế.

Nếu chưa đạt được trí tuệ của Thánh giả như vừa nói, lý tính duyên khởi chỉ có thể được hiểu qua tri thức thường nghiệm, vì không ai có thể nhảy qua khỏi cái bóng của mình, không thể thay con mắt thịt bằng con mắt tuệ, dù có lắp thêm hàng mấy lớp kính hiển vi. Tuy vậy, lý tính duyên khởi được Phật chỉ dạy như là phương pháp luyện tập tư duy để có thể tiếp cận chân lý, cho đến khi trực nhận chân lý của thực tại.

Y theo lý tính duyên khởi để luyện tập và tăng tiến trình độ của trí tuệ để tự mình nhận thức được chân lý, tự mình biết rõ ta là ai, từ đâu đến, vô thủy là từ lúc nào, và vô chung là đến lúc nào. Và như vậy, khởi đầu bằng quan sát cụ thể, Phật áp dụng duyên khởi 12 chi để tự mình hiểu rõ, tự mình chứng thực nhân quả nghiệp báo là gì, sinh tử lưu chuyển là thế nào.

Duyên khởi 12 chi là hệ thống hóa tất cả những thuyết giáo của Phật tản mạn trong nhiều Kinh để giải thích quan hệ giữa các đời sống, và cũng để từ đó có nhận thức chân chính rằng thế giới này do đức Thượng đế nào đã tạo ra.

Đại cương, 12 chi được phân là ba phần chỉ ba giai đoạn của đời sống: *tiền tế*, kể từ vô thủy cho đến trước đời hiện tại, *trung tế*, đời sống hiện tại, *hậu tế*, sau đời này cho đến vô cùng. Tuy phân tích thành ba phần, nhưng thực tế để quan sát thì chỉ căn cứ trong đời hiện tại.

Khi Phật nói duyên khởi với 5 chi, là nhắm đến các đối tượng nghe pháp có nhiều tham ái. Tham ái trong đời này dẫn đến khổ ngay chính trong đời này; và nó cũng là nguyên nhân gây rối loạn trật tự và mất an ninh của xã hội.

Ái, ngôn ngữ Hán Việt thường hiểu là tham ái hay ái dục, tức yêu đương sắc dục hay tham luyến tài sản, danh vọng các thứ. Hiểu như vậy chỉ đúng một phần. Theo nguồn gốc, và theo định nghĩa trong Kinh, nên hiểu là *khát ái*. Định nghĩa thường gặp trong Kinh về khát ái như sau: "ái, khát vọng tồn tại đời sau câu hành với hỉ, vui thích nơi này nơi kia; đó là ba ái: dục ái, hữu ái, và phi hữu ái." Nói rõ hơn, đó là khát vọng sinh tồn, mong rằng đời sau ta sẽ tồn tại nơi này hay nơi kia một cách thích thú.

Khát vọng sinh tồn này không đơn thuần chỉ là yếu tố thuộc tâm thức. Trong mọi sinh vật, nó chính là bản năng sinh tồn. Trong các loại sinh vật chỉ có hai căn chẳng hạn, chỉ tồn tại với mạng căn và thân căn, không có ý căn nên ý thức không hoạt động; nhưng do khát ái này, tức bản năng sinh tồn, mà chúng tự động vươn đến những chất dinh dưỡng thích hợp để tồn tại. Bởi vì, xét theo bản chất, khát ái trước hết là yếu tố dị thục, di truyền của nghiệp đời trước kết hợp với di truyền của cha mẹ hiện tại.

Ái là yếu tố phát triển từ danh-sắc. Trong duyên khởi 12 chi, thức là yếu tố để thành danh-sắc. Thức đây là nghiệp quá khứ, kết hợp với di truyền cha mẹ mà thành một hợp thể dị thục bất khả phân. Sự tan rã của hợp thể danh sắc đồng nghĩa với tan rã sự sống. Từ danh sắc phát triển lần lượt các cơ quan duy trì sự sống và hoạt động tri giác. Trước hết là mạng căn và thân căn. Nếu nghiệp di truyền chỉ ngang mức phát triển đó, vì di truyền vật chất hiện tại cũng chỉ thích hợp đến đó, sinh vật này tồn tại chỉ có hai căn. Nhưng chất liệu để kết hợp thức với vật chất di truyền, để phát triển thành danh sắc, chất liệu đó chính là ái. Các nhà Duy thức thí dụ, nghiệp được tích lũy như hạt giống. Hạt giống nếu không được tẩm ướt thì không thể phát triển để nảy mầm. Cũng vậy, hạt giống nghiệp nếu không được tẩm ướt bằng nước khát ái (ái nhuận chủng tử) sẽ không nảy mầm thành sự sống.

Các sinh vật hạ đẳng như loài hai căn, với loại chủng tử nghiệp như vậy được tẩm ướt bởi ái cũng chỉ phát triển đến mức như vậy. Vì chúng không có ý thức hoạt động nên chúng ta không dùng từ khát ái để chỉ, mà chỉ nói là khát vọng sinh tồn. Nếu khi hợp thể danh-sắc của sinh vật này rã, những hạt giống nghiệp thích hợp nào đó sẽ được tẩm ướt bằng nước khát ái thích hợp để tái sinh vào một loài nào đó, có hay không có ý thức để gọi là tồn tại với khát ái hay chỉ đơn thuần là khát vọng sinh tồn.

Trong các loài có ý thức, như loài người, danh-sắc được tưới tiêu bởi khát ái để phát triển thành đủ các quan năng tri giác, trước hết là năm căn hay xứ, và cuối cùng là ý căn. Năm căn đầu thuộc yếu tố vật chất, phát triển từ danh-sắc vốn là dị thục sinh. Bản chất là dị thục sinh, nhưng để tồn tại và phát triển, chúng cần thâu nạp các yếu tố vật chất ngoại giới, nên có thêm bản chất là sở trưởng dưỡng, yếu tố cần được tích lũy để tăng trưởng.

Gọi là căn vì là cơ quan có năng lực tiếp thu đối tượng; cũng gọi là xứ vì là môi trường để đối tượng thích hợp xuất hiện. Khi cảnh hay đối tượng xuất hiện nơi căn, thức đồng thời cũng xuất hiện. Sự xuất hiện của tổ hợp ba này chỉ diễn ra trong một sát-na rồi biến mất, để trở thành quá khứ. Ấn tượng được lưu giữ của tổ hợp ba này gọi là thức quá khứ vô gián, tức là quá khứ của sát-na trực tiếp vừa biến mất. Thức quá khứ vô gián này trở thành ý căn. Nhận thức trong sát-na này ý thức chưa xuất hiện vì chưa có ý căn. Trong sát-na thứ hai tiếp theo, cảnh tiếp tục xuất hiện nơi căn và thức xuất hiện tạo thành tổ hợp ba. Ngay sát-na này, do đã có thức quá khứ vô gián làm ý căn, ý thức bấy giờ có sở y do đó xuất hiện, hợp tác với tổ hợp ba tiến hành hoạt động nhận thức. Trong quá trình nhận thức, nhiều sát-na liên tiếp diễn ra và các thông tin đều được ý thức thâu thập để cấu trúc thành một ảnh tượng và y trên ảnh tượng này mà tiến hành phán đoán.

Động cơ thúc đẩy căn-cảnh-thức hoạt động hướng ra ngoại giới, trước hết do bản chất dị thục sinh, chúng bị thúc đẩy với khát ái; và thứ đến, cũng do bản chất sở trưởng dưỡng nên các căn cần được tích lũy để tồn tại và phát triển. Hoạt động của ý thức là tiếp nhận các nguồn thông tin rồi tổng hợp và phán đoán để quyết định lựa chọn. Quá trình của sự lựa chọn và quyết định này diễn tiến thành quá trình gây nghiệp. Như vậy, do duyên là ái mà có thủ. Hay nói theo cú pháp của duyên khởi: "ái duyên thủ", được hiểu là "do duyên là ái mà có thủ", hay "từ duyên là ái mà có thủ".

Thủ, *upādāna*, phổ thông được hiểu là "chấp thủ", tức chấp chặt hay bám chặt lấy. Trong các Kinh, thủ phần lớn được hiểu theo nghĩa này. Nói là phần lớn, vì tùy theo ngữ cảnh, nó cũng được hiểu theo nhiều nghĩa khác. Thứ nhất, được nhắc đến rất nhiều chung với uẩn, gọi là thủ uẩn (*upādāna-skandha*). Thủ trong ngữ cảnh này được hiểu là phiền não. Vì chúng tồn tại do bởi phiền não; và chúng cũng là cơ chế cho phiền não tác động, như *Câu-xá* định nghĩa: "Ở đây, các thủ là các phiền não. Hoặc uẩn phát sinh từ thủ, nên nói là thủ uẩn; như nói: lửa rơm. Hoặc uẩn lệ thuộc thủ nên nói là thủ uẩn; như nói: vương thần. Hoặc các thủ phát sinh từ các uẩn nên nói là thủ uẩn; như nói: cây hoa."[268]

Trong ngữ cảnh thứ hai, bốn thủ: dục thủ cho đến giới cấm thủ. Ở đây từ này được hiểu là chấp chặt. Như nói "kiến thủ", chấp chặt quan điểm của mình, tự cho là đúng.

Tuy vậy, trong cả ba đều có hàm ngụ duy nhất: tất cả thủ đều là duyên dẫn sinh hữu. Trong ngữ cảnh này, thủ cần được hiểu là chiếm hữu. Đây là nghĩa gốc của từ này, xét từ nguyên

---

[268] phẩm I, tụng k. i. 8.

với ngữ căn của nó. Chiếm hữu, có hai mức độ. Thứ nhất, trong trình độ vật chất, mọi sinh vật trong thế giới này, Dục giới, đều cần thâu nạp các yếu tố dinh dưỡng từ bên ngoài để tồn tại, đó là tính chất sở trưởng dưỡng của các căn. Các căn không được duy trì, sự sống sẽ không được tiếp tục. Thứ hai, trên bình diện tâm thức, hay nói chung là tinh thần hay tâm ý, mọi chiếm hữu đều nhắm duy trì và khuếch trương tự ngã. Trong trình độ sinh vật thấp, thân thể là tự ngã, tự ngã là thân thể; nó chiếm hữu để duy trì sự tồn tại của thân là như tồn tại của tự ngã. Trong trình độ tiến hóa ở loài người, tự ngã không chỉ đồng nhất với thân, mà còn bành trướng rộng vô hạn. Người cùng khổ, chỉ sở hữu một gia đình nhỏ bé và tài sản là mái tranh ọp ẹp; đó là tất cả tự ngã của nó. Người chiếm hữu càng lớn thế lực càng to, tự ngã càng lớn. Chiếm hữu một tỉnh, tự ngã lớn bằng một tỉnh. Chiếm hữu một nước, tự ngã to bằng nước ấy. Upanishad nói: "Ngươi yêu thương gia đình, yêu cái này, yêu cái kia, vì tất cả đó là tự ngã của ngươi. Nói rộng ra, ngươi yêu cả bầu trời kia, cả vũ trụ kia, vì đó chính là tự ngã của ngươi." Tuyên bố này được tán dương là triết lý cao siêu. Thực sự, đó chỉ là cách gợi ý để bành trướng tự ngã. Ấy là cơ sở để ta nhận thức, tất cả thủ đều dẫn đến hữu.

Trên bình diện xã hội, ái dẫn đến thủ, và thủ là quá trình chiếm hữu và tích lũy, từ đó gây tranh chấp xã hội, nguyên nhân của chiến tranh và hòa bình. Phật nói có chín hiện tượng xã hội có nguồn gốc từ ái: cửu ái bản.[269] Do ái mà khởi tầm cầu, do tầm cầu mà có chiếm đoạt hay thủ đắc, do thủ đắc mà có quyết định, do quyết định mà khởi dục tham, do dục tham mà khởi tham đắm, do tham đắm mà có chấp chặt, do chấp chặt mà sinh keo kiệt, do keo kiệt mà có thủ hộ, do thủ hộ mà sử dụng dao gậy, đấu tranh, ly gián, vọng ngữ.

---

269 *Trường A-hàm*, quyển 9, T01n0001, tr.056b09. *Xá-lợi-phất A-tì-đàm* quyển 19, T28n1548, tr.655a04. (PTS) iii. 289:
nava taṇhāmūlakā dhammā: taṇhaṃ - pariyesanā - lābho - vinicchayo - chandarāgo - ajjhosānaṃ - macchariyaṃ - ārakkho - daṇḍādānasatthādānakalahaviggahavivādatuvaṃtuvaṃpesuññamusāvādā aneke pāpakā akusalā dhammā sambhavanti. cf. Mahānidānasutta, D.ii. 59.

Trên đây là nói duyên khởi theo năm chi. Trong những trường hợp khác, với đối tượng tham ái vị ngọt của thiền định, những người có thiên hướng tư duy, từ đó xây dựng các lý thuyết tôn giáo và triết học, đức Phật nói duyên khởi bảy chi, bắt đầu từ xúc, như trong Kinh *Phạm võng*. Sau khi nêu nội dung của 62 quan điểm, đức Phật kết luận: "Tất cả đều bị xúc bởi sáu xúc xứ; do xúc mà có cảm thọ. Do duyên là thọ mà có ái. Do duyên là ái mà có thủ. Do duyên là thủ mà có hữu. Do duyên là hữu mà có sinh. Do duyên là sinh mà có già và chết, ưu, bi, khổ, não phát sinh."[270]

Khi mô tả đời sống hiện tại, đức Phật nói duyên khởi 10 chi, bắt đầu từ thức.

Khi cần mô tả đầy đủ quá trình lưu chuyển sinh tử, từ vô thủy đến vô chung, duyên khởi được nói với 12 chi. Từ quan điểm nghiệp cảm mà nhìn, năm chi, hay 12 chi, thảy đều nhắm mô tả vận hành của nghiệp, từ nghiệp nhân cho đến nghiệp quả. Trong đó, tập trung vào ba chi trong đời hiện tại: ái, thủ và hữu. Do ái mà mọi sinh vật cần chiếm hữu và tích lũy, và bởi đó diễn ra chuỗi quá trình tạo nghiệp thiện hay bất thiện. Tích lũy để tác thành đời sống này, và đồng thời dự phóng tương lai, một hay nhiều đời sau. Nhưng do vì không thấu rõ lý tính duyên khởi, không có khả năng quan sát chuỗi vận hành nhân quả của nghiệp trong quá trình chiếm hữu và tích lũy, nên kết quả thường trái với mong cầu. Mong cầu hạnh phúc, nhưng kết quả chỉ toàn là đau khổ.

Hữu chi, thứ 10 trong duyên khởi 12 chi, là kho tích lũy của nghiệp thiện và bất thiện đã được tạo. Nội dung của tích lũy là những yếu tố liên kết với nhau theo chủng loại tương hợp kết cấu thành định hướng của đời sống tương lai. Trong đời sống tương lai, rồi cũng bị thúc đẩy bởi ái, khát vọng sinh tồn, lại hoạt động chiếm hữu và tích lũy. Như thế, sinh tử tiếp nối xoay chuyển không cùng tận.

---

[270] *Brahmajālasutta*, D.i. 45.

2. Nghiệp tích lũy

Vấn đề nghiệp tích lũy trong Phật giáo cực kỳ phức tạp. Lý do vì Phật nói, không có tác giả, không có thọ giả, nhưng có tác nghiệp và quả báo của nghiệp. Không có tác giả, vậy nghiệp sau khi gây được lưu trữ ở đâu để sau này cho kết quả? Và thêm nữa, không có thọ giả, vậy liên hệ như thế nào giữa người gây nghiệp đời này và người nhận quả báo đời sau? Vấn đề chỉ có thể được thông suốt trong luận giải về ngã và vô ngã; chủ đề của phẩm IX *Câu-xá*, "Phá ngã phẩm".

Luận về ngã tồn tại hay không tồn tại liên hệ hai vấn đề: luân hồi và ký ức. Trong *Thành nghiệp luận*, như được thấy trong phần phụ luận chương iii trên đây, vấn đề ký ức có được nhắc đến, nhưng chỉ lướt qua. Trong các luận thư quan trọng của Du-già hành cũng có đề cập vấn đề này nhưng cũng không khảo sát chi tiết, mà phần lớn chỉ như trưng dẫn thí dụ. Mặc dù "thất niệm" (*muṣita-smṛta*) được kể là một tâm sở, yếu tố tâm lý khiến quên lãng.

Đại Tì-bà-sa nêu vấn đề ký ức trong nạn vấn về vô ngã. Câu hỏi được đặt ra như sau: "Nếu bổ-đặc-già-la là bất khả đắc, và cũng không có tâm trước đi đến tâm sau, vậy do đâu mà có thể nhớ lại những điều đã qua?"[271]

Trong đây, từ bổ-đặc-già-la (*pudgala*: nhân xưng, cá thể) được dùng thay thế từ *ātman* vốn có nội hàm siêu hình không thể dùng làm chủ từ trong một tiền đề luận lý vì không thể hình dung nó như là cái gì. Bổ-đặc-già-la là chủ thể tâm lý của các hoạt động nhận thức, chủ thể của ký ức, và cũng là chủ thể của tái sinh. Phật giáo không công nhận tồn tại tự ngã. Nó chỉ là khái niệm xuất phát từ ảo ảnh về chuỗi tương tục của tâm thức. Khi nói, "tôi nhớ điều này...", hoặc "tôi đã từng thấy điều này..."; nói như vậy là hàm ngụ rằng "tôi" trong quá khứ và "tôi" trong hiện tại, cả đến "tôi" trong tương lai, là một. Hành vi nhớ là hoạt động của thức. Thức không phải là một thực thể

---

[271] quyển 11, T27n1545, tr.055a16.

bất biến; nó là một "hiện tượng" tâm lý sinh diệt liên tục trong từng sát-na, và cũng biến đổi liên tục. Cho nên, tâm trước và tâm sau không phải là một thực thể đồng nhất. Nếu vậy, tâm trước và tâm sau là hai thực thể riêng biệt, khác nhau như Devadatta (Thiên Thọ) và Yajñadatta (Tự Thọ), làm sao để nói cái này làm mà cái kia nhớ?

Tì-bà-sa dẫn tám lý giải khác nhau về ký ức. Trong đó hai lý giải đáng kể là của Độc tử bộ (Vātsīputrīya) và Thuyết chuyển bộ (Sankrāntika).[272] Các bộ phái vẫn tuân thủ quan điểm vô ngã mà Phật đã chỉ, nhưng để giải thích ý nghĩa tồn tại, họ giả thiết rằng trong nhận thức thường nghiệm các uẩn tạo thành ảo tưởng về ngã, các uẩn này sinh diệt liên tục; nhưng bên dưới hiện tượng sinh diệt này tồn tại các uẩn mà ta không thể nói là gián đoạn hay thường hằng. Cho đến khi vào Niết-bàn các uẩn này mới vĩnh viễn diệt. Do đó, trong trường kỳ sinh tử, vẫn tồn tại liên tục một khái niệm về tự ngã. Chính tự ngã giả thiết này là chủ thể của ký ức.

Tì-bà-sa trả lời tổng quát: "Do năng lực tập quán đối với pháp mà đạt được đồng phần trí, cho nên có thể biết được sự việc đã từng xảy ra như vậy." Nói "năng lực tập quán đối với pháp", ý nói đối với một sự kiện, một biến cố, hay một hiện tượng mà thường xuyên lặp lại thành thói quen; thói quen này tạo thành một năng lực. "Đồng phần trí" (*sabhāga-jñanā*), nhận thức về tính đồng loại giữa cái này và những cái khác; nó được giải thích là nhận thức trở thành tập quán xác định đối với các đối tượng đã được nhận thức, đối tượng tập quán này sẽ được truy xuất một cách tự do tùy ý. Những đặc điểm của nó trước kia và hiện tại giống nhau nên gọi đồng phần (*sabhāga*), tức đồng loại. Ý nghĩa của giải thích này được hiểu như sau. Khi đối tượng được nhận thức, sắc cảnh bởi mắt chẳng hạn; đối tượng này thuộc ngoại giới được truyền thông tin qua mắt. Sau đó, đối tượng này biến mất. Quá trình nhận

---

[272] Độc tử bộ (Vātsīputrīya) chủ trương bổ-đặc-già-la (*pudgalavāda*). Thuyết chuyển bộ (Sankrāntika) chủ trương căn bản uẩn (*mūla-skandha*) và tác dụng uẩn (*kriyā-skandha*).

thức được lặp lại nhiều lần, ấn tượng được ghi nhận càng lúc càng đậm cho đến lúc trở thành tập quán nhận thức. Khi nhớ lại, đối tượng này không từ ngoại giới chuyển vào như trước, mà nó được truy lục từ ký ức vốn được lưu trữ thành ấn tượng tập quán. Như vậy, ấn tượng được truy lục này không phải là đối tượng được tiếp nhận từ ngoại giới như trước kia, nhưng nó đồng loại với đối tượng ấy, có những đặc điểm đồng nhất với đối tượng ấy. Cái được ta thấy trước kia và cái được ta nhớ lại hiện tại, cả hai không đồng nhất tự thể, nhưng do tính chất đồng loại và tương tự nên gây nên ảo giác cả hai là một. Cũng vậy, cái "tôi" là chủ thể khi thấy, và cái "tôi" làm chủ thể khi nhớ, cả hai không đồng nhất thể, nhưng do tính chất đồng loại và tương tự nên tạo thành ảo giác về một cái "tôi" bất biến, trước sau như một.

Nếu vậy, há có thể xác định rằng cái mà Devadatta thấy cũng là cái mà Yajñadatta nhớ? Cái thấy và cái nhớ trong chuỗi tương tục của Devadatta và của Yajñadatta không phải là một, cho nên cái mà Devadatta đã thấy không xuất hiện trong cái mà Yajñadatta đang nhớ. Hai chuỗi tương tục tâm có sở y trên hai chuỗi tương tục thân khác biệt. Như con nước đầu sông Hồng không phải là con nước cuối của sông Hương, trừ phi người ta múc nước từ sông Hồng đổ vào dòng chảy sông Hương.

Điểm này có thể triển khai rộng hơn để suy diễn quá trình tích lũy nghiệp và dẫn đến kết quả đời sau theo tái sinh. Để triển khai, cần phân biệt hai loại ký ức, mà *Thành nghiệp luận* nói là "ký ức do tập tụng" và "ký ức do thấy và nghe." Nói rõ hơn một chút; ký ức do thấy và nghe là ký ức tạm thời, chỉ diễn ra trong hiện tại, vì thức bởi mắt và tai không hoạt động trong quá khứ và vị lai.[273] Nhưng những hình ảnh được thấy và âm thanh được nghe có thể được ý thức ghi nhận và lưu giữ trong một thời gian dài.[274] Loại thứ hai là ký ức học tập

---

[273] Tâm lý học gọi nó là ký ức giác quan (sensory memory) hay ký ức đương trường (working memory); loại trí nhớ chỉ diễn ra trong khoảng một giây.

[274] Trong tâm lý học, đây là hai loại ký ức: ngắn hạn (short-term memory) diễn ra

(tập tụng), được hình thành từ đối tượng của ý thức, như học thuộc một đoạn văn hay bài thơ, hoặc cố ghi nhớ nội dung của một bài giảng.

Tì-bà-sa không phân biệt hai loại ký ức này. Tuy nhiên, trong đoạn giải thích hiện tượng vì sao quên rồi nhớ. Luận dẫn chứng cụ thể. Một người học trò học thuộc lòng bốn bộ sách Veda. Sau đó bỗng nhiên quên, không làm sao nhớ lại được. Anh trình thầy. Thầy hỏi: khi học, anh vừa học vừa làm gì? Anh đáp, vừa học vừa se dây bằng tay. Thầy bảo, làm y như cũ. Người học trò y theo lời thầy, dần dần anh nhớ lại hết. Luận giải thích, hiện tượng này xảy ra do bởi "tương thuộc tri kiến" tức kinh nghiệm nhận thức do liên tưởng. Liên tưởng này thuộc loại gọi là "gia hành đồng phần" tức liên tưởng do bởi đồng loại khi hành động. Luận chỉ nêu hiện tượng kinh nghiệm và đưa ra phân loại ký ức, nhưng không lý giải cơ chế hoạt động của loại liên tưởng này. Ở đây, để hiểu rõ hơn, ta có thể giải thích thêm như sau.

Trong quá trình thu thập thông tin và lưu trữ để thành ký ức, đại khái gọi là quá trình mã hóa thông tin, các dữ kiện được thu nhập cùng lúc với nhau sẽ cùng kết dính nhau thành một chùm, mà Duy thức học sau này gọi là "hiện tượng ác-xoa tụ."[275] Ác-xoa (*akṣa*) là hạt kim cang, khi rụng, chúng kết dính thành chùm với nhau. Khi truy xuất, chỉ cần lôi một cái lập tức tất cả cái khác được kết dính cũng xuất hiện. Trong thí dụ dẫn trên, khi học kinh, người học trò vừa học vừa se dây, hai động tác cùng lúc thành hai loại dữ kiện được thu nhập cùng lúc. Khi truy xuất, do điều kiện tâm lý bị tác động thế nào đó, mà đầu mối của "học sách" không tìm thấy; người học trò bèn nắm lấy đầu mối "se dây" mà truy xuất, anh kéo ra cả chùm, trong đó có luôn các dữ liệu của học sách.

---

từ vài giây đến chừng một phút; và ký ức dài hạn (long-term memory) không hạn chế thời gian.

[275] So sánh với nguyên lý của Hebb (Hebbian theory) trong khoa học não: "các tế bào não cùng xung thì cùng kết" (neurons that fire together, wire together).

Đại Tì-bà-sa đã luận về quá trình hình thành ký ức đến như vậy, nhưng không tiến xa hơn được nữa. Vấn đề còn lại vẫn là, những dữ kiện ký ức được lưu trữ ở đâu? Hiển nhiên, trả lời là trong ý thức. Trả lời có vẻ đơn giản. Thật ra, tất cả chúng ta đều có kinh nghiệm ký ức, biết rằng ta đang học và đang làm, rồi ta sẽ nhớ lại những điều này với thức sẽ lưu giữ. Chỉ biết đến mức ấy, và xem như là chuyện tự nhiên không cần thắc mắc gì thêm.

Nó được lưu trữ trong ý thức. Nhưng, như Phật đã nói, do duyên các pháp và ý căn mà ý thức phát sinh. Nếu không tồn tại ý căn, ý thức không xuất hiện. Nhưng ý căn ở đâu? Hữu bộ không cho nó ở nơi trái tim, mà cho rằng thức quá khứ vô gián trở thành ý căn. Tuy thế, trong nhiều trường hợp chưa có thức nào hoạt động để trở thành quá khứ vô gián, ý thức lấy gì làm sở y để khởi? Đặc biệt như vị nhập diệt tận định, hoạt động của tất cả thức đều chấm dứt, như vậy trong thời gian đó không hề có thức quá khứ vô gián; vậy ý thức y trên ý căn nào để hoạt động xuất định? Mặc dù vấn đề vượt ngoài kinh nghiệm phàm phu, nhưng có thể được dẫn như là giả thiết để nghiệm xét. Nếu xác định được nơi lưu trữ của ký ức thì cũng có thể biết được nơi tích lũy của nghiệp.

Các bộ phái đề xuất thực thể đặc biệt như là "kho lưu trữ" này, như được dẫn trong *Thành nghiệp luận*. Các vị Du-già hành đề xuất quá trình từ lưu trữ ký ức cho đến hình thành hữu chi (*bhavāṅga*) để dẫn đến tái sinh, trong đó cũng không chỉ cho thấy nghiệp được tích lũy ở đâu và như thế nào?

Ấn tượng được lưu trữ mà ta gọi là ký ức, Duy thức gọi là tập khí (*vāsanā*) và quá trình mã hóa thông tin để lưu trữ được gọi là huân tập (*bhāvanā*).

Tập khí là công năng được lưu trữ để dẫn sinh kết quả tương lai. Tên gọi khác của nó là chủng tử (*bīja*), minh họa một cách hình tượng công năng tồn tại trong hạt giống để qua quá trình xử lý khi hạt giống hủy hoại công năng ấy sẽ hình thành kết quả.

Có nhiều cách phân loại chủng tử hay tập khí này. Nếu quan sát từ phương diện nghiệp quả và luân hồi, Duy thức học phân biệt ba loại tập khí: danh ngôn, ngã chấp và hữu chi.

Danh ngôn tập khí (*abhilāpavāsanā*), ấn tượng hay công năng được lưu trữ như là danh ngôn. Danh ngôn ở đây chỉ cho ký hiệu của kết quả nhận thức được mã hóa để lưu trữ. Trong quá trình nhận thức, khi đối tượng được tri giác, ý thức khởi sự phán đoán, và từ phán đoán này khởi sự tính toán tư duy theo các nguyên tắc mà một phần là do di truyền bẩm sinh (dị thục) và phần lớn là do ảnh hưởng truyền thống và tập quán tư duy xã hội, chức năng tâm lý gọi là tầm (*vitarka*) và tiếp theo đó với tính toán chi tiết hơn gọi là tứ (*vicāra*). Nguyên tắc hoạt động cho cả hai chức năng tâm này y như các quy tắc ngữ pháp, nên được gọi là ý ngôn (*manojalpa*), nghĩa đen là "hội thoại của ý". Bởi vì đối tượng không xuất hiện cho thức như là thể đơn nhất, mà là một tập hợp của nhiều yếu tố, chúng quan hệ với nhau để cấu trúc thành một khái niệm hay một ấn tượng tri giác, giống như các từ trong một mệnh đề quan hệ với nhau để phát biểu ý nghĩa. Mỗi yếu tố như vậy là một ký hiệu cho ý thức. Thí dụ ta có ấn tượng hay khái niệm về một hình tam giác, ấn tượng hay khái niệm ấy được hợp thành bởi các ấn tượng hay khái niệm về góc và cạnh. Đối tượng sau khi được ý thức mã hóa thành danh ngôn, nó được lưu trữ và được gọi là danh ngôn tập khí.

Quá trình tiếp thu đối tượng và mã hóa thông tin thành danh ngôn được gọi là quá trình huân tập (*bhāvanā/ vāsanā*). Huân tập là hành vi khiến cho một sự vật hay sự kiện chuyển biến để trở thành hiện hữu, trở thành một cái khác với nó hiện tại. Trong hoạt động hình thành ký ức, nó là hoạt động lặp lại liên tục, như sự xung điện liên tục để tăng cường điện thế cho tế bào não. Trong nhận thức, đối tượng ngoại giới liên tục tác động lên căn để khởi lên thức. Căn, cảnh và thức, tổ hợp ba này sinh diệt liên tục trong từng sát-na. Nếu xung động của tổ hợp ba này không lâu và không đủ mạnh, tầm và tứ sẽ không đủ lực kích thích để hoạt động, do đó quá trình nhận thức nhanh chóng chấm dứt và quá trình mã hóa thông tin (huân tập) cũng không thành. A-tì-đạt-ma nói, khi mắt thấy xanh, chưa phải là thấy xanh; chỉ khi nào nó biết nó thấy xanh mới là thấy xanh. Nói cách khác, khi ý thức chưa khởi lên ý tưởng về một tự ngã như là chủ thể nhận thức, bấy giờ quá trình nhận thức chưa hoàn tất. Như vậy đối tượng chưa được tiếp thu và tất nhiên cũng không được lưu trữ. Đây là đặc điểm hoạt động của thức. Thức trong sát-na thứ nhất xuất hiện trong tổ hợp ba căn-cảnh thức; trong sát-na thứ hai, tổ hợp ba này trở thành quá khứ và tái xuất hiện như là đối tượng của ý thức xuất hiện trong sát-na thứ hai. Thức sau tự đồng nhất với thức trước, vì tương tự và đồng loại và cùng hướng đến một đối tượng. Do tác dụng tự đồng nhất này, ý niệm về cái "ta biết" khởi lên. Thức trước (sát-na 1) tái hiện thành chủ thể, lấy thức sau (sát-na 2) làm đối tượng. Thức tự nó nhận thức nó, thức tự tri là chủ đề tranh luận giữa các bộ phái: thức không tự biết nó, như lưỡi dao không thể tự cắt. Thức có thể tự tri, như đèn có thể tự rọi sáng nó. Duy thức theo quan điểm thứ hai. Thức tự tri, cho nên nó có thể phán đoán: "Ta biết ta đang thấy." Do diễn tiến thức tự tri mà hình thành ấn tượng về một chủ thể tồn tại như là tự ngã. Cái "ta biết" được lặp lại nhiều lần, có thể trong một thời gian dài, tất cả hợp thành một cái "ta biết" đồng nhất và độc nhất. Khi truy lục nhận thức quá khứ, những cái "ta đã biết, đã thấy" đồng nhất với cái "ta đang biết, đang thấy", thành một tự ngã bất biến. Bấy giờ, ý thức luôn luôn hoạt động với tư cách là một cái ta chủ thể nhận thức. Đây là quá trình mã hóa của khái niệm về một tự ngã bất biến tồn tại, và được diễn thành linh hồn xuất nhập trong thân xác này như khi chiêm bao, khi tưởng tượng hay hồi ức những nơi chốn xa xưa đã trải qua. Tự ngã sau khi được mã hóa và lưu trữ như là công năng; và công năng này được gọi là ngã chấp tập khí (*ātmadṛṣṭivāsanā*).

Trong 12 chi duyên khởi, xúc với tổ hợp ba (căn-cảnh-thức) là chất liệu để huân tập thành danh ngôn tập khí. Xúc tất yếu dẫn khởi thọ, hoặc khổ hoặc lạc, và khi truy lục ký ức quá khứ ý thức biết rằng "trước kia ta đã thọ khổ như vậy, ta đã hưởng lạc như vậy". Bằng kinh nghiệm khổ lạc đó, nó dự phóng rằng "trong tương lai – đời này hay đời sau – ta sẽ hưởng lạc như vậy và sẽ tránh khổ như vậy". Do duyên thọ mà có ái. Ái là khát vọng tồn tại với ảo giác về một tự ngã bất biến sẽ tồn tại trong tương lai trong điều kiện khổ lạc như thế nào đó. Do khát vọng sinh tồn, và từ đó hình thành bản năng sinh tồn của tự ngã, và do bản năng này, để duy trì sự tồn tại, ý hoạt động tiến hành chiếm hữu, tức nó trở thành động lực gây nghiệp. Nghiệp được tích lũy để định hướng tương lai, và như vậy hình thành hữu chi tập khí (*bhavāṅgavāsana*).

Cả ba hình thái huân tập để thành tập khí đều chỉ là một chuỗi hoạt động liên tục của thức; căn cứ theo hiệu quả mà đặt tên gọi khác nhau. Như vậy mà nghiệp được tích lũy.

Vấn đề còn lại, nghiệp được tích lũy ở đâu, y chỉ nơi đâu?

Nếu là Thượng tọa bộ, thì đó là hữu phần thức. Nếu là các nhà Du-già hành tông, thì đó là thức A-lại-da. Thức này có hai tác dụng: duy trì thân có căn và khí thế giới. Một phần của nó vốn là chủng tử lắng đọng từ cộng nghiệp hòa tan với các A-lại-da khác để duy trì sự tồn tại của thế giới tự nhiên (khí thế giới), và phần khác là các chủng tử trầm tích lắng đọng từ biệt nghiệp kết hợp cơ thể chúng sinh để duy trì sự sống, như chất phụ gia kết hợp với thực phẩm để giữ được lâu dài. Nhưng nó không hoàn toàn giống như chất phụ gia để khi thực phẩm được tiêu hủy thì chất phụ gia cũng tiêu hủy theo. Ta có thể so sánh như quả xoài và mầm giống trong hạt xoài. Khi quả xoài rụng xuống đất, phần vỏ và thịt và cả hạt đều bị hủy, phân rã và kết hợp với các thứ khác, trở thành đất, hay nước, hay lửa, để rồi kết hợp với những đất, nước khác làm dưỡng chất cho cỏ, cây, hoa lá các thứ. Riêng mầm giống trong hạt xoài, tất cũng phân rã khỏi các thứ kia, và rồi kết hợp với đất, nước các thứ để nảy mầm, và sinh trưởng thành cây xoài khác để cho quả xoài.

Vòng luân chuyển sinh trưởng này xoay vần bất tận. Cũng thế, khi thân này và thức A-lại-da đến hết kỳ hạn kết hợp nhau, thân rã theo đất, nước, lửa, gió các thứ để thành rau, quả các thứ làm dưỡng chất để tác thành thân khác. Trong khi đó, thức A-lại-da, khối lắng đọng trầm tích nghiệp, ngay sau khi rã với thân này, nó gắn ngay với thân khác, để tiếp tục đời sống khác trong vòng xoay chuyển bất tận.

3. Nghiệp dị thục.

Theo định nghĩa căn bản, tất cả mọi hành vi đều dẫn đến một kết quả nào đó, như *Tì-bà-sa khẳng định*.[276] Trong trường hợp này, danh từ nghiệp hàm ý nghĩa cho một phạm vi rất rộng. Nhưng trong các Kinh, đức Phật thường giới hạn ý nghĩa nghiệp trong một phạm vi hẹp: những hành vi nào không mang tính chất thiện hay bất thiện và dẫn đến kết quả là dị thục, hành vi ấy không được gọi là nghiệp. Như Kinh nói, "Này các Tỳ-kheo, Ta không nói rằng nghiệp đã được làm bởi cố ý (*cetanā*, tư), được tích lũy, chưa cảm thọ báo mà lại kết thúc."[277] Trong kinh này Phật chỉ đề cập đến hai tính chất của nghiệp là thiện và bất thiện, cùng với quả được cảm thọ là khổ và lạc, không nói đến nghiệp vô ký và cảm thọ phi khổ phi lạc. Đây là giới hạn ý nghĩa nghiệp trong phạm vi nghiệp đạo thiện và bất thiện.

Thượng tọa bộ cũng như Hữu bộ đều công nhận ngoài nghiệp thiện và bất thiện còn có nghiệp vô ký không dẫn đến kết quả dị thục. Nói theo nghĩa rộng thì tất cả ba nghiệp thân, ngữ và ý đều có đủ ba tính chất thiện, bất thiện và vô ký.[278] Phật không nói đến nghiệp vô ký vì chỉ nhắm đến mục đích giải thoát. Các bộ nhắm giải thích luôn cả những hiện tượng sinh hoạt thường nhật, như đi đứng, các thao tác luyện tập,

---

[276] quyển 121, T27n1545, tr.630c13.

[277] *Trung 3* (kinh Tư) tr. 437b26: 若有故作業 我說彼必受其報，或現世受，或後世受. Cf. A. x.217 (PTS. v. tr. 292), Paṭhamasañcetanikasuttaṃ: ... nāhaṃ, bhikkhave, sañcetanikānaṃ kammānaṃ katānaṃ upacitānaṃ appaṭisaṃveditvā vyantībhāvaṃ vadāmi. tañca kho diṭṭheva dhamme upapajje vā apare vā pariyāye.

[278] Cf. *Chúng sự phần A-tì-đà 5*, T26n1541, tr.650b15; *Phẩm loại túc luận 7*, T26n1542, tr.717c29.

không bị thúc đẩy bởi tham, sân, si, hay vô tham, vô sân, vô si. Hoặc định nghĩa theo *A-tì-đàm tâm luận*: "Nghiệp tác động bởi tư tưởng ưng với tâm thiện gọi là nghiệp thiện; với tâm bất thiện được gọi là nghiệp bất thiện; với tâm vô ký được gọi là nghiệp vô ký."[279] Luận này cũng nói rõ, về thân biểu thiện và bất thiện, như đã biết, liên hệ đến bảy nghiệp đạo thiện và bất thiện; về thân biểu vô ký, thân bị tác động bởi tâm vô ký như các oai nghi lộ là các hoạt động đi, đứng, nằm, ngồi; hay công xảo xứ là các hoạt động có tính cách kỹ thuật hay nghệ thuật. Duy chỉ biểu nghiệp của thân và ngữ có vô ký; vô biểu của hai nghiệp này hoặc thiện hoặc bất thiện chứ không có vô ký; vì tâm vô ký yếu ớt không đủ để dẫn sanh nghiệp có thế lực mạnh, khi tâm thay đổi trạng thái, nó cũng thay đổi theo.

Bản chất hành động của thân và ngữ có tính vật chất, thuộc sắc pháp. Loại hoạt động có tính vật chất bị bao phủ bởi phiền não và cũng phát sinh từ phiền não, được gọi là hữu phú vô ký; trái lại gọi là vô phú vô ký. Đây cũng là định nghĩa của *Đại Tì-bà-sa* về nghiệp vô ký của thân và ngữ: Những hành động này, tuy cũng bị tẩm ướt bởi tham ái, bị bao trùm bởi các phiền não, nhưng thế lực yếu ớt, không tồn tại lâu dài, do đó không dẫn đến quả dị thục.[280]

Những hành vi như đi, đứng, nằm, ngồi, nếu liên hệ đến các nghiệp đạo thì không thể gọi là oai nghi lộ. Như bước đi với mục đích sát sanh hay trộm cướp; đi như vậy là gia hành của nghiệp đạo bất thiện về sát hoặc trộm. Công xảo xứ cũng vậy, luyện võ công với mục đích giết người hay để hành nghề cướp bóc; những thao tác này là gia hành của nghiệp đạo sát và trộm cướp. Hoặc như vẽ tranh hay tạc tượng Phật với tâm cung kính, mục đích để thờ phụng chứ không phải để trang trí; những thao tác này thuộc thiện xứ trung hay diệu hành. Nếu luyện tập võ nghệ chỉ với mục đích dưỡng sinh, hoặc vẽ hay tạc tượng Phật để trang trí hay buôn bán đổi chác, những thao

---

[279] quyển 1 T28n1550, tr.812c19; đặc biệt luận này cũng nói đến "ý nghiệp vô giáo", tức vô biểu của ý.

[280] quyển 115, T27n1545, tr.598a20. Xem *Câu-xá*, phẩm Căn, tụng ii. 54.

tác này hoặc thuộc oai nghi lộ, hoặc công xảo xứ; chúng thuộc loại vô ký.

Thế nhưng, như các định nghĩa vừa dẫn trên, sắc pháp của thân nghiệp, tức những hành động bởi thân mà bản chất là vật chất, thuộc loại vô ký. Loại vô ký này được phân biệt hữu phú và vô phú. Những hành động bị chi phối bởi hữu thân kiến hay biên chấp kiến thuộc loại hữu phú vô ký; ngoài ra thuộc loại vô phú vô ký.

Liên hệ hữu thân kiến, như đi đứng theo tự nhiên, hoặc vẽ, hoặc thao tác kỹ thuật chỉ để giải trí; đây là những nghiệp thuộc vô phú vô ký. Nếu đi đứng hay những thao tác vì mục đích nuôi thân, duy trì thân, hay làm đẹp thân; những hành động này thuộc loại hữu phú vô ký, vì chúng nhất định bị tác động bởi ái, như *Tì-bà-sa* nói, "được tẩm ướt bởi ái". Ái được nói ở đây là chi thứ tám trong 12 chi duyên khởi mà như đã nói trên, được hiểu là khát ái, tức khát vọng sinh tồn hay bản năng sinh tồn. Hành động vì mục đích sinh tồn, tuy bị tẩm ướt bởi ái, nhưng không thành nghiệp đạo, vì không gây ích lợi hay tổn hại cho mình và cho chúng sinh khác mà hậu quả tồn tại cho đến đời sau.

Nói chung, đi đứng hay thao tác như là cử chỉ hay cử động tự nhiên chỉ có thể tạo thành tập quán của thân hay ngữ trong đời hiện tại; chúng có thể là ký ức dài hạn nhưng chỉ giới hạn trong đời này, khi thân này rã, loại ký ức này cũng mất. Chúng được gọi là nghiệp vô ký, không dẫn đến quả dị thục.

Dị thục (*vipāka*), sự nấu chín, sự chín muồi; chỉ cho kết quả của nghiệp. Từ thông dụng trong Hán dịch gọi là *báo* hay *quả báo*, cũng có khi gọi là báo ứng. Vipāka do gốc động từ là **pac** (*pacati*): nấu chín, với tiếp đầu ngữ *vi~* chỉ trạng thái biến đổi chi tiết, hoặc chỉ có nghĩa là biến đổi. Y theo nghĩa này mà có giải thích rằng tố từ *dị* trong dị thục hàm ba nghĩa: (a) *dị thời*, trạng thái nấu chín chỉ xảy ra khi nhân và quả khác thời gian; (b) *dị loại*, trong trạng thái nấu chín nhân và quả không đồng loại, vì nhân hoặc thiện hoặc bất thiện nhưng quả thì vô ký;[281] (c) *biến dị*, sự biến đổi trạng thái từ nhân đến quả. Trong ba nghĩa này, nghĩa thứ ba là chính. Quá trình nấu chín thường được dẫn làm thí dụ cho các trạng thái biến đổi từ nhân đến quả. Như hạt giống được gieo, tự nó không thể biến đổi thành quả, mà phải qua quá trình xử lý, kết hợp với các điều kiện thích hợp như đất, nước, ánh nắng v.v. Các yếu tố này kết hợp với hạt giống, cùng tác động và cùng tự hủy để biến đổi từ trạng thái này đến trạng thái khác. Cũng vậy, nghiệp được thực hiện bởi thân và ngữ, là những hoạt động y trên sắc pháp, gọi là sắc nghiệp, thuộc sắc uẩn trong năm uẩn. Sắc nghiệp thuộc sắc uẩn này nếu không được kết hợp với các uẩn khác, nó chỉ tồn tại trong một thời gian rồi hủy theo sắc. Cho nên, *Tì-bà-sa nói*, gây nhân dị thục do bởi cả năm uẩn, kết thành quả dị thục cũng do bởi đủ cả năm uẩn. *Câu xá*[282] giải thích chi tiết: "Ở dục giới, (1) Có lúc, một uẩn làm dị thục nhân chiêu cảm một quả; đó là hữu ký đắc[283] và các tướng của nó như sinh, v.v. (2) Có lúc, hai uẩn làm dị thục nhân cùng chiêu cảm một quả; đó là các nghiệp thân ngữ thiện, bất thiện và các tướng của nó như sinh, v.v.[284] (3) Có lúc bốn uẩn làm dị thục nhân cùng chiêu cảm một quả; đó là các tâm, tâm sở pháp thiện, bất thiện và các tướng của nó như sinh, v.v."[285]

Khẳng định của Tì-bà-sa nhắm trả lời lý giải của những luận sư Thí dụ bộ (Dārṣṭāntika); các vị này nói rằng "Ngoài tư (*cetanā*), không có cái gì là nhân dị thục. Ngoài thọ (*vedanā*), không có cái gì là quả dị thục."[286] Sở dĩ các vị này nói như vậy vì theo lời Phật nghiệp do tư và tư sở tác; và Phật cũng nói

---

[281] *Tì-bà-sa 19*, T27n1545, tr.098b08.

[282] *Câu-xá*, phẩm Căn, tụng ii. 54.

[283] Một uẩn: hành uẩn, trong đó, đắc hữu ký (thiện hay bất thiện), và bốn tướng của đắc.

[284] Hai uẩn: sắc và hành. Nghiệp thân và ngữ: biểu nghiệp thân và ngữ thuộc sắc; bốn tướng thuộc hành.

[285] *Vyākhyā*: Ở dục giới, cả 5 uẩn không cùng làm nhân dị thục để cho một quả chung. Thân và ngữ nghiệp được bao hàm trong sắc uẩn không có quả chung với tâm và tâm sở, vì khác tụ (*pṛthak kalāpatvāt*). Trong cả ba giới không nơi nào chỉ tồn tại ba uẩn. Vì tâm và tâm sở tất yếu có chung một quả.

[286] quyển 19, T27n1545, tr.096a24.

nghiệp đã tạo và được tích lũy nếu chưa cho cảm thọ thì cũng không diệt, như đã dẫn trên. Ý nghĩa này có thể được diễn giải như sau.

Như *Tì-bà-sa* đã nói, thậm chí các hoạt động như là nghiệp vô ký vẫn bị tẩm ướt bởi ái, vì bị tác động bởi khát vọng sinh tồn. Do bản năng sinh tồn này mà con kiến đi tha mồi, con ong đi hút nhụy. Nhưng chúng không đủ trình độ ý thức để hoạt động theo phiền não hữu thân kiến và biên chấp kiến, tức ý thức dự phóng với sự tồn tại tương lai, đời này cho đến đời sau, của thân này, dao động giữa hai thái cực: với cực đoan thường kiến nó dự phóng rằng thân này thường hằng, ở ngay trong đời hay trong thiên giới; với đoạn kiến nó biết thân này sẽ phải rã và do đó phải hưởng thụ những gì đang có. Với những dự phóng ấy, mọi hành động đều nhắm đến trạng thái an lạc của thân và tâm trong đời này hoặc cho cả trong đời sau. Nó sát sanh, hay trộm cướp, vì nghĩ rằng những gì chiếm được từ các hành vi này sẽ mang lại lợi lạc cho nó, và tránh những gì bất lợi sẽ xảy ra trong tương lai. Nói tóm, hành động chỉ nhắm một hay hai mục đích: hưởng thụ khoái lạc, hay tránh xa tai họa. Nhưng do không nhận thức rõ bản chất của tồn tại mà nó nhầm lẫn, làm những điều tưởng sẽ mang lại lợi lạc nhưng kết quả thường là không như ý muốn. Vậy thì, nghiệp được thực hiện bởi động cơ thiện hay bất thiện chỉ nhắm đến mục đích duy nhất là cảm thọ, cho nên Thí dụ sư nói, "Ngoài thọ không có cái gì là quả dị thục."

Để nhận được cảm thọ khổ hay lạc, cần phải có công cụ và hoàn cảnh. Thân và tâm, nói chung là cả năm uẩn đều là công cụ để hành khổ hay để cảm thọ lạc. Để hưởng lạc như chư thiên, phải với thân và tâm như thế nào đó và trong môi trường như thế nào đó. Cũng vậy, để có cảm thọ khổ như địa ngục, thân và tâm và môi trường cũng phải tương ứng. Vì vậy, thân và tâm này phải được biến đổi qua quá trình xử lý gọi là dị thục. Nghĩa là, thân này, với tất cả năm uẩn này, sau khi gây nghiệp cần phải được xử lý để có những biến đổi thích hợp tương xứng với cảm thọ sẽ được nhận. Nếu không thừa nhận tái sinh luân hồi thì không thể lý giải ý nghĩa quan hệ nhân quả nghiệp báo này.

Mục đích chúng sinh gây nghiệp là do bởi khát ái, muốn rằng trong tương lai, đời này và cả nhiều đời sau, ta sẽ tồn tại với lạc thọ như thế này, trong môi trường hay hoàn cảnh như thế này, v.v. Như người chủ vườn dưa, trồng dưa không phải với mục đích chỉ để ăn dưa. Có khi người ấy không hề ăn quả dưa nào do chính mình trồng. Ông trồng dưa vì mục đích khác hơn: thu hoạch dưa để có tài sản; có tài sản để có địa vị xã hội, và rồi, thế lực quyền lực, và nhiều thứ nữa. Nhưng tất cả chỉ với động cơ duy nhất, sâu xa nhất trong bản thể con người, đó là lạc thọ. Tài sản, địa vị, danh vọng, quyền lực, nếu không đem lại lạc thọ, theo ý nghĩa nào đó, tất cả đều vô nghĩa. Cho nên nói rằng nhân quả nghiệp báo như "trồng dưa được dưa, trồng cà được cà", đấy chỉ là nói theo nhận thức thông tục, không hàm hết ý nghĩa nghiệp quả và luân hồi mà đức Phật chỉ dạy.

Tuy nói là theo nhận thức thông tục, thế nhưng trong Kinh, và nhất là trong các "mẩu chuyện đạo", chuyện cổ Phật giáo, như truyện tiền thân đức Phật, các Thánh đệ tử, và nhiều hạng người khác, trong các chuyện này kể, như giết người sẽ bị quả báo bị giết lại, hay ít nhất tuổi thọ vắn các thứ. Cũng có chuyện kể thù oán giết nhau qua lại qua nhiều kiếp, cho đến cả trăm kiếp. Tì-bà-sa cũng tin những chuyện này, và tìm cách lý giải. Nhìn từ quan điểm học thuật, những chuyện kể như vậy nhiều khi hoang đường theo trí tưởng tượng nhân gian, không phù hợp với ý nghĩa sâu xa trong giáo lý về nghiệp mà đức Phật đã dạy: Không có tác giả, thọ giả nhưng có tác nghiệp và quả của nghiệp.

Cũng theo nhận thức thông tục về nghiệp, "trồng dưa được dưa, trồng cà được cà", cho nên ngoài quả dị thục, một số bộ phái lập thêm các loại quả khác nữa để giải thích. Như *Tì-bà-sa* nói, "do ba quả mà thiết lập mười nghiệp đạo".[287] Ba quả

[287] T27n1545, tr.588c08.

này là dị thục quả (*vipāka-phala*), đẳng lưu quả (*niṣyanda-phala*) và tăng thượng quả (*adhipaja-phala*).[288]

Tì-bà-sa giải thích:

(a) *Quả dị thục*, như sát hại chúng sinh, do lặp lại hành vi nhiều lần, sau khi chết, sinh vào nại-lạc-ca (*naraka*, địa ngục), bàng sinh (cầm thú), hoặc quỷ thú (*preta*), với thân thể và cảm thọ tương ứng của các loại này.

(b) *Quả đẳng lưu*, từ những nơi này sau khi chết sinh trở lên trong loài người, nhiều bệnh tật, tuổi thọ vắn. Ý nghĩa này có thể hiểu là từ địa ngục, cầm thú, hoặc ngạ quỷ mà sinh trở lại trong loài người; vì sát sinh nhất định phải đọa vào một trong ba đạo này. Gọi là đẳng lưu, vì quả tương tự nhân và thuộc cùng loại với nhân. Nhân là sát sinh, do bởi cắt ngắn tuổi thọ của chúng sinh khác nên quả cũng tương tự là tuổi thọ vắn. Các nghiệp đạo khác đại loại cũng được suy diễn như vậy. Đây chính là nghĩa gieo nhân loại nào tất hưởng quả thuộc loại đó.

(c) *Quả tăng thượng*, "tăng thượng" quả đây được hiểu là "thêm lên" hay "phụ trội". Tức do bởi nhân đã gây mà sinh vào hoàn cảnh thuận hay nghịch với các vật thọ dụng tăng gia hay giảm thiểu, như sinh vào nơi sương tuyết quá lạnh hay sa mạc khô cằn, là tăng mức cảm thọ của dị thục.

Nơi khác, *Tì-bà-sa* cũng như *Câu-xá*, có loại nghiệp cho đủ năm quả; có loại cho bốn hoặc ba.[289] Năm quả, do thêm hai loại quả nữa là sĩ dụng (*pauruṣa*) và ly hệ (*visaṃyoga*). Quả sĩ dụng là kết quả có được do nhân lực. Quả ly hệ thuộc vô lậu, do diệt phiền não mà đạt được. Trong đó, loại nghiệp cho bốn quả, chỉ hành vi thuộc tính vô lậu. Vì nghiệp vô lậu dẫn đến Niết-bàn, không dẫn đến tái sinh nên không có quả dị thục. Loại nghiệp cho ba quả đó là nghiệp vô ký, cho kết quả trong đời hiện tại, không dẫn đến đời sau, nên không có dị thục; cũng không dẫn đến Niết-bàn nên không có ly hệ.

---

[288] *Câu-xá*, phẩm Căn, tụng ii. 56.
[289] Tì-bà-sa 121, T27n1545, tr.630c07. *Câu-xá*, tụng iv. 87.

Như định nghĩa về dị thục nói trên, nghiệp được gây không cho quả ngay trong cùng sát-na. *Tì-bà-sa* nói, "Không có trường hợp nào mà nghiệp được tạo trong sát-na này tức thì cho quả dị thục ngay trong sát-na đó hay sát-na tiếp theo. Vì nó chỉ được chín trong dị loại; và do dẫn phát trực tiếp."[290] Do bởi ý nghĩa này, căn cứ thời gian cho quả và thể loại cảm thọ dị thục, nghiệp tổng quát được phân thành phạm trù định (*niyata*) và bất định (*aniyata*). Trong đó định nghiệp có ba loại: thuận hiện thọ, thuận sinh thọ và thuận thứ thọ. Nghiệp bất định không xác định thời gian cho quả cũng không xác định thể loại dị thục.[291]

(a) *Thuận hiện nghiệp*, hay nói đủ, thuận hiện pháp thọ nghiệp (*dṛṣṭadharmavedanīya*), nghiệp dẫn đến kết quả phải được cảm thọ (khổ hoặc lạc) ngay trong đời hiện tại. Đây chỉ nghiệp cho quả dị thục, do đó cảm thọ này phải nhận được từ sự biến đổi của thân thể, hay một bộ phận của thân thể, trong đời hiện tại. Thân chúng sinh trong đời hiện tại được gọi là pháp dị thục, vì là kết quả của nghiệp quá khứ kết hợp với di truyền chủng loại. Thân này gồm các bộ phận gọi là dị thục sinh (*vipākaja*): sản phẩm của dị thục. Nói tổng quát, trong thân chúng sinh, năm căn và cả sáu thức đều là quả dị thục. Thế nhưng, không phải mọi tổn thương một hay nhiều bộ phận trong thân thể, hoặc thân hoặc tâm, đều là do nghiệp. Trong Kinh,[292] khi có khổ hành giả Sīvaka hỏi Phật về khổ nhận được hiện tại có phải tất cả đều do bởi nghiệp đã làm, Phật trả lời, có tám nguyên nhân dẫn đến khổ hiện tại, trong đó nghiệp chỉ là một. Nguyên nhân có thể do cơ thể không điều hòa, hoặc mang vác nặng, hoặc bị rắn rết, hoặc bị cướp tập kích, v.v. Cho nên, những tai họa xảy ra không nhất thiết do nghiệp đã gây, mà có thể do bởi hành vi bất cẩn, hoặc do nhiều nguyên nhân khác mà không phải do nghiệp.

Tì-bà-sa cũng dẫn một số chuyện tích để mô tả ý nghĩa của

---

[290] quyển 114, T27n1545, tr.592b01.
[291] *Câu-xá*, tụng iv.50-51a.
[292] S. 36.21 (PTS, iv.231): *Sīvakasuttaṃ*.

nghiệp thuận hiện thọ. Những chuyện kể này có tính cách hư cấu hơn là sự thật. Có thể là những chuyện ngụ ngôn, cổ tích, như *cọp biết nói*, mà các luận sư này tin là sự thật!

(b) *Thuận sinh nghiệp*, hay thuận thứ sinh thọ nghiệp (*upapadyavedanīya*), nghiệp dẫn đến quả dị thục ngay trong đời tiếp theo.

(c) *Thuận hậu nghiệp*, hay thuận hậu sinh thọ nghiệp (*aparaparyāyavedanīya*), nghiệp dẫn đến quả dị thục từ đời thứ ba trở đi.

(d) *Nghiệp bất định* (*aniyata-karma*).

Thuộc định nghiệp, là những hành vi bị tác động bởi phiền não cực mạnh nếu là bất thiện, hoặc bởi tâm thuần tịnh mãnh liệt nếu là thiện, hoặc những hành động được lặp lại thường xuyên. Thêm nữa, đối với các bậc Thánh nhân, và đối với cha mẹ, gây tổn hại hay hữu ích đều thành định nghiệp. Ngoài ra, thuộc bất định nghiệp.

Theo quan điểm của Tì-bà-sa, định nghiệp không thể chuyển hướng. Nghiệp thuận hiện thọ nhất định cho quả trong đời này không thể trì hoãn để chuyển sang đời khác. Nghiệp thuận sinh và thuận hậu thọ cũng vậy, không thể chuyển đời này sang đời khác. Quan điểm khác, như của các vị Thí dụ bộ, bất cứ nghiệp nào cũng có thể chuyển đổi, ngay cả nghiệp vô gián cũng có thể chuyển. Ý muốn nói là có thể triển hạn thời gian, như người khất nợ. Định nghiệp, như món nợ phải trả bằng vật loại được quy định nhất định và thời gian xác định; nhưng trong trường hợp đặc biệt, có thể triển hạn. Phật nói thuận hiện pháp thọ, v.v., là căn cứ thể loại dị thục mà nói chứ không căn cứ thời gian. Quả dị thục cảm thọ trong hiện tại được gọi là thuận hiện thọ.

Nghiệp bất định như món nợ không quan trọng, không xác định thời hạn, cũng không xác định vật loại nhất định; có thể trả bất cứ lúc nào thuận tiện và bằng hình thức nào cũng được theo giá trị yêu cầu.

Như Phật đã nói, nghiệp nếu chưa cho quả thì không diệt. Điều này đặc biệt chỉ cho định nghiệp. Đối với các vị chứng Thánh quả, tùy theo bậc mà nghiệp được chuyển hoặc diệt.

(a) Thứ nhất, trong giai đoạn quyết trạch phần với bốn thiện căn như noãn, đảnh, nhẫn và thế đệ nhất, trong đó, như *Câu-xá* nói, khi chứng thiện căn nhẫn, vị ấy nhất định không đọa vào các cõi xấu.[293] Tức là, nếu có định nghiệp phải đọa địa ngục, ngạ quỷ, hay cầm thú, vị ấy phải nhận quả cảm thọ dị thục cho đến sạch nghiệp mới chứng đắc thiện căn này. Như trường hợp vua A-xà-thế, do định nghiệp vô gián, nên sau khi nghe Phật thuyết pháp chỉ có thể phát sinh tín tâm chứ không thể đắc Thánh quả dù thấp nhất.[294] *Câu-xá* cho thí dụ: Như người sắp sửa rời xa quê hương, tất cả chủ nợ đều đứng ra cản trở; nếu các chủ nợ này có thế lực mạnh hơn con nợ.

(b) Những vị sắp chứng quả Bất hoàn, sau khi mạng chung sẽ không còn tái sinh Dục giới này nữa, cho nên tất cả định nghiệp thuộc giới địa này, trừ thuận hiện nghiệp, phải được cảm thọ dị thục đầy đủ. Chỉ khi nào cảm thọ dị thục đầy đủ các định nghiệp này, vị ấy mới chứng quả. Nói trừ thuận hiện nghiệp, tức những nghiệp được tạo trong đời này trước khi chứng Thánh quả mà bản chất là cảm thọ dị thục trong đời này. Định nghiệp này trả trước hay sau khi đắc Thánh quả đều có thể.

(c) Những vị sắp sửa chứng quả A-la-hán, tất cả định nghiệp thuộc cả ba giới đều phải cảm thọ dị thục đầy đủ. Vì sau đời này vị ấy không còn tái sinh vào đời nào nữa. Trừ thuận hiện nghiệp, cũng như vị chuẩn bị chứng quả Bất hoàn.

Với nghiệp bất định, tất cả đều trả trong đời này, hoặc nếu không hội đủ điều kiện thì không cần trả. Như người sắp đi xa mà chủ nợ không ở cùng xứ, hay thấy không cần thiết, nên không đến cản trở; hoặc chủ nợ không có thế lực mạnh hơn

---

[293] *Câu-xá*, phẩm Hiền Thánh, tụng vi. 煖必至涅槃 頂終不斷善 忍不墮惡趣 第一入離生
[294] *Tì-bà-sa 127*, T27n1545, tr.536b09. Vua Vị Sinh Oán (Ajātasātru: A-xà-thế) chỉ có được vô căn tín, tức tín tâm mà không có căn để đắc Thánh quả.

con nợ.

4. Cộng nghiệp

Nghiệp được thực hiện hoặc bởi cá nhân, hoặc tham gia cùng tập thể; hậu quả do vậy cũng có tính cách cá nhân và tập thể. Vấn đề này không có gì đặc biệt trong *Câu-xá*; ý nghĩa cũng giống như trách nhiệm cá nhân hay tập thể theo phán đoán thông thường. Thí dụ, trong quân đội, cùng sát hại đối phương như nhau, nhưng tâm trạng khác nhau và trách nhiệm đối với hậu quả cũng khác nhau. *Câu xá* nói: "Sát nghiệp đi theo tất cả như chính đi theo một tác giả, vì cũng chung một tác nghiệp. Xét theo mục đích, những người này là kẻ gia hành của người kia. Nếu người bị bức bách tham gia, nó cũng thành tội sát chăng? Ngoại trừ người ấy xác định rằng, 'Nhẫn đến vì lý do cứu mạng tôi cũng không sát sanh; rồi sau đó tham gia."[295]

Điểm đặc biệt trong luận thuyết nghiệp của *Tì-bà-sa* là nâng ý nghĩa nghiệp cảm lên hàng vũ trụ luận, thay thế vai trò sáng tạo của Thượng đế.

Cộng nghiệp bao hàm phạm vi rộng hơn nghiệp tập thể. Nghiệp tập thể như *Câu-xá* đề cập dẫn trên là nghiệp cá nhân nhưng cùng hành động chung; nó thuộc loại biệt nghiệp, chỉ ảnh hưởng đến từng cá nhân tham gia trong vận động chung. Theo ý nghĩa này, *Tì-bà-sa* nói: "Các loại hữu tình sinh do bởi biệt nghiệp; các loại phi tình (thế giới ngoại vật) phát sinh do bởi cộng nghiệp. Không phải do bởi các nguyên nhân sai lầm như Tự Tại." Iśvara mà Hán dịch là Tự Tại, nghĩa chính là "Ông chủ". Trong loài người, đó là "Nhân chủ". Trong thiên giới, đó là "Thiên Chủ" mà ta quen đọc là Thiên Chúa. Tự Tại Thiên hay Thiên Chúa chỉ cho Thần linh tối cao như Viṣṇu (Vi-nựu thiên), Śiva (Thấp-bà thiên), v.v...

Câu-xá cũng phân biệt, quả do bởi nghiệp cá nhân hay biệt nghiệp là dị thục, nhưng quả của cộng nghiệp không phải là dị

---

[295] *Câu-xá*, tụng iv. 72.

thục. Luận nói, "Loại phi hữu tình cũng là sản phẩm của nghiệp, vì sao không phải là quả dị thục? Vì tính chất cộng hữu, thảy đều có thể thọ dụng chung như nhau. Nói là quả dị thục thì không có sự thọ dụng chung như vậy. Quả tăng thượng cũng phát sanh từ nghiệp, vì sao được cảm thọ chung? Vì được sanh từ cộng nghiệp." Ý nói, thế giới ngoại vật (khí thế gian) là môi trường sống chung của các loại chúng sinh và những sản vật thiên nhiên là những phẩm vật thọ dụng chung, không thuộc về một cá thể sinh loại nào do đó không phát sinh do bởi biệt nghiệp.

Thuận chính lý bổ sung thêm ý nghĩa này. Quả của nghiệp không phải là cộng nghiệp mới gọi là dị thục. Bởi vì, những gì thuộc loại phi tình, các phẩm loại thiên nhiên, đều là những thứ mà các chúng sinh đều có thể thọ dụng chung. Ngoại giới là quả của cộng nghiệp không thuộc cá thể nào, do đó khi quốc vương băng hà, sông núi mà xưa kia vốn được xem là sở hữu của ông, bấy giờ vẫn tiếp nối tồn tại không suy giảm chút nào. [296] Cũng vậy, vì không phải là do nghiệp cá thể cho nên từ nhà cửa, vườn tược, cho đến núi sông, mọi người đều thọ dụng như nhau.

Từ cộng nghiệp mà các nhà Duy thức học Trung Hoa thường nói đến không hoàn toàn đồng nhất với từ cộng nghiệp được nói trong *Tì-bà-sa* và *Thuận chính lý*. Trong đây cần phân biệt nghiệp tập thể và nghiệp cộng đồng. Nghiệp tập thể, nhiều người cùng hành động chung một mục đích như quân đội, hay các hành vi đồng lõa khác. Trong khi nghiệp cộng đồng là nhiều chúng sinh, cá biệt tạo nghiệp, nhưng những nghiệp này có bản chất giống nhau đó tạo ra một thiên nhiên hay một môi trường sống chung. Như *Thuận chính lý* giải thích: do cộng nghiệp tịnh mà trong thiên nhiên có những thứ như hoa sen; do cộng nghiệp bất tịnh mà sinh thứ gai góc, xú uế. Cộng nghiệp hay bất cộng nghiệp đều do chúng sinh gây ra. Luận chỉ nói như vậy và mô tả rằng bằng cộng nghiệp nào làm phát sinh thiên nhiên và môi trường như vậy để các chúng sinh từ người cho đến cầm

---

[296] quyển 18, T29n1562, tr.436b21, 28.

thú, mỗi cá thể gây nghiệp trong những trường hợp khác, tại những không gian và thời điểm khác nhau, nhưng lại dẫn đến đó để thụ hưởng chung.

Theo quan điểm của các vị Hữu bộ, và cũng là của phần lớn các bộ phái, thế giới ngoại tại tồn tại độc lập với thức. Ngay cả như nói, Duy thức cho rằng thế giới ngoại tại cũng chỉ do "thức biến", ý kiến này không phải hoàn toàn được chấp nhận bởi tất cả các vị Du-già hành, và tất nhiên các vị Trung quán bác bỏ quan điểm này. Thế giới ngoại tại thực hữu, nhưng hình ảnh hiện thực của nó bị thức vọng tưởng làm biến dạng theo chủ quan.Trong ý nghĩa cộng nghiệp ở đây cũng vậy. Hành vi cá biệt của mỗi cá thể, bên trong ảnh hưởng đến bản thân của nó với hậu quả hoặc khổ hoặc lạc; bên ngoài đồng thời nó cũng trực tiếp hoặc gián tiếp gây ảnh hưởng đến môi trường sống. Cộng nghiệp không sản xuất thiên nhiên từ không thành có, mà là biến đổi thế giới hoặc thành hoặc hoại. Cho nên, như đại ý được nói trong kinh "Thế ký", thế giới thành hay hoại đều do cộng nghiệp của chúng sinh. Không có hành vi nào mà không ảnh hưởng đến thiên nhiên, môi trường sống; đó là cộng nghiệp mà hậu quả nó sẽ đến đó để nhận phù hợp với biệt nghiệp mà nó đã gây.

Nói một cách cụ thể, hai hay nhiều cá thể sinh sống tại những địa phương khác nhau, không hề biết đến nhau; những cá thể này hoặc sát sanh, hoặc bố thí; nghiệp bất thiện và thiện này sẽ cho quả tương xứng với những cá thể đó. Đồng thời, hành vi sát sanh hay bố thí của những cá thể này cũng góp phần làm biến đổi thế giới trong một tương lai nào đó tại một khu vực nào đó, hoặc chiến tranh hoặc hòa bình, rồi sau này khi tái sinh vào nơi đó để hưởng cảm thọ thích hợp hoặc khổ hoặc lạc tương xứng.

Nghiệp quả và nghiệp lực như vậy, quả thật bất khả tư nghị.

PHỤ LUẬN

KÝ ỨC VÀ NGHIỆP

I. KÝ ỨC VÀ THỜI GIAN

Một người không có trí nhớ, hoặc mất trí nhớ, cuộc đời người ấy sẽ ra sao? Giả thiết người ấy là ta, cuộc đời ta sẽ như thế nào? Ai cũng có thể tự đặt câu hỏi như vậy và tự cảm nghiệm về ý nghĩa của câu hỏi ấy. Sinh hoạt của một người, trong từng giây phút, không thể không có trí nhớ. Cho đến một sinh vật hạ đẳng mà chúng ta có thể biết, cũng không thể tồn tại nếu nó không có trí nhớ.

Trí nhớ, Sanskrit nói là *smṛti*, Pāli nói là *sati*, và từ Hán tương đương là *niệm*, cũng gọi là *ức niệm, tùy niệm*. Nói theo ngôn ngữ thường dùng hiện đại, niệm là *ký ức*. Đó là khả năng ghi nhớ những gì đã xảy ra, thậm chí trong thời gian ngắn nhất, một sát-na, mà ý thức thô phù của ta không thể đo được.

Để ghi vào ký ức, ngắn hạn hay dài hạn, mọi người trong chúng ta đều biết phải làm gì, theo cách do tự ta nghĩ ra, hay do người khác chỉ dẫn, hoặc ghi nhận một cách tự nhiên như là cơ chế tự động của não. Những dữ kiện được lưu trữ trong một thời gian hay suốt đời, cho đến khi có điều kiện, nó tái hiện. Toàn bộ quá trình ký ức này, từ nhập liệu cho đến truy xuất, hoàn toàn tương ứng với quá trình tạo tác, tích lũy và cho quả của nghiệp. Thực chất của dữ liệu từ những sinh hoạt thường nhật được lưu trữ, và sau đó được truy xuất, ta có thể lý giải được mối quan hệ nhân quả của chúng, bằng kinh nghiệm bản thân, hoặc bằng lý giải từ các nhà nghiên cứu. Nghiệp là những hành vi cụ thể mà ta có thể thấy, biết, có thể kiểm soát bằng nhận thức hay ý chí, trong một giới hạn nhất định. Nhưng nó được nhập liệu như thế nào, tồn tại như thế nào trong điều kiện và trạng thái được lưu trữ, và cuối cùng được truy xuất để cho quả như thế nào; những vấn đề như vậy có thể được tiếp cận qua các lý giải của các nhà nghiên cứu, tâm lý học, phân tâm học, tâm học, khoa học não, hay không? Điều này còn phải suy nghĩ.

Ký ức, là kinh nghiệm mà mọi người đều có, nhưng vấn đề lý giải ký ức, từ thượng cổ cho đến nay, từ Đông sang Tây, chưa có một sự nhất trí nào. Tâm lý học, với những thí nghiệm, có thể giải thích có khả năng thuyết phục một số hiện tượng của ký ức. Những dị biệt giữa tâm lý học ứng xử (behavioral psychology) và tâm lý học tri nhận (cognitive psychology); những phát hiện về vô thức (unconsciousness) và ý thức tập thể (collective consciousness); những lý giải từ các nghiên cứu này có thể được tham khảo, hoặc được gợi hứng, hoặc xem như là những hướng tiếp cận để lý giải những vấn đề về nghiệp, trên cơ sở của khái niệm về nghiệp như là ký ức. Tuy nhiên, có một khoảng cách hầu như không thể vượt qua, đó là nghiệp, là kinh nghiệm được tích lũy và tồn tại trong nhiều đời sống, trong khi những nghiên cứu như vừa nêu chỉ giới hạn với ký ức trong hiện tại, trong một đời người, không biết đến đời trước và đời sau.

Trong thế kỷ *hiện tại*, với sự phát triển nhanh chóng của khoa học não, cơ chế vật lý của ký ức được lý giải một cách thuyết phục, tuy vẫn còn nhiều mong đợi, nhưng cơ chế đó tự động hoàn toàn như một bộ máy, hay có sự chi phối của những yếu tố phi vật chất, như ý thức chẳng hạn, vẫn chưa có lý giải nhất trí.

Cơ chế vật lý được lý giải bởi khoa học não cũng chỉ là những kết quả quan sát, thí nghiệm, đo đạc trên thân thể vật lý này và chỉ trong đời này. Khi thân này rã, ký ức được tàng trữ trong thân vật lý này cũng biến mất theo. Nếu giả thiết, ngoài cơ chế vật lý của ký ức, còn có sự tham gia của một yếu tố phi vật chất, không nhất thiết là ý thức, để lấy đó làm cơ sở tiếp cận đến vấn đề nghiệp tích lũy, cho đến trong đời sau được xử lý để cho quả dị thục của nó. Phương pháp tiếp cận này không phải là bất khả, nhưng khả tín đến mức nào, còn tùy thuộc nhiều yếu tố. Tuy nhiên, có thể mượn lời của một nhà toán học: Nhìn vào con số không, bạn không thấy gì. Nhưng nhìn qua con số không, bạn thấy cả thế giới.[1]

Như vậy, vấn đề thứ hai, đó là tồn tại của tự ngã. Mặc dù chính đức Phật đã nói: "Có nghiệp được tạo tác, có quả dị thục được lãnh thọ, nhưng không có người tạo tác, không có người lãnh thọ". Điều này không thể lý giải bằng kinh nghiệm giác quan. Một số bộ phái Phật giáo, cố nhiên không phủ nhận lời ấy do chính Phật nói, nhưng vẫn tìm hướng lý giải để có thể hiểu được qua kinh nghiệm giác quan.

Thật không thể tưởng tượng rằng một thân cây bị đốn mà không có người đốn, một sự kiện được nhớ lại mà không có người nhớ. Vấn đề tự ngã liên hệ với ký ức, là chủ đề biện luận khá sôi nổi trong các học phái Phật giáo, từ bộ phái đến Đại thừa.

Ngày nay, một người đi đến một máy ATM, ra lệnh xuất tiền, máy làm theo lệnh đúng với số lượng yêu cầu, và mọi người biết rõ, trong đó không có một *con người* thường trực ngồi đó để xuất tiền theo lệnh, cũng không có một cái gì gọi là ý thức được cài trong đó. Vậy thì, có hành vi làm mà không có con người làm, cũng như có tác nghiệp nhưng không có tác giả. Tuy

---

[1] "If you look at zero you see nothing; but you look through it and you will see the world." Kaplan, *The Nothing that is: A Natural History of Zero.*

nói vậy, lý giải này còn xa vời mới được chấp nhận. Vì sao? Cũng còn xa mới có câu trả lời. Bởi vì, kinh nghiệm không thể phủ nhận, rằng tôi nhớ hôm qua, ngày trước, những năm tháng trước, tôi làm gì. Cái tôi trước đó và cái tôi này là một, dù thân thể của tôi có thể đổi khác.

Một nhà khoa học não có thể nói, "Không có một chỗ nào trong não mà ở đó có người quan sát được đặt ngồi, có một cơ cấu chỉ huy được cài đặt, hay có vị trí cho một tự ngã. Đó là một hệ thống được phân bố rất cao trong đó nhiều chức năng xuất hiện đồng thời và không có điều phối viên."[2]

Tuy thế, câu hỏi: "Vậy có đúng như lời Phật nói, không tồn tại một tự ngã như là chủ thể hành động?" Vẫn không có câu trả lời dứt khoát.

Ký ức và tự ngã, hai vấn đề quan hệ nhau trong hệ luận nhân quả. Ký ức, và cơ chế của ký ức, là kinh nghiệm thực tiễn để lý giải tự ngã tồn tại hay không tồn tại. Và đó là cơ sở để lý giải vấn đề nghiệp được tích lũy và cho quả như thế nào.

Vấn đề được nêu như thế lại hàm ngụ yếu tố thời gian. Dù được xem như là một thực thể tồn tại, hay chỉ như là khái niệm, yếu tố thời gian vẫn cần được đề xuất và lý giải, để từ đó lập đường dẫn của ký ức từ hiện tại đi vào quá khứ.

1. Tri giác thời gian.

Nguyễn Du tả tâm trạng của Kim Trọng nhớ Kiều: "Sầu đong càng lắc càng đầy, Ba thu dồn lại một ngày dài ghê." Đây là tri giác về thời gian? Hay tri giác về khoảng cách của hai người? Hay tri giác về khối lượng, mà thời gian càng kéo dài thì khối

---

[2] Phát biểu của Wolf Singer, nhà vật lý não Đức, giám đốc Khoa vật lý não - bộ phận nghiên cứu não của Viện Nghiên cứu Max Planck, thuyết trình về đề tài "Đồng bộ hóa của các Nhịp Não như là cơ chế cho sự thống nhất các quá trình trong tâm lý được phân bố.", trong cuộc hội thoại khoa học lần thứ XIII tổ chức bởi Viện nghiên cứu Tâm và Đời sống, được xuất bản thành sách *The Mind's Own Physician – A Scientific Dialogue with the Dalai Lama on the Healing Power of Meditation*, edited by Jon Kabat-Zinn & Richard J. Davidson with Zara Houshmand, Mind & Life Institute, New Harbinger Publication, Inc 2011. – Kindle Edition.

lượng càng đầy thêm? Thơ dẫn kinh nghiệm vượt ra ngoài kinh nghiệm. Dù sao, tri giác trong đây vẫn là tri giác thời gian mà độ dài dễ thường co giãn.

Chúng ta không có Kinh Thi như người Hán, không có Thiên thư như Veda của Ấn-độ, không có những Sử thi đầy thần thoại như Hy-lạp, cho nên không biết Tổ tiên chúng ta có tri giác gì về thời gian.

Có lẽ thời gian trong Kinh Thi là thời gian Tình sử: "Một ngày không thấy, dài bằng ba năm³", chỉ có thể đo bằng bề dày của ký ức chứ không thể đo bằng bóng mặt trời, mà cụ Nguyễn Du đã diễn lại: 'Sầu đong...'.

Thời gian của Ấn-độ, với Kālarātri, Nữ thần của Đêm Tối, xuất hiện trong *Mahābhārata* khoảng gần bốn nghìn năm trước Tây lịch, với hình dáng dễ sợ, được thấy trong các chiến trận, ban đêm đi thu hồn những chiến binh tử trận. Thần thoại về sau thuật chuyện với tên gọi ngắn hơn Kālī: Nữ thần của Thời gian, được thờ phụng cả trong Ấn giáo (phái Shiva) và trong Phật giáo (Tantra). Danh từ nam tính của *Kālī* là *Kāla*. Từ này là nguyên lý vận hành của vũ trụ, nguyên nhân đầu tiên của mọi loài. Tất nhiên, tất cả mọi loài đều phải phục tùng định mệnh của thời gian. Luận *Đại trí độ* giải thích vì sao Kinh Phật không mở đầu với từ *kāla*, chỉ thời gian, mà nói là *samaya* (cơ hội), cũng đồng nghĩa thời gian. *Samaya*, là thời gian theo nghĩa thời cơ của con người, trong khi *kāla* được xem là nguyên lý, thể tính của tồn tại. Như được nói trong *Thời kinh*: "Thời gian đến, chúng sinh chín muồi; thời gian đi, chúng sinh bị hối thúc. Thời gian hay thức tỉnh chúng sinh. Cho nên thời gian là nhân."⁴ Đây là tri giác về thời gian theo chu kỳ sống chết của sinh loại. Tri giác về thời gian cũng là tri giác giác về sự chết. Thời gian được biết đến từ tri giác về sự sinh thành và hủy diệt của một đời

---

³ 一日見如三秋兮.

⁴ *Đại trí độ 1* T25 tr.65b12: 時來眾生熟 時至則催促 時能覺悟人 是故時為因。E. Lamotte, bản dịch Pháp vol. I tr. 76, dẫn *Saḍḍarśana*, Sanskrit: *kālaḥ pacati bhūtāni kālaḥ saṃharate prajāḥ| kālaḥ supteṣu jāgarti kālo hi duratikramaḥ*

người, và do đó dẫn đến tri giác siêu nghiệm về sự sinh thành và hủy diệt của thế giới, bởi vì nó là một cơ thể có thô và có vi tế.[5]

Mỗi nền văn minh, phát triển trong bối cảnh thiên nhiên đặc biệt, phát sinh khái niệm thời gian đặc biệt. Vậy, tính thể thời gian là gì? Và tri giác về thời gian là gì?

Chúng ta có tri giác về màu sắc, về hình thể, về âm thanh các thứ, bằng các giác quan được biết; nhưng khi nói, tri giác về thời gian, thì thời gian được tri giác bằng giác quan nào?

Trong Kinh Phật, cảnh giới mà thức có thể tri giác được, có sáu. Trong sáu cảnh đó, không có cái nào là thời gian, vì vậy không có tri giác về cái gọi là thời gian. Ý tưởng về thời gian có thể được nhắc đến, khi có cảm giác hay ấn tượng về sự chết, cho nên, thành ngữ *kālaṃ karoti*, "nó tạo tác thời gian", nghĩa là nó chết. Đây không phải là tri giác mà là ám ảnh về thời gian như một thứ định mệnh không thể tránh, rồi ai cũng phải chết. Cho nên, về mặt ngữ nguyên, *kāla*, nghĩa là thời gian mà cũng có nghĩa là màu đen tối, màu của đêm tối, của sự chết. *Kāla* cũng được hiểu là do gốc động từ **kal** (*kalayatĭ*) thúc giục, hối thúc, thường trực, sự chết đang hối thúc ta.

Từ *thời gian* mà các nhà triết học phương Tây nghiên cứu, trong chủ đề tri giác về thời gian; trong Kinh Phật, danh từ chỉ thời gian này là *adhvan*, mà Huyền Trang dịch là *thế lộ*: lộ trình thời gian; được Thế Thân định nghĩa: "Các pháp hữu vi này cũng được gọi là *thế lộ*, vì thể của chúng đã đi, đang đi, và sẽ đi; hay vì chúng bị vô thường nuốt chửng."[6] Đây cũng không phải là tri giác về thời gian, mà là ấn tượng về sự sinh thành và hoại diệt của những gì mà ta có thể tri giác, và từ tri giác đó khởi lên khái niệm về thời gian.

---

[5] Cf. *Sūryasiddhānta* (sách Thiên văn học Ấn Độ), 1.10. *lokānām antakṛt kālaḥ kālo'nyaḥ kalanātmakaḥ| sa dvidhā sthūlakṣmatvān mūrta ucyate|* Một thời gian hủy diệt thế giới. Một thời gian tự thể cuốn đi. Hai loại thời gian được nói đến, chất thể thời gian thô và tế.

[6] *Câu-xá* i tụng 7cd. *Bhāṣya*, Pradhan 53. *ta eva saṃskṛtā gata-gacchad-gamiṣyadbhāvād* **adhvānaḥ** *adyante 'nityatyeti vā.*

Trong các nghiên cứu chủ đề tri giác về thời gian, một chương trong *Những Nguyên lý của Tâm lý học* của Williams James được đánh giá là gây ảnh hưởng lớn, mà trong đó ông đề xuất ý niệm" giả tướng hiện tại (*specious present*: hiện tại mạo tợ)", ý tưởng mà ta gọi là hiện tại, chỉ là vẻ ngoài, có vẻ như là hiện tại, không phải thật sự là hiện tại. Trong *Những Nguyên lý của Tâm lý học*, W. James mặc nhiên thừa nhận ý tưởng được gợi hứng từ E.R Clay mà ông trích dẫn: "Vấn đề liên hệ kinh nghiệm với thời gian chưa được nghiên cứu sâu sắc. Những đối tượng của kinh nghiệm được cho như là hiện tại, nhưng phần thời gian mà đề án suy luận xét đến là một cái rất khác với cái trong biên cảnh của quá khứ và vị lai mà triết học gọi tên nó là *Hiện tại*. Thời gian mà đề án xét đến thực sự là một bộ phận của quá khứ - một quá khứ tức thì – được gắn cho một cách sai lầm như là một thời gian xen giữa quá khứ và vị lai. Chúng ta hãy gọi nó là giả hiện tại, và hãy xem quá khứ, được gắn cho là quá khứ, là quá khứ. Tất cả những nốt trên khung nhạc của bài hát đối với thính giả có vẻ như được chứa trong hiện tại. Tất cả những chuyển dịch vị trí của một thiên thạch đối với người quan sát có vẻ như được chứa trong hiện tại. Tất cả khoảnh khắc của điểm cuối của một chuỗi như thế, không có bộ phận nào của thời gian mà chúng đo đạc lại có vẻ như là một quá khứ."[7]

Chúng ta đã nói, khi một đối tượng ngoại giới kích thích giác quan, quá trình tri nhận diễn ra trong nhiều sát-na mà độ dài của nó chỉ có thể biết được qua sự khởi lên và chìm xuống của thức; nhưng sự biết đó chỉ suy diễn từ kinh nghiệm mà ta có từ nhận thức tồn tại của sự vật ngoại giới. Nhưng trong quan điểm của A-tì-đàm, và cũng là của các nhà Đại thừa, không một cái gì, tâm hay vật, tồn tại qua hai sát-na. Đó là nói từ tri giác siêu nghiệm. Trong tri giác thường nghiệm, cái mà ta đang thấy, cái đó đang tồn tại trong hiện tại, chí thiểu một thời gian cực ngắn mà ta có thể tri giác được đối tượng trước khi nó biến mất vào quá khứ. Nếu ta giả thiết rằng, một chu kỳ sinh diệt của tâm là

---

[7] Williams James, *The Principles of Psychology*, vol. I Chap. XIV The perception of Time. (1890)

một sát-na, gọi nó là sát-na tâm. Tự tính của tâm là không ngừng sinh diệt. Điều này có thể tri giác trong trạng thái tập trung quán sát. Tri giác mà có thể nắm bắt được chu kỳ sinh diệt của tâm trong từng sát-na, ngôn ngữ của những người tu định gọi là hiện lượng du-già (*yogi-pratyakṣa*). Nếu đối tượng ngoại giới, những gì có thuộc tính vật lý, sắc pháp, cũng chỉ tồn tại trong một sát-na theo chu kỳ sinh diệt của tâm, ta có thể nắm bắt được nó không? Trong tri giác thường nghiệm, điều này có vẻ như bất khả. Như một chuỗi âm thanh, từng âm tiết vọng lên rồi biến mất; những âm tiết tiếp nối nhau, và cuối cùng, thức nhận ra chuỗi âm thanh ấy chuyển tải thông tin gì. Hoặc như khi nghe một giai điệu nhạc, các nốt nhạc liếp trong một tấu khúc (fugue), nhạc sĩ có thể nhận ra giai điệu ấy nằm trong thang âm (scale) nào, trưởng hay thứ, và cảm giác buồn vui cũng theo thang âm trưởng thứ mà biến đổi. Ta nghe tâm tình đang trôi theo *dòng nhạc*. Cái gì có tác dụng, cái đó phải ở trong thời điểm hiện tại. Nhưng chuỗi âm thanh A B C D E xuất hiện trong giai điệu, không cùng xuất hiện đồng thời. Khi ta nghe nốt A, thì B C D E thuộc vị lai, chưa xuất hiện. Khi ta nghe nốt B thì A đã biến mất vào quá khứ, C D C chưa có mặt. Vậy, hiện tại là gì?

James nói đó là một hiện tại mạo tợ, vẻ ngoài, nhưng nó có độ dài của nó, không như trên miệng lưỡi dao mà như trên yên ngựa, ngồi lên đó để nhìn ra hai hướng. Hoặc nói như Clay mà James trích dẫn; đó là một hiện tại giả tướng (specious present) nhưng kéo dài đủ cho một nhà thiên văn học quan sát một ngôi sao băng; một thính giả nghe được một âm giai với các quãng (interval) của nó. Ý kiến của ông có thể được các vị Chánh lượng bộ, Độc tử bộ Thượng tọa bộ chấp nhận với ít sửa đổi, nhưng với các vị Hữu bộ thì hoàn toàn bị bác bỏ trong quan điểm tất cả chỉ tồn tại không kéo dài hơn một sát-na.

Điểm khó khăn trong cái hiện tại giả mạo của James, hiện tại đó là một điểm trong khoảnh khắc được kéo dài, hay sự liên tục của nhiều điểm tạo thành. Nghĩa thứ nhất có thể lý giải theo các bộ phái Phật giáo chấp nhận sắc ngoại giới tồn tại trong nhiều sát na đủ để thức bắt nắm. Hiểu theo nghĩa thứ hai với các vị Hữu bộ, đó là chuỗi liên tục của nhiều điểm; điểm đi vào trong quá khứ vẫn tồn tại và được nắm giữ bởi yếu tố niệm, định và huệ trong tâm sở biệt cảnh.

Hình như James không giải thích rõ điều này. Trong đoạn văn dẫn vào ý niệm về một hiện tại giả tướng, ông tự hỏi: "Cái hiện tại này, nó đang ở đâu? Nó đã chảy tan trong nắm tay của ta. Nó vuột mất trước khi ta có thể xúc chạm đến nó, đi vào trong khoảnh khắc của biến dịch." Và ông dẫn thơ theo Mr. Hodgson: "Khoảnh khắc khi tôi nói, khoảnh khắc ấy đã rời xa."[8] Nhà thơ này nói như một Thiền sư: "Mở miệng liền sai, chần chừ đã khác."[9] Khi ta mở miệng định nói về, hay gọi tên một vật, vật ấy đã biến mất. Cái mà ta nói đến, chỉ là tên gọi của một cái đã mất dạng vào quá khứ.

Tri giác về hiện tại là thế nào? Hiện tại là gì? Vấn đề được luận giải với nhiều ý kiến khác nhau trong giới học thuật phương Tây, ít nhất từ Saint Augustin cho đến Husserl, và tất nhiên, cho đến hiện tại. Trong lịch sử triết học phương Tây, chưa có một vấn đề nào có giải đáp dứt khoát và nhất trí, đúng hay sai vẫn trong giới hạn tương đối.

Trong Phật giáo, một định lý bất dịch: tất cả đều biến thiên không đình trụ. Trong sự biến thiên không ngừng ấy, cái mà ta đang thấy ấy là gì, thật hay giả? Vấn đề vẫn không có giải đáp dứt khoát, vì những quan điểm bất đồng giữa các bộ phái.

2. Tam thế thực hữu

Trong Câu-xá, Thế Thân tường thuật các biện giải về thời gian trong phẩm "Tùy miên", với ngụ ý, nếu không ý thức về thời gian thì cũng không có ý thức về hệ phược và giải thoát. Cũng vậy, nếu không có nhận thức về yếu tính thời gian, thì cũng không thể nói đến ký ức và nghiệp.

---

[8] Tiếng Pháp trong trích dẫn: "Le moment où je parle est déjà loin de moi." Thơ của Nicolas Boileau (1636-1711), nhà thơ Pháp.
[9] Phật Quả Viên Ngộ, *Bích nham lục*, tắc 85.

Trước hết, vấn đề được nêu, theo quan điểm của Hữu bộ: *sarvakālāstitā*, hai bản Hán, Chân Đề và Huyền Trang đều dịch: "Tam thế hữu"[10] và theo đó Việt dịch cũng chỉ có thể nói "ba thời hữu", Nhưng nguyên văn Sanskrit có vấn đề ngữ pháp cần phải phân biệt. Câu nói tổng quát: "Ba thời hữu", ý muốn nói thể tính thời gian tồn tại trong cả ba thời, hay pháp tồn tại trong ba thời? Nếu theo *Vaiśeṣika* (Thắng luận), thời gian là một thực thể tồn tại tự hữu, như tồn tại của các đại chủng đất-nước-lửa-gió.

Thế Thân nêu vấn đề trong tụng văn mà không giải thích, mà chỉ hỏi: *Kiṃ kāraṇām*, tại sao? Huyền Trang dịch và diễn: "Ba đời thực hữu. Vì sao?" Hán dịch *Thuận chánh lý* cũng vậy: "Quá khứ, vị lai, hiện tại, thực hữu." Văn dịch dễ khiến người đọc hiểu thời gian quá khứ, hiện tại, vị lai tồn tại như một thực thể tự hữu như thể tính thời gian trong Thắng luận. Tuy nhiên, các sớ giải Hán đã không có sự nhầm lẫn ấy.

Câu tụng, *sarvakālāstitā*, là một phức hợp từ, cần được phân tích để rõ ngụ ý của tác giả. Trong đó, từ *astitā* là trọng điểm của vấn đề. Từ này, Hán chỉ có thể dịch "Hữu tính", trong đó không hàm ngụ tri giác thời gian. Những *asti-tā*, là một biến thể động từ, trực thuyết cách, thì hiện tại, nhân xưng thứ ba: *asti* [11] "*nó đang là*". Cái "nó đang là" được thăng hoa thành ý niệm trừu tượng): *astitā*, để nói rằng, cái đã qua, đã diệt thành quá khứ, nếu cái đó tồn tại, thì ta cũng chỉ tri giác "nó đang là". Câu-xá cũng trưng dẫn cách nói phổ thông để làm rõ nghĩa nội dung của động từ *asti*. Thứ nhất, trong câu *asti dīpasya prāgabhāvo 'sti paścād abhāva*, dịch sát: vô thể trước kia của cây đèn đang là; vô thể sau này của cây đèn đang là. Câu này cần phải diễn lại để có thể hiểu: "Cây đèn trước kia *đang là*

---

[10] 三世有.

[11] *asti*, nguyên động từ thì hiện tại nhân xưng thứ ba, số ít, trực thuyết cách, được dùng như một *nipāta*, tố từ bất biến. *Vyākhyā* định nghĩa tố từ này như sau: *trikālaviṣayo hi nipātaḥ| āsid-arthe bhaviṣyad-arthe' pi vartate*, "*nipāta*", vì nó rơi vào cả ba thời, hàm nghĩa đã tồn tại, sẽ tồn tại và đang hiện hành. Ht. diễn giải: từ "*hữu*"chỉ chung cho pháp hữu và pháp vô. *Câu-xá v*, Việt dịch tập IV tr.151 cht. 76.

không tồn tại; cây đèn sau này *đang là* không tồn tại." Cấu trúc câu văn Sanskrit khá phức tạp, vì nó mô tả tri giác về vô thể của cái tồn tại trong quá khứ, và vị lai. Ta không thể tri giác được thời gian của tồn tại, cũng không thể tri giác trực tiếp cái *đã* không tồn tại, mà chỉ có thể nói ta tri giác vô thể của nó, tức sự không hiện diện của nó. Như nói, đây là căn nhà mà *trước đây* Devadatta *đã* tồn tại; nay Devadatta *đã* chết. Ta không thể có tri giác về một Devadatta đã tồn tại và đã chết, mà chỉ có thể có tri giác về sự vắng mặt của ông ấy. Do đó, khi nói đến cả hai thời, quá khứ và vị lai, người ta chỉ dùng một từ *asti: nó đang là.* Thêm một trưng dẫn nữa: *asti niruddhaḥ sa dīpo na tu mayā nirodhita iti.* Cây đèn này (đang là) đã bị dập tắt, nhưng không phải đã bị dập tắt bởi tôi. Trong đó, hiện tượng "đã bị dập tắt" được thông tri bằng phân từ quá khứ thụ động *niruddha/nirodha,* ở đây được dùng như tính từ, phẩm định thuộc tính của ngọn đèn, chỉ ra rằng nó đã tắt, đã thuộc về quá khứ, nhưng hiện tượng quá khứ này được thông tri bằng động từ hiện tại *asti,* không phải vì vậy mà nói nó được tri giác là đang tồn tại trong hiện tại. Nhưng cũng không thể nói cái đã thành quá khứ không đang là tồn tại như là quá khứ. Hệ luận, ta có hai nguyên lý: a. Cái gì *có* thì *thấy có,* cái gì *không* thì *thấy không.*

b. Cái gì *có* thì *có thấy,* cái gì *không* thì *không thấy.* Trong hai, a. từ lập trường nhận thức luận (epistemology); b. từ lập trường thể tính luận (ontology).

Cách dùng từ này dẫn đến hai lý giải khác nhau: Những gì đã thuộc quá khứ, nếu nói nó tồn tại, thì nó phải được tri giác như là đang hiện tại, vì cái đó "nó đang là"; hoặc hiểu khác: cái quá khứ, ta tri giác "nó *đang là* quá khứ". Cho nên, câu Phật nói *yasmāt tarhi asti atītaṃ rūpaṃ,* bởi vì sắc quá khứ *tồn tại,* hay dịch sát nghĩa hơn: "sắc quá khứ đang là", phải hiểu như thế nào: quá khứ, ta tri giác nó như là quá khứ, hay ta tri giác nó như là đang hiện tại? Câu Phật nói, về ngữ pháp, không có vấn đề, nhưng về tâm lý nhận thức, tức tri giác về thời gian, có vấn đề. Tùy theo xu hướng tư duy mà vấn đề được lý giải. Đấy chỉ là lý giải theo giới hạn của lý trí, chứ không phải bằng trực giác hiện tiền, như là hiện lượng du-già (*yogi-pratyakṣa*).

Trả lời câu hỏi: "*Tam thế hữu, vì sao?*" nêu trên, Câu-xá cho thấy rõ, nói thực hữu (*asti*), cái gì thực hữu (*asti*). Trước hết nêu giáo chứng – Phật ngôn – bởi Hữu bộ:

Này các Bí-sô, nếu sắc quá khứ không tồn tại, [12] *Thánh đệ tử đa văn chắc hẳn không quan tâm xả* [13] *sắc quá khứ. Nhưng vì sắc quá khứ tồn tại, cho nên Thánh đệ tử đa văn quan tâm xả sắc quá khứ. Sắc vị lai nếu không tồn tại, Thánh đệ tử đa văn chắc hẳn hoan hỷ sắc vị lai. Nhưng vì sắc vị lai tồn tại.*[14]

Trong luận chứng, cần dẫn lời Phật, để cho thấy tồn tại trong quá khứ và vị lai là những thực thể vi tế, ẩn áo, không phải tri giác thường nghiệm mà có thể bắt nắm được. Do đó, cần phải từ lời Phật, sau đó, bằng khả năng suy lý mà lý giải. Những lý giải bất đồng cũng cho thấy không có cơ sở luận lý phổ quát để phán đoán ý nghĩa chân thật của Kinh.

Từ lý giải dị biệt này phân thành hai bộ phái đại diện cho hai xu hướng giáo nghĩa của các bộ phái Phật giáo được ký danh là Tiểu thừa: Hữu bộ với chủ trương, tất cả, trong quá khứ, vị lai, và hiện tại đều thực hữu.[15] Kinh bộ, không có thể tính tồn tại trong quá khứ, vị lai. Cái gì được nói là tồn tại, cái đó thuộc về hiện tại. Hai hệ tư tưởng mà các nhà sớ giải Trung Hoa mệnh

---

[12] *Vyākhyā* lưu ý cần đọc thêm phần đầu của Kinh, tóm tắt: "Sắc quá khứ, vị lai đều vô thường huống nữa sắc hiện tại. Do thấy vậy, Thánh đệ tử đa văn không quan tâm sắc quá khứ, không hoan hỷ sắc vị lai; đối với sắc hiện tại tu tập ly tham, diệt." Cf. *Tạp 3*, kinh số 79, tr. 20a11: 過去 未來色尚無常 況復現在色 多聞聖弟子如是觀察 已 不顧過去色 不欣未來色 於現在色厭 離欲 滅寂靜 受想行識亦復如是。 Pāli, S.22.9-11, *atītānāgatapaccuppannarūpaṃ, bhikkhave, aniccaṃ atītānāgataṃ; ko pana vādo paccuppannassa. evaṃ passaṃ, bhikkhave, sutavā ariyasāvako atītasmiṃ rūpasmiṃ anapekkho hoti; anāgataṃ rūpaṃ nābhinandati; paccuppannassa rūpassa nibbidāya virāgāya nirodhāya paṭipanno hoti...*

[13] *akepkṣa*: không bận tâm đến. Ht. 勤脩厭捨 "siêng tu chán bỏ". Cđ. 觀惜 "đoái tưởng tiếc nuối".

[14] Dẫn theo *Câu-xá* v. Việt dịch tập IV.

[15] *Kośa-Bhāṣya*, Pradhan 296.4. *ye hi sarvam astīti vadanti atītamanāmataṃ pratyutpannaṃ ca te sarvāstivādāḥ.*

danh là "tam thế thực hữu" cho Hữu bộ, và "quá vị vô thể" cho Kinh bộ.

3. Thời gian và ký ức

Chúng Hiền *(Sanghabhadra)*, luận sư thuộc Hữu bộ Tì-bà-sa, đồng thời và là hậu bối của Thế Thân, phản ứng gay gắt trước những luận chứng của Câu-xá về quá khứ, vị lai không thực hữu. Tì-bà-sa và Câu-xá đồng dẫn chứng một Phật ngôn, liên hệ đến tồn tại của đối tượng nhận thức *(ālambana,* sở duyên), và Phật ngôn này được dẫn chứng khá nhiều lần trong Câu-xá: "Duyên đến các sắc và mắt, nhãn thức phát sinh... cho đến, duyên đến các pháp và ý, ý thức phát sinh. "Các thức, từ mắt cho đến ý, phát sinh đều do hai duyên: căn làm sở y *(āśraya),* và cảnh làm sở duyên *(ālambana).*

Tất cả sáu thức đều được phát biểu chung trong một công thức, nhưng tự thể và tác dụng của chúng bất đồng. Trong đó, năm thức trước, những giác quan cho những đối tượng tri giác thường nghiệm, chỉ nhận thức những đối tượng hiện tiền, thuộc (sát-na) hiện tại. Ý thức, cũng phát sinh với hai duyên như các thức kia, nhưng nhận thức của nó bao gồm cả tri giác thường nghiệm và siêu nghiệm; đối tượng của nó thuộc trong cả ba thời. Từ đây, vấn đề tự thể của những đối tượng này, nảy sinh hai quan điểm đối nghịch: "cái gì có thì có thấy, cái gì không thì không thấy", và "cái gì có thì thấy có, cái gì không thì thấy không."

Nhận thức những gì thuộc về quá khứ, đó là ký ức; với những gì trong vị lai, đó là dự trắc, hay tiên tri. Năm thức giác quan, do chỉ nắm bắt những gì hiện tiền, không thể vươn đến hai loại đối tượng này. Cả hai đều là môi trường hoạt động của ý thức. Nhưng, ý thức cũng cần hội đủ hai duyên để phát sinh. Nếu tất cả những gì thuộc trong quá khứ, và trong vị lai, thảy đều bất thực, không tồn tại, vậy ý thức không có sở duyên, làm sao phát sinh?

Đối tượng của ý thức là các pháp *(dharma).* Trong ngữ cảnh

này, *pháp* là các hiện tượng tâm lý mà thức bám vào [16] để đứng dậy. Thức phát sinh, có ý căn làm sở y (*āśraya*), là điểm tựa để đứng; có cảnh là các pháp làm sở duyên (*ālambana*), để vin vào mà đứng dậy. Ý căn là gì, như đã nói trên kia. Không có vấn đề về điều kiện này. Nhưng, về pháp, cảnh sở duyên của ý thức, Câu-xá đề nghị:

[...] điều được nói rằng, "do duyên đến hai điều kiện, thức phát sinh", điều này cần suy xét.

Nói do duyên ý (căn sở y) và pháp (cảnh sở duyên), ý thức phát sinh, phải chăng cũng như ý căn là duyên làm phát sinh ý thức, các pháp cũng vậy, hay các pháp chỉ là sở duyên của ý thức? Nếu pháp là duyên phát sinh ý thức, làm thế nào pháp mà hằng nghìn năm sau hoặc sẽ tồn tại hoặc sẽ không tồn tại lại làm phát sinh ý thức hiện thời?[17] Thêm nữa, bởi vì Niết-bàn là sự diệt tận tất cả động thái sinh thì không thể là nhân phát sinh.[18]

Trong đó, ý căn làm sở y và pháp làm sở duyên, cả hai đều là duyên (*pratyaya*) cho thức phát sinh; nhưng ý nghĩa mà Câu-xá muốn nói, ý căn là cái *sinh* (*janaka*: năng sinh) ý thức, như cha sinh con. Pháp sở duyên là cái mà thức vin vào để đứng dậy, nó không phải cái lò phát sinh, xuất sinh thức. Nói rõ hơn, phải chăng, trong ý nghĩa "hai duyên sinh thức", pháp duy chỉ là sở duyên (*ālambanamātra*), hay nó cũng là cái năng sinh như ý căn?

Thuận chánh lý giải thích ý nghĩa "cái năng sinh" (*janaka*) mà Câu-xá nói đến; theo đó, ý căn và ý thức cùng một loại tương tục, cùng một dòng chảy tâm thức, cho nên ý căn có thể trực tiếp dẫn sinh ý thức. Có lẽ Chúng Hiền cho rằng nếu nói như

---

[16] *ālambati*: nó bám vào, vin vào, nắm lấy, tựa lên → *ālambana*: sở duyên.

[17] *Vyākhyā*: Vì có khả năng duyên đối tượng ba thời, ý thức có thể nghĩ về (duyên đến) một pháp sẽ xuất hiện mấy nghìn năm sau, pháp này không thể là duyên năng sinh ý thức (*manojanaka*); vì duyên năng sinh là nhân, ý thức được phát sinh là quả. Quả có trước nhân hằng nghìn năm là vô lý.

[18] Ý thức cũng có thể duyên đến pháp là Niết-bàn; nhưng pháp này không thể là duyên năng sinh (*janaka*) của ý thức.

Câu-xá, cái làm dẫn sinh và cái được dẫn sinh phải cùng một loại tương tục, thế thì nhãn căn và nhãn thức không cùng một loại tương tục, làm sao cái này dẫn sinh cái kia để nói "do duyên đến mắt và các sắc mà nhãn thức phát sinh"? Thế nhưng, Chúng Hiền biện bác, mẹ là năng sinh của con, nhưng mẹ và con không đồng một tương tục. Vậy căn sở y và cảnh sở duyên, cả hai đều là cái năng sinh của thức, sao lại không thể.

Đây cũng cũng là nhận thức bất đồng về ý nghĩa một từ trong lời Phật.

Ý thức khi hoạt động nhận thức, nó hiện hành trong hiện tại. Pháp sở duyên của ý có thể hiện tại, và cũng có thể quá khứ như ký ức, có thể vị lai như điều được thấy biết trước; nó có thể thuộc về một nghìn năm sau, chưa xuất hiện trong hiện thời, làm sao nó làm phát sinh thức như ý căn? Hoặc phải chấp nhận cái không tồn tại vẫn có thể là cái năng sinh, làm duyên sinh thức.

Lý luận của Kinh bộ, mà Câu-xá được xem là đồng tình, theo đó, có khi thức mà có sở duyên là bất thực. Các pháp, những hiện tượng tâm lý, làm sở duyên cho ý thức, dù quá khứ hay vị lai, trong ý nghĩa quá khứ, vị lai không thực hữu. Cái không tồn tại làm sao thành sở duyên? Câu-xá nói, "Khi nào nó là sở duyên, nó tồn tại như là sở duyên" (*yadā tad ālambanam tathāsti*). Phát biểu này nói rõ, ta không thể tri giác cái gì đã qua và chưa đến. Khi ta có tri giác về chúng, chúng xuất hiện như là trong hiện tại. Khi ta hồi tưởng cái đã từng được thấy (sắc) hoặc cái đã từng được cảm thọ, cái đó được thấy, được cảm, như nó đang tồn tại trong hiện tại. Tức là thấy cái quá khứ trong hiện tại.

Thấy cái đã qua là một loại hồi tưởng theo loại suy, căn cứ vào những gì đang thấy mà loại suy những gì đã từng thấy. Loại suy này là một thứ liên tưởng (association). Khi một sắc ngoại xứ kích thích căn nội xứ, nhận thức phát sinh về sắc đó với những đặc điểm của nó. Từ đặc điểm này, ta truy ức về quá khứ, liên tưởng đặc điểm ta đang thấy với đặc điểm của cái ta đã từng thấy. Loại suy bằng liên tưởng như vậy, từ quá khứ gần, cho đến quá khứ xa xôi. Duy có điều, nồng độ trong quá khứ của cái đã từng được thấy, cái đã từng được cảm, không đồng với nồng độ khi nó được hồi tưởng, thấy, cảm, trong hiện tại.

Lập luận về sở duyên không thực này không phải là điều khó hiểu, nếu ta liên hệ nó với phản xạ có điều kiện và không điều kiện nơi con chó của Pavlov, nó rỏ nước giải với cái mà nó không thực thấy.

Ý thức nhận thức với sở duyên, tuy nói là nó tồn tại trong hiện tại, nhưng đó là sở duyên bất thực; quan điểm này được *Tì-bà-sa* nói đến, đây là thuyết của các vị Thí dụ bộ. Thuyết này nói, những nhận thức như duyên đến cảnh ảo thuật, thành Gandharva, vòng lửa quay, con dê khát, thấy đều không có sở duyên. Tì-bà-sa bác bỏ quan điểm này, nêu rõ ràng tất cả nhận thức đều có đối tượng. Đây là thuyết "duyên vô cảnh tri", nhận thức có đối tượng là cái không tồn tại.[19] Thuận chánh lý gọi là thuyết "duyên vô cảnh thức" hay "trí duyên phi hữu", trí duyên đến cái phi hữu.

Vô Trước và Thế Thân, trong *Nhiếp đại thừa* và *Nhiếp đại thừa luận thích*, đồng tình với quan điểm "trí duyên phi hữu cảnh" này. Nhiếp đại thừa nói:

[...] Những sự trong quá khứ, trong mộng, trong bóng đôi, tuy sở duyên không thật [20], những cảnh tướng thành tựu.... [21]

Thế Thân giải thích:

Như ở nơi mà các động vật thấy là nước, ngạ quỷ thấy là đất liền, đồi cao. Nơi mà loài người thấy là phân dơ, heo lợn thấy là nhà ở xinh đẹp. Với thứ mà con người thấy là ngon sạch, chư thiên thấy là hôi hám. Chúng sinh, trong những sự như vậy, tâm thấy khác nhau, cho nên biết rằng đối tượng vốn không phải chân thật. Đối tượng thật sự không tồn tại, đối tượng của thức cũng không tồn tại. Có trường hợp, thức mà đối tượng là cái

---

19 緣無境智 *Tì-bà-sa 44*, tr. 228b22.

20 Huyền Trang: 所緣非實. Chân Đế: 智緣非有境.

21 Vô Trước, *Nhiếp Đại thừa luận bản* 3, Huyền Trang dịch, T31 tr. 148b4.

không tồn tại, như duyên đến những gì thuộc quá khứ, vị lai, như duyên đến cảnh tượng trong mộng, bóng hình trong gương...[22]

Nói "không tồn tại", theo nghĩa là không thực hữu. Tì-bà-sa dẫn thuyết nói có năm loại hữu (tồn tại): a. *Danh hữu*, tồn tại theo danh ngôn như lông rùa sừng thỏ; b. *Thật hữu*, tồn tại với thực thể, như tất cả các pháp đều an trụ tự tánh của nó; c. *Giả hữu*, tồn tại theo quy ước, như cái ghè, vải vóc, xe cộ, đoàn quân, khu rừng, ngôi nhà; d. *Hòa hiệp hữu*, tồn tại do hòa hiệp, như nơi sự hòa hiệp của các uẩn mà có khái niệm về con người; e. *Tương đãi hữu*, tồn tại theo tương đối, như dài đối với ngắn v.v...[23]

Nói "duyên đến đối tượng không tồn tại", không phải nói nó không tồn tại như lông rùa sừng thỏ. Nó tồn tại như là quy ước. Một đoàn quân, đó nói theo quy ước. Cái mà người ta thấy, những binh sĩ, từng cá nhân riêng biệt, nhưng tập họp tại một chỗ. Người ấy nói, "Tôi thấy một đoàn quân"; đoàn quân như một tín hiệu thông tin, tại một nơi đó có số lượng cá nhân tập họp.

Y theo nghĩa này, Kinh bộ nói rằng những pháp được liệt trong uẩn và xứ, là tồn tại không thực. Uẩn (*skandha*) là tụ tập của những yếu tố làm phát sinh khái niệm về sự tồn tại một cá nhân (*pudgala*: bổ-đặc-già-la), tín hiệu thông tin cho biết nơi đó hiện hữu một con người. Xứ (*āyatana*), là những yếu tố tụ tập thành chủ thể năng tri và đối tượng sở tri. Sắc các thứ, và mắt các thứ, tụ tập của những yếu tố để thông tin cho biết đây là mắt, nó nắm bắt sắc.

Giới (*dhātu*), là yếu tố, hay nói chính xác hơn, là nguyên tố tồn tại từ đó tụ tập để phát sinh vô biên pháp. Như một âm giai với 7 nốt nhạc, từ đó nhạc sĩ sáng tác nên muôn nghìn bản nhạc. Yếu tố như vậy cũng được gọi là chủng tử (*bīja*), hạt giống từ đó phát sinh thân cây với cành, với lá. Sắc, là một giới; mắt là một giới. Đó là phạm trù của những hạt giống có thể tính là sắc. Những hạt giống này được gọi là tùy giới (*anudhātu*). Đây là từ đặc biệt

---

[22] Thế Thân, *Nhiếp Đại thừa luận thích 9*, Huyền Trang dịch, T31 tr. 367b23.
[23] *Tì-bà-sa 9*, tr. 42a29.

chuyển tải quan điểm của Kinh bộ nói cái gì tồn tại thực hữu.

Khi một sự thể được kinh nghiệm đã diệt đi vào quá khứ, thể và dụng của nó cũng diệt theo, như một trái cây rụng xuống đất, thể và dụng của nó diệt mất, nhưng công năng của nó, cái quy ước gọi là chủng tử, tồn tại trong chuỗi sinh-diệt liên tục không gián đoạn, chuỗi tương tục chuyển biến sai biệt. Trong đó, cái này diệt làm duyên cho cái khác sinh.

Nói tóm lại, những gì đã từng được kinh nghiệm, khi diệt, đi vào quá khứ, công năng của nó tồn tại với chuỗi sinh diệt liên tục. Kinh nghiệm được thu tàng trong chuỗi tương tục chuyển biến sai biệt của tùy giới lập thành ký ức. Nội dung của ký ức là kho tích tập của vô số tùy giới. Hồi tưởng ký ức là lần theo chuỗi nhân quả của tùy giới, từ hiện tại với cái đang thấy như là quả đẳng lưu của nhân đồng loại, tức là từ quả mà lần ngược về nhân, lần về cho đến quá khứ xa xôi.

Kho tích tập của tùy giới – chủng tử - là gì? Các vị Du-già hành sẽ thiết lập để lý giải nghiệp được tích lũy và tồn tại cho đến khi cho quả. Trong giai đoạn phát triển của bộ phái, kho tích lũy ấy không có tên gọi riêng biệt, mà chỉ biết theo tên chung trong bộ ba tâm-ý-thức, trong đó tâm được định nghĩa là kho tích tập các nghiệp thiện và bất thiện. Vì Phật chỉ nói có sáu thức, cho nên được kể như tên gọi khác của ý thức. Tên gọi khác, tất nhiên có nội dung khác.

Trong chuỗi tương tục của tùy giới, những gì tích tập của nghiệp thiện ác được tích lũy và tồn tại như là công năng sẽ được xử lý để cho quả dị thục. Đó là tích lũy của nghiệp. Những gì không có thuộc tính thiện ác, những kinh nghiệm từ học tập, luyện tập, và những chuỗi vận động theo nhu cầu bản năng sinh tồn, với những cảm thọ khổ hay lạc; nói chung, mọi sinh hoạt trong môi trường tồn tại, khi chúng diệt để đi vào quá khứ, được tích lũy thành công năng sẽ phát sinh hiệu quả cho nhận thức và hành động; chuỗi tương tục của những công năng này được gọi là ký ức. Nói cách khác, những công năng được tích lũy để cho quả dị thục trong đời này hay nhiều đời sau, dòng tương tục của những công năng này được gọi là nghiệp tích lũy. Những công năng tích lũy mà chỉ cho quả phi thiên phi ác chỉ trong đời này, chuỗi tương tục của những công năng này được gọi là ký ức.

II. CHỦ THỂ LUÂN HỒI

1. Ký ức và tự ngã

Ngày 26 tháng 9 năm 1893, Đạo sĩ *Vivekananda*, một triết gia hiện đại, và cũng là cuối cùng, của Triết học *Vedānta*, và Ấn giáo, được phép đọc phát biểu trước Hội nghị Tôn giáo Thế giới tại Chicago.[24] Bài thuyết trình của ông rất được lưu ý, và rất được tôn trọng bởi những người theo Ấn giáo.

Với nội dung của bài diễn, người ta có thể biết ông là một Phật tử (Son of the Buddha) nhưng không phải là người theo đạo Phật (Buddhist). Ông nói, Chúa Jesus là người Do thái, nhưng dân Do thái chối bỏ Chúa mà đóng đinh Ngài. Sakya Muni là người Hindu, và dân Hindu tôn thờ Ngài là Đấng Thượng đế hóa thân. "Chúng tôi thấy, những người theo đạo Phật không hiểu gì Đức Phật."[25] Cũng như dân Do Thái không hiểu Chúa Jesus là sự hoàn thành của Cựu Ước, những người theo đạo Phật không hiểu Đức Phật là sự hoàn thành của những chân lý của tôn giáo Hindu. Phật giáo là đứa con phản loạn của Ấn Độ giáo.[26] Và điều mà ông nói, những người theo đạo Phật đã không hiểu gì về Phật, đó là "Về mặt triết học, các đồ đệ của Đức Đại Tôn Sư đã nhào đến tấn công những khối đá vĩnh hằng của Veda và đã không thể nghiền nát nó; mặt khác, họ đã tước bỏ đi Đấng Thượng đế vĩnh hằng của đất nước này mà tất cả mọi người, nam phụ lão ấu, thảy đều tôn thờ... Và kết quả, Phật giáo đã biến mất khỏi Ấn độ như một cái chết tự nhiên."

---

[24] Parliament of the World's Religions, được tổ chức tại Chicago, với mục đích hội thoại toàn cầu của các tôn giáo khác nhau. Swami Vivekananda (1863-1902), đại biểu của phái đoàn Ấn giáo.

[25] "But our views about Buddha are that he was not understood properly by his disciples."

[26] "Buddhism is the rebel child of Hinduism."

"Những khối đá vĩnh hằng" và "Đấng Thượng đế vĩnh hằng", được xem là tín lý trụ cột của *Veda* và *Upanishad*, mà những người theo đạo Phật khăng khăng chối bỏ, đó là không thừa nhận sự tồn tại của một tự ngã thường hằng, và một Brahman Sáng tạo. Đức Phật là sự hoàn thành của *Veda* và *Upanishad*, có nghĩa là Phật không phủ nhận chúng như những người theo đạo Phật hiểu sai về đức Phật, hoặc cố tình xuyên tạc đức Phật.

Ở đây chúng ta không nói đến Brahman sáng tạo. Vấn đề có tồn tại hay không một tự ngã thường hằng đã từng là tranh biện sôi nổi trong các bộ phái Phật giáo. Có lẽ không nhiều bộ lắm. Ngày nay với một tư liệu lịch sử còn sót lại lưu truyền trong Hán ngữ và Tạng ngữ, cũng chỉ biết được có Độc tử bộ và Chánh lượng bộ. Về mặt từ nghĩa, các bộ này không nói đến một *ātman* thường hằng là cốt tủy của *Vedānta*. Họ vẫn thừa nhận giáo lý *anātman*: vô ngã; nhưng tự ngã mà họ thấy cần phải thừa nhận tồn tại một chủ thể như là tự ngã, mà họ nói là *pudgala*, để giải thích vì sao ta có ký ức, và vì sao chúng sinh có luân hồi. Các bộ phái khác, Thượng tọa bộ với Kathāvatthu, và Hữu bộ với Đại Tì-bà-sa. Những lý luận, chứng minh và phản bác về một tự ngã tồn tại như *pudgala*, được giới nghiên cứu hiện đại lưu tâm nhiều nhất qua tác phẩm ngắn và khúc chiết của Thế Thân *(Vasubandhu)*: Pudgalanirdeśa, thuyết minh về *pudgala*, mà Hán dịch bởi Huyền Trang là "Phá ngã chấp" được ghép vào luận *Câu-xá* thành phẩm thứ chín.[27] Bản dịch Tạng ngữ, *Gang zag dgag pa* (Phủ nhận Pudgala), phẩm thứ chín trong *Chos mngon pa'i mdzod kyi bshad pa*, dịch bởi Jinamitra và dPal brTsegs.

Ở đây chúng ta cũng không nghiên cứu vấn đề *pudgala* tồn tại hay không tồn tại, nhưng chủ điểm là vấn đề liên hệ tự ngã với ký ức.

Một trong các lý chứng mà thuyết *pudgala* nêu lên: Nếu không tồn tại một tự ngã chủ thể như *pudgala*, vậy làm sao có ký ức? Nếu cái được ghi nhớ trong ký ức không phải là cái "*tôi đã từng*

---

[27] *Đại chánh tạng*, tập 20 No 1558.

thấy", thì ai là người hiện tại đang thấy nó? Làm sao tâm này thấy mà tâm khác nhớ? Như vậy há chẳng phải, cảnh mà tâm của Devadatta đã từng thấy, sau đó tâm của Yajñadatta nhớ lại? Ký ức tồn tại như là chuỗi nhân quả tiếp nối sinh diệt trong tương tục chuyển biến sai biệt. Tương tục chuyển biến sai biệt này là gì? Đấy lại là điều cần phải thuyết minh.

Nơi khác, trong Kinh, Phật nói: "Này các Tỳ-kheo, Ta sẽ nói cho các ngươi về gánh nặng, sự nhận nặng, sự vứt bỏ gánh nặng, và (cái) mang gánh nặng"?[28] Nếu không thừa nhận tồn tại *pudgala*, vậy cái gì hay ai là kẻ mang gánh nặng mà Phật nói?

Những câu hỏi liên hệ đến tự ngã và ký ức, tự ngã và luân hồi, Thế Thân cũng đã đề xuất những giải đáp. Nhưng, có thể với chính Thế Thân những biện luận giải đáp này chưa thỏa mãn, do đó, về sau, khi chuyển sang Đại thừa Du-già hành, Thế Thân sớ giải *Nhiếp Đại thừa luận* của anh mình là Vô Trước (Asanga), đây mới được xem là giải đáp thuyết phục.

Những thuyết chủ trương hữu ngã phân biệt hai cấp tự ngã: một cấp tự ngã siêu nghiệm, đó là *ātman*, tồn tại thường hằng, và một tự ngã như là chủ thể tâm lý, đó là *pudgala*. Ở đây chúng ta cũng không lý giải cái *ātman* như là tự ngã siêu nghiệm thường hằng này, chỉ nói đến *pudgala*.

Pudgala, trong nhiều trường hợp, Hán không dịch, mà phiên âm: *bổ-đặc-già-la*, vì ý nghĩa của một từ như vậy không có tương đương trong Hán ngữ. Mặc dù có thể dịch nó là *nhân*, con người. *Pudgala* còn hàm nhiều nghĩa hơn thế. Trong ngôn ngữ thường nhật, *pudgala* là một nhân xưng. Trong tiếng Sanskrit có ba nhân xưng: nhân xưng thứ nhất, ta, tôi, là người nói; nhân xưng thứ hai, người đối thoại, và nhân xưng thứ ba.Vì vậy, trong mọi giao tiếp xã hội, không thể thiếu vắng *pudgala*. Khi Phật nói, "Này các Tỳ-kheo, Ta sẽ nói...", nếu không tồn tại *pudgala*, không thể hiểu *ai* đang nói và *ai* đang nghe. Nếu không tồn tại *pudgala*, không thể nói "Điều này, trước kia tôi đã

---

[28] *Tạp A-hàm 3* kinh số 73, Pāli S.22.22. Bhāsuttaṃ (PTS.iii.36).

từng thấy; bây giờ tôi nhớ lại." Từ cái *tôi đã* thấy, *tôi đang* thấy, *tôi sẽ* thấy, dẫn đến ý niệm về một cái *tôi*: Nay *tôi đang* như vậy. Đời trước, *tôi đã* như thế nào? Đời sau, *tôi sẽ* như thế nào? Ký ức, và nghiệp tích lũy, đều thống nhất trong một cái tôi.

Tuy vậy, không phải chúng ta mới sinh ra, khi còn nằm ngửa trong nôi, đã có ý thức về cái tôi này. Như Phật khiển trách một Tỳ-kheo khi vị này vội vàng trả lời câu hỏi về năm hạ phần kết: "Theo chỗ con ghi nhớ Thế Tôn nói, năm hạ phần kết là kết hữu thân kiến... *cho đến*, kết sân kiến." Kết (*saṃyojana*) là sợi dây buộc trói chúng sinh lôi vào trong ba cõi sinh tử, như con bò bị sợi dây, hay cái ách, buộc cổ vào xe kéo. Sợi dây thứ nhất là hữu thân kiến, quan điểm, hay kinh nghiệm, chấp rằng thân ta là tồn tại chân thật, và chắc thật; thân này là ta, là của ta. Nhưng khi thân này mục rã, ta là cái gì nơi thân này? Đây cũng không bàn về câu hỏi này. Điều muốn nói, khi vị Tỳ-kheo kia trả lời như vậy, bình thường mà nói, không có gì sai với giáo nghĩa Phật nói, nhưng trong đó đã không phân biệt rằng bẩm sinh, ngay khi vừa mới sinh, ta đã có ý niệm về sự tồn tại của thân này hay chưa. Phật nói: Hài nhi mới sinh yếu ớt, còn nằm ngửa trên giường, ý thức về thân còn chưa có, làm gì có kinh nghiệm về tự thân, để nói là nó bị buộc trói bởi hữu thân kiến. Nó không có hữu thân kiến hiện hành như phiền não, nhưng có thân kiến tùy miên. Kinh nghiệm về tự thân, về một cái ta, không hiện hành nơi bé sơ sinh, nhưng nó là yếu tố tiềm phục, cho tới khi đủ điều kiện nó sẽ hiện hành. Khi có kinh nghiệm tự thân, nó sẽ nghĩ "ta là như thế, không là như thế" và sẽ hành động theo kinh nghiệm tự thân ấy. Vì ích lợi của tự thân, nó có thể làm những việc tốt để được tưởng thưởng; nhưng nó cũng có thể làm nhiều việc gây tổn hại cho người khác.

Kết hữu thân kiến không hiện hành nơi hài nhi sơ sinh; nhưng nó là tùy miên tiềm phục, cho đến khi hội đủ điều kiện, nó phát tác. Nói thế cùng đồng với nói rằng, từ tuổi hài nhi sơ sinh, cho đến tuổi thiếu nhi, khi mà não chưa phát triển đầy đủ, ký ức nơi trẻ nhỏ cũng có giới hạn của nó, và ý thức về tự ngã cũng vậy.

Trong luật xuất gia, Phật quy định thiếu nhi nhỏ nhất là 7 tuổi mới được cho phép xuất gia làm Sa-di, và mệnh danh là "Sa-di đuổi quạ". Các luật bộ giải thích ý nghĩa, cho rằng thiếu nhi không thể tự mình đi khất thực. Nếu không phải là Sa-di, không dự phần xuất gia, Tăng không được chia phần cho, vì Luật không cho phép chia phần của Tăng cho cư sĩ. Tuổi có thể đuổi quạ, có thể phục vụ Tăng bằng công việc đơn giản nhất, mới có thể được phép xuất gia và có thể được chia phần thực phẩm. Đây là nói về quan hệ trong môi trường sống chung. Nhưng về mặt phát triển tâm sinh lý, ý nghĩa này phải có giải thích khác.

Trong các khảo cứu và thí nghiệm của các nhà tâm lý học và não học, người lớn thường không thể nhớ lại những gì trong quá khứ của mình từ sơ sinh cho đến trước 7-9 tuổi.

Nếu nói theo những luận thuyết của A-tỳ-đàm, hài nhi khi còn trong thai mẹ, phát triển giai đoạn chót, mặc dù chi thể đã phát triển, nhưng về các căn, tức các cơ quan có công năng duy trì và phát triển đời sống, trong đó chủ yếu là hai căn: mạng căn, là di truyền của nghiệp quá khứ, nó duy trì sự sống thân di truyền của cha mẹ. Và thứ đến là thân căn, cơ quan xúc giác, để biết đói, biết lạnh. Nếu căn tồn tại, khi có ngoại giới kích thích, nó phản ứng, nghĩa là thức phát sinh, hợp thành bộ ba căn-cảnh-thức, tạo thành xúc. Thức này diệt, trực tiếp trở thành ý căn, và ý thức cơ sở y để xuất hiện. Nhưng những thứ mà căn tiếp thu, thức cảm xúc, chỉ đơn thuần là những trạng thái đói khát hay nóng lạnh. Đây là trạng thái thô sơ nhất của sự sống. Như vậy, có ý thức, nhưng kinh nghiệm tích lũy chưa đủ để có thể phân biệt, phán đoán và lựa chọn, là khả năng tuệ.

Các thí nghiệm cũng cho biết, nếu ta đọc các đoạn văn thích hợp nhiều lần cho thai nhi trong bụng mẹ. Sau đó, hài nhi xuất thai, người ta mở cho hài nhi nghe lại những đoạn văn được nghe khi còn trong thai mẹ, với núm vú ngậm nơi môi. Người quan sát thấy rằng, khi đoạn văn được tắt, hài nhi ngậm núm vú im, không mút, tỏ vẻ lắng nghe. Thí nghiệm này muốn biết tuổi nào có thể có ký ức. Nhưng ký ức này chỉ thuộc loại phản xạ, không có sự can thiệp của ý thức, cho nên cũng chưa thể có ý thức về tự thân. Nói không có ý thức, là nói theo ngôn ngữ quán lệ của các nhà nghiên cứu. Với các vị A-tỳ-đàm, bất cứ khi nào xuất hiện bộ ba căn-cảnh-thức, cố nhiên thức này chỉ đơn thuần là giác quan, trực tiếp ngay sau đó ý căn được lập và ý thức có sở y để hoạt động. Nhưng kinh nghiệm tích lũy chưa đủ, nên thức không có khả năng phân biện và phán đoán để lựa chọn, Có thể, đây là ý nghĩa mà Phật nói, hài nhi sơ sinh ý niệm về tự thân còn chưa có, do đâu mà có kết hữu thân kiến.

Sự phát triển tâm lý học Phật giáo trong các luận thư A-tỳ-đàm không hẳn đã nhượng bộ các hệ tâm lý học phương Tây, và điều này đã được xác nhận bởi Williams James, tiền phong của tâm lý học Mỹ. Thiếu sót trong tâm lý học A-tỳ-đàm là không có phần tâm lý học cho nhi đồng. Cho nên, những gì Phật nói liên quan đến nhi đồng không hề có giải thích hay bình luận gì, để chúng ta có nguồn tài liệu tham khảo. Một vài cóp nhặt từ nguồn thí nghiệm của các nghiên cứu hiện đại không đủ soi sáng cho ta những điều Phật nói, nhưng đại cương cũng có thể cung cấp một vài chi tiết tham khảo.

Trong lộ trình nhận thức, chu kỳ của các yếu tố biến hành diễn ra rất ngắn. Sát-na thứ ba trong lộ trình, tưởng xuất hiện để cấu trúc các tín hiệu nhận được thành một hình ảnh. Khi đối tượng được định hình, ý thức bắt đầu quan sát bằng thủ tục gọi là ý ngôn. Quan sát tuổi biết nói của hài nhi, người ta thấy rằng ngôn ngữ và ý thức về tự thân quan hệ đan kết nhau. Alain Morin , giáo sư khoa tâm lý học trường Đại học Mount Royal, Calgary, Alberta, Canada, [29], đề xuất ý kiến mà ông đã viết trong một bài viết đăng trên Luận đàn Khoa học và Ý thức, rằng chúng ta thường xuyên cần phải nói chuyện với chính mình để tự hiểu rõ ta là ai. Trong bài viết, Morin cũng dẫn chứng một số các nhà nghiên cứu có quan điểm đồng tình như Michael Siegrist, Viện Đại học Zürich, Thụy Sĩ; Allan Feinstein cùng với đồng nghiệp tại Viện Đại học Texas, thủ phủ Austin, Johann Schneider, Đại học Saarland, Đức, *et.al.* Các khảo cứu và thí nghiệm cho thấy thuyết thoại là quá trình tri nhận chủ yếu dẫn

[29] Science & Consciousness Review, 2003, April, No. 4.

đến ý thức tự thân (self-awareness). Kết quả khoa học này phù hợp với lộ trình tri nhận được thiết lập bởi Abhidharma. Sự khác biệt là vấn đề phương pháp luận. Các quan sát khoa học nhờ vào các thiết bị kỹ thuật, hoặc trắc nghiệm từ những thí nghiệm viên. Đối tượng tồn tại đủ thời gian cho quan sát diễn ra ngắn nhất cũng vài trăm phần nghìn giây, thậm chí chỉ diễn ra trong vài mươi giây. Mặt khác, quan sát bằng giác quan, dù với sự hỗ trợ của thiết bị hiện đại, không thể không có sự can thiệp chủ quan của người quan sát. Đây là điều đã được khẳng định trong nguyên lý bất định của cơ học lượng tử. Còn những vị tu định như trường hợp các vị trong Du-già hành tông, và những luận sư trong Nhân minh học, không tin tưởng mấy sự thực nơi các giác quan, mặc dù họ xác nhận nguồn nhận thức đáng tin cậy gần nhất là trực giác (*pratyakṣa*) của các giác quan. Các vị này nói, một con bò, một con người, một chim, trước một dòng sông, trực giác của các loài này không giống nhau, hình ảnh của cái mà con người gọi là con sông được cấu trúc trong nhận thức của các loài này không giống nhau. Trong phạm vi nhận thức tục đế, theo chân lý quy ước, thức của mỗi loài tái cấu trúc đối tượng tương ứng với bản năng sinh tồn của nó mà Phật gọi là ái hay khát ái (*trṣṇā/taṇhā*). Họ tin rằng trực giác của những vị du-già, gọi là hiện lượng du-già (*yogi-pratyakṣa*), tùy theo trình độ chứng đắc của định tâm, đáng tin tưởng hơn; họ có thể bắt nắm đối tượng trong từng sát na. Như Phật nói với A-nan: Những điều kỳ diệu mà mọi người tán thán Như Lai không bằng kỳ diệu này: "Cảm thọ sinh, Như Lai biết cảm thọ; cảm thọ diệt, Như Lai biết cảm thọ diệt." Trong chúng ta, dễ có ai cảm nhận được cây nhang lụn tàn trong từng khoảnh khắc, hay phải đợi vài phút sau mới cảm nhận.

Dù có những dị biệt rất lớn trong khả năng quan sát, nhưng điểm phù hợp được thấy ở đây: ý thức độc thoại, ý ngôn, là yếu tố dẫn đến ý thức tự thân, ý thức về sự tồn tại của ta, ý thức rằng ta đang tồn tại. Ý thức đối thoại mà các luận thư A-tì-đàm đề xuất diễn ra rất ngắn, chỉ trong một sát-na, có thể chỉ vài phần nghìn giây, hoặc có thể ngắn hơn gấp bội, tùy theo mức độ định tâm của người quan sát. Trong khi độc thoại mà các nhà khoa học nói đến diễn ra trong khả năng quan sát được cũng phải trên mấy trăm phần nghìn giây.

Mặc dù, theo lộ trình nhận thức trong chu kỳ biến hành, ý thức độc thoại diễn ra trong sát-na thứ tư. Tuy vậy, tại đây *tưởng*, cơ quan xử lý tri giác, nắm bắt tín hiệu trong một chu kỳ ngắn chưa đủ để tái cấu trúc ảnh tượng ngoại giới. Bởi vì đối tượng không xuất hiện cho thức đồng loạt các dấu hiệu họp thành một tổng thể. Các dấu hiệu này lần lượt được *tưởng* bắt nắm trong nhiều chu kỳ, cho đến khi đủ để cấu trúc định hình. Tuy đã có cấu trúc định hình, nhưng ý thức cần phải truy xuất ảnh tượng tương tự đã từng được kinh nghiệm trong quá khứ, để đồng nhất thành một thể thống nhất của đối tượng, từ đó mới có thể phán đoán và lựa chọn. Đây là những sát-na cuối trong lộ trình của biệt cảnh: niệm-định-huệ. Huệ là khả năng quan sát, thẩm tra, phân tích và phán đoán. Cho đến đối tượng được tái cấu trúc hoàn chỉnh với đặc điểm tổng thể, cùng với những dấu hiệu chi tiết nó, được đồng nhất hiện tại với quá khứ, bấy giờ ý thức về tự ngã mới xuất hiện, với ý thức rằng "Ta đã tồn tại, ta đang tồn tại và ta sẽ tồn tại". Phán đoán rằng "Ta tồn tại" là độc thoại của ý thức, là ý ngôn. Đồng nhất "Ta đang tồn tại" với "Ta đã tồn tại" là hoạt động của niệm (smṛti) hay ký ức. Niệm được tăng cường trong nhiều chu kỳ của nhận thức, và cũng trải qua lộ trình của thời gian phát triển cơ cấu thân tâm. Quá trình phát triển này không diễn ra ngoài môi trường tồn tại, con người với những quan hệ, giao tiếp xã hội, bấy giờ mới hình thành một khái niệm về tự ngã mà Phật đặt cho tên gọi là *Satkāya-dṛṣṭi*, Hữu thân kiến, kinh nghiệm tích lũy về một tự ngã, tự khẳng định: Ta đã như vậy, đang như vậy, sẽ như vậy. Nói chung, đó là khẳng định vị trí ta là ai trong xã hội. Cái ta này là nguyên nhân của mọi tai biến trong xã hội. Như Lão Tử đã có thể nói: "Ta có hoạn lớn, vì ta có thân. Nếu ta không có thân, ta có hoạn gì?"[30]

---

[30] 吾有大患，及吾有身；及吾無身，吾有何患。老子・十三章》

2. Quá trình huân tập tự ngã: Ba loại tập khí

Khi một tín hiệu được *tưởng* nắm bắt, ý thức và ghi nhận nó bằng một ký hiệu đặc biệt, và A-tỳ-đàm gọi ký hiệu đó là ý ngôn (*manojalpa*). Cũng như một chuỗi âm thanh biểu nghĩa một từ, và từ ấy chỉ thị cho một tồn tại vật thể hay sự thể. Một thanh là một tín hiệu được bắt nắm, và được ghi nhận với một tín hiệu và được in dấu vào tâm thức. Chuỗi âm thanh liên tiếp nối kết nhau, nếu hiểu nó trong phạm trù thời gian, hoặc chồng lên nhau nếu đặt trong phạm trù không gian, để biểu diễn một từ chỉ thị một vật; chuỗi nối kết này diễn ra tương tự như quá trình xông hương, hay xông khói. Hương được xông liên tục trong một thời gian nhất định cho đến khi dù cây hương đã tàn, mùi hương của nó vẫn còn; nó bám vào những vật thể chung quanh trong một thời gian dài tùy theo quá trình xông ướp. Thí dụ vẫn chỉ có giá trị trong phạm vi thí dụ, nó không diễn hết ý nghĩa các tín hiệu được mã hóa thành ý ngôn ghi dấu ấn vào tâm thức. Dấu ấn được ghi trong thức, tiêu chí của nó là tồn tại ngoại giới.

Kể từ vô thủy, tùy theo cộng nghiệp, thức gá sinh vào phương vực và thời gian khác biệt, tín hiệu được huân tập, hay nói cách khác, được mã hóa với ký hiệu bởi ý ngôn bất đồng. Từ loài người cho đến các loài động vật, do cộng nghiệp của chúng, thức của chúng có thủ tục ghi dấu ấn ký hiệu khác nhau và do đó nhận dạng mọi tồn tại cũng khác nhau, và cũng để quan hệ với với nhau trong cộng đồng cộng nghiệp.

Quá trình ghi dấu bởi ý ngôn được gọi là quá trình huân tập. Khi ký hiệu được ghi thành dấu ấn, dấu ấn ấy không phải là tín hiệu thụ động được lên vạch để thông tin. Nó là dạng công năng đặc thù, như công năng trong hạt giống khi được gieo xuống lòng đất, nếu hội đủ điều kiện đất, nước, phân bón các thứ sẽ nảy mầm. Dấu ấn được lưu trữ là những kinh nghiệm đã từng trải qua, được tích lũy thành năng lượng tiềm tàng như nguồn điện tiềm thế trong tế bào não, nó được gọi tên tượng hình là hạt giống (*bīja*: chủng tử). Loại công năng đặc thù này được gọi là danh ngôn tập khí. *Thành duy thức* nói về danh ngôn này như sau:

Danh ngôn tập khí (*jalpavāsanā = abhilāpavāsanā*): Chủng tử trực tiếp của từng pháp hữu vi cá biệt. Danh ngôn có hai: Một, danh ngôn biểu nghĩa, đó là sự sai biệt của âm thanh chuyển tải ý nghĩa. Hai, danh ngôn hiển cảnh, tức tâm, tâm sở pháp nhận thức đối tượng cá biệt. Tùy theo hai danh ngôn mà chủng tử được huân tập thành để làm nhân duyên cho từng pháp hữu vi cá biệt.

Bất cứ tồn tại nào mà *thức* có thể nhận thức, tồn tại ấy xuất hiện cho *thức* với ký hiệu là tên gọi (*danh ngôn*). Bằng vào tên gọi này, *thức* tiếp thu nhiều loại đối tượng khác nhau với ký hiệu hay tên gọi khác nhau. Danh ngôn như là tín hiệu thông tin để giao tiếp lẫn nhau trong một dòng tồn tại, tùy theo giới loại, đó là chuỗi âm thanh nối kết thành một tín hiệu, gọi là một từ biểu thị một vật thể hay sự thể. Các loài vật thấp hơn loài người vẫn có những tín hiệu đặc thù qua âm thanh để thông tri cho nhau những thông tin cần thiết. Đó là loại mà *Thành duy thức* gọi là danh ngôn biểu nghĩa.

Về loại được gọi là danh ngôn hiển cảnh, vì nó soi sáng đối tượng cho nhận thức. Các thức, mắt, tai v.v., khi nắm bắt đối tượng cá biệt của nó; đối tượng này được mã hóa tức huân tập thành công năng của chủng tử để được lưu trữ.

Danh ngôn được huân tập thành tập khí (*vāsanā*), công năng được lưu trữ. Như quá trình xông khói, được xông nhiều lần, khói lần lượt đóng dày lên vách. Sắc được huân tập bởi mắt, hoặc đáng yêu, hoặc đáng ghét; tiếng được huân tập bởi tai, hoặc đáng yêu hoặc đáng ghét. Sắc, và tiếng được huân tập thành công năng cùng với cảm thọ hoặc lạc hoặc khổ, hoặc yêu hoặc ghét. Như vách tường, hay những vật có khả năng hấp thụ hương và khói, được xông thơm hay xông thối; thường xuyên được xông hương hay xông thối, càng lúc nồng độ của mùi ngửi càng tăng, cho đến khi không còn vật xông, mà vật hấp thụ mùi xông vẫn phát sinh khả năng yêu hay ghét nơi người đến tiếp xúc. Khi hội đủ điều kiện, danh ngôn ấy hiện hành cùng với tâm thức yêu ghét. Tào Tháo chỉ nói tên từ "quả mai" (quả chanh) mà cả đoàn quân rỏ dãi, hết khát. Đây là công năng của danh ngôn được huân tập khi hiện hành.

Một con chó mới sinh, tất không có tên gọi gì. Chủ gọi nó là con Tu-đi. Cả nhà cũng gọi nó Tu-đi, và mọi người đều gọi như vậy. Thoạt đầu, nó dửng dưng với tên gọi ấy. Nhưng với thời gian, cũng chẳng bao lâu, khi nghe chủ gọi Tu-đi, nó vui vẻ ngoắc đuôi chạy đến. Nó tự nhận ra nó trong tên gọi. Danh ngôn đã hình thành trong con chó một ấn tượng tự ngã. Con người chắc cũng thế thôi. Con người không chỉ có tên gọi khai sinh, mà còn nhiều danh hiệu, tước hiệu làm nên tự ngã của nó trong nhiều địa vị khác nhau trong xã hội. Đấy là từ danh ngôn tập khí chuyển biến thành ngã chấp tập khí.

Thành duy thức giải thích ngã chấp tập khí, nói rằng:

Ngã chấp tập khí (*ātmadṛṣṭīvāsanā*), đó là chủng tử của ngã và ngã sở được chấp thủ một cách bất thực. Ngã chấp có hai: 1. Câu sinh ngã chấp, loại kiến chấp về ngã và ngã sở bị đoạn trừ bởi tu đạo; 2. Phân biệt ngã chấp, loại kiến chấp ngã, ngã sở bị đoạn trừ bởi kiến đạo.

Trong đó, Phân biệt ngã chấp, loại ý thức về tự ngã được tác thành dưới ảnh hưởng của gia đình, giáo dục, truyền thống tín ngưỡng, tôn giáo, văn hóa, xã hội. Câu sinh ngã chấp, loại tự ngã vô thức, sinh vào chủng loại nào, nó kinh nghiệm theo bản năng của chủng loại ấy, không do ảnh hưởng từ bên ngoài các thứ.

Với ý thức về tự ngã đã định hình, trong quá khứ "ta đã như thế", và nếu cái ta ấy không mấy tốt đẹp thì hãy giấu nó đi. Trong tương lai "ta sẽ như thế", và nếu với một ngày mai đen tối nó ưu sầu có khi tuyệt vọng mà thắt cổ; và trái lại, nếu một tương lai hứa hẹn rực rỡ như cô bé bán sữa, nó sẽ nhảy nhót. Những ý thức về cái "ta" không chỉ giới hạn trong đời này. Đời sau "ta sẽ như vậy", và theo tín ngưỡng mà nó nhiệt tình tin tưởng về một thiên đường vĩnh cửu không phải chịu những vui buồn tế toái trong cõi đời này, nó sẽ làm những điều mà kinh điển của tôn giáo nó tin chỉ dạy phải làm để được như ước nguyện. Với những cái ta xuất hiện trong các thời gian và phương vực khác nhau như vậy, vì mục đích cho đời này cho cả đời sau, và nhiều đời sau nữa, con người sẽ làm những điều mà nó tin tưởng kết quả sẽ tốt đẹp. Và như vậy, nó sẽ tạo tác những nghiệp hoặc thiện hoặc bất thiện. Nghiệp được tạo tác, và được tích lũy, sẽ dẫn đến đời sau, như nguyện hay không như nguyện tùy theo nghiệp thiện hay bất thiện mà nó làm trong đời này.

Như vậy, từ ngã chấp tập khí, được thường xuyên huân tập từ những ảnh hưởng xã hội, truyền thống, giáo dục, tôn giáo v.v... tất cả được tích lũy thành Hữu chi tập khí (*bhavāṅgavāsanā*). Hữu chi, là chi thứ 10 trong 12 chi duyên khởi. Đó là nghiệp được tích lũy thành công năng dẫn đến tái sinh trong các đời sau.

3. Chủng tử - Chuỗi tương tục

Mọi người đều biết rằng khi ngủ ý thức không hoạt động, nhất là khi ngủ say không chiêm bao. Con người mà không có ý thức, hay nói đúng hơn, mất ý thức, nếu không phải là chết thì cũng bất tỉnh nhân sự. Nhưng, thực tế, ta vẫn sống. Cái gì duy trì sự sống? Câu trả lời hầu như nhất trí trong các văn minh cổ đại, và cho đến một phần lớn cận đại, nếu không nói là cho đến hiện đại, đó là linh hồn. Có nhiều ấn tượng khác nhau về linh hồn, nhưng điểm chung, nó là một cái gì đó ở trong thân nhưng không đồng nhất với thân. Với người tin tưởng có đời sau, linh hồn sau khi lìa khỏi xác sẽ đến một nơi khác. Với người tin tưởng duy vật, linh hồn tồn tại cùng với thân. Khi thân này hoại, linh hồn cũng hoại.

Thời Phật, nhiều nhóm tôn giáo thường đến tham khảo ý kiến hoặc tranh luận vấn đề: Hồn và xác, là một hay là khác? Với một số, cái mà nơi khác gọi là hồn, họ gọi là *jīva*, Hán dịch là *mạng giả*. Nghĩa là sao? *jīvatīti jīvaḥ*, nó sống, nên nó là *cái đang sống*, tức thân được thấy là đang sống vì trong nó có cái đang sống. Một số khác, đến hỏi Phật: "Ta" tồn tại hay không tồn tại? Cái mà nơi khác gọi là hồn hay *jīva*, đây gọi là *ātman*: ta hay tự ngã. Đức Phật phủ nhận tồn tại của cả *jīva* và *ātman*. Nhưng giáo thuyết của Ngài không được liệt vào nhóm theo chủ nghĩa duy vật: chết là hết. Có một nguyên lý tồn tại mà không phải hồn *jīva* hay *ātman*, nguyên lý đó nói: có nghiệp, có dị thục của nghiệp, nhưng không có tác giả và thọ giả. Nói cách khác, có hành vi thiện hay bất thiện và có kết quả khổ hay lạc của những hành vi này trong đời này và trong nhiều đời sau, nhưng không có con người làm, không có con người chịu. Đây là một nguyên lý cực kỳ nghịch lý. Các đệ tử Phật tin lời Phật dạy, mặc dù vẫn ghi nhớ lời cảnh giác: "đừng vội tin những gì..." Trong lịch sử phát triển tư tưởng Phật học trên 1500 năm trên đất Ấn, và hơn 2000 năm ngoài đất Ấn, những người tin Phật, và cả những người không tin Phật, không ngưng tìm kiếm giải đáp cho nguyên lý cực kỳ nghịch lý này.

Trên đất Ấn, sau khi Phật nhập Niết-bàn khoảng trên dưới 300 năm, xuất hiện một số bộ phái lập thuyết *pudgalavāda*, đào sâu trong những lời Phật dạy để tìm ra một nguyên lý giải đáp nghịch lý. Họ không gọi thuyết của mình là *ātmavāda*, mà là *pudgalavāda*. *Ātman* được quan niệm, trong tri thức thường nghiệm cho đến tư duy triết học, là một thực thể tồn tại nhất thể, bất biến, vĩnh hằng. *Pudgala* cũng là một hợp thể năm uẩn những tồn tại không lệ thuộc năm uẩn. Trong ngữ pháp, *pudgala* chỉ cho ba nhân xưng: thứ nhất, thứ hai và thứ ba. Khi Phật nói: *ahampi hi, ambaṭṭha, evaṃ vadāmi*, này Amabṭṭha, Ta cũng nói như vậy..." Phật thừa nhận *pudgala* tồn tại như thực thể quy ước. Nơi khác, Phật cũng nói: *ekapuggalo, bhikkhave, loke uppajjamāno... katamo ekapuggalo? tathāgato arahaṃ sammāsambuddho*: Này các Tỳ-kheo, một con người khi mà xuất hiện trong thế gian... Con người đó là ai? Là Như Lai, vị A-la-hán, Chánh đẳng giác... Đức Phật cũng tự nhận là một *pudgala*, một nhân vật, một nhân cách, một con người. Và nơi khác nữa, Phật nói: *katamo ca, bhikkhave, bhāro? pañcupādānakkhandhā tissa vacanīyaṃ... katamo ca, bhikkhave, bhārahāro...* Này các Tỳ-kheo, gánh nặng là gì? Năm uẩn. Mang gánh nặng là ai? Con người.

Thừa nhận sự tồn tại của *pudgala* là giải đáp cho nghịch lý. Phật nói không tác giả và thọ giả, có nghĩa là không tồn tại một tự ngã nhất thể bất biến từ đời này sang đời khác. Nhưng tồn tại một *pudgala*. Với năm uẩn là con người, nó tồn tại với tất cả yếu tính và đặc điểm của một con người. Nếu là chư thiên, là bàng sinh, là quỷ thú, *pudgala* biến đổi tùy loại.

Vì sao cần phải thiết lập nguyên lý tồn tại như *pudgala*? Vì sáu thức khi hội đủ nhân duyên thì nó xuất hiện, khi không đủ, nó không xuất hiện. Nếu không tồn tại một *pudgala*, những khi ấy thân này phải xem như đã chết, không còn sự sống. Thêm nữa, phái Độc tử bộ nói: "Trong tất cả các pháp, ngoài bổ-đặc-già-la (*pudgala*), không có pháp nào có thể lưu chuyển từ đời này sang đời khác."[31]

Vả lại, nếu không tồn tại một *pudgala*, ai lưu chuyển sinh tử? Ai ghi nhớ kinh nghiệm đã từng trải?

Thế Thân tường thuật lập luận của Độc tử bộ như sau:

Nếu thực sự không có bổ-đặc-già-la (*pudgala*), vậy hãy nói, ai lưu chuyển sinh tử? Không thể nói sinh tử tự nó lưu chuyển. Vả, Thế Tôn đã nói: "Chúng sinh bị vô minh phủ kín, lang thang luân hồi." – Pudgala luân hồi như thế nào? Xả uẩn này và nhận uẩn khác. Tiền đề này được nói ở trên. Như lửa tuy sát-na nhưng do chuỗi liên tục của nó mà nói là nó di chuyển. Cũng vậy, do chấp thủ bởi ái, uẩn tụ tập, gọi là chúng sinh, đó gọi là lưu chuyển. Nếu duy chỉ có uẩn, vì sao Thế Tôn nói điều này: "Thuở xưa, Ta đã từng là vị Tôn sư có tên là Netra. Vị ấy nay chính là Ta" – Vì sao không thể nói được như vậy? – Vì uẩn trước sau khác biệt. – Vậy, bổ-đặc-già-la (*pudgala*) là gì? – Ta trước kia và ta bây giờ hẳn phải là thường, vì vậy nói: "Vị ấy nay chính là Ta", cho thấy đồng nhất một tương tục. Cũng như nói, ngọn lửa đang cháy này cũng chính là ngọn lửa đã cháy.[32]

Lập luận của bộ này là dẫn thí dụ bằng đám lửa cháy lan trong một cánh rừng. Ngọn lửa khi đốt cháy hết đám cỏ này, nó lan sang đám cỏ khác. Đám cỏ này và đám cỏ khác thí dụ cho uẩn

---

[31] Khuy Cơ, *Dị bộ tông luân luận sớ*, CBETA, X53n0844_p0586c12.

[32] *Kośa*, Pradhan, 471.24-472.15. Huyền Trang, phẩm "Phá ngã", *Câu-xá* 30, tr. 156c2-25.

đời trước và uẩn đời này không phải đồng nhất. Nhưng, lửa đốt cháy đám cỏ này và đám cỏ kia là một. Thí dụ này thay vì dẫn đến một *pudgala* không thường hằng, vô tình dẫn đến ý tưởng nó cũng thường hằng và nhất thể như *ātman*. Vì vậy, Thế Thân đã phản chứng: Nếu vậy, nói một cách đúng đắn, duy chỉ Phật mới thấy cái *ātman* thường hằng ấy. Nghĩa là, với thí dụ mà Độc tử bộ dẫn chứng, duy chỉ con mắt Phật mới thấy ngọn lửa thiêu đám cỏ này và ngọn lửa thiêu đám cỏ kia là một. Kinh nghiệm thường thức cũng cho thấy, nếu hai đám cỏ có độ khô khác nhau, nhất định độ cháy và độ nóng của hai ngọn lửa cũng khác nhau, chứng tỏ cả hai không phải đồng nhất thể.

Thế Thân, đồng với quan điểm của Kinh bộ, và cùng của Hữu bộ, không có sự di chuyển của mọi thực thể tồn tại.[33] Khi người ta châm lửa từ bó đuốc bày sang bó đuốc khác, không phải chỉ một ngọn lửa duy nhất từ chỗ này nhảy sang chỗ kia. Trong mọi vật thể đều có đủ bốn đại. Khi ngọn lửa từ bó đuốc này châm vào bó đuốc kia, nó không nhảy, mà do lực tương tác của tăng thượng duyên, hỏa đại từ bó đuốc này kích thích hỏa đại trong bó đuốc kia, do hỏa đại trong bó đuốc kia tăng thịnh nên nó được thấy là bốc cháy.[34] Nếu Độc tử giải thích như Thế Thân, chủ trương *pudgala* của Độc tử bộ không thể đồng nhất với *ātman* của các phái Upaniṣad.

Có thể kết luận ở đây rằng, chủ trương tồn tại *pudgala* của Độc tử bộ sai lầm trong luận lý chứ không hẳn sai lầm trong quan điểm. Chính Thế Thân, ngay trong phần mở đầu, sau khi giới thiệu chủ trương *pudgala* tồn tại, liền đặt vấn đề: *pudgala* ấy, tồn tại như là thực hữu, hay như là giả hữu (*kiṃ cedaṃ dravyata iti kiṃ vā prajñaptitaḥ*)? [...] Nếu là giả hữu thì sao? – Chúng tôi cũng nói như vậy (*atha prajñaptitaḥ? vayam api evaṃ brūmaḥ*).

---

33 *Kośa, Pradhan*, dẫn trên.

34 *Tạp A-hàm 18*, T2 tr. 129a1: "Tỳ-kheo thiền tứ, đắc thần thông lực, tự tại như ý, muốn biến cây khô thành vàng, ngay tức thời nó biến thành vàng không khác. Và các vật khác cũng vậy, đều biến thành không khác. Vì sao? Vì cây khô kia có đủ các giới."

Giả hữu có hai: giả hữu như một căn nhà, một đoàn quân; hoặc giả hữu như lông rùa, sừng thỏ. Ngôi nhà, thực chất không có, mà chỉ là tụ tập của một đống vật liệu xây dựng. Cũng vậy, không có thực một đoàn quân, mà chỉ là tụ tập của nhiều binh lính. Cái mà người ta thấy, đó là một đống vật liệu tụ tập theo một hình dáng đặc biệt mà người gọi tên là nhà. Nhà chỉ là một khái niệm thông tin (*prajñapti*), báo cho biết ở đó có cái gọi là nhà có thể tránh mưa tránh nắng. Dù sao người ta vẫn có thông tin cho biết ở đó có một cái nhà có thể tìm đến. Nhưng không thể có thông tin gì cho biết ở đâu đó có con thỏ có sừng, có con rùa có lông, để đến đó mà tìm lông rùa sừng thỏ. Pudgala tồn tại giả hữu như một ngôi nhà, như một đoàn quân; *ātman* tồn tại giả hữu như lông rùa sừng thỏ.

Một số Sớ thích gia quy kết thuyết *pudgalavāda* là một thứ ngoại đạo trá hình, bám vào Phật pháp để khuếch trương giáo nghĩa. Chúng ta cũng nên cải chính. Các vị chủ trương *pudgalavāda* như Độc tử bộ không phải những nhóm ngoại đạo trá hình; chân chính là những đệ tử của Phật. Thuyết *pudgalavāda* đáng lý có thể lý giải được một phần nguyên lý nghịch lý "có tác nghiệp, có thọ báo, nhưng không có tác giả, không có thọ giả. Họ sai lầm trong luận lý, nhưng không lạc hướng trong ý hướng. Nói *pudgala* tồn tại không phải tách ngoài các uẩn, cũng không phải chính nó là các uẩn, nhưng không thể cho nó một nội dung, thì cũng không thể xác định được nó là gì.

Nếu tin tưởng có một linh hồn như là tự ngã thường hằng nhất thể bất biến tồn tại trong thân này, như ông chủ ngụ trong một ngôi nhà, và tất nhiên nhu cầu sinh hoạt và tồn tại đều được cất chứa trong ngôi nhà ấy, cũng vậy, mọi hành vi thiện ác được làm bởi thân mà linh hồn chỉ là ông chủ ra lệnh. Khi thân này rã, những hành vi dấu ấn trong thân cũng rã theo, như ngôi nhà bị hủy, mọi thứ trong đó cũng bị hủy theo, ông chủ ra đi không thể mang theo được gì, đời sống vui hay khổ của ông từ đó sẽ tùy thuộc những người khác; cũng như linh hồn của người sau khi chết, báo ứng thiện ác sẽ do một đấng Chí Tôn tuyệt đối nhân hậu và công chính phán xét mà thưởng phạt.

Nếu tìm thấy trong khái niệm *pudgala* một nội dung gì, thì nội dung đó như thế nào?

Trước hết, chúng ta lặp lại vấn đề ký ức đã có đề cập trên kia. Khi nói, "Tôi nhớ lại...", nếu không tồn tại một cái tôi *pudgala*, cái gì nhớ? " "Ai nhớ" chưa phải là vấn đề, mà là nội dung của cái được nhớ đó là gì? Sắc mà tôi thấy, nó biến mất thành quá khứ khi tôi không nhìn đến nó. Cái gì tồn tại để ghi nhớ cho hồi ức về sau? Tất nhiên nó không thể bám vào cái tôi-*pudgala*, hay *ātman*, hay cái gì tương tợ như linh hồn. Thế Thân, trong thiên thuyết minh Pudgala, Câu-xá luận, nói về nội dung đó: Cái được thấy, được nghe, sau khi xúc chạm với căn, chúng diệt thành quá khứ. Căn và cảnh tiếp xúc, không phải như ta đặt viên sỏi vào trong bát. Chúng tiếp xúc là do lực tương tác của hai vật thể. Chính lực tương tác ấy, khi cảnh đến với căn, do lực tương tác căn biến thái theo hậu quả tăng ích hay tổn hại. Cùng lúc thức phát sinh để ghi nhận kinh nghiệm lợi hay hại ấy. Cái biến mất là sắc được biết ấy, và cái tồn tại là công năng phát sinh từ lực tương tác. Công năng này được gợi hình như là hạt giống, vì nó sẽ cho quả trong tương lai. Nó tồn tại trong trạng thái sinh diệt liên tục, tạo thành dòng chảy gọi là chuỗi tương tục chuyển biến sai biệt (*santāna-pariṇāma-viśeṣa*). Cái này diệt, là duyên cho cái sau sinh; sinh diệt liên tục không gián đoạn, tạo thành chuỗi tương tục. Cái xuất hiện sau khác biệt với cái trước; cái trước diệt tức biến thái, biến chuyển, để thành cái sau. Chuỗi tương tục biến chuyển là quá trình hủy thể liên tục. Như khi hạt giống được gieo xuống đất, nó tự hủy và công năng của nó biến chuyển để thành cái khác, do đó xuất hiện mầm, chồi các thứ cho đến cành lá. Đó là quá trình tích lũy kinh nghiệm từ những gì đã từng thấy, từng nghe, thành ký ức.[35]

Quá trình tích lũy ký ức để về sau truy ức này cũng đồng một lý với quá trình tích lũy nghiệp để về sau cho quả.

Các công năng chủng tử này tồn tại trong ý giới (*manodhātu*), và dòng chảy tương tục chuyển biến sai biệt của nó tạo thành dòng

---

[35] *Kośa, Pradhan,* 472.16-20. *Câu-xá 30,* tr. 156c26-157b7.

tương tục của tâm quá khứ. Như từng giọt nước rỏ xuống liên tục, nối tiếp nhau, để tạo thành dòng chảy của con suối hay dòng sông. Do vì là phần tử trong ý giới nên nó cũng được gọi là tùy giới (*anudhātu*). Ở đây, giới là tên gọi khác của chủng tử. Chuỗi tương tục sai biệt của nó cũng gọi là tâm sai biệt (*cittaviśeṣa*).

Bản chất của loại công năng này, Hữu bộ nói là sắc pháp, đó là vô biểu nghiệp phát sinh từ biểu nghiệp của thân và ngữ. Nó là công năng phòng hộ, cũng là công năng của phước tăng trưởng, và công năng trong nhiều hiệu quả của nghiệp được tạo tác.

Để chứng minh thể của nghiệp có thuộc tính sắc, *Tì-bà-sa* dẫn lời Phật: "Với thiện gia nam tử, hay thiện gia nữ nhân, có tịnh tín, mà thành tựu bảy cơ sở phước nghiệp hữu y này, phước tăng trưởng thường trực liên tục ngày đêm, dù khi đi hay đứng, ngủ hay thức. Phước nghiệp sự vô y cũng vậy".

Từ dẫn chứng này, Hữu bộ nói: "Ngoại trừ vô biểu nghiệp, nếu khi khởi tâm khác [36] hay vô tâm, y vào pháp nào mà nói phước nghiệp tăng trưởng?"[37]

Thế Thân, theo quan điểm của Kinh bộ, trả lời:
Điều này được các vị tiền bối[38] giải thích như sau. Đây là pháp tánh tự nhiên[39]: thí chủ như vậy như vậy bố thí tài vật, người nhận như vậy như vậy thọ dụng. Do bởi sự đặc thù của phẩm chất[40], và đặc thù của ích lợi[41], dù khi thí chủ có tâm nghĩ đến việc khác, nhưng chuỗi tương tục, được huân tập bởi tư (*cetanā*), ý chí bố thí duyên đến đối tượng kia, đạt đến điểm đặc thù vi tế trong quá trình biến thái[42], do bởi đó mà trong vị

---

[36] *antareṇa anyamanaso*, 餘心 dư tâm: đã đắc thiện vô biểu (đắc giới chẳng hạn), nhưng cũng có khi khởi nhiễm tâm, hay vô ký tâm. Phước này thuộc tâm thiện. Cũng có khi thí chủ khởi tâm bất thiện hay vô ký, phước làm sao tồn tại?

[37] Dẫn bởi *Câu-xá* iv, Việt dịch tập III.

[38] *pūrvācāryā*, Ht. 先軌範師 tiên quỹ phạm sư; các luận sư tiền bối trong Kinh bộ.

[39] *dharmatā hi eṣā*, Vyākhyā: đó là năng lực của các pháp kể từ vô thủy (*dharmāṇām anādikālikā śaktiḥ*).

[40] *guṇaviśeṣa*; Vyākhyā: đặc thù của phẩm chất như thiền, vô lượng tâm v.v.

[41] *anugrahaviśeṣa*, đặc thù của lợi ích như sức khỏe, dung sắc của thân thể.

[42] *saṃtatayaḥ sūkṣmaṃ pariṇāmaviśeṣa*: tương tục chuyển biến sai biệt vi tế

lai chúng có thể làm nảy sinh kết quả càng nhiều hơn.[43]

Về hiệu lực phòng hộ của giới, theo Hữu bộ, đây là lực phản xạ tự nhiên của người đắc giới, không đợi có sự can thiệp của ý chí. Sự can thiệp của ý chí là khả năng quyết định phá giới. Khi bị kích thích, do bởi cường độ của tham, sân, hoặc si, ý chí có khả năng chịu khuất phục, nhưng do được phòng hộ bởi giới, ý chí không tự do quyết định vi phạm. Như ông vua ngự trong tử cấm thành, khi có kẻ thù tấn công, lực chiến đấu phòng hộ là tướng tá và quân binh, vua có thể nghĩ đến cuộc chiến đang diễn ra, hoặc cũng có thể vui đùa với thuộc hạ. Cho đến khi lực lượng phòng hộ này mất sức kháng cự, bấy giờ quyết định đầu hàng hay tự thân chiến đấu hoàn toàn tùy thuộc vua. Tâm cũng vậy. Do nghi thức thọ giới, từ thân biểu và ngữ biểu của người thệ thọ, trong thân tâm người ấy phát sinh một loại vô biểu sắc là thể của giới.

Thế Thân bác bỏ lập luận này. Đồng ý với Kinh bộ, Thế Thân nói: "Bằng vào ý chí (*cetanā*), trước tiên lập nên quy ước[44], do đó mà có sự ước thúc; rồi chính ý chí ước thúc ấy phòng hộ[45] thân và ngữ, vì nghiệp bị ngăn chận."

Đối với Hữu bộ, nghi thức thọ giới quy định, trong lúc thọ giới, thân của người thệ thọ cần làm những gì, ngữ cần nói những điều gì. Nghi thức này nhằm kích hoạt tâm lý, sẵn sàng phát sinh lực phòng hộ là vô biểu sắc. Kinh bộ bác bỏ nghi thức có tính hình thức. Vấn đề quan trọng là làm phát sinh sức mạnh của tâm sở tư. Người phát tâm thọ giới, với tâm tư tha thiết chí thành, từ đó làm phát sinh chuỗi tương tục của tư, mà nội dung của nó là công năng chủng tử, chứ không phải sắc vô biểu.

Nói gọn, cái tồn tại là chuỗi vi tế tương tục. Hay nói cách khác, một dòng chảy liên tục cực kỳ vi tế mà nhìn vào đó người này

---

[43] *Câu-xá*, dẫn trên.

[44] vidhipūrvaṃ kṛtvā: quy ước hay nghi thức thọ giới (*śīlagrahaṇa*) trong đó quy định thân phải làm những gì, ngữ phải nói những gì.

[45] saṃvṛṇoti, "nó phòng hộ", từ phái sinh của nó là *saṃvara*, mà Ht. dịch là "luật nghi". Do đó, để chỉ rõ ý nghĩa phòng hộ tức luật nghi, Ht. thêm: "Căn cứ theo đây mà lập biệt giải thoát *luật nghi* (*prātimokṣa*-saṃvara)."

có thể thấy đó là một loại sắc vô kiến vô đối, người khác nhìn thấy nó không gì khác hơn chính là dòng tương tục của tư. Vô biểu sắc thuộc sắc uẩn; tư thuộc hành uẩn. Khi thân này tan rã, có nghĩa là năm uẩn này tan rã, chuỗi tương tục làm sao dịch chuyển từ thân này sang thân khác? Mặt khác, đức Phật chỉ đề cập đến sáu thức; chúng y chỉ thân này mà tồn tại vì thức khuyết duyên là căn thì không thể xuất hiện, như câu kinh thường gặp: "Do duyên đến các sắc và mắt, thức con mắt xuất hiện... cho đến ý thức cũng vậy." Và như chúng ta đã biết, theo quan điểm Hữu bộ, thức nào diệt thành quá khứ vô gián thì thức ấy là ý căn. Như vậy, phải tồn tại một cái gì đó không phải là tự ngã nhưng có thể ôm cả khối nghiệp từ đời này sang đời khác. Cái đó trước hết tìm thấy trong bộ ba mà Phật cũng thường nhắc đến: tâm-ý-thức (*citta-manas- vijñāna*). Trong đó, tâm được định nghĩa: "Nó tích lũy, nên nó được gọi là tâm."[46] Tích, nó tích lũy cái gì? Nghiệp thiện và bất thiện.[47]

Tâm-ý-thức nhất thể, quả vậy, và như vậy chỉ có sáu thức. Các nhà Duy thức tất nhiên cũng thấy như vậy, nhưng các Ngài lại phân nó thành ba tầng, và do đó theo phân công tác dụng mà thành tám thức. Trong đó chuỗi vi tế tương tục kia chính là tâm, nơi tích lũy nghiệp thiện và bất thiện.

Từ định nghĩa tâm là gì và ba tầng tâm thức, các nhà Duy thức nhanh chóng tìm thấy mật ý mà Phật đã nói về tên gọi có thể mô tả hoàn hảo cho thể tính và tác dụng của tâm này: *ālaya* (a-lại-da). Từ này được tìm thấy trong chính kinh Tạng Thanh văn. Cụ thể, luận *Nhiếp Đại thừa* dẫn: Trong kinh *Tăng nhất* của Thuyết nhất hữu bộ cũng mật ý nói đến thức này với tên gọi là a-lại-da. Kinh nói: "yêu a-lại-da, vui a-lại-da, mừng a-lại-da, thích a-lại-da."[48]

---

[46] Kośaiv. k.34 (Pradhan 6.22) *cittaṃ mano 'tha vijñānam ekārthaṃ* cinotīti cittam | *manuta iti manaḥ | vijānātīti vijñānam* | Tâm, ý và thức nhất thể. Nó tích tập nên nó là tâm. Nó tư duy nên nói là ý. Nó nhận thức nên nói là thức. Huyền Trang, *Câu-xá* quyển 4, T29n1558, tr. 21c20. 集起故名心

[47] Vyākhyā: *kuśalam akuśalaṃ vā cinotīty arthaḥ/nairuktena vidhinaivaṃ siddham/*

[48] Đoạn văn Pali tương đương, Dīgha ii. 35, Majjhima i. 167; Saṃyutta 1. 136: *adhigato kho myāyaṃ dhammo gambhīro duddaso duranubodho santo paṇīto*

Chứng minh được sự tồn tại của thức a-lại-da, các nhà Duy thức hy vọng giải quyết được vấn đề nghiệp-dị thục và chủ thể luân hồi. Đại thừa thành nghiệp luận, được viết bởi Thế Thân, và cũng có thể đọc được trong phần văn bản ở đoạn sau cho thấy điều này. Nhưng điều này không hẳn vậy. Nguyệt Xứng *(Candrakīrti)*, truyền nhân của Trung luận tích cực phê phán hy vọng này trong *Nhập Trung luận (Madhyamakāvatāra)*. Ở đây chúng ta không nghiên cứu về những nguyên nhân nào dẫn đến sự bất đồng quan điểm này. Chỉ có thể nói đơn giản, hoặc giả do điểm đứng khác nhau khi quan sát cùng một thực tại: thể tính luận và tâm lý luận, mặc dù cả hai cùng lập cước trên duyên khởi luận. Thế nhưng, chính các nhà Duy thức cũng đã cảm thấy được vấn đề này nên đã dẫn Kinh *Đại thừa Giải thâm mật*, kệ tụng như vầy:

Thức a-đà-na cực kỳ sâu, vi tế,
Tất cả chủng tử như thác lũ.
Ta không vén mở cho phàm ngu,
Vì chúng sẽ chấp là tự ngã.[49]

---

atakkāvacaro nipuṇo paṇḍitavedanīyo. ālayarāmā kho panāyaṃ pajā ālayaratā ālayasammuditā. ālayarāmā kho panāyaṃ pajā ālayaratāya ālayasammuditāya duddasaṃ idaṃ ṭhānaṃ yadidaṃ– idappaccayatā paṭiccasamuppādo, "Pháp mà Ta đã chứng đắc này thật sâu thẳm, khó thấy, khó biết, là pháp tịch tĩnh, vi diệu, siêu việt tư duy tư biện, thâm áo, duy chỉ bậc trí mới cảm nghiệm được. Còn chúng sinh này yêu thích sở tàng, ham muốn sở tàng, vui đắm sở tàng, hoan hỷ sở tàng. Vì vậy, pháp này thật sự khó thấy đối với chúng: đó là, y tha duyên tính duyên khởi pháp. Trong đây, từ *ālaya*, theo định nghĩa Từ điển Pali-Anh của PTS: *chỗ (chim) đậu; chỗ cư trú, cái nhà;* nghĩa rộng; *sự chấp trước, sự ham muốn, dục vọng.* Các cụm từ *ālayarāmā ālayaratā ālayasammuditā,* Huyền Trang dịch: ái a-lại-da, lạc a-lại-da, hỷ a-lại-da. Hân-a-lại-da trong bản Hán không có trong Pali. Các đoạn kinh liên hệ tương đương Pali không có các cụm từ này: *Trường A-hàm 1* (tr. 8b15), *Trung A-hàm 56* (tr. 777a19) *Tăng nhất 10* (tr. 593a24), *ibid. 14* (tr. 618a27). Cf. *Tứ phần luật 31* (T22n1428, tr. 786c2): 眾生異見異忍異欲異命 依於異見樂於樔窟眾生 以是樂於樔窟故 於緣起法甚深難. Chúng này do kiến chấp dị biệt, tín nhẫn dị biệt, xu hướng dị biệt; do kiến chấp dị biệt nên ham thích nơi hang ổ. Chúng sinh vì ham thích nơi hang ổ nên khó có thể hiểu nổi pháp duyên khởi sâu xa này. Trong Hán dịch này, từ *ālaya* được dịch là *sào quật* 樔窟, hang ổ. Cf. *Thành Duy thức*, Tuệ Sỹ dịch, chương II, cht. 46. Xem đoạn sau, Phụ lục văn bản, *Đại thừa thành nghiệp luận.*

[49] xem đoạn sau, phần Phụ Lục Văn Bản, *Đại thừa Thành nghiệp luận.*

A-đà-na (*adāna*), dị thục (*vipāka*), nhất thiết chủng (*savrvabīja*), là những tên gọi khác của a-lại-da (*ālaya*), tùy theo thể và dụng của một tâm trong vòng sinh tử lưu chuyển.

PHỤ LUẬN II

GIỚI THIỆU "ĐẠI THỪA THÀNH NGHIỆP LUẬN"

1. Vấn đề dẫn khởi

Trong *Câu-xá*, Thế Thân đã trình bày khá chi tiết biện luận giữa Hữu bộ và Kinh bộ như là đại biểu lý giải vấn đề; và công nhận mỗi bộ có một phần hợp lý, nhưng chưa hài lòng, do đó về sau viết thêm *Đại thừa Thành nghiệp luận*[1] để tiếp tục lý giải vấn đề. Chủ điểm là thuyết vô biểu sắc. Trong vấn đề trì giới và phá giới, vô biểu sắc có chức năng phòng hộ, quan điểm này khả dĩ chấp nhận, và Thế Thân đã diễn giải khá chi tiết trong *Câu-xá*, do đó ở đây, trong *Thành nghiệp luận*, không được thấy nhắc lại.

Mặt khác, vấn đề nghiệp tồn tại cho đến nhiều đời sau để khi hội đủ điều kiện sẽ cho kết quả còn chưa được lý giải thỏa đáng, mặc dù trong *Câu-xá* Thế Thân cũng đã đề xuất ý kiến đối với các quan điểm của Hữu bộ và Kinh bộ.

Tổng quát mà nói, trong khi những người tin Phật không thừa

---

[1] Xem đoạn sau, phần Phụ lục văn bản.

nhận có một đấng quyền năng tối thượng tồn tại thường hằng bất biến, vị này dành lấy quyền thưởng phạt tối hậu; và trong khi cũng không thừa nhận có một tự ngã thường hằng bất biến để cất giữ nghiệp nó đã làm như một người cất giữ của để nhớ mà trả quả hay nhận quả; nhưng lại thừa nhận có nghiệp và nghiệp quả, không chỉ trong đời này mà hậu quả còn tồn tại cho đến nhiều đời sau. Như bài kệ thường được trích dẫn: "Dù trải qua trăm nghìn kiếp, nghiệp đã tạo không mất. Khi nhân duyên hội đủ, tự nó nhận kết quả." Không có người phán xét, không có người làm cũng không có người nhận, nhưng có nghiệp và nghiệp quả; điều này thật khó hội thông. Nhưng đó chính là giáo nghĩa Phật dạy.

Các bộ phái Phật giáo xuất hiện trong nhiều bối cảnh lịch sử và địa lý khác nhau, do đó cũng một đoạn kinh Phật mà giải thích khác nhau. Thậm chí cho rằng người trước có thể đọc sai nghĩa hay phát âm sai từ mà chỉnh lại, khiến cho vấn đề càng trở nên phức tạp. Giải thích lại điều mà tiền nhân đã giảng giải là phản ứng tự nhiên trước những tiến bộ về mặt nhận thức của xã hội. Quan niệm trong xã hội cổ quyết định rằng giết người phải thường mạng, thế mới là công lý; quan niệm ấy ngày nay bị nhiều xã hội văn minh hiện đại lên án, cho rằng đấy không phải là công lý mà là hành vi sát nhân. Rất nhiều quốc gia được xem là văn minh tiến bộ tiêu biểu của xã hội hiện đại đã quyết định bỏ luật tử hình. Cho nên Thượng đế trong nhiều tôn giáo cũng đã thay đổi luật thưởng phạt của mình.

Để giải thích có lý giải được xem là khả dĩ chấp nhận hợp lý đối với lời Phật dạy, riêng trong vấn đề nghiệp báo và luân hồi, các bộ phái đặt thêm nhiều yếu tố mới, cho rằng chính là điều đã được Phật ngụ ý ở đâu đó, hoặc được nói một nơi mà loài người không bén mảng đến được, như trên cõi trời Tam thập tam chẳng hạn!

Nan đề được đặt cho vô biểu nghiệp của Hữu bộ là, theo quan điểm của bộ này, thể của nghiệp là sắc pháp phát sinh từ đại chủng dị thục của thân và y trên thân mà tồn tại. Đến khi thân này tan rã, các đại chủng làm sở y cho vô biểu nghiệp, vốn là sắc, cũng diệt theo. Vậy cái gì tồn tại đến nhiều đời sau? Trong *Câu-xá*, Thế Thân không đặt nan đề này, bởi vì lý đương nhiên được hiểu là do bởi thuyết "tam thế thực hữu, pháp thể hằng hữu" của Hữu bộ. Pháp tuy khi trôi vào quá khứ, hay chưa sinh trong vị lai, nói rằng pháp ấy diệt hay chưa sinh ấy là căn cứ tác dụng của nó đã diệt hay chưa phát sinh. Tự thể của nó vẫn luôn luôn tồn tại. Do lý này, thể vô biểu sắc nghiệp tuy đã diệt nhưng thể của nó vẫn tồn tại, cho nên dù trải qua thời gian bao lâu trong vị lai, pháp thể không mất cho nên khi hội đủ điều kiện thì nó phát sinh tác dụng và cho quả.

Biện luận về quan điểm "tam thế thực hữu" được mô tả khá chi tiết trong phẩm thứ năm, phẩm "Tùy miên" của *Câu-xá*. Trong phần tổng luận về nghiệp này chỉ tóm tắt những điểm chính trong *Đại thừa thành nghiệp luận*.

Thuyết "tam thế thực hữu" bị đối lập bởi thuyết "quá vị vô thể" của Kinh bộ. Thể của mọi pháp chỉ thực sự hiện hữu trong hiện tại. Trong quá khứ và vị lai, pháp không tồn tại như thể thực hữu. Nói pháp thể ấy là nói theo giả thuyết. Pháp thể không tồn tại trong quá khứ và vị lai, vậy vô biểu sắc hiện tại diệt, thể của nó không tồn tại đến vị lai. Như đã thấy trên, theo các vị Kinh bộ, pháp tồn tại cho đến vị lai như là thực thể của nghiệp, pháp ấy là chuỗi tương tục chuyển biến sai biệt của tư.

2. Phê phán biểu nghiệp

Phần đầu của *Thành nghiệp luận* phê bình hai quan điểm về thể của nghiệp là hình (*saṃstthāna*) và động (*gati*) của Hữu bộ và Chánh lượng bộ như đã thấy trên. Khác với *Câu-xá*, ở đó trước hết nêu thuyết của Chánh lượng bộ chủ trương thân biểu là sự di động và phê phán theo lý luận của Hữu bộ. Tiếp theo đó mới phê phán thuyết thân biểu là hình sắc của Hữu bộ, lý luận theo Kinh bộ. Kết luận của Thế Thân có vẻ thiên về Kinh bộ. Trong *Thành nghiệp luận*, dẫn Hữu bộ trước để phê phán thuyết hình sắc. Tiếp đó, dẫn thuyết di động của Chánh lượng để phê phán. Về đại thể, phê phán cả hai trong đây bằng lý luận không khác bao nhiêu đối với những điều được nêu trong *Câu-*

xá. Điểm đặc biệt của *Thành nghiệp luận* là dẫn thêm thuyết của Nhật xuất luận giả (*Sauryodayika*). Thuyết này thừa nhận một phần chủ trương của Chánh lượng, nói thể của thân biểu là sự di động, đồng thời cũng đồng ý với phê phán của Hữu bộ rằng thực sự không có sự chuyển dịch từ điểm này đến điểm khác, tuy vậy, vẫn có một thực thể đặc biệt dẫn sinh bởi tâm, y trên tay chân mà hoạt động, là nguyên nhân khiến cho tay chân các thứ dịch chuyển từ phương này đến phương khác. Thực thể đó chính là sự di động. Nó được liệt vào sắc xứ. Và một loạt lý luận tiếp theo để bác bỏ. Kết luận chung là bác bỏ chủ trương tồn tại một loại sắc pháp đặc biệt gọi là thân biểu nghiệp, và không nêu ý kiến lên đây để nói bản thể của thân nghiệp là gì. Có thể ý kiến vẫn đồng như được nói trong *Câu-xá*. Theo đây mà suy diễn, yếu tố vật chất hay sắc pháp làm cơ sở cho tay chân cử động để tạo nghiệp không khác với tay chân khi hoạt động bình thường như vẽ vời hay tấu nhạc. Chỉ khi nào tư (*cetanā*) có ý đồ gây nghiệp, bấy giờ tay chân được điều động để thực hiện ý đồ ấy.

Phần tiếp theo, luận tập trung vào vấn đề: cái gì không hủy sau khi tạo nghiệp? Quan điểm của Thế Thân bấy giờ được giới thiệu tóm tắt như sau, bởi *Thành nghiệp luận*: "Ai mà không tin rằng nghiệp thiện và bất thiện dù trải qua thời gian lâu dài vẫn dẫn đến kết quả? Điều này cần phải nghiệm xét: Làm thế nào nó dẫn đến kết quả? Hoặc do tương tục chuyển biến sai biệt mà dẫn đến kết quả, như mầm giống thóc các thứ? Hoặc do chính tự thể hay yếu tính của nó (*svalakṣaṇa*: tự tướng) tồn tại không hủy dù trải qua thời gian lâu dài mà vẫn dẫn đến kết quả? Nếu do tương tục chuyển biến mà đạt đến kết quả, ý nghĩa này vả lại khả dĩ chấp nhận..." Tức lý giải của Kinh bộ bằng chuỗi tương tục chuyển biến sai biệt được chấp nhận một phần, và Thế Thân sẽ bổ sung để cho thuyết lý được hoàn hảo. Về giải thuyết thứ nhất, tự tướng tồn tại lâu dài; đây là lý giải của Hữu bộ căn cứ trên thuyết tam thế thực hữu. Thế Thân bắt đầu phê phán thuyết này.

Để tiến hành phê phán, Thế Thân lập cước trên quan hệ thể và dụng. Bất cứ pháp nào tồn tại đều phải được nhận thức qua tự thể, yếu tính và tác dụng của nó. Nguyên tắc cơ bản: không hề có tự thể tồn tại mà không có tác dụng, và ngược lại, không hề có pháp tác dụng mà không tồn tại tự thể. Người ta nói, lửa trong tranh không đốt cháy, "sừng thỏ" không gây thương tích, vì đó là những tồn tại không thực thể.

Nếu pháp thể hằng hữu, vậy sao nó không thường xuyên khởi tác dụng, vì có thực thể tất phải có tác dụng? Trong vấn đề nghiệp thể, nếu là hằng hữu, trong quá khứ sao nó không thường xuyên thành quả báo? Nói cách khác, nếu nó liên tục tồn tại trong quá khứ cho đến thời hiện tại, sao không thấy nó liên tục cho kết quả? Giả thiết trả lời: vì nếu đã cho quả tức đã có tác dụng, và khi tác dụng diệt, nó không thể tác dụng trở lại lần nữa. Cho nên, nếu nghiệp cho quả, nó chỉ cho một lần.

Cũng vậy, trong vị lai nếu nói cần hội đủ nhân duyên mới cho quả; nhưng pháp thể hằng hữu thì cái gì và ở lúc nào mà không tồn tại để nói đợi đủ duyên?

Sau khi chứng tỏ tiền đề pháp thể hằng hữu, mà ở đây là vô biểu sắc của nghiệp, tiền đề tự mâu thuẫn, Thế Thân nêu một số quan điểm khác muốn lý giải vấn đề nghiệp quả.

3. Nghiệp và nghiệp quả

Trước hết, Đại chúng bộ với khái niệm tăng trưởng hay tích lũy (*upacaya*) và Chánh lượng bộ với khái niệm bất thất hoại (*apravināśa*) được xem là thực thể nghiệp tồn tại không mất. Ý nghĩa "tăng trưởng" được biết xuất xứ từ đoạn kinh *Thế gian phước* dẫn trên. Pháp "bất thất hoại" như được nhắc đến trong Trung luận: "Cái không mất như chứng khoán. Nghiệp như món nợ."[2] Luận điểm của hai bộ này được giới thiệu như sau: "Do nghiệp thân và ngữ thiện và bất thiện, trong chuỗi tương tục của uẩn dẫn sinh một pháp đặc biệt tồn tại như một thực thể được kể trong hành uẩn không tương ưng tâm." Hành uẩn không tương ưng tâm tức chỉ thực thể phi tâm phi vật. Lập luận

---

[2] *Madhyamakakārikā*, Karmaphalaparīkṣā, k. 14. Hán, 觀業品第十七, kệ 14.

muốn nói, nếu là sắc tất y thân vậy khi thân rã sắc tất diệt, vậy nghiệp thể cũng tiêu. Nếu thuộc tâm, mà tâm vốn sinh diệt, niệm trước và niệm sau hoặc thiện hoặc bất thiện; vậy khi tâm diệt thì nghiệp cũng diệt. Nay nói vì phi tâm phi vật nên không phạm khuyết điểm như thế; và do đó nói nó là thể của nghiệp tồn tại không mất.

Thế Thân nêu ba lý do để bác bỏ. Thứ nhất, vấn đề ký ức do học tập và kinh nghiệm: "Trong sát-na nào dẫn khởi pháp nào để sau đó lại phát sinh ký ức?" Ý nói, pháp bất thất được dẫn sinh bởi nghiệp thân và ngữ thiện hoặc bất thiện để thời gian sau cho kết quả; ở đây, khi học tập hay nhận thức, cái gì được dẫn sinh để sau này nhớ lại? Sau khi nhớ lại, cái được nhớ này về sau vẫn còn được truy xuất nhiều lần nữa. Trong trường hợp này cái gì được dẫn khởi vào sát-na nào để được lưu trữ rồi sau đó nhớ lại lần nữa? Một ấn tượng được lưu thành ký ức, thời gian sau được truy lục để nhớ lại, ta nói khi ấy các tồn tại phát sinh tác dụng. Về sau, sự việc còn được truy lục để nhớ lại nhiều lần nữa, tức là cái tồn tại ấy liên tục phát sinh tác dụng nhiều lần. Nhưng nghiệp sau khi đã cho quả tất không thể cho thêm một lần nữa. Đây là sự khác biệt giữa ký ức và nghiệp, mặc dù cả hai đều được xem như là thực thể không mất (*apravināśa*: pháp bất thất hoại), cũng được lưu trữ để tương lai phát sinh tác dụng, cho kết quả.

Điểm thứ hai liên hệ đến các trường hợp nhập và xuất diệt tận định và vô tưởng định. Hai loại định này vượt ngoài khả năng nhận thức của người thường nên ở đây chúng ta lướt qua.

Điểm thứ ba, Thế Thân dùng thí dụ như người ta dùng nước tử khoáng[3] để nhuộm màu hoa câu duyên[4]; khi quả sinh, thịt nó đỏ. Trong quá trình nhuộm, nước và hoa là hai tồn tại riêng biệt. Khi quả sinh thì nước dịch tử khoáng và hoa câu duyên

---

[3] Tử khoáng, thực vật họ đậu, tên khoa học là *Butea monosperma*, tiếng Anh gọi là *Flame of the Forest*: lửa rừng; mọc nhiều ở khu vực Đông nam Á và Ấn Độ.

[4] Câu duyên, thực vật thuộc họ cam quýt, tên khoa học *Citrus wilsonii Tanaka*; tên sanskrit: *mātulunga*. Câu xá luận ký quyển 30, tr. 451c24: "Hạt câu duyên màu vàng. Người Ấn Độ muốn cho nó đỏ để hiến vua nên nhuộm hoa để cho hạt đỏ."

đều không tồn tại, vậy cái gì khiến cho thịt của quả câu duyện đỏ? Ý nói, nếu thể của nghiệp là cái bất thất tồn tại không thay đổi, làm sao cho quả? Vì nếu như hoa câu duyện và nước dịch tử khoáng không hủy thì không thể cho quả có màu đỏ. Thế Thân đề nghị điều chỉnh lại lý luận. Theo đó, nên nói, do tác dụng bởi tư sai biệt huân tập chuỗi tương tục tâm khiến phát sinh công năng; công năng này chuyển biến sai biệt cho đến khi cho quả. Cũng như nhuộm màu câu duyện; hoa và nước dịch cùng lúc diệt đồng thời dẫn sinh chuỗi tương tục của công năng; công năng này liên tục biến đổi cho đến khi cho quả.

Thứ đến, phê phán Kinh bộ. Thế Thân thừa nhận một phần lý giải của Kinh bộ, một phần khác chưa thể xem là hoàn bị do đó lý luận bổ sung để dẫn đến chứng minh tồn tại của A-lại-da, trọng điểm của Duy thức học.

Phần lý giải của Kinh bộ được xem khả dĩ chấp nhận, đó là ngoài ý thức sinh diệt vô thường, tồn tại một tầng ý thức vi tế. Nhưng lý giải này vấp phải vấn đề diệt tận định, nói đủ là tưởng thọ diệt tận định (*saṃjñā-vedayita-nirodha-samāpatti*), trong định này thọ và tưởng đều không hiện hành. Trừ một số ít Thánh giả A-la-hán mới đắc định này; họ được gọi là chứng "câu phần giải thoát" (*ubhayato-vimokṣa*). Đa số những vị khác không đạt đến trình độ nhập định này, chỉ do huệ mà giải thoát nên các vị này được gọi là hạng A-la-hán huệ giải thoát (*jñāna-vimokṣa*). Một số ít các vị A-na-hàm cũng có thể chứng diệt tận định, và họ được gọi là các vị "thân chứng" (*kāya-sakṣī*). Như thế, luận giải cái gì tồn tại hay không tồn tại trong trạng thái nhập diệt tận định là vấn đề siêu việt kiến giải thông thường. Chính lý do này mà các luận sư tranh luận không thôi, và hầu như khó ai thuyết phục được ai, vì hẳn là không vị nào đạt đến trình độ định này để biết điều được nói ấy đúng hay sai.

Tuy nhiên, về một phương diện khác, nếu xem trạng thái diệt tận định như một lý thuyết giả thiết, mà có thể kiểm chứng bằng suy luận hợp lý; thế thì vấn đề khả dĩ biện luận. Bởi vì, trong trạng thái diệt tận định, tâm thức không hoàn toàn hoạt động, gọi là trạng thái vô tâm như người đã chết. Sau khi xuất định, tâm và tâm sở được nối trở lại để hoạt động, như người chết rồi tái sinh vào một đời khác. Đây là căn cứ để luận chứng về sự tồn tại của tâm từ đời này sang đời khác và hệ luận là tự thể tồn tại của nghiệp.

Trước hết, *Thành nghiệp luận* dẫn quan điểm chính của Kinh bộ: "Có vị nói rằng, ý phụ lực của sắc căn chủng tử (yếu tố vật chất tồn tại dưới dạng tiềm thế, dưới dạng công năng) mà tâm sau đó sinh khởi trở lại. Vì chủng tử dẫn sinh tâm và tâm sở y trên hai chuỗi tương tục: tương tục của tâm và tương tục của sắc." Khái niệm chủng tử về sau được duy thức triển khai rộng. Đoạn dẫn này muốn nói, khi nhập diệt tận định, tâm và tâm sở hoàn toàn diệt mất. Nhưng chủng tử hay công năng của nó không mất mà gá vào sắc căn để tồn tại. Sắc căn nói đây chỉ sắc thân. Người nhập diệt tận định, thân thể bề ngoài trông như chết hẳn, ngưng thở, tim không đập, máu không tuần hoàn. v.v.; nhưng thân căn chưa hoại, nên sau đó xuất định vị ấy sinh hoạt trở lại bình thường.

Ở đây có hệ luận. Theo đó, nếu sinh vào vô sắc giới, sắc không tồn tại; thế thì, bấy giờ chủng tử của sắc y tâm mà tồn tại. Cần nói thêm điều này một chút. Nếu người sinh trong dục giới mà nhập định vô sắc, khi ấy thân căn vẫn tồn tại, nên không thành vấn đề. Sau khi chết và tái sinh vào vô sắc giới, ở đó thân căn không tồn tại, nhưng theo các vị này ý thức vẫn tồn tại dưới dạng vi tế như là công năng hay gọi là chủng tử. Cho đến khi tái sinh trở lại dục hay sắc giới, chủng tử của sắc căn y nơi thức mà tái sinh khởi. Đó gọi là các chủng tử y vào hai chuỗi tương tục mà tồn tại.

Khi nhập diệt định, ý thức diệt; vậy khi xuất định, ý thức sinh khởi trở lại bằng cách nào? Kinh nói, "Duyên vào các sắc và mắt (nhãn căn), nhãn thức sinh, cho đến, duyên vào ý (căn) và pháp, ý thức sinh." Ý căn là gì? Tất không phải là trái tim như các vị Thượng tọa bộ nói. Kinh bộ đồng ý với Hữu bộ cho rằng trong sáu thức, thức nào vừa diệt, thức ấy được nói là thức quá khứ vô gián; chính thức này trở thành ý căn. Nói cách khác, thức phát sinh trong một sát-na liền diệt; sát-na tiếp theo, nó trở thành ấn tượng quá khứ trực tiếp, và đó là ý căn, điểm tựa cho ý thức xuất hiện và hoạt động. Nhưng khi nhập diệt định, tất cả sáu thức đều diệt không hiện hành. Vậy khi xuất định, thức nào là quá khứ vô gián để thành ý căn? *Thành nghiệp luận* tiếp tục dẫn Kinh bộ giải đáp: ý (căn) được nói đến trong Kinh đó tức là chủng tử của ý thức. Chủng tử là nhân, ý căn là quả. Y nhân mà gọi tên quả. Vì vậy mà nói chủng tử của tâm được duy trì bởi sắc và chủng tử sắc được duy trì bởi tâm. Thế thì, và Thế Thân phản bác, mỗi một tâm và tâm sở pháp khi phát sinh đều từ tương tục của hai chủng tử, sắc và tâm. Điều này trái với quy luật đã được thực nghiệm: không một chồi non nào mà lại nảy sinh từ hai mầm giống.

Để bổ sung khuyết điểm như vậy, Kinh bộ lập thuyết tế ý thức (*sūkṣma-mano-vijñāna*). Chủ xướng thuyết này được nói là do Thế Hữu (Vasumitra), một Luận sư của Kinh bộ, trùng tên với một Luận sư Tì-bà-sa. Chứng cứ lập thuyết được dẫn từ Kinh: "Vị nhập diệt định, thân hành, ý hành, khẩu hành đều diệt, các căn không biến hoại, thức không lìa thân."[5] Từ Kinh chứng này, ý kiến được nêu: Thức không lìa thân: nếu không phải là ý thức, thì thức gì? Trong các bộ phái chỉ thừa nhận có sáu thức, vì trong các Kinh điển A-hàm Phật chỉ nói có sáu thức. Khi nhập trạng thái vô tâm của diệt định, bấy giờ ý thức không hoạt động, đó là phần mặt trên. Trong phần chìm sâu, ý thức luôn luôn tồn tại; để phân biệt gọi nó là tế ý thức. Tuy nhiên, từ đây vẫn phát sinh nhiều vấn đề phức tạp nữa. Ở đây không cốt nghiên cứu *Thành nghiệp luận* cho nên chúng ta lướt qua những điểm phức tạp này, thuộc giáo nghĩa của Duy thức. Chủ đích phê phán của Thế Thân là lần lượt dẫn đến thiết lập thức thứ tám, điều mà kinh luận trước đó chưa đề cập đến. Cho đến các nhà Trung quán như Thanh Biện (Bhāvaviveka), Nguyệt Xứng (Candrakīrti) cũng không thừa nhận có thức thứ tám.

---

[5] *Tạp A-hàm* quyển 21, kinh số 568, tr. 150b12: "Nếu xả thọ (sinh mạng) và noãn (hơi ấm), các căn sẽ hủy, thân mạng sẽ rã, như vậy gọi là chết. Vị nhập diệt tận định, thân hành, khẩu hành và ý hành đều diệt, thọ mạng không xả, noãn không rời, các căn không rã, thân mạng phụ thuộc lẫn nhau."

Lập luận cơ bản của Thế Thân là nếu không tồn tại thức thứ tám, thế thì thức mà Phật nói vẫn tồn tại khi nhập diệt định đó là thức gì? Và nói rộng ra, làm sao giải thích tồn tại của nghiệp từ đời này sang đời khác? *Thành nghiệp luận* dẫn bài tụng để quy kết ý nghĩa này: "Tâm cùng với vô biên chủng tử, liên tục trôi chảy thành chuỗi tương tục. Khi gặp duyên huân tập đặc biệt, chủng tử tâm tăng thịnh. Lực của chủng tử chín dần; khi đủ duyên nó cho quả. Như nhuộm hoa câu duyện, khi kết trái, thịt màu đỏ." Thế Thân cũng nói, kỳ thực trong các bộ phái cũng đã hàm ẩn thức này. Như Đồng diệp bộ (Tāmaraparṇīya|Tambapaṇṇiya; Thượng tọa bộ Tích lan) lập Hữu phần thức (*bhavāṅga*); Đại chúng bộ gọi nó là Căn bản thức (*mūla-vijñāna*); Hóa địa gọi nó là Cùng sinh tử uẩn (*saṃsārānta-skandha= ekarasa-skandha*: nhất vị uẩn). Tất nhiên, các vị Du già hành tông cho rằng tuy đã có lập thuyết như vậy nhưng vì chưa hoàn chỉnh cho nên Duy thức lập thức thứ tám, gọi nó là thức a-lại-da (*ālaya-vijñāna*) vì do bởi sự lắng đọng của nghiệp quá khứ được tích lũy; gọi nó là thức nhất thiết chủng (*sarvabīja-vijñāna*) vì hình thành bởi vô số hạt công năng được tích lũy từ vô thủy; những hạt công năng này được gọi là chủng tử (*bīja*: hạt giống); và cũng được gọi thức dị thục (*vipāka-vijñāna*) vì là kết quả của nghiệp quá khứ. Ý nghĩa này được nói đủ hơn trong *Thành duy thức luận.*

Sau Vô Trước và Thế Thân mặc dù sự tồn tại của thức thứ tám được xem là có cơ sở giáo chứng và lý chứng vững chắc, nhưng điều đó đã không thuyết phục được các nhà Trung quán như Thanh Biện, Nguyệt Xứng.

Rốt lại, tự thể tồn tại của nghiệp là vấn đề cực kỳ phức tạp. Chưa có lý giải nào được tất cả các bộ phái Phật giáo công nhận, mặc dù đây là vấn đề quan trọng trong giáo nghĩa của Phật. Vì do tin tưởng luân hồi nghiệp báo mới có định hướng giải thoát. Xem ra mọi lý luận, kiến thức thuần lý luận, không can dự hay chỉ can dự chút ít đến kinh nghiệm thực chứng trong quá trình tu tập.

大乘成業論
ĐẠI THỪA THÀNH NGHIỆP LUẬN

Vasubandhu
Karmasiddhiprakaraṇa

slob dpon dByig gnyen
las grub pa'i rab tu byed pa

大乘成業論
世親菩薩造
大唐三藏法師玄奘奉詔譯

ĐẠI THỪA THÀNH NGHIỆP LUẬN

Thế Thân Bồ-tát tạo
Đại Đường Tam tạng Pháp sư Huyền Trang
phụng chiếu dịch

Việt dịch & chú giải:
Tuệ Sỹ - Tâm Nhãn

NGUỒN CHÍNH

Tạng dịch:

Las grub pa'i rab tu byed pa (Karmasiddhiprakaraṇa)
Tác giả: dByig gnyen. Dịch giả: Viśuddhasiṃha, Devendrarakta.
Duyệt sách: dPal brTsegs. sDe-dge. [shi] 134b[2] – 145a[6] PDF.vol. 136.
270[2]-289[6]. Thư viện Đại học Ōtani-Nhật bản. Tohoku No 4062. -
Peking: Sems tsam vi. No 5563, 156[a]-168[b]. PDF. vol. 113.

Las grub pa'i bshad pa (Karmasiddhi-ṭīkā)
Chú sớ: bLo bzang ngan tshul (Sumatiśīla: Thiện Huệ Giới). Dịch giả:
Viśuddhasiṃha, Devendrarakṣita. Duyệt sách: dPal brTsegs. sDe-dge.
[hi] 63b[1]-102a[5]. PDF. vol. 138.126[1]-203[5].203. Tohoku, No. 4071. -
Peking: Sems tsam vi. No 5572. 69[a]-117[b]. PDF. vol.114. Thư viện Đại
học Ōtani-Nhật bản.

Hán dịch:

大乘成業論-世親菩薩造-大唐三藏法師**玄奘奉** 詔**譯.** *Đại thừa
Thành nghiệp luận* – Thế Thân Bồ-tát tạo – Đại Đường Tam
tạng Pháp sư Huyền Trang phụng chiếu dịch. **Đại chánh tập
31** Số hiệu 1609, tr. 781a22-786b14.

業成就論 – 天親菩薩造 – 元魏天竺三藏毘目智仙譯 *Nghiệp
thành tựu luận* – Thiên Thân Bồ-tát tạo – Nguyên Ngụy Thiên
Trúc Tam tạng Tì-mục-trí-tiên (*Vimokṣaprajñā-ṛṣi*) - Đại chánh
tập 31 Số hiệu 1608, tr.777b21-781a21.

NGUỒN THAM KHẢO

Le Traité de l'Acte de Vasubandhu – Karmasiddhiprakaraṇa.
Étienne Lamotte. Imp. Sainte Catherine, 1936

Karmasiddhiprakaraṇa – The Treatise on Action by
Vasubandhu. French translation by Étienne Lamotte. Englisch
Translation by Leo M. Pruden. Asian Humanities Press 1987.

山口益 世親の成業論-善慧戒の註釈による原典的解明-法藏館, 1951

TIẾT I. TỔNG THUYẾT

[781a29] 1. Như Thế Tôn thuyết trong nhiều kinh, "Nghiệp có ba: thân nghiệp, ngữ nghiệp và ý nghiệp."[1]

[781b] 2. Trong đây, có vị nói, thân nghiệp, là nghiệp được tạo tác bởi thân (*kāyakṛta*). Ngữ nghiệp, ngữ chính là nghiệp.[2]

Trong cả hai, mỗi nghiệp đều có tự thể là biểu và vô biểu.[3]

Ý nghiệp, là nghiệp tương ưng với ý (*manaḥsaṃprayukta*). Tự thể (*svabhāva*) của nghiệp này (ý nghiệp) duy chỉ là tư (*cetanā*).

TIẾT II. BIỂU

I. HỮU BỘ TÌ-BÀ-SA

1. Quan điểm

Nay, trong đây, điều này cần được tư duy: Pháp được gọi là biểu đó là gì?

---

[1] *Kośa* iv, 192: "Như Kinh nói, 'Có hai loại nghiệp: nghiệp là tư, và nghiệp sau khi tư.'... Hai loại nghiệp như vậy được phân tích thành ba: thân nghiệp, ngữ nghiệp, ý nghiệp của hữu tình." *Kośa* iv k. 1: *cetanā tatkṛtaṃ ca tat.* Cf. *Aṅguttara*, iii, 415: *cetanāhaṃ, bhikkhave, kammaṃ vadāmi. Cetayitvā kammaṃ karoti: kāyena vācāya manasā.*

[2] Phân tích phức hợp từ; **kāyakarman**: = *kāyena kṛtam karma*, y chủ thích biến cách 3 (*tṛtīyāsamāsa*), lược bỏ từ trung gian *kṛta*. **Vākkarman**: *vāg eva karma*, trì nghiệp thích (*karmadhāra*). **Manaskarman**: *manasā saṃyuktaṃ karma*, y chủ thích biến cách ba, lược bỏ từ trung gian *saṃyuktaṃ*. Ở đây, cái tương ưng với ý là tâm sở tư (*cetanā*); và tư tức là *nghiệp* như nói trên.

[3] Skt. *vijñapti, avijñapti.*

Có vị nói, thể của biểu của thân nghiệp là hình sắc[4], sinh khởi từ tâm duyên đến nó (hình sắc) làm đối tượng.

Đó là hình sắc của cái gì? Đó là hình sắc của thân.

Nếu nói đó là hình sắc của thân, sao trước nói nghiệp được tạo tác bởi thân gọi là nghiệp của thân? Bởi vì hình sắc này thuộc một chi phần của tổng thể thân, nên nói là hình sắc của thân; nó y chỉ đại chủng[5] của thân mà phát sinh, nên nói là được tạo tác bởi thân. Từ ngữ "tổng thể thân" cũng hàm ngụ cả [chi phần] riêng biệt [của thân]. Như người thế gian nói: "Tôi sống trong một ngôi làng", hay "Tôi sống trong một cánh rừng."[6]

Nói rằng, nó là cái sinh khởi từ tâm lấy nó làm sở duyên, là muốn nói gì? Bởi vì muốn tách biệt hình sắc của môi v.v... [khi người ta nói]. Nó (hình sắc của môi) chẳng phải là cái sinh khởi từ tâm lấy nó làm sở duyên, mà nó sinh khởi từ tâm lấy ngữ âm[7] làm sở duyên... Và cũng tách biệt hình sắc phát sinh từ tâm túc nguyện[8]. Vì nó (ngữ biểu đó) chẳng phải cái sinh khởi từ tâm lấy đó làm sở duyên, mà nó sinh khởi từ tâm khác vốn là

---

4 *Saṃsthānam*, hình thái, hình sắc; một trong hai loại sắc đối tượng của mắt. "Tất cả đối tượng của mắt chỉ có thể xuất hiện trong hai dạng: a. *hình sắc* (*samsthāna-rūpa*): hình thể, như đường hoặc thẳng hoặc cong, hoặc dài hoặc ngắn, thuật ngữ gọi là hình sắc. b. *hiển sắc* (*varṇa-rūpa*): màu sắc, như trong mặt phẳng với các độ màu xanh, vàng, đỏ, trắng, thuật ngữ gọi là hiển sắc."

5 *Câu-xá* i tụng 11, ... *mahābhūtāny upādāya sa hy avijñaptir ucyate*, y chỉ các đại chủng, nó được gọi là vô biểu. Một tổ hợp sắc của bốn đại chủng, gọi là sắc y chỉ đại chủng, hay sở tạo sắc. Đại chủng và đại chủng sở tạo tổ hợp thành một tổng thể gọi là thân.

6 Nghĩa là họ nói cư trú trong một ngôi làng, nhưng sinh sống trong một căn nhà ở trong làng. Hay nói sống trong rừng nhưng cư ngụ dưới một gốc cây nào đó trong một khu rừng.

7 HT. 言音 ngôn âm. Tạng: *tshig*, Lamotte phụ chú Skt. *pada*: một từ hay một câu. Cũng có thể Skt. *vāk*, ngôn ngữ, âm thanh phát ra hợp thành một từ một câu diễn đạt một sự vật, một ý tưởng, hay một trạng thái tâm lý mà người nghe có thể nhận được. *Câu-xá* iv tụng 3 *vāgvijñaptistu vāgdhvaniḥ: ngữ biểu là ngôn thanh (âm)*.

8 Tâm túc nguyện (*pūrvakapraṇidhānacitta*), tâm của ước nguyện hay phát nguyện từ trước. Tì-mục-trí-tiên dịch là "tiền nguyện 前願"; theo đây có thể hiểu túc nguyện bao hàm nguyện đời trước và nguyện đời nay. Thiện Huệ Giới dẫn thí dụ, như nói rằng "Mong sao môi tôi đỏ như hoa bimba." Không có giải thích gì thêm. Không thấy nơi khác nói về điều này.

nhân dị thục. [9]

Vậy biểu là gì? Biểu là biểu thị cho người khác biết cái tâm phát động nghiệp của chính mình. Để làm rõ nghĩa này, có bài kệ nói rằng:

Do chuyển động bởi thân và ngữ bên ngoài,
Tâm tư bên trong được biểu thị.
Như cá lặn dưới ao sâu,
Được biểu thị qua những chuyển động của sóng nước.

Vậy hình sắc đó là gì? Là dài, ngắn v.v…. Dài, ngắn đó là gì? Là cái mà từ đó phát sinh ý tưởng về dài, ngắn.

Vậy nó (hình sắc) thuộc xứ nào? Nó thuộc sắc xứ. [10]

2. Phê bình

Điều này, ở đây, cần được nghiệm xét. (a) Dài là cực vi đặc biệt của hiển sắc (màu sắc)? [11] (b) Hay nó là sự tụ tập các cực vi đặc biệt? (c) Hoặc nó là một vật thể độc nhất riêng biệt biến mãn khắp trong tập hợp hiển sắc…?

(Hữu bộ): Nếu vậy thì có sai lầm gì?

a. (Luận chủ): Nếu dài v.v… là cực vi đặc biệt, vậy dài hay ngắn phải được nhận biết trong từng bộ phận của khối tập hợp sắc, ví dụ như hiển sắc. [12]

b. Nếu dài v.v… là tụ tập của cực vi đặc biệt, thì có khác gì với

---

9 Thiện Huệ Giới giải thích: "Tâm thiện mà vốn là nhân dị thục trước đó; tâm này sở đắc thù thắng tính của nhân (dị thục), từ tâm đó mà (hình sắc) phát sinh." Đây ý nói tâm phát nguyện khi thọ giới. Nghiệp thiện hay bất thiện là nguyên nhân dẫn đến quả dị thục, được gọi là nhân dị thục (*vipākahetu*). *Câu-xá* ii tụng 54.

10 *rūpāyatana.* 《阿毘達磨俱舍論》卷 1〈分別界品 1〉, T29, no. 1558, p. 2, b24: Sắc có hai loại, đó là sắc màu và hình thể. Trong đó, sắc màu có bốn thứ: xanh, vàng, đỏ, trắng. Các màu khác là những phân biệt từ chúng. Hình thể có tám: bắt đầu là dài, và cuối cùng là không phẳng. Các sắc này cũng được nói là sắc xứ. (*rūpaṃ dvidhā, varṇaḥ, saṃsthānaṃ ca/tatra varṇaścaturvidho nīlādiḥ/tadbhedā anye/saṃsthānam aṣṭavidhaṃ dīrghādi visātāntam/tadeva rūpāyatanaṃ punarucyate*).

11 《業成就論》卷 1： T31, no. 1608, p. 777, c10, dài là sắc vi trần.

12 Tì-bà-sa/*Vaibhāṣikās* cho rằng màu sắc và hình sắc là vật thật (*dravya*) riêng biệt.

tụ tập của các cực vi hiển sắc? Tức chúng sẽ thành dài, ngắn v.v... tùy theo sự tụ tập khác nhau của các hiển sắc này.[13]

c. Nếu nó là một vật thể độc nhất riêng biệt biến mãn khắp trong tập hợp hiển sắc, thế thì, vì là độc nhất, vì là biến mãn, nó phải được nhận biết trong mỗi bộ phận, vì nó hiện hữu trong tất cả.

Hoặc nó không phải là độc nhất, vì nó được định vị trong từng phần tử cá biệt. Như vậy mâu thuẫn với tông chỉ của chính mình (Tì-bà-sa), theo đó, mười sắc xứ đều là những cực vi tích tụ.[14] Vả lại, như thế là tán trợ đồ đệ của tông Thực Mễ Tế,[15] cho rằng toàn phần là một thực hữu biến mãn trong tất cả thành phần của nó.[16]

---

[13] Thiện Huệ Giới: (Nếu cực vi hình sắc cá biệt thì không nhận thức được, nhưng) khi tụ tập thì được gọi là dài ngắn v.v., như vậy tự tánh của cực vi hình sắc chưa được xác định, chỉ khi tụ tập mới nói là hình sắc, vậy có khác gì với cực vi cá biệt hiển sắc khi tụ tập? Quan điểm của Tì-bà-sa: hiển sắc thực hữu, nhưng khi các cực vi hiển sắc chưa tụ tập thì tự thể của hiển sắc tuy tồn tại vẫn không được nhận thức, vì cực kỳ vi tế nên không thể thấy. Chỉ khi nào các cực vi này tụ tập bấy giờ hiển sắc mới được nhận thức. *Thuận chánh lý 33*, T29n1562, p0533a11.

[14] Thiện Huệ Giới: thực thể (*dravya*, thật vật, hay sự) là cái có nhân (*hetumat, hetuka*) là độc nhất thể (nghĩa là, thể độc nhất này là nhân cho sự tồn tại của thật vật); nếu nhân này không tồn tại, thì thật vật kia cũng không tồn tại; điều này trái với tông nghĩa của Tì-bà-sa, theo đó, 10 sắc xứ đều tồn tại như là thật vật hữu. Hữu bộ Tì-bà-sa chủ trương tất cả 12 xứ đều thật hữu, trong đó 10 sắc xứ được lập thành bởi các cực vi, Kinh bộ cho rằng các sắc xứ là những tập hợp sắc nên đều là giả hữu. Tì-mục-trí-tiên: "Như thế là bác bỏ Phật pháp, vì 10 nhập (xứ) được nói trong các *A-hàm* là tụ tập của vi trần (cực vi)."

[15] Hán dịch nghĩa của từ Skt. *Kaṇāda*: "Người cắn hạt", truyền thuyết là sáng tổ của phái *Vaiśeṣika* (Thắng luận).

[16] Skt. *avayavindravyavāda*, thuyết toàn phần thực thể luận, quan hệ thành phần (*avayava*) và toàn phần, Skt. *avayavin*, Hán dịch *hữu phần*: cái sở hữu các thành phần. Một trong những trọng điểm lý thuyết của Thắng luận, theo đó, thành phần (*avayava*) là những sợi chỉ kết hợp thành một toàn phần (*avayavin*) là tấm vải. Tuy là toàn phần của những thành phần, nhưng nó là một thực thể biệt lập tồn tại ngoài thành phần. Thành phần và toàn phần đều có những đặc điểm tương tự: những sợi chỉ màu xanh hợp thành tấm vải màu xanh, nhưng màu xanh của tấm vải chỉ có quan hệ nội tại (*samavāya*: hòa hiệp) với tấm vải, và màu xanh của những sợi chỉ duy chỉ quan hệ nội tại với sợi chỉ. Thắng luận quan niệm thành phần và toàn thể là những thực tại tồn tại biệt lập. Trong *A-tì-đạt-ma* (Kinh bộ), chỉ thành phần cá biệt tức tự thể cực vi, là thực hữu, còn tụ tập cực vi (toàn phần) là giả, Thế Thân phê bình lý thuyết quan hệ thành phần và toàn phần này của

3. Kinh bộ [17]

a. *Quan điểm*

Khi khối tụ tập sắc tụ tập nhiều theo một phương bấy giờ ý tưởng "dài" khởi lên; khi tụ tập ít theo một phương, ý tưởng "ngắn" khởi lên. Khi thấy bốn mặt đồng đều [781c] thì ý tưởng "vuông" khởi lên. Khi các mặt ngoại vi bằng nhau thì ý tưởng "tròn" khởi lên. Khi thấy ở giữa lồi, biết là "cao"; khi thấy ở giữa lõm là biết "thấp"; khi thấy ngang bằng là biết "ngay"; khi thấy không ngang bằng là biết "không ngay".

[Hoặc như vòng lửa xoay] [18] hoặc khi quán sát tấm thảm thêu mà khởi lên tri giác với nhiều hình dạng khác nhau, nhưng các chủng loại hình thể khác nhau không thể ở cùng một chỗ. Như hiển sắc [19].

Nếu chấp nhận như vậy [20], thế thì trong bất cứ phía nào cũng đều khởi lên tri giác về tất cả mọi thứ hình sắc, điều này không đúng. [21] Cho nên hình sắc không có thực thể riêng biệt, mà do các màu sắc được bố trí trên nhiều mặt bất đồng mà khởi lên các tri giác về dài, (ngắn) v.v…, cũng như tri giác về những hàng cây, hàng kiến [22] v.v… quan điểm này không gì là sai lầm.

Thắng luận trong *Câu-xá* phẩm iii tụng 101, phần thích luận.

[17] Kinh bộ cũng nói thể của thân biểu là hình sắc, nhưng hình sắc là giả hữu chứ không phải thật vật hữu.

[18] Như toàn chuyển luân 如旋轉輪; chi tiết trong bản Huyền Trang, không thấy trong bản Tì-mục-trí-tiên và Tạng.

[19] Các màu sắc mà tự thể khác nhau thì không cùng nhau tồn tại trong một chỗ. Nơi nào là xanh thì chỉ được thấy là xanh.

[20] Thiện Huệ Giới: như người chớp mắt (hay nhắm mắt), có thể thấy nhiều thứ trái ngược ở trong cùng một chỗ.

[21] 《俱舍論記》13：經部又破。或錦等中左觀見馬。右望見牛。正覩見人。倒看見鬼。眾多形像異類不同。便應一處有多實形　理不應然。(T41, no. 1821, p. 204, a26-29) Kinh bộ lại phá, hoặc trong một bức gấm…, nhìn trái thấy là ngựa, nhìn phải thấy là bò, nhìn thẳng thấy là người, nhìn ngược thấy là quỷ. Chẳng lẽ tại một chỗ thấy có nhiều hình thật khác nhau? Điều đó phi lý. (Cf. *Câu-xá* bản Việt dịch tập III, tr. 322).

[22] *Câu-xá* 13, p. 68, c2: Cũng như những con kiến tuy có hình tướng không khác nhau, nhưng chúng gợi lên sự khác nhau về đường thẳng hay vòng tròn. Sự khác nhau của hình sắc cũng vậy.

b. *Phản biện*

Nếu vậy, tại sao trong khoảng xa, mờ tối, không nhận thức được tụ tập của màu sắc, nhưng nhận thức được hình thể? Vì sao không thấy hình sắc của thân cây v.v... mà lại có thể thấy hình sắc của hàng cây và cụm cây[23]?

Tuy nhiên, nếu tách rời thân cây v.v... thì không nhận thức được hàng cây.[24]

Hoặc trong bóng tối, hoặc khoảng xa xăm, sắc màu và hình thể trong tụ sắc đều không được rõ. Tuy có thể nhận biết, nhưng không rõ ràng, người ta nghi ngờ tự hỏi: Cái được thấy là cái gì? Do đó phải biết rằng, chỉ nhận thức được hiển sắc nhưng vì trong bóng tối và khoảng xa nên không thấy được rõ. Vì vậy biểu của hình bất thành.[25]

II. ĐỘC TỬ BỘ VÀ CHÁNH LƯỢNG BỘ

1. Quan điểm

Có vị[26] nói rằng: Thể của thân biểu là sự di động[27], phát sinh từ tâm lấy nó (sự di động) làm đối tượng. Vì lý do gì lại nói "phát sinh từ tâm lấy nó làm đối tượng?" Vì muốn loại ra sự

---

23 Hán: Hàng và liệt 行列. Tì-mục-trí-tiên: Hàng và tụ. Thiện Huệ giới: Hàng (*paṅkti*) là thứ tự tiếp nối nhau; cụm (*gaṇa*) là một nhóm tụ tập.

24 Bản Tạng: *de na rdzas gzhan ni med pa*, Huyền Trang: 然離樹等無別行列, nghĩa như Việt dịch trên. Tì-mục-trí-tiên: 見彼行聚不見形彼無異物, "Thấy hàng và cụm (tụ) của cây chứ không thấy được hình sắc (hình tướng) của cây. (Cho nên, hình sắc) *kia* không có vật thể riêng biệt." Bản Nhật: "Thật sự không có thật thể của hình sắc riêng biệt"; và đặt câu này như là câu kết của đoạn văn. Bản Pháp: "không có hàng cây riêng biệt", và đưa xuống đoạn dưới như là tiền đề.

25 *Câu-xá* iv (*Câu-xá* bản Việt dịch tập III, 2015, Phẩm 4. Phân biệt nghiệp, tr. 325): "Ở đây, các vị Kinh bộ đã phủ nhận, thể di động và hình sắc không phải là thân biểu; vậy, theo các vị, cái gì được biết là thân biểu? Giả lập hình sắc làm thân biểu; nhưng nó chỉ là khái niệm chứ không phải là thật vật."

26 Thiện Huệ Giới: bộ phái *Sāmmatīya* (Chánh lượng bộ). Yamaguchi dịch sát nghĩa tên của bộ này theo Bản Tạng: '*Phags pa Mang pos bkur ba'i sde pa*, 聖一切所貴部, "bộ phái Thánh được mọi người tôn quý". Xứng Hữu (*Yaśomitra*), *Câu-xá luận sớ iv* (*Kośa-vyākhyā*): đây là quan điểm của Độc tử bộ (*Vātsīyaputrīya*).

27 Tì-mục-trí-tiên: 往 văng; Huyền Trang: 行動 hành động. Skt. *gati*, hành vi đi, di chuyển. Do động từ căn **gam**: *gacchati*, nó đi.

mấp máy của môi v.v..., nó (sự mất máy môi) chẳng phải cái sinh khởi từ tâm lấy nó (sự mấp máy môi) làm sở duyên, mà nó sinh khởi từ tâm lấy ngữ âm làm sở duyên.[28]

(V): Vậy di động là gì? Là di chuyển từ điểm này qua điểm khác.

Nó thuộc về xứ nào? Nó thuộc sắc xứ.

2. Phê bình

a. *Luận chứng 1. sai biệt tướng bất khả tri*

Làm sao biết được chính cái đó di chuyển sang điểm khác? Vì không thể nhận biết tướng trạng sai biệt của nó.[29]

Lý này không đúng. Như sản phẩm của nung chín[30], khi vừa tiếp xúc[31] với các điều kiện nung chín như lửa, nắng, tuyết, giấm[32] v.v... chúng tức thì có sự sai khác,[33] nhưng không thể

---

[28] Như đoạn trước, xem các cht. 7, 8, 9.

[29] Các bộ phái này quan niệm pháp tồn tại trong nhiều sát-na, do đó khi hình di chuyển từ điểm này sang điểm khác mà không thấy hình tướng thay đổi, chứng tỏ cái tồn tại trong sát-na đầu với cái trong sát-na sau là một. Trên đây là một luận thức chứng minh thể di động thực hữu, được nhận biết bằng tỉ lượng chứ không bằng hiện lượng. Thiện Huệ Giới diễn dịch luận thức này như sau: Nơi cái nào mà không thấy có điểm sai khác với cái kia, thế thì cái này không phải là dị thể với cái kia. Thí dụ, đồng một tự tánh thì không có dị biệt tự tánh. Ở đây không thấy có sự sai khác về tự tánh của cái di chuyển đến điểm khác với tự tánh của cái ở điểm đầu. Vì vậy, do không thấy có sự sai khác khi di chuyển từ điểm này đến điểm khác, cho nên không thấy có sự sai khác về tự tánh (tự thể). Luận thức này được xem là phạm lỗi nhân không xác định (Tạng: *gtan tshig sbyor ba ma nges pa*; Skt. *anaikāntika-hetu:* bất định nhân).

[30] Skt. *pākajadravya*, Hán: thục biến vật 熟變物, vật biến đổi bởi được nấu chín hay nung chín. Thiện Huệ Giới: sản phẩm nung chín, như đồ gốm các thứ.

[31] Bản Tạng: [...] *phrad ma thag tu bral bar gyur pa la*, ngay sau khi vừa tách khỏi sự tiếp xúc [...] Bản dịch Pháp lược qua ý nghĩa "tách khỏi" (Tạng: *bral bar gyur ba*). Thiện Huệ Giới giải thích: "được tách rời tức thì ngay khi tiếp xúc với lửa, mặt trời, băng, cỏ các thứ." Nói "tức thì ngay khi tiếp xúc", vì tiếp xúc hơi lâu thì sự đổi khác tất thấy rõ. Ở đây muốn nói ngay khi vừa tiếp xúc tức thì tách ra, sự biến đổi nhất định đã xảy ra.

[32] 火光雪酢/Hỏa, quang, tuyết, thố. Tì-mục-trí-tiên: 火雪苦酒日等/Hỏa, tuyết, khổ tửu, nhật đẳng. Bản Tạng: lửa, mặt trời, băng, cỏ các thứ [*me dang/ nyi ma dang/ chab brom dang/ rtsa la sogs pa*] Bản Pháp, như Huyền Trang.

[33] 《阿毘達磨俱舍論》卷 13〈分別業品 4〉:「於灰雪酢日水地合。能令薪等熟變

nhận biết được những dấu hiệu sai khác của nó. Tuy nhiên, trước đó và sau đó không phải chúng không biến đổi.[34]

Đây cũng vậy, các phần giống nhau của củi và cỏ dài[35] bị đốt cháy, tuy mỗi phần phát sinh ngọn lửa có khác nhau, nhưng cũng không thể nhận biết được tướng sai khác của chúng. Song những phần đó không phải không có sự khác biệt.[36]

Đây cũng như vậy, nếu ngay khi vừa tiếp xúc sự nung chín, những cái biến đổi từ sự nung chín không phát sinh thì sau đó nó cũng không xuất hiện, vì điều kiện vẫn không sai biệt.

Nếu các phần giống nhau của những bó cỏ dài bị đốt cháy, mà trong từng phần chẳng xuất hiện ngọn lửa nào khác, thì không có sự sai biệt về hình lượng, độ sáng, và hơi nóng.[37] Do đó, không thể đem sự sai biệt không được biết rõ lại nói rằng nó chuyển từ phương này đến phương khác. Cần phải nghiệm xét rõ sự sai khác của nó.[38]

b. *Luận chứng 2. diệt nhân bất khả đắc*

[782a] Nếu nói, do không thể nhận biết được nhân của sự diệt mất, cho nên biết rằng pháp (di động) ấy từ đây chuyển đến phương khác.[39] Điều này cũng phi lý. Như tâm và tâm sở,

---

生中」 T29, no. 1558, p. 68, a20-21: Trong trường hợp do kết hợp với khói, tuyết, giấm chua, ánh nắng, nước, đất mà khiến củi... nung chín có sự biến đổi.

[34] Bản Pháp: "Tuy nhiên, không có sự khác biệt giữa trước đó và sau đó." Có thể dịch theo ý bản Hán nhưng sót mất chữ "phi 非". Bản Tạng: *de dag gzhan ma yin pa yang ma yin no*, chúng không phải không có sự đổi khác."

[35] Trong khi bị đốt, phải với một độ dài nhất định mới có thể thấy sự sai khác trong các phần cháy; ngắn quá, không thể thấy.

[36] Thiện Huệ Giới: các hành hữu vi tụ tập bằng những đặc tính tương tợ cho nên không tri giác được sự sai biệt của chúng. Từ sự không tri giác này mà phát sinh khái niệm "không (tồn tại)" (*abhāva-vyavahāra*: ngôn thuyết vô thể). Rồi bằng khái niệm không tồn tại này mà chứng minh thể di động, Luận chủ nêu lỗi nhân bất định của luận chứng này.

[37] Thiện Huệ Giới: hành, sắc, sở xúc, đây là ba đặc tính có sẵn nơi ngọn lửa, chúng biến đổi trong từng sát-na.

[38] Câu này không thấy trong bản Tạng và Tì-mục-trí-tiên; có thể câu văn chuyển mạch thêm bởi Huyền Trang. Bản Pháp dịch theo Huyền Trang.

[39] Quan điểm của một số bộ phái, pháp hữu vi sinh rồi tồn tại trong thời gian mới diệt (thuyết phi sát-na diệt, *akṣaṇikavāda*); do đó, diệt do nhân. Pháp phi sát-na

âm thanh, ngọn lửa v.v..., nào có nguyên nhân diệt; nhưng chúng diệt trong từng khoảnh khắc. Những thứ khác[40] cũng như vậy diệt không đợi nhân.

Nếu nói, tâm v.v... cũng có nhân của diệt, đó là nói chính tự thể mỗi cái ấy đều có tính vô thường.[41] Như vậy, tại sao đối với những cái khác lại không chấp nhận?[42] Cái khác đã không như vậy, thì sao đây lại như vậy?[43]

Nếu nói rằng, các pháp khác diệt không có nhân, thế thì sắc của củi trước khi chưa tiếp xúc với lửa hẳn không được nhận biết, như sau khi đã tiếp xúc.[44] Hoặc trước khi tiếp xúc được nhận biết như thế nào thì sau hẳn cũng được nhận biết như thế đó.

---

diệt, do đó thực sự có di chuyển từ phương này đến phương khác. Ở đây, Luận chủ thuật quan điểm của Hữu bộ là sát-na diệt (*kṣaṇika*), pháp vừa sinh tức thì diệt trong cùng một sát-na.

[40] Những thứ khác: ghè, hũ các thứ, diệt không đợi nhân như tâm-tâm sở. *Quang ký*: Sự sinh và diệt của các pháp do bởi hai nhân: chủ nhân (nguyên nhân chủ quan), và khách nhân (nguyên nhân khách thể). Theo Chánh lượng bộ, pháp sinh thuộc trường hợp khó nên cần đủ hai nhân. Pháp diệt có khi khó, có khi dễ. Các pháp tâm, tâm sở, âm thanh, ánh sáng, khi diệt do chủ nhân mà không cần khách nhân. Các pháp khác: bất tương ưng, sắc v.v..., diệt do cả hai nhân. Theo Hữu bộ, pháp sinh thì khó nên cần đủ hai nhân. Pháp diệt vốn dễ nên chỉ do chủ nhân. Theo Kinh bộ, pháp khi sinh thì do khách nhân, nhưng khi diệt thì không do khách nhân. Chủ nhân vốn vô thể nên không thể gọi là nhân. (俱舍論記 13, T41, no. 1821, p. 201, c24). Dẫn bản Việt dịch tập III, ibid., tr. 311.

[41] Giả thiết phản luận của đối phương, chủ trương diệt cũng có nhân. Luận chủ giải thích: nhân đó chính là vô thường tính. Nghĩa là, pháp sinh rồi diệt do vô thường tính là nhân nội tại của nó. Đây là luận chứng của quan điểm pháp diệt tự nhiên (*ākasmika vināśaḥ*), không có nhân cho sự diệt của nó. Xứng Hữu: *ākasmika* = *ahetuka*, tự nhiên, nghĩa là, không nhân.

[42] Chấp nhận vô thường tính là nhân của tâm-tâm sở diệt, sao không chấp nhận đó cũng là nhân của ghè hũ các thứ? Chánh lượng bộ chủ trương tâm-tâm sở diệt do nhân nội tại. Xem cht. 40 trước.

[43] Huyền Trang điệp văn, lập luận phản chứng: đã không chấp nhận diệt do bởi nhân nội tại đối với những thứ khác như ghè hũ , sao ở đây, đối với tâm-tâm sở sao lại chấp nhận. Văn bản Tạng: *ji ltar gzhan ni de dag la med pa de bzhin du gzhan rnams la yang med par 'gyur ro*: Cũng như không có nhân khác (nhân ngoại tại) cho tâm-tâm sở diệt; cũng vậy, các thứ khác như ghè hũ v.v... cũng không có nhân ngoại tại của diệt.

[44] Lập luận của chủ trương diệt do nhân: củi sau khi bị lửa đốt cháy, sắc (hiển và hình) của củi không còn được nhận biết; nếu diệt này của củi không do nhân ngoại tại (như lửa) thì trước khi chưa bị đốt sắc của củi cũng không được nhận biết.

Như gió chưa thổi vào ngọn đèn, tay chưa chạm vào chuông, ngọn đèn và tiếng chuông được nhận biết sáng rõ. Sau đó, không như thế nữa. Nhưng đèn và chuông diệt không phải do gió và tay.

Lại nữa, nếu do bởi lửa v.v... mà sắc của củi các thứ bị diệt mất không còn được nhận biết, thế thì ngay khi vừa tiếp xúc với lửa [tức thì tách ra][45] hẳn cũng không nhận biết, vì khi nó vừa tiếp xúc tức thì có sự biến đổi.[46]

Lại nữa, điều kiện ngoại tại (ngoại duyên) không sai khác, nhưng sản phẩm được nung chín có các mức chín sơ, chín vừa, chín quá. Khi các đặc điểm sai biệt phát sinh, do bởi chính nguyên nhân đó mà các thứ sinh khởi càng về sau thì những thứ càng về trước diệt mất.[47] Vậy cái nào làm nhân?[48] Không thể nói pháp này phát sinh do pháp kia rồi pháp này diệt cũng do chính pháp kia.[49] Hai pháp (sinh và diệt) trái ngược nhau

---

[45] Trong ngoặc, thêm vào theo bản Tạng. Tì-mục-trí-tiên: 初入出時 "Khi vừa vào (xúc) liền ra (tách ra)."

[46] Câu này không thấy trong bản Tạng, nhưng Thiện Huệ Giới: "Vì duyên (điều kiện) không sai biệt." Tì-mục-trí-tiên cùng ý: "Vì nhân ngoại tại không biệt dị." Ý trong giải thích của Thiện Huệ Giới muốn nói, lửa (duyên) từ khi mới xúc cho đến khi tắt, duyên không sai biệt, thế thì, nếu do lửa xúc mà sắc của củi diệt không thấy, hẳn là ngay khi vừa xúc liền tách ra cũng không thấy. Bản Pháp dịch theo ý Huyền Trang.

[47] *Vyākhyā*: (a) Như trong quá trình nung đồ gốm, do kết hợp với lửa, cái ghè từ xám biến đổi thành đỏ, tức màu xám (*śyāmatā*) biến mất, màu đỏ (*raktatā*) xuất hiện; màu đỏ này biến mất, màu đỏ đậm (*raktataratā*) xuất hiện. Vậy, sinh nhân cũng là diệt nhân (*hetur eva vināśakaḥ syāt*). (b) Và lại, do thể tính sát-na diệt của ngọn lửa, nên khi kết hợp với nó thì sinh nhân là một cái khác và diệt nhân (*vināśaka*) là một cái khác. Hoặc diệt nhân không được phân biệt với sinh nhân. Như thế cả hai đều vô lý. Cf. *Vaiśeṣika-sūtra* vii 1. 6: *kāraṇapūrvakā pṛthivyāṃ pākajāḥ*. (Câu-xá, bản Việt dịch tập III, tr. 317, cht. 364).

[48] 阿毘達磨俱舍論 13, T29, no. 1558, p. 68, a16: Hoặc từ chính cái đó là nhân, hoặc từ cái tương tự là nhân, mà lớp này diệt lớp khác sinh trong quá trình từ chín sơ, chín vừa rồi chín quá? Nếu thế thì nhân để sinh cũng sẽ là nhân để diệt. Hoặc nhân sinh và nhân diệt hẳn không khu biệt.

[49] *Quang ký* (tr. 203a25): hai giả thuyết bổ cứu. (a) Hoặc tức (*tata eva*): hoặc chính cái đó. Khi từ lớp chín sơ lên lớp chín vừa, chính cái làm nhân phát sinh lớp chín sơ cũng là nhân diệt lớp chín sơ, chứ không phải cái làm nhân phát sinh lớp chín vừa diệt lớp chín sơ. Tiếp theo, chính cái làm nhân phát sinh lớp chín vừa cũng là nhân diệt lớp chín vừa, chứ không phải cái làm nhân sinh lớp chín quá diệt lớp chín vừa... (b) Hoặc tợ (*tādṛṣāt*). Cái tương tự nhân sinh lớp chín sơ là nhân cho

không thể có chung một nhân, vì điều này mọi người trong thế gian đều công nhận.[50] Do đó, pháp hữu vi diệt không đợi có nhân, mà diệt tự nhiên. [Nó được nhận biết hay không nhận biết như trước, nên biết đó là những đặc điểm sai biệt có sự gia tăng cực kỳ vi tế[51] trong quá trình liên tục sinh khởi, biến chuyển rồi hoại diệt.][52]

(*Dịch sát theo bản Tạng để tham chiếu:* Điều kiện ngoại tại của sản phẩm do nung chín không sai khác, nhưng do nhân của [các trạng thái] về sau có sai biệt mà [càng về sau càng] phát sinh các mức độ sai biệt, sai biệt hơn nữa, và cực kỳ sai biệt. Các trạng thái trước đó diệt mất do nhân nào? [Nếu nói] Do chính cái kia mà cái này có, rồi cũng chính do cái kia mà cái này không; điều này không hợp lý. Hai sự kiện trái ngược nhau có chung một nhân độc nhất, điều này không được thế gian công nhận. Do đó, diệt không có diệt nhân.)

Nếu pháp diệt cũng có nhân, thế thì không cái gì diệt mà không có nhân. Như tâm và tâm sở các thứ, cũng như khi sinh cần có nhân, thì khi diệt lẽ ra cũng phải có. Tách rời ngoài tâm mà có tính vô thường riêng biệt; không phải là điều mà thế gian thảy đều công nhận.

Lại nữa, do nhân [của diệt] sai biệt mà diệt hẳn cũng sai biệt. Như do lửa, nắng, tuyết, giấm v.v…, mà vật được nung chín có sự sai biệt.[53]

---

lớp chín sơ diệt… Nhân của lửa sinh và nhân của lửa diệt, hai nhân tuy khác nhau, nhưng khi trao đổi nhau trong cùng một lúc nên trông như là tương tợ.

[50] Thế cực thành lập 世極成立: thế gian cực thành (*lokaprasiddhi*).

[51] Hán: 差別之相有微增故. Bản Tạng: *rmad kyi khyad par… 'jug pa*, sai biệt đặc dị phát sinh.

[52] So sánh đoạn văn trong ngoặc của bản Huyền Trang với bản Tạng: "Như [đã nói] trên, [sắc của củi trước khi xúc với lửa] được nhận thấy, hay không được nhận thấy, nhân của sự sai biệt hy hữu không xuất hiện. Sự hoại diệt cũng theo đó mà suy biệt.". Thiện Huệ Giới: Sự tương tợ của trạng thái này qua trạng thái khác diễn ra [trong chuỗi liên tục của quá trình đốt cháy] không xuất hiện đặc điểm không tương tợ hy hữu nào. Sinh rồi diệt, tiếp diễn theo thứ tự, khi sanh, trạng thái như trước được nhận biết; khi diệt, không được nhận biết như trước.

[53] Do nhiên liệu khác nhau thì các ngọn lửa phát sinh cũng khác nhau, nhưng khi tắt, tất cả trở thành vô thể, không tồn tại. Không có sự khác nhau giữa những cái

Thêm nữa, vì nếu diệt có nhân thế thì cái đã diệt vẫn được diệt thêm nữa. Như sắc các thứ.[54] Do vậy, diệt hoàn toàn không có nhân.

Do bởi diệt không có nhân, cho nên vừa sinh tức thời diệt, do vậy mà nhận biết rằng không có sự di chuyển đến phương khác.

c. *Luận chứng 3. sinh nhân bất khả đắc*

(c.1) Hoặc nói, do bởi không thể nhận biết nhân của sinh, do đó mà biết chính cái này di chuyển đến nơi khác.[55]

Lập luận này cũng phi lý. Cái trước chính là nhân cho sự sinh của cái sau. Như tâm sát-na trước làm nhân cho tâm sát-na sau; vật được nung chín trước làm nhân cho vật được nung chín sau; như sữa làm nhân cho sữa đặc, như nước nho làm nhân cho rượu nho, như rượu làm nhân cho giấm v.v...[56] Vì vậy cho nên không có bất cứ pháp gì được nói là chuyển dịch đến phương khác. Tướng trạng của sự chuyển dịch đã không có, thì làm sao có sự di động.

Lại nữa, nếu vật trụ thì **[782b]** không di động. Vật không di động thì thường trụ. [Pháp không trụ cũng không di động, vừa sinh tức thời diệt là ý nghĩa không di động.][57]

---

không tồn tại. Do đó, sinh có nhân, nhưng diệt thì không có nhân. Xứng Hữu (*Kośa-vyākhyā*, dẫn bởi *Câu-xá* Việt dịch tập III, tr. 311, cht. 329): Diệt không cần đợi có nhân (*ahetuko vināśaḥ*). Vì vô thể (*abhāvatvāt*). Như cái tuyệt đối không tồn tại (*atyantābhāvāt*)/Như sừng thỏ? Như lông rùa v.v...

54 Diệt có nhân, vậy nó là một vật thể tồn tại như sắc, có thể bị diệt bởi cái khác như là nhân của nó. Nếu thế, cái đã diệt có thể bị diệt thêm lần nữa do có nhân. Diệt này lại có thể bị diệt nữa, vì diệt có nhân. Diễn tiến sẽ vô cùng.

55 Thiện Huệ Giới: Luận chứng của chủ trương phi sát-na diệt: Nếu có một nhân khác mà do bởi khi nhân ấy phát sinh, lệ thuộc nơi nhân này ta nhận biết một vật khác phát sinh ở một nơi khác. Khi mà không có nhân ấy, do không có nhân ấy cho nên khi ấy làm sao có vật khác phát sinh? Do vậy, chứng tỏ chính vật ấy di chuyển đến phương khác.

56 Thiện Huệ Giới: Vật do đồng loại nhân (*sabhāga-hetu*), cái thuộc sát-na trước làm nhân cho sự phát sinh cái sau; làm sao đảo ngược quá trình để cái sau đồng nhất với cái trước? Xem *Câu-xá* ii tụng 52; *Câu-xá* Việt dịch tập I, 2013, tr. 128.

57 Thể kệ tụng trong bản Tạng và Tì-mục-trí-tiên, chỉ có hai câu, nêu ý kiến phản luận của chủ trương vật di động. Hai câu trong ngoặc, chỉ thấy trong bản Huyền Trang, giải thích ý nghĩa không di động.

(c.2) Nếu vậy, cái chuyển động được thấy đó là gì? Cái được thấy ở vị trí khác không phải chính cái trước đó.

Làm sao biết không phải chính là cái trước đó?

Bởi vì nơi kia, rồi nơi kia cái mới này sinh, rồi lại cái mới khác sinh. Như lửa cỏ,[58] hay như cái bóng.

[145.6-7| pe.208.4.5]

Cái bóng được thấy ở vị trí khác không phải cái bóng ở chỗ này. Chất ảnh của nó đứng im. Ánh sáng mặt trời phản chiếu lúc xa, lúc gần, do đó thấy bóng đó khi dài, khi ngắn, hoặc di chuyển. Và đó là do ánh sáng bị che tối một phần.[59]

[sde.146.5| pe.208.5.5]

(c.3) Có người phản vấn: Vì lý do gì nêu lên tranh biện này, tức nói: "Chính cái đó di chuyển sang chỗ khác"? Vả lại làm sao biết: "Cái được thấy ở vị trí khác không phải là chính cái đó?" Ở đây nên dẫn lại lý đã nêu trên: "Vật trú, không di động...?"

Lại nữa, khi lửa các thứ, ngoại duyên của vật được đun chín, vẫn không sai khác[60], nhưng sự sai khác (của trạng thái phát sinh) về sau được nhận biết. Do đây chứng biết sự sai biệt phát sinh trong từng sát-na.[61]

(c.4) Lại lấy lý do không có nhân[62] chứng minh cho bản vật biến đổi thành cái khác, cho rằng, cái ở vị trí khác thấy chính cái đó. Không có nhân chứng minh chính nó là vật trước đó, vậy tại

---

[58] *Câu-xá* iv, bản Việt dịch tập III, tr. 319: "Do tính sát-na diệt, nên quyết định không có sự di chuyển. Di chuyển chỉ là ý niệm khoa đại, như khi thấy ngọn lửa thiêu đồng cỏ, do phát sinh sự cháy liên tục không gián đoạn mà thấy có sự chuyển dịch của lửa từ điểm này đến những điểm khác."

[59] Bóng phát sinh do một phần ánh sáng bị che ở một phía. Thiện Huệ Giới: Nếu một tấm vải dày hay một bức tường che cả phần ánh sáng, bóng không hiện.

[60] Thiện Huệ Giới: Ngoại duyên như lửa các thứ có tính sát-na diệt nhưng không có sai biệt tính, không có sai biệt đa dạng. Ghè hũ các thứ ngay khi xúc với lửa, do sắc của nó trước đó không diệt mất tức thì, sắc sai biệt về sau không phát sinh thì mãi về sau nó cũng sẽ không phát sinh.

[61] Thiện Huệ Giới: Vật nung chín và vật được nung chín, mọi thứ đều biến đổi trong từng sát-na.

[62] Nhân luận lý, tức lý, trong ba chi tỷ lượng, chứng minh tông nghĩa. Tạng: *gtan tshig*.

sao không thừa nhận nó không phải là vật trước đó. Do hai nghĩa[63] này không thể quyết định, cho nên sự di động không được chứng minh.

III. NHẬT XUẤT LUẬN GIẢ

[sde.149.1 | pe. 209.3.5]

1. Quan điểm

Các vị Nhật xuất luận giả[64] nói: Các hành hữu vi, mà tự tính hoại diệt trong từng sát-na, thật sự không có sự di chuyển. Nhưng có một pháp riêng biệt, lấy tâm sai biệt[65] làm nhân, y nơi tay, chân v.v… mà phát sinh. Pháp ấy là nhân làm cho tay, chân v.v… (từ chỗ này) xuất hiện ở chỗ khác, nó được gọi là sự di động, cũng được nói là thân biểu. [66]

Nó thuộc về xứ nào? Sắc xứ.

2. Phê bình

a. *Di động*

Nếu vậy, tại sao mắt không nhìn thấy, như các hiển sắc? Vả lại, cái không được nhìn thấy, cái đó không biểu thị cho người khác, làm sao nó được gọi là biểu? Lại nữa, làm sao biết nó là thật hữu?

b. *Phong giới*

(b.1) Làm sao tự thân chính nó di chuyển đến sinh khởi nơi

---

63 Hai nghĩa: a. tự tánh độc nhất, trước sau vẫn chỉ là một; b. tự thể biến dị, cái trước và sau không đồng nhất thể.

64 Skt. *Sauryodayīka*. Tạng: *Nyi ma 'char ka pa*, một chi phái xuất từ Kinh bộ. Thượng tọa Cưu-ma-la-đa (Skt. *Sthavira Kumāralāta*; Tạng: *gnas brtan gZhon nu len*) soạn Nhật xuất luận (Skt. *Sūrya-udayīka-śāstra*; Tạng: *bstan bcos Nyi ma 'char ka*). Những vị học theo luận này được gọi là Nhật xuất luận giả.

65 Tâm sai biệt, tâm đặc biệt (*cittaviśeṣa*), Thiện Huệ Giới: tâm phát khởi ý dục.

66 Chủ trương của Nhật xuất luận, thuật bởi luận *Thành duy thức*, Việt dịch Tuệ Sỹ, 2009, tr. 118: "Có một loại sắc không phải hiển cũng không phải hình được dẫn sinh bởi tâm, nó khiến tay chân chuyển động; đó là biểu nghiệp của thân."

khác?[67] Nói rằng, do phong giới phát sinh từ tâm sai biệt. Thế thì phong giới ấy có tự tính là di động, đủ[68] để làm nhân cho nó sinh khởi nơi khác, sao lại chấp có pháp di động tách ngoài phong giới?

(b.2) Lại nữa, cỏ, lá v.v... lìa phong giới, không có pháp riêng biệt nào khiến chuyển động, làm sao nó chuyển động?

Chúng bị gió cuốn đi; gió xúc chạm v.v..., khiến chúng phát sinh tính chuyển động; tức phải thừa nhận, chính cái đó khiến tay chân các thứ di chuyển phương khác mà sinh khởi. Vậy tại sao lao nhọc suy luận, cả tự tính lẫn sự vận động của nó vốn chưa được xác nhận?

c. *Nhân phong giới*

Nếu không phải vậy, thì chính phong giới[69] phát sinh từ tâm sai biệt làm nhân khiến tay v.v... phát sinh khởi ở nơi khác. Gió đó chính là thân biểu.

Nhưng tại sao phong giới không được biểu thị lại trở thành biểu? Hơn nữa, ai nói rằng xúc xứ là thiện, hay bất thiện, người đó không phải là Thích tử.[70]

---

[67] Thiện Huệ Giới: Đây là vấn đề Nhật xuất luận giả nêu để chứng minh tất yếu phải có một pháp khác. Pháp này vượt ngoài khả năng nhận biết của các căn, không thể nhận thức bằng hiện lượng mà là kết quả của tỉ lượng. Luận thức: Khi cái này tồn tại thì cái kia phát sinh. Cái này là nhân đi trước kia. Dụ, như khi có hạt giống thì chồi phát sinh. Thân khởi lên nơi khác, đó là do có pháp (đặc biệt) khác làm nhân, khiến nó sinh khởi.

[68] Hán: Túc 足. *Yamaguchi* đọc là 是 thị. Bản Pháp đọc là 足 túc và hiểu là *chân*, thay vì hiểu là *đủ*. Nếu vậy, câu văn Hán sẽ được hiểu là: "*Chân* có thể làm *nhân* cho nó sinh khởi ở nơi khác." Nhưng chân chỉ là một bộ phận của thân biểu, nó di chuyển do bởi nhân là phong giới làm cho di động. Bản Tạng dịch sát nguyên văn Skt. rất hàm súc: *'di lta ste yul gzhan du 'byung ba'i rgyu gang yid pa de nyid rlung gi khams kyi g.yo ba nyid do,* "Như vậy, cái làm nhân cho nó (thân biểu) sinh khởi nơi khác chính là phong giới, mà tự tính của phong giới là di động." Hán dịch của Huyền Trang khiến cho ý nghĩa được hiểu rõ ràng. Thiện Huệ giới không có giải thích rõ câu văn này. Bản Pháp dịch theo ý bản Hán.

[69] Thiện Huệ Giới: quan điểm bổ cứu bởi một hệ phái khác trong Nhật xuất luận.

[70] Nhật xuất luận: Phong giới này thuộc xúc xứ nên không có biểu thị. Trong xúc xứ có 11 yếu tố: 4 đại chủng (địa, thủy, hỏa, phong), và 7 xúc chạm khác như trơn láng v.v... Xúc xứ chỉ có một tính chất là vô phú vô ký. *Câu-xá* i tụng 10d & 29cd.

d. *Thân phương khác*

[782c] Nếu không phải thế thì chính tâm sai biệt ấy khiến cho tự thân sinh khởi nơi khác; thân sinh khởi đó phải là thân biểu.[71] Vậy thân biểu ấy chính là giả không phải thực, bởi vì thân là tự thể do nhiều pháp hợp lại. Hơn nữa, cái không biểu thị sao gọi là biểu? Vì hương v.v...[72] vốn không biểu thị cho người khác thấy. Lại nữa, ai nói hương xứ v.v... là thiện, bất thiện thì không phải là Thích tử.[73]

e. *Hiển sắc của thân*

Nếu không phải vậy, thì hiển sắc[74] phát sinh từ tâm sai biệt, chính là thân biểu.[75]

Nhưng hiển sắc không phải phát sinh từ tâm sai biệt. Nó phát sinh từ chủng tử chính nó[76] và từ phong giới sai biệt.[77] Lại nữa,

---

[71] Bản Pháp hiều, *sự sinh khởi của thân* này là thân biểu (theo bản Anh: this arising of the body is bodily information.- dò lại nguyên bản Pháp). Bản Tạng: (*sems kyi khyad par las skyes pa'i*) *lus yul gzhan du 'byung b a de nyid rnam par rig pa byed yin*, (phát sinh từ tâm sai biệt) *chính tự thân* sinh khởi nơi khác ấy là thân biểu. Thân có hai phần, một phần thuộc sắc xứ (bao gồm hiển và hình sắc) là đối tượng được mắt thấy, thuộc loại hữu kiến hữu đối (sắc thấy được và có tính đối kháng); phần kia là thân căn sở y của thức. Thân được nói đây là thân căn, tự thể thuộc loại sắc vô kiến hữu đối. *Câu-xá* i tụng 29ab.

[72] Sắc, hương, vị, xúc: 4 xứ hay giới này thuộc sở tạo bởi đại chủng, gọi là sở tạo sắc. Sắc xứ này đều thuộc tính vô phú vô ký. *Câu-xá* ii tụng 22 (*Câu-xá* bản Việt dịch tập I, tr. 268 & 275, cht. 41).

[73] *Câu-xá* i tụng 30a (*Câu-xá* bản Việt tập I, tr. 294): trong 18 giới có 8 giới thuộc vô ký: năm căn và hương, vị, xúc. Thân được nói trong đây là thân căn, thuộc đại chủng sở tạo, tính vô ký như hương, vị, xúc. Hai giới (hay xứ) còn lại: sắc và thanh, thuộc cả ba tính: thiện, bất thiện và vô ký, khi chúng là biểu nghiệp của thân và ngữ; ngoài ra, 2 giới này thuộc vô ký như 8 giới kia.

[74] Hiển sắc của thân, thuộc sắc xứ.

[75] Bổ cứu của Nhật xuất luận giả.

[76] *Thuận chính lý* 77, tr. 757c254: Sắc quá khứ diệt đã lâu làm chủng tử của chính nó, làm đồng loại nhân sinh khởi sắc hiện tại. Thiện Huệ Giới: Chủng tử của hiển sắc này được tích tập trong sát-na trước làm đồng loại nhân.

[77] Do một loại phong giới đặc biệt làm duyên câu hành khiến thân *được thấy* di chuyển. Thiện Huệ Giới: Tiên khởi, do tư (*cetanā*) khi móng khởi khiến cho di động đến nơi khác; từ tư (*cetanā*) phát sinh dụng lực (*prayatna*); từ dụng lực phát sinh gió (phong giới); từ gió tay chân chuyển động. Như vậy, làm sao hiển sắc trụ nơi tay không phát sinh từ tâm sai biệt? Điều này theo ý Luận chủ không sai; nhưng nói hiển sắc sinh từ tâm sai biệt mà có tính thiện và bất thiện thì không thể.

nếu nói hiển sắc là thiện, hay bất thiện thì không phải là Thích tử. [78]

f. *Sự sinh khởi của hiển sắc*

Nếu nói thể của hiển sắc này không phải là thân biểu, mà nó sinh khởi nơi khác [79] gọi là thân biểu.

Này Thiên Ái! [80] Ông đã nỗ lực bằng hết khả năng chính mình để bằng mọi cách chứng minh biểu nghiệp này, nhưng điều này không phải do lực dụng công mà thành, vậy ích gì mà phí sức lao nhọc trong đây?

Ai có thể chứng minh sự sinh khởi đó là một thực thể tồn tại riêng biệt? Sự sinh khởi được quan niệm đó không phải là cái được hiện thấy như sắc, cũng không phải được hiện thấy như công năng của mắt. Như vậy, do đâu biết nó tồn tại? [81] Lại nữa, nó không được thấy, sao gọi nó là biểu?

Như đã nói trên, vì nó không biểu thị cho người khác thấy.

Nếu hiển sắc mà là thiện hay bất thiện, thì có thể nói sự sinh khởi này là biểu nghiệp của thân. Nhưng các hiển sắc chẳng phải thiện, bất thiện, như đã được giải thích ở trước, nên sự sinh khởi (của nó) cũng như vậy. Do đó không thật có biểu nghiệp của thân.

---

[78] Thế Thân nói, tự thể là hình sắc như Hữu bộ nhưng hình sắc này là giả hữu chứ không phải thật hữu. Xem cht. 25 trước.

[79] Trong đây, bản Hán có vấn đề ngữ pháp. Huyền Trang: 此餘方生. Nếu hiểu 此 *thử* là tính từ chỉ định, thì chủ từ của câu phải là 此... 生 *thử... sinh*: "sự sinh khởi... này". Bản Pháp hiểu như vậy. Nhưng nếu hiểu *thử* là đại từ chỉ định của hiển sắc, câu này có thể hiểu: "(hiển sắc) này (khi) sinh khởi nơi khác, nó là thân biểu". Nghĩa là, hiển sắc của thân (thuộc xúc xứ) tiên khởi ở điểm này (thuộc tính vô phú vô ký) khi di chuyển đến sinh khởi nơi khác, tại đây trở thành biểu (mang tính thiện, bất thiện).

[80] Thiên ái 天愛: Skt. *Devanāmpriya*, P. *Devānampiya*, người được trời thương. Thường dùng để xưng hô với người ngu khờ. Xem *Câu-xá* bản Việt dịch tập I, tr. 288, cht. 110; luận *Thành duy thức* bản Việt dịch tr. 139, cht. 319.

[81] Sắc được hiện thấy bằng hiện lượng; công năng của mắt tức nhãn căn chỉ được thấy bằng tỉ lượng. Những gì không được nhận biết bằng hiện lượng hoặc tỉ lượng thì không tồn tại như là có thức.

TIẾT III. VÔ BIỂU

a. Nếu vậy, thân nghiệp duy chỉ là vô biểu?[82]

Nhưng cái được gọi vô biểu này là gì?[83]

Là sắc của luật nghi v.v... thuộc pháp xứ. [84] [sde.155.6| pe.211.1.6]

Làm sao Dục giới có *thiện* vô biểu phát sinh mà không có biểu?[85]

Nếu trong dục giới [không khởi biểu] mà có vô biểu này thì có lỗi gì?[86]

Vô biểu chuyển theo tâm, như sắc giới[87]. Thế thì, trong các

---

[82] Giả thiết Tì-bà-sa chất vấn từ kết luận về tự thể của biểu nghiệp nói trên.

[83] Thế Thân, ngay từ *Câu-xá*, đồng quan điểm Kinh bộ, không công nhận tồn tại của vô biểu. Thiện Huệ Giới: Đây là câu hỏi của Luận chủ, hàm ý không thừa nhận vô biểu.

[84] Tì-bà-sa đáp. Luật nghi, Skt. *saṃvara*, phòng hộ; xem *Câu-xá* iv tụng 13, Việt dịch tập III, tr. 374, cht. 629, 630. Luật nghi kể đây bao gồm bất luật nghi và xử trung (phi luật nghi phi bất luật nghi). Có ba luật nghi: (a) Biệt giải thoát luật nghi thuộc Dục giới, vô biểu phát sinh do phát ngôn (ngữ biểu) nguyện lãnh thọ giới. (b) Tĩnh lự luật nghi, vô biểu phát sinh khi tâm nhập định. (c) Vô lậu luật nghi, vô biểu phát sinh do kiến đế. Tất cả các vô biểu thể của luật nghi đều là sắc pháp trong pháp xứ, do đó Vô sắc giới không có sắc nên ở đây không có vô biểu. Xem *Câu-xá* iv tụng 4.

[85] Huyền Trang: Dục giới *thiện* vô biểu; bản Tạng không có thuộc tính *thiện*. Theo ý bản Hán, trong trường hợp phước nghiệp sự vô y, chỉ do tâm kính tín Phật mà phát sinh phước; trong khi không có biểu như vậy, là sao vô biểu phát sinh? *Câu-xá* iv, Thế Thân bác bỏ giải thích của Hữu bộ về tồn tại của vô biểu trong sự tăng trưởng của phước: "Vả lại, trong phước nghiệp sự vô y không có biểu nghiệp, cái vô biểu của những vị theo thuyết vô biểu (*avijñapti-vādin*) làm sao có?" Xứng Hữu giải thích thêm: trong vô y phước nghiệp sự, chỉ do nghe (nói đến Phật) mà phát sinh hoan hỷ; nhưng người nghe này không có định của biểu (*samāhitavijñapti*), giả sử có định của biểu để phát sinh vô biểu. Theo quan điểm của Tì-bà-sa, vô biểu Dục giới phải phát sinh từ biểu; vô biểu trong sắc giới phát sinh từ định. Người nghe này không ở trong cả hai trường hợp." *Câu-xá* iv, bản Việt dịch tập III, tr. 327, cht. 416. Trong số thích của Thiện Huệ Giới không nói đến thuộc tính *thiện*, cũng không nêu rõ chất vấn này của ai. Nhưng theo ngữ cảnh, có thể hàm ý Luận chủ đặt vấn đề.

[86] Thiện Huệ Giới cho rằng Tì-bà-sa đã bị khuất phục bởi các luận bác bỏ biểu nghiệp như đã thấy trên, nhưng vẫn tin tồn tại vô biểu, nên hỏi như vậy.

[87] Luận chủ trả lời. Tùy tâm chuyển (*cittānupravṛtti*); tùy chuyển theo tâm, hay tùy chuyển của tâm; phát sinh và tồn tại, vận chuyển theo tâm. Vô biểu trong Sắc giới

trạng thái tâm khác và vô tâm[88] sẽ không có luật nghi và bất luật nghi v.v...

b. Nếu nói rằng (vô biểu) được dẫn sanh do bởi tự phát ngôn ước thệ khi lãnh thọ (giới), cho nên không có sai lầm.[89]

Nhưng sự im lặng không nói (lỗi) trong khi đọc Giới kinh[90], thì làm sao vị ấy trở thành vọng ngữ?[91]

Lại nữa, sẽ không có thân nghiệp vô ký[92], vì vô biểu nghiệp

---

gọi là tĩnh lự luật nghi. Người nhập tĩnh lự, hoạt động của thân và ngữ hoàn toàn đình chỉ do đó không có hai biểu nghiệp này. Khi tâm nhập tĩnh lự, ấy vô biểu phát sinh, nói là tùy tâm chuyển, thành tự thể của tĩnh lự luật nghi. Theo Tì-bà-sa, Dục giới không có loại vô biểu tâm tùy chuyển này, mà phải từ thân biểu hay ngữ biểu. Trong lập luận này, giả thiết Tì-bà-sa đã bị khuất phục trước các luận chứng bác bỏ biểu, do đó Luận chủ nêu lỗi tự mâu thuẫn với tông nghĩa của mình.

[88] Luận chủ tiếp tục chỉ thêm lỗi tự mâu thuẫn của Tì-bà-sa. Tâm khác: tâm bất thiện và vô ký. Vô tâm: vô tưởng định và tưởng thọ diệt định. *Câu-xá* i tụng 11: Tì-bà-sa nói, khi vô biểu thiện đã phát sinh, từ đó nó vẫn tồn tại liên tục dù khi người khởi tâm vô ký hay bất thiện, hoặc nhập vô tưởng định, diệt định; cũng sẽ không tồn tại liên tục vô biểu của bất luật nghi, như đồ tể khi khởi thiện tâm, bố thí cúng dường chẳng hạn.

[89] Quan điểm *đắc giới* của Tì-bà-sa: có 5 loại luật nghi giải thoát: cận sự (nam/nữ), cận trụ, chánh học, Sa-di/ni, Tỳ-kheo/ni. Người muốn thọ giới phải tự phát ngôn ước thệ, đó là ngữ biểu; sát-na thứ nhất, ngữ biểu là ngữ nghiệp đạo; từ sát-na thứ hai tồn tại giới thể là biệt giải thoát luật nghi mà tự tánh là vô biểu sắc, như là khả năng phòng hộ khiến người có giới tránh vi phạm như là phản ứng tự nhiên không đợi có gia hành của nghiệp đạo. *Câu-xá* iv tụng 14. Thế nhưng, câu hỏi trên đây hàm ý vô biểu phát sinh khi thọ giới không do ngữ biểu, vì biểu đã bị bác bỏ. Đây là quan điểm của Kinh bộ được Thế Thân dẫn trong *Câu-xá* iv (bản Việt dịch tập III, tr. 245): "Biệt giải thoát luật nghi cũng vậy (không đợi có biểu nghiệp). Bằng vào ý chí (tâm sở tư, *cetanā*), trước tiên lập nên quy ước (*śīlagrahaṇa*, HT: *yếu kỳ* 要期) do đó mà có sự ước thúc; rồi chính ý chí ước thúc ấy phòng hộ thân và ngữ, vì nghiệp bị ngăn chặn."

[90] Giới kinh: Ba-la-đề-mộc-xoa kinh? Biệt giải thoát giới kinh (*Prātimokṣasūtra*), Giới bản của Tỳ-kheo và Tỳ-kheo-ni.

[91] *Câu-xá* iv (bản Việt dịch tập III, tr. 528, cht. 1281) dẫn luận *Phát trí*: "Có trường hợp nào không tiến hành bởi thân (không phát thân biểu), cũng không tiến hành bởi ngữ (không phát ngữ biểu), mà xúc (bởi tội vọng ngữ) không? - Có; ... tỏ thái độ khi bố-tát." *Tứ phần giới bản*, T22, tr.1015b26: "Sau khi đã ba lần hỏi, Tỳ-kheo nào trong chúng nhớ nghĩ mình có tội mà không bày tỏ, vị ấy đắc tội vọng ngữ." Giải thích điểm này, *Thuận chính lý*

[92] Thân nghiệp vô ký: Các hoạt động bởi thân như trong công xảo xứ v.v... Giả thiết thừa nhận không có biểu như thấy trên nhưng nhận có vô biểu của thân; nhưng vô biểu không có tính vô ký. Câu trong ngoặc không thấy trong bản Tạng.

chỉ có hai hình thái (thiện và bất thiện).

Lại nữa, cũng không có thân nghiệp thiện và ác trong cùng một sát-na; bởi vì vô biểu tất yếu tiếp nối liên tục.[93] [Nếu tâm yếu ớt sẽ không phát vô biểu, nhưng vô biểu tiếp nối vận chuyển liên tục bởi được phát động tâm mạnh.][94]

c. Kia tuy theo cảm tính riêng mà vọng chấp thực có nghiệp của thân và ngữ thuộc sắc, nhưng không thể chứng minh được nó là tính thiện hay bất thiện. Vì sao? Vì rằng, nghiệp thuộc sắc sau khi mạng chung hoàn toàn bị xả. Làm thế nào nó dẫn đến quả đáng ưa hay không đáng ưa trong đời sau?[95]

TIẾT IV. NGHIỆP QUẢ TRONG BA THỜI

Có người nói rằng, điều này có gì là phi lý? Vì thế của nghiệp quá khứ vốn thực hữu, nó dẫn đến quả trong tương lai.

Cái này là trên ung nhọt lại nảy thêm [783a] ung nhọt[96], nghĩa là chấp nghiệp quá khứ là thực hữu. Cái mà trước đó có, về sau không tồn tại, như vậy làm sao chấp thể của nó thực hữu?

[sde.159.1| pe.211.5.6]

---

93 *Câu-xá* i tụng 11: Vô biểu tồn tại thành một chuỗi liên tục tiếp nối (*anubandha*) trong loạn tâm hay tâm khác: chuỗi vô biểu thiện vẫn tồn tại khi khởi tâm bất thiện hay vô ký; trong chuỗi vô biểu bất thiện cũng vậy. Trong đây bác bỏ quan điểm này: trong một sát-na tâm thiện và bất thiện không thể cùng lúc khởi. Thiện Huệ Giới: những gì được thâu vào trong một sát-na thì không tồn tại tính vô biểu.

94 Vô biểu không có vô ký, vì lực yếu không thể dẫn phát nghiệp, *Câu-xá* iv tụng 7a, bản Việt dịch tập III.

95 Quan điểm của Tì-bà-sa: Vô biểu thuộc sắc pháp mà tự tính là đại chủng sở tạo phát sinh từ các đại chủng của biểu, và y chỉ trên các đại chủng của thân mà tồn tại. Trong đây Luận chủ chỉ trích sai lầm này: khi mạng chung tất cả sắc y chỉ thân đều hủy cùng với thân, vậy nghiệp nào (vô biểu) dẫn đến kết quả nhiều đời sau?

96 Tì-mục-trí-tiên: 癰上復生瘤子, trên ung nhọt lại sinh mụt nhọt. Bản Tạng: 癰上復生瘤子, trên ung nảy sinh nhọt. Thiện Huệ Giới: nghiệp quá khứ như ung (Skt. *gaṇḍa*); quả tương lai phát sinh như nhọt (Skt. *visphoṭaka*), là nhân phát sinh khổ. Số thích cũng nói thêm, theo một giải thích khác, trên ung nảy nhọt là thí dụ cho sai lầm này còn chồng thêm sai lầm khác. Huyền Trang dịch "Trên ung nhọt nảy thêm ung nhọt" là hiểu theo ý này. Về thuyết tam thế thực hữu của Hữu bộ, xem *Câu-xá* v (phân biệt Tùy miên), tụng 25-27.

Nếu thế, vì sao Thế Tôn nói như vầy:

Tuy trải qua trăm kiếp,
Nghiệp không bị tiêu hủy.
Đến khi hội đủ duyên,
Quả chín muồi nơi thân. [97]

Cái được gọi là không mất đó nghĩa là gì?

Nêu rõ ý nghĩa là nghiệp đã được tạo tác đó không phải không có quả. Ý nghĩa này đã được chứng minh ở nửa sau của bài tụng. Ai lại không thừa nhận nghiệp thiện, hay bất thiện, tuy trải qua một thời gian dài mà vẫn dẫn đến quả?[98]Điều này cần nghiệm xét: làm sao nó đưa đến kết quả?[99] Phải chăng do sự biến thái sai biệt của chuỗi tương tục dẫn đến cho quả, như hạt giống của lúa các thứ? Hay là do tự bản chất của nó tồn tại lâu dài không hủy hoại mà dẫn đến cho quả?

Nếu kết quả do sự sai biệt biến thái tương tục, nghĩa này có thể đúng. Nhưng nếu nói, tự tướng của nó tồn tại trong thời gian dài không tiêu hủy sẽ cho quả;[100] thế thì phải nói là, thể của nghiệp này trong thời gian dài không hủy mà có thể cho quả. [101]

Nếu nói, không phải tự tướng của nghiệp này không có mà gọi là hoại diệt. Nhưng do nghiệp này không còn tạo tác nên mới gọi là diệt; nhưng vì nghiệp này không còn tác dụng nữa nên nói là hoại diệt. [102]

Nghiệp không còn tác dụng nữa là thế nào?[103]

---

[97] Tì-bà-sa dẫn Kinh, chứng minh quá khứ thực hữu.

[98] Tì-bà-sa giải thích tụng, chứng minh quá khứ thực hữu.

[99] Hán: 得果 *đắc quả*; nên hiểu là 與果 *dữ quả*, tác dụng *cho quả* của nghiệp. Xem cht. đoạn sau, về nghiệp *nhận quả* và cho quả.

[100] Quan điểm của Tì-bà-sa, pháp thể hằng hữu, cho nên nghiệp quá khứ vẫn thực hữu.

[101] Luận chủ chỉ ra lỗi tự mâu thuẫn với thuyết sát-na diệt của Tì-bà-sa. Vì thể của nghiệp quả tồn tại trong thời gian dài mà không diệt.

[102] Tì-bà-sa giải đáp: Nói diệt là nói không còn tác dụng chứ không phải tự thể không tồn tại.

[103] Thế Thân theo quan điểm của Kinh bộ, thể và dụng không phân ly, do đó nêu nạn vấn này.

Nghĩa là không dẫn sinh thêm quả nữa.

Tại sao không dẫn sinh thêm quả nữa?

Vì nó đã dẫn sinh quả kia rồi, thì không còn dẫn sinh thêm quả khác nữa. Như cái đã sinh thì không sinh thêm lần nữa.

Vì sao nó không dẫn sinh các quả đẳng lưu[104] khác, vì quả đẳng lưu không có phần hạn.[105] [Há không phải rằng trong hiện tại cũng đã dẫn quả này rồi cho nên không dẫn thêm nữa; thể của nghiệp không diệt, thường tức luôn luôn hiện tại, sao nó không thường dẫn sinh quả?[106]

Há không nói ở trước rồi sao, không thể đã dẫn sinh quả rồi lại dẫn sinh nữa, như cái đã sinh thì không thể sinh thêm lần nữa, sao lại còn nạn vấn nữa?[107]

Vì trước tuy có nói nhưng chưa giải thích. Nếu thể của nghiệp thường hằng tồn tại, thì nó phải như là biên tế trung gian,[108] cái gì thường hằng cái đó luôn luôn là hiện tại, thường hằng dẫn sinh quả. Hoặc nó phải như là biên tế tối sơ[109], thường hằng phát sinh (sinh rồi lại sinh nữa).

Nhưng nếu nói, thể của nghiệp của quá khứ tuy tồn tại nhưng không có tác dụng cho nên không phải hiện tại. Không phải

---

104 Quả đẳng lưu (*niṣyanda-phala*), quả tương tợ hay loại tợ với nhân. Trong quan hệ nghiệp-quả, như nói, nhân sát sinh, quả đẳng lưu của nó là thọ mạng ngắn. Bản Tạng: *de dang 'dra ba'i 'bras bu gzhan*, những quả khác tương tợ với nó; quả loại tợ chứ không phải quả đẳng lưu. Nhưng Thiện Huệ Giới nói quả tương tợ này là quả đồng loại (*'bras bu mthun pa*), cũng có thể hiểu là quả đẳng lưu (*mthun pa'i 'bras bu*). Phân biệt quả đồng loại và quả đẳng lưu để hiểu thâm ý của Luận chủ và các dịch giả. Huyền Trang dịch "các quả đẳng lưu khác", cùng đồng ý nghĩa: cho thêm nhiều quả đồng loại với quả đẳng lưu nữa.

105 Nạn vấn của Luận chủ, ý nói, pháp thể hằng hữu, thể của nghiệp quá khứ tồn tại không diệt, vì sao không sinh thêm nhiều quả tương tợ.

106 Nghiệp quá khứ, nhưng quả được dẫn sinh luôn luôn trong thời hiện tại. Do lý thể dụng không phân ly; nếu thể quả thường hằng hiện tại thì nó cũng phải thường hằng sinh quả. *Câu-xá* vi, luận thích và tụng 27a: "Pháp thực hữu như là tự thể thường hằng thì nó phải thường hằng phát sinh tác dụng, ở đây vì trở lực nào mà có khi khởi dụng, có khi không?"

107 Lưu ý ngắt câu sai trong Đại Chánh.

108 Trung tế: Biên tế trung gian, chỉ quãng thời gian tồn tại của một đời sống.

109 Sơ tế: Biên tế quá khứ, vô thủy hay khởi thủy tối sơ.

hiện tại nên nó không thể dẫn sinh ra quả.¹¹⁰

Điều này không đúng, thể hằng hữu thì phải như là hiện tại, thường hằng phát sinh tác dụng.

Lại nữa, theo tông nghĩa của Ngài, các pháp thuộc quá khứ có tác dụng *cho quả*,¹¹¹ sao chúng không phải là hiện tại?¹¹²

Nhưng nếu cho rằng nó thuộc hiện tại, duy chỉ căn cứ tác dụng *nhận quả*¹¹³ của các pháp mà nói.

Lý này không đúng. Vì ý nghĩa tác dụng giống nhau, cho nên các pháp quá khứ hẳn phải là cùng trong hiện tại. Không còn tác dụng *nhận quả* gọi là quá khứ; đang có tác dụng *cho quả* gọi là hiện tại. Khi tác dụng đó không còn đáng gọi là diệt. Thế thì các pháp đã diệt lại diệt nữa, và như vậy đã sinh hẳn cũng [783b] phải sinh nữa. Lý luận tông nghĩa này không vững.]¹¹⁴

Pháp dẫn sinh quả như thế nào?

Nếu nói, nó duy trì quả ổn định¹¹⁵ khiến cho tương lai phát sinh;¹¹⁶ nhưng sát-na tối hậu của các vị lậu tận quả không được dẫn sinh¹¹⁷, vì các vị ấy không tái sinh, thế thì sát-na này không phải là hiện tại, và như vậy không thể nói lại diệt đi vào quá khứ thêm lần nữa. ¹¹⁸

---

¹¹⁰ Thiết lập phần vị ba thời: pháp mà tác dụng chưa khởi tác dụng gọi là pháp vị lai, đang có tác dụng là hiện tại; tác dụng đã diệt là pháp quá khứ. *Câu-xá* vi (Tùy miên) tụng 26cd.

¹¹¹ Xem cht. 113 dưới.

¹¹² Luận chủ thuật quan điểm của Kinh bộ: Pháp trong quá khứ, vị lai không thực thể, duy hiện tại là thực hữu.

¹¹³ *Thủ quả* và *dữ quả*, Skt. *phaladāna-grahaṇa*. Trong sát-na căn bản nghiệp đạo phát sinh, ngay lúc ấy quả dị thục đã hình thành, gọi là tác dụng *nhận quả*. Thời gian, khi hội đủ duyên, quả đã nhận ấy được dẫn sanh, gọi là tác dụng *cho quả*. *Câu-xá* ii, (phẩm Căn), bản Việt dịch tập IV, tr. 177, cht. 378.

¹¹⁴ Toàn bộ các đoạn trong ngoặc trên chỉ thấy trong bản Huyền Trang; không có trong Hán dịch Tì-mục-trí-tiên, bản Tạng và cả trong sớ thích của Thiện Huệ Giới.

¹¹⁵ Tạng: *rnam par bzhag pa*, Skt. *vyavasthāpyate*, an trí cố định, an lập, thiết lập.

¹¹⁶ Giải thích của Tì-bà-sa.

¹¹⁷ Sát-na tối hậu khi vị A-la-hán nhập Vô dư niết-bàn sẽ không còn quả đương lai nào được dẫn sinh vì vị ấy không còn tái sinh nữa.

¹¹⁸ Xem trên, tác dụng cho quả luôn luôn là hiện tại. Trong sát-na tối hậu này, nghiệp không cho quả nào nữa, vậy phải xem đó là sát-na quá khứ, tức đã diệt, nay diệt

Ban sơ, trong thời hiện tại tác dụng đã không có, thế thì về sau làm sao nói là hoại diệt? Nếu nói, tuy không có tác dụng nhưng nó vẫn diệt; thế thì quá khứ cũng phải diệt thêm nữa. Nếu đã diệt rồi lại diệt nữa, thì nó sinh rồi cũng sinh nữa.[119] Như vậy mâu thuẫn với điều đã nói ở trên.

Nếu nói, sát-na (tối hậu) này tuy vẫn có tác dụng sinh quả về sau, nhưng do khuyết duyên nên quả tương lai không sinh.[120]

Lý này cũng không đúng. Nếu quả chắc chắn không sinh, làm sao biết có khả năng sinh tác dụng? Vậy thì phải nói rằng, sát-na này có cả hai duyên thuận và nghịch, vì vừa hữu vừa phi hữu. Mặc dầu phát sinh từ nhân nhưng không có tác dụng sinh quả về sau.

Do đó, nghĩa lý dẫn sinh quả của chủ trương (của Tì-bà-sa) kia và những quan điểm cùng loại đều bất thành.

Do bởi cái gì mà chủng tử của quả được trưởng dưỡng, cái đó dẫn sinh quả.[121]

Lại nữa, tông nghĩa (Tì-bà-sa) kia nói, thể đều thực hữu trong quá khứ và vị lai[122], vậy tại sao vị lai không dẫn sinh quả như hiện tại?

Nếu tất cả mọi vật thể tồn tại trong tất cả thời, vậy thời nào, vật thể nào không tồn tại mà Kinh nói rằng, khi hội đủ các

---

thêm lần nữa.

119 Phạm lỗi nghịch suy vô cùng (*anavasthā-prasaṅga*). Để thành quá khứ, tác dụng phải đã dứt. Nhưng quá khứ vẫn có tác dụng *nhận quả*, nên nó vẫn được thấy là hiện tại. Để thành quá khứ, tác dụng này phải dứt. Lý luận kiểu nghịch suy này sẽ không có điểm ngừng. *Câu-xá* vi, bản Việt dịch tập IV, tr. 178, cht. 386.

120 Tức chỉ *phi trạch diệt*; pháp đương sinh nhưng do khuyết duyên nên không sinh, pháp ấy vĩnh viễn diệt, gọi là diệt không do huệ tư trạch. *Câu-xá* i (phân biệt Giới) tụng 6cd.

121 Luận chủ kết luận, giải thích ý nghĩa dẫn sinh quả, liên hệ đến thuyết chủng tử trong Duy thức.

122 Thuyết "tam thế thực hữu."

duyên và thời gian thích hợp kết quả sẽ chín muồi?

Lại nữa, các vị ấy cần phải nói, cái gì có công năng đối với cái gì trong phần vị nào để nói rằng "nó duy trì ổn định quả kia khiến cho tương lai phát sinh"[123]; cái đó mới được nói là cái dẫn sinh ra quả. Vì tất cả tồn tại trong tất cả thời.

Cho nên nói rằng, nghiệp quá khứ mà thể tính thực hữu dẫn sinh quả đương lai được cảm thọ, điều đó bất thành.

TIẾT V. PHÁP BẤT THẤT

I. TÌ-BÀ-SA

1. Quan điểm

Nếu vậy, do thân và ngữ nghiệp thiện hay bất thiện, có một *pháp dị biệt* được dẫn khởi trong chuỗi tương tục của uẩn, mà thể của nó là hành không tương ưng tâm. Pháp ấy có vị gọi là tăng trưởng;[124] những vị khác gọi "không tiêu hủy".[125] Do bởi pháp này mà quả khả ái, hay phi ái trong đời sau được hiện thành. Ý nghiệp cũng phải có pháp này tồn tại, nếu không như vậy, thì khi không có một pháp khác được dẫn khởi trong dòng tương tục của tâm, lúc dị tâm sinh và ý nghiệp đã diệt, làm sao hiện thành quả đời sau? Vậy quyết định phải chấp nhận pháp đó thực hữu.[126]

---

[123] Giải thích của Tì-bà-sa.

[124] Skt. *upacaya*: tích lũy, tích tập; Tạng: *brtsegs pa/brtsags pa*. Huyền Trang: tăng trưởng 增長; Tì-mục: tập 集. Thiện Huệ Giới: đây là thuyết của Đại chúng bộ (*Mahāsāṅghika*).

[125] Skt. *avipraṇāśa*: cái không tiêu mất, không hủy. Tạng: *chud mi za ba*. Huyền Trang: bất thất hoại 不失壞; Tì-mục: bất thất 不失. Thiện Huệ Giới: thuyết của Chánh lượng bộ (*Sāmmitīya*).

[126] Thiện Huệ Giới: Sau khi Luận chủ bác bỏ công năng dẫn sinh quả của nghiệp thuộc sắc bởi thân và ngữ như trên, Tì-bà-sa đề xuất một pháp đặc biệt thuộc hành không tương ưng tâm phát sinh từ thân ngữ nghiệp dẫn sinh quả đương lai. *Thuận chánh lý* 12 (tr. 398b27): "Có một số luận sư trong nhiều trường hợp lập biệt danh cho chủng tử; hoặc gọi là tùy giới (*anudhātu*), hoặc gọi huân tập (*vāsanā*), hoặc gọi công năng (*śakti*), hoặc gọi bất thất (*vipraṇāśa*), hoặc gọi tăng trưởng (*upacaya*)."

2. Phê bình

a. *Ký ức*

Nếu vậy, văn nghĩa được đọc tụng trước kia, sau trải qua một thời gian dài vẫn còn ghi nhớ; và những cảnh được thấy, nghe trước đây sau đó trải qua thời gian dài ký ức lại phát sinh; vậy *pháp gì* được dẫn khởi vào sát-na nào, mà do pháp này về sau ký ức phát sinh?[127]

b. *Diệt định*

[783c] Lại nữa, tiên khởi khi tâm nhập diệt định *pháp gì* được dẫn khởi, để do pháp này mà sau đó khởi tâm xuất định?

c. *Huân tập*

Lại nữa, khi nhuộm hoa câu duyên[128] với nước đỏ tử khoáng[129], bấy giờ cả hai đều diệt,[130] pháp gì phát sinh để kết quả sau đó ruột nó trở thành sắc đỏ?

II. KINH BỘ

1. Quan điểm

Cho nên không có pháp dị biệt dẫn khởi bởi hai nghiệp thân và ngữ mà các vị ấy quan niệm. Nhưng do tác dụng của tư đặc thù[131] được huân tập mà dẫn khởi công năng[132] trong dòng

---

127 *Pháp dị biệt* được nêu trên chỉ được phái này thừa nhận cho nghiệp thiện hay bất thiện, do đó Luận chủ đặt nạn vấn như vậy, cũng gợi ý về một pháp đặc biệt như thức a-lại-da. Thiện Huệ Giới: (trong trường hợp đọc tụng chẳng hạn tất có một pháp đặc biệt nào đó được dẫn sinh từ đó ký ức phát sinh) Pháp đặc biệt ấy nếu phát sinh ở sát-na thức nhất (trong quá trình đọc tụng), thế thì những sát-na tiếp theo không cần thiết (để có ký ức). Nếu phát sinh trong sát-na thứ hai không hợp lý, vì điều kiện (đọc tụng) không khác (trong sát-na thứ nhất và thứ hai).

128 Hoa câu duyên 拘櫞花: Skt. *mātuluṅgapuṣpa*. Bản Tạng chỉ phiên âm. Tì-mục cũng chỉ phiên âm: hoa cây ma-đăng-long-già 摩登伽樹華; E. Citron tree, tên Việt Nam gọi cây thanh yên hay chanh yên, tên khoa học Citrus medica, là cây ăn quả thuộc chi cam chanh. Thanh yên là loài bản địa của Ấn Độ, Myanmar và vùng Địa Trung Hải.

129 紫礦汁. Skt. *lākṣārasarakta*.

130 Thí dụ cho quá trình huân tập.

131 Hán: tư sai biệt (*cetanāviśeṣa*), ý chí hay ý đồ hành động nhắm đến một nghiệp đạo sát hay bất sát v.v..., kích khởi thân và ngữ hoạt động nhắm đến hoàn tất

tương tục của tâm. Chính do chuyển biến sai biệt của công năng này mà phát sinh quả sai biệt trong tương lai. Như hoa câu duyên được nhuộm với nước đỏ tử khoáng, do dòng tương tục chuyển biến dẫn đến kết quả ruột của nó thành màu đỏ. Chúng ta nên biết, cái được huân tập bên trong cũng như vậy.

2. Biện minh

Vả lại, tại sao không thừa nhận thân và ngữ nghiệp huân tập trong dòng tương tục của tâm?[133] Bởi vì thân nghiệp và ngữ nghiệp cần do tâm dẫn khởi mới trở thành thiện,[134] hay bất thiện. Không thể chỉ do tâm mà thành thiện hay bất thiện để cho quả ái, phi ái tương lai trong chuỗi tương tục khác[135]; chứ không phải cái này tạo nghiệp mà cái khác thọ quả.[136]

TIẾT VI. KẾT SANH TƯƠNG TỤC

I. VÔ TÂM ĐỊNH

1. Nạn vấn

Nếu nói thể của nghiệp được tạo tác tuy đã diệt, nhưng quả ái và phi ái được dẫn sinh từ chuỗi tương tục của tâm được huân

---

nghiệp đạo. Từ sát-na phát khởi tư tồn tại thành một chuỗi tương tục; khi căn bản nghiệp đạo thành hình, chuỗi tương tục tư được huân tập cho đến khi dẫn sinh quả. *Câu-xá* iv, bản Việt dịch tập III, tr. 327, cht. 413.

[132] Công năng, Skt. *samarthaśakti*, nghiệp đã tạo được tích lũy như nguồn năng lượng được huân tập trong chuỗi tương tục của tâm như là chủng tử để dẫn sinh quả tương lai.

[133] Thiện Huệ Giới: Tì-bà-sa phản vấn: thừa nhận được huân tập bởi tư, sao không thừa nhận huân tập bởi nghiệp thân, ngữ thiện và bất thiện.

[134] Tự bản chất thân và ngữ không có tính thiện hay bất thiện mà do động lực kích phát mới thành. Thân nghiệp, ngữ nghiệp và các hành không tương ưng tâm như sanh, đắc, diệt định, vô tưởng định v.v... thuộc nhóm thiện đẳng khởi. *Đẳng khởi* (samutthāna): động lực kích phát. Nghiệp thân và ngữ được đẳng khởi bởi tư (cetanā). *Câu-xá* iv tụng 8, bản Việt dịch tập III, tr. 307, cht. 314 & phần nội dung.

[135] Đây chỉ thân tương tục đời sau.

[136] Thiện Huệ Giới: "Một loại sắc khác của nghiệp thân và ngữ thiện hay bất thiện được tạo thành bởi tâm sai biệt (tức *tư đặc thù*, cetanāviśeṣa, xem cht. 132 trước; sắc này có khả năng được huân tập (*khả huân*) trong chuỗi tâm tương tục của nó. Tâm sai biệt không trực tiếp huân tập mà phải cần để chuỗi tương tục khả huân trong nó."

tập bởi công năng chuyển biến sai biệt[137], thế thì, khi nhập vô tâm định và trụ trong vô tưởng thiên[138], dòng tương tục của tâm bị cắt đứt, làm sao nghiệp trước đó có thể làm xuất hiện quả ái, phi ái trong đời sau?

2. Kinh bộ sư

Có vị nói[139], do tâm được huân tập trước đó trong đời này được nối kết trở lại[140], cho nên có được quả ái, phi ái trong tương lai.

Nhưng tâm đã bị cắt đứt do nhân nào[141] mà được kết nối lại?

Tâm nhập định[142] làm đẳng vô gián duyên, khiến cho được kết nối lại.[143]

Nhưng tâm ấy sau khi diệt trải qua một thời gian dài, làm sao trở thành đẳng vô gián duyên?[144]

Như [các luận chứng] bác bỏ quan điểm nghiệp quá khứ có thể dẫn sinh quả; ở đây cũng vậy, quan điểm này cũng được bác bỏ theo lý như vậy. Cho nên, tâm xuất định không thể được nối

---

137 Thiện Huệ Giới: "Được huân tập bởi tập khí của nghiệp (*karmavāsanā*)." Luận chủ lặp lại quan điểm của Kinh bộ để phê bình.

138 Hai vô tâm định (*acitta-samāpatti*): Vô tưởng định (*asaṃjñi-samāpatti*) và tưởng thọ diệt định (*saṃjñā-vedita-nirodha-samāpatti*). Vô tưởng thiên, hay vô tưởng hữu tình (*asaṃjñi-sattva*), các vị đắc vô tưởng định sau khi chết sinh vào đây.

139 Một phần tử trong Kinh bộ.

140 Hán: 還相續. Tạng: *mtshams 'byor ba*, Skt. *pratisandhi*: kết sinh (tâm), sự kết nối của tâm tương tục đời này và đời sau trong sát-na tái sinh. Thiện Huệ Giới: dòng tương tục của tâm được huân tập bởi nghiệp từ trước trong đời này kết nối (kết sanh) với đời sau.

141 何因. Trong các vô tâm định, các hoạt động của tâm-ý-thức hoàn toàn đình chỉ do đó không có gì làm nhân, sao có thể được nối lại? Sớ thích của Thiện Huệ Giới, bản Tạng sDe-ge, ý như Huyền Trang: *rgyu med*: không nhân, làm sao nối? Bản Peking: *rgyud med*, không có tương tục, làm sao nối?

142 Tâm trong sát-na nhập định là chuỗi tương tục được huân tập bởi nghiệp làm đẳng vô gián duyên.

143 *Câu-xá* ii (phẩm Căn) về hai đẳng chí, vô tưởng định và diệt tận định: "Tâm đã gián đoạn trong một thời gian dài, làm sao sau đó tâm lại khởi sanh được? - Tì-bà-sa sư cho rằng tâm quá khứ tồn tại cho nên tâm trước làm đẳng vô gián duyên cho tâm sau." *Câu-xá* bản Việt dịch tập I, tr. 472-478.

144 Đẳng vô gián duyên là điều kiện liên tục không gián đoạn giữa sát-na trước và sau, ở đây gián đoạn qua thời gian dài là sai thành đẳng vô gián duyên?

kết trở lại (với tâm nhập định).

3. Sắc tâm chủng tử.

Có vị (trong Kinh bộ) nói, đó là chủng tử gá trụ trên căn có sắc, nên tâm sau sinh khởi trở lại, tức là chủng tử của tâm-tâm sở năng sanh[145] gá trụ trong hai tương tục là chuỗi tương tục của tâm và chuỗi tương tục của căn có sắc, tùy theo sự thích ứng.[146]

Nhưng há không phải Kinh nói rằng: duyên ý và pháp, ý thức sinh khởi? Không có ý (căn) làm sao ý thức sinh?[147]

Ở đây nên biết, chủng tử của ý có khi nói là ý; ở nơi nhân mà giả thác quả. Như y nơi xúc mà nói có đói khát.[148]

Nhưng, vì sao tâm và tâm sở mỗi mỗi có hai chuỗi tương tục của chủng tử phát sinh? Không thấy pháp nào phát sinh từ chủng tử, như chồi các thứ, mà lại có trường hợp như vậy. Chỉ có thể do nhiều duyên[149] phát sinh một quả, nhưng không hề có một quả nảy sinh từ hai chủng tử.

Như vậy, vẫn không tránh khỏi sai lầm đã nêu trên.[150] Tức là, dòng tương tục tâm của người nhập vô tâm định và hữu tình vô

---

[145] Năng sinh: từ không thấy tương đương trong bản Tạng, và trong số thích của Thiện Huệ Giới. Đây là luận chứng bổ cứu của một phần tử Kinh bộ, biện minh tâm kết sanh, nối trở lại khi xuất vô tâm định. "Tâm-tâm sở năng sinh" có thể hiểu là tâm tương tục kết sanh được kết nối từ chủng tử của tâm-tâm sở gá trong hai chuỗi tương tục.

[146] *Tùy thích ứng*, hàm ý, trong phần vị vô tâm trong sắc giới có tương tục sắc; trong vô sắc giới không có sắc mà chỉ có tâm tương tục.

[147] Từ vô tâm định xuất cần phải khởi ý. Ý sinh khởi y cần đến duyên là ý căn và pháp. *Câu-xá* i tụng 17ab, "Trong sáu thức, thức nào diệt thành quá khứ vô gián sẽ là ý căn. Trong vô tâm định, không có thức nào hoạt động do đó ý căn không thành. Thức khuyết sanh nhân nên không sinh khởi.

[148] Biện minh của phần tử Kinh bộ. *Câu-xá* i tụng 10d: xúc có 11 thể: 4 đại chủng, 7 đại chủng sở tạo gồm trơn, láng, nặng. nhẹ, lạnh, đói, khát. Trong đó, định nghĩa: *đói* là cảm giác muốn ăn.

[149] Thiện Huệ Giới: Trong đây nói duyên, (pratyaya) tức trợ duyên (sahakāri-pratyaya), điều kiện hỗ trợ, chứ không phải thân nhân (upādānahetu), nguyên nhân tất yếu như chủng tử, ngụ ý ngăn đối phương phản vấn: há không phải chồi cũng nảy sinh từ nhiều nhân như đất, nước các thứ?

[150] Lỗi trong giải thích sự kết nối (kết sanh) của tâm tương tục từ chủng tử gá trụ trên căn có sắc.

tưởng thiên bị cắt đứt, làm sao nghiệp đời trước có thể sinh quả ái, hay phi ái đời sau?

[sde.167.7| pe.214.1.]

II. HỮU TÂM LUẬN

1. Hữu tâm vị

Nếu nói lỗi lầm ấy ở nơi tông kia[151], vậy ở nơi tông kia là gì? **[784a]** Nói rằng, trong phần vị này hoàn toàn vô tâm.

Một số khác lại nói rằng, phần vị này là hữu tâm. Như trong *Vấn luận* của Tôn giả Thế Hữu soạn, có nói: "Nếu ai chấp diệt định là hoàn toàn vô tâm, thì người ấy sai lầm. Theo tôi, diệt định vẫn còn *tâm vi tế*,[152] không có mất tâm ở đây."[153]

Luận ấy lại tiếp tục dẫn kinh để chứng minh lý này. Như Kinh nói: "Khi nhập diệt định, thân hành đều diệt... (nói rộng cho đến) các căn không biến hoại, thức không lìa thân."

2. Ý thức

Trong phân vị này, thức nào được cho là tồn tại?

Có vị nói[154], trong phần vị này, tồn tại ý, thức thứ sáu.[155]

a. *Thức duyên sinh.*

Há không phải Kinh nói: "Ý và pháp làm duyên, ý thức phát sinh, cùng sanh với xúc tổ hợp ba, thọ, tưởng, tư cùng sanh."[156]

---

151 Thiện Huệ Giới: *Tông kia*, chủ trương thuyết ngoại cảnh hữu.

152 Huyền Trang: *tế tâm*, tâm vi tế, Lamotte theo Huyền Trang, dịch Pháp: pensée subtile, và khôi phục nguyên Skt. *sūkṣma-citta*. Yamaguchi chỉ rằng nguyên hình Phạn này có thể không đúng. Vì trong bản Tạng dịch cũng như Tì-mục-trí-tiên chỉ nói "hữu tâm" (Tạng: *sems dang bcas*). Nói tế tâm là theo ý của Huyền Trang.

153 Skt. *BhadantaVasumitra-Paripṛcchā* (Tạng: *bTsun pa dByig gshes kyis Yons su 'dris pa*) dẫn bởi *Câu-xá* ii (phẩm Căn), bản Việt dịch tập I, tr. 360, cht. 200: "*Quang ký*: có nhiều vị cùng tên Thế Hữu; đây không phải là Thế Hữu của Tì-bà-sa, mà là một vị trong Kinh bộ." *Thuận chánh lý* 13 (tr. 403a): "Thí dụ luận giả nói như vầy, trong diệt tận định chỉ diệt thọ và tưởng."

154 Thiện Huệ Giới: Thuyết ngoại cảnh hữu.

155 Xem luận *Thành duy thức* 4, tr.18a18, bản Việt dịch, tr. 488, cht. 471.

156 Tản mạn trong nhiều Kinh.

Làm sao trong phần vị có ý thức mà không có tổ hợp ba[157]? Hoặc có tổ hợp ba nhưng không có xúc? Hoặc có xúc mà không có thọ, tưởng? Thế thì do diệt cái gì mà nói định diệt thọ và tưởng?

Có vị giải thích, như Thế Tôn đã nói: "Thọ là duyên của ái",[158] là thế nào? Không phải hết thảy thọ đều là duyên của ái.[159] Xúc cũng vậy, không phải hết thảy xúc là duyên của thọ.[160]

Nghĩa lý này[161] đức Thế Tôn đã nói trong Kinh khác đã khu biệt rõ rằng: các cảm thọ phát sinh từ vô minh xúc là duyên cho ái sinh.[162] Nhưng không có trường hợp khu biệt xúc sinh thọ.[163] Do không có sự khu biệt nên giải thích ấy không khéo.

b. *Ba hòa hiệp xúc.*

Giải thích khác nói, tổ hợp ba xúc, do tổ hợp ba yếu tố có lực mà xúc phát sinh.[164] Trong phần vị (diệt định) này, tổ hợp ba (căn, cảnh, thức) không có công năng sinh xúc và thọ, tưởng, vì chúng bị chặn bởi tâm nhập định. Chính ngay trong phần vị định, xúc còn không có huống nữa là có thọ và tưởng. Cho nên, trong phần vị này chỉ có ý thức, không có các tâm sở.[165]

c. *Ba tánh.*

---

157 Tam hòa hợp xúc. Skt. *sparśapratyayā: trayānāṃ saṃnipātaḥ*, xúc là một tổ hợp ba, một tổ hợp gồm ba thành phần: căn, cảnh, thức.

158 Trong các chi duyên khởi.

159 Các vị lậu tận tất có thọ, nhưng không khởi ái.

160 Biện minh, phản bác lý luận trên: xúc mà không có thọ, tưởng, thì diệt cái gì? *Thành duy thức* 4, tr. 18b17, bản Việt dịch tr. 489, cht. 482.

161 Luận chủ giải thích đoạn Kinh dẫn.

162 Vô minh xúc: xúc bị chi phối bởi vô minh. *Tạp 2*, tr. 14a15: 無明觸生愛緣愛起彼行。彼愛何因何集何何集何生何轉? 彼受觸因觸集觸觸生觸轉。Cf. Pāli, *Pālileyyasuttaṃ*, S.iii.96: *avijjāsamphassajena, bhikkhave, vedayitena phuṭṭhassa assutavato puthujjanassa uppannā taṇhā; tatojo so saṅkhāro*, "Phàm phu vô văn, do xúc được cảm thọ bởi vô minh xúc, phát sinh ái; từ ái phát sinh hành." Dẫn bởi *Câu-xá iii*, bản Việt dịch tập II, tr. 267, cht. 717.

163 Không có trường hợp cá biệt xúc không là duyên sanh thọ.

164 Dẫn bởi *Thành duy thức* 4, tr.18c2, bản Việt dịch cht. 487 & xem phần nội dung, tr. 287.

165 Bản Tạng: Duy chỉ tồn tại ý thức thuộc thân (*yid kyi rnam par shes 'ba' zhig lus pa yin no...*) – Đoạn văn biện minh quan điểm ý thức tồn tại trong diệt định

Nếu vậy, ý thức trong phần vị này là thiện, hay nhiễm, hay vô ký[166]?

Giả sử là như vậy, có gì sai?

Nếu[167] (ý thức) ấy là tính thiện, thì thế nào là tính thiện mà không tương ưng với thiện căn vô tham các thứ?[168] Giả thiết nó tương ưng với thiện căn vô tham các thứ, sao không sinh xúc?

Nếu nói, do bởi được dẫn phát bởi đẳng vô gián duyên thiện (khi nhập diệt định) mà thức này có tính thiện; lý này không đúng. Vì tâm thiện trực tiếp không gián cách sinh ba tâm.[169]

Lại nữa, vì thiện tâm được dẫn phát bởi năng lực thiện căn thì không có khả năng là nhân chặn lui vô tham v.v...[170]

Lại nữa, nếu không tương ưng với thiện căn thì không thành thiện.

Diệt định này, cũng như diệt, là thiện.[171]

---

[166] Bản Tạng: Vô phú vô ký (*ma bsgribs la lung du ma bstan pa*).

[167] Luận chủ điểm sai lầm.

[168] 4. Đẳng khởi: do nguồn gốc như các bất tương ưng hành. Cf. *Câu-xá 13* (tr. 71a16).

[169] *Thành duy thức* 4, tr. 18c17 (bản Việt dịch tr. 283): "Thiện tâm trực tiếp sinh khởi tâm ba tính." *Du già sư địa luận* 51, tr. 579b24: Từ thiện, vô gián sinh bất thiện tánh; từ bất thiện, lại vô gián tái sanh thiện tánh; cả hai vô gián sanh vô ký. Như vậy diệt định không thể là thiện. *Câu-xá* ii tụng 67: "Trong dục giới, thiện tâm trực tiếp không gián cách sanh chín tâm..." *Câu-xá* bản Việt dịch tập I, tr. 492, cht. 369, 370. Thiện Huệ Giới: sai lầm ở đây là, ý thức trong diệt định này như vậy vừa thiện, vừa bất thiện, vừa vô ký.

[170] Thiện Huệ Giới: Nếu do đẳng vô gián duyên thiện, tâm sinh khởi về sau cũng là thiện. Như vậy, một khi thiện phát sinh thì trong suốt luân hồi những gì phát sinh về sau đều là thiện mà không có bất thiện và vô ký. Đại ý, chỉ các pháp tương tợ đồng loại mới là đẳng vô gián duyên. Do đó, thiện đẳng vô gián không thể là nhân chặn đứng vô tham để bất thiện hay vô ký có thể sinh khởi. Cụm từ "vô nhân năng già vô tham 無因能遮無貪 - không có nhân chặn đứng vô tham", từ *vô tham* trong bản Huyền Trang không có trong bản Tạng; tất nhiên hiểu ngầm như sớ thích của Thiện Huệ Giới.

[171] *Như diệt*: Như diệt khổ. Diệt định, do tịch diệt tất cả khổ, nên được nói là thiện. Thiện Huệ Giới: Diệt định, tạm thời tịch diệt, chỉ do vậy mà nói là thiện, chứ thực sự (bản chất) không phải là thiện. *Câu-xá* ii. tụng 43: Diệt định duy chỉ thiện, không có vô ký hay nhiễm ô; nhưng là đẳng khởi thiện chứ không phải tự tánh thiện hay tương ưng thiện. Xem cht. 169 trước.

Nếu nó có tính nhiễm ô[172]. Nhưng không tương ưng với các phiền não như vô tham các thứ, sao thành nhiễm?

Giả thiết nếu nó tương ưng với các phiền não như tham v.v... sao không có xúc? Như trong kinh *Thập vấn*,[173] Thế Tôn có nói: "Những gì là thọ uẩn, tưởng uẩn, hành uẩn đều có xúc là duyên."

Lại nữa, vô tưởng định còn không được coi là nhiễm, huống gì diệt tận định (sao lại nhiễm)?

Nếu nói, nó có tính vô phú vô ký. Vậy nó là dị thục sinh? Hay là oai nghi lộ? Là công xảo xứ? **[784b]** Hay là năng biến hóa?[174]

Giả sử là như vậy, có gì sai?

(1) Nếu nó là dị thục sinh, làm sao có thể sinh khởi tâm dị thục sanh thuộc Dục giới trực tiếp ngay sau định tâm Hữu đỉnh, trong khi cách xa địa dưới này bởi trung gian tám địa?[175]

Lại làm sao từ tâm này có thể trực tiếp hiện khởi tâm bất động các thứ.[176] Vậy sao từ tâm này ngay trực tiếp sau đó hiện khởi bất động tâm các thứ? Như trong kinh *Đại câu-sắt-chỉ-la*[177] có câu hỏi này: "Khi xuất diệt định, sẽ được xúc bởi bao

---

[172] *Nhiễm ô*, đây hiểu là vô phú vô ký. Thiện Huệ Giới: Nếu nó không phải thiện, bất thiện, thì có thể là hữu phú vô ký (*nivṛtāvyākṛta*). *Câu-xá* ii tụng 30, bản Việt dịch tập I, tr. 297, cht. 150, Xứng Hữu: "Cái không được xác định là thiện hay bất thiện, nhưng bị phiền não che phủ, cái đó gọi là hữu phú vô ký."

[173] *Thập vấn kinh*, Yamaguchi chú thích, *Tạp A-hàm* 11 (T02n99, tr. 73c09), nội dung Kinh là những câu hỏi Nan-đà nêu lên khi giáo thọ các Tỳ-kheo ni: "(tr. 74b20): duyên ý và pháp, ý thức sanh. Tổ hòa hiệp ba sự sanh xúc... (74b25): ... xúc duyên thọ... (74c5): xúc duyên tưởng... (74c12): xúc duyên tư..." Kinh *Thập vấn* dẫn trên là những điều Phật nói, ý nghĩa nhất trí nhưng văn không tương đồng.

[174] Vô phú vô ký (*anivṛta-avyākṛta*) có 4: dị thục sanh (*vipākaja*). Oai nghi lộ (*airyāpathika*), công xảo xứ (*śailpasthānika*), biến hóa tâm (*nirmitacitta*). *Câu-xá* ii tụng 72.

[175] Từ định Hữu đảnh (*Bhavāgra*) nhập diệt định, từ diệt định khởi tâm dị thục sinh Dục giới, từ Hữu đảnh cho đến Sơ tĩnh lự, trung gian gồm 8 địa.

[176] Bất động *các thứ*: kể thêm vô sở hữu xứ và vô tưởng. Trong đó, bất động chỉ đệ tứ tĩnh lự địa; vô sở hữu tức Vô sở hữu xứ địa; vô tưởng (Thiện Huệ Giới), tưởng vi tế, viễn ly hết thảy tưởng, đây chỉ Hữu đảnh. Xem thêm cht. 178 dưới.

[177] *Trung A-hàm* 58, kinh số 211 "Đại-câu-si-la", vấn đáp giữa Xá-lợi-phất và Câu-si-la; tr. 792a18. Tham chiếu Pāli, M.43 *(Cūḷa)Vedallasutta*; PTS. i.302: *saññāvedayitanirodhasamāpattiyā vuṭṭhitaṃ panāyye, bhikkhuṃ kati phassā*

nhiêu xúc?" - Đáp: "Này Cụ thọ! Sẽ được xúc bởi ba xúc: xúc bất động, xúc vô sở hữu, và xúc vô tướng."

Nếu nói, đó là dị thục tâm được dẫn khởi bởi nghiệp đời trước. Vậy thì, có đạo lý nào mà do thế lực của hạn kỳ trước đó của diệt định khiến vị đó khi xuất định không vượt quá thời hạn ấy?[178]

Lại nữa, do đâu mà định tâm Hữu đảnh với sở duyên là diệt[179] cần phải đạt đến cực điểm[180], bấy giờ tâm dị thục, được dẫn khởi bởi tập khí của nghiệp đời trước trong Dục giới, mới có thể hiện khởi, chứ không phải trong phần vị trước đó?

Lại nữa, vì sao sắc dị thục sinh được dẫn phát nơi đây[181] khi đã bị đứt không thể kết nối trở lại, nhưng dị thục tâm bị đứt mà vẫn được kết nối trở lại?

(2) Nếu nói, đó là oai nghi lộ, hoặc công xảo xứ, hay năng biến hóa.

Tâm (diệt định) này duyên đến oai nghi lộ v.v..., nhưng không có xúc làm sao tạo tác[182]?

Nếu cho rằng, chín thứ đệ định[183] và tám giải thoát[184] mà tự thể đều là thiện;[185] lúc ấy tâm nhiễm ô, hoặc vô ký mà hiện khởi là không hợp lý.

---

phusantī" ti? "saññāvedayitanirodhasamāpattiyā vuṭṭhitaṃ kho, āvuso visākha, bhikkhuṃ tayo phassā phusanti – suññato phasso, animitto phasso, appaṇihito phasso, xúc bởi ba xúc: không, vô tướng, vô nguyện.

[178] Trước khi nhập diệt định, cần khởi ba niệm: (a) hạn kỳ thời gian tại định; (b) xuất định bất cứ lúc nào nếu Tăng hữu sự cần đến; (c) đình chỉ các tưởng và thọ. Thiện Huệ Giới: Người nhập diệt định, tâm xuất định còn không thể vượt quá hạn kỳ ước định; trong đó dị thục sinh khởi tự nhiên theo tự tánh.

[179] Diệt định duyên đến đối tượng là tưởng diệt và thọ diệt.

[180] Cực điểm (biên tế) của tưởng diệt và thọ diệt; chỉ trong phần vị (trạng thái) này tập khí túc nghiệp mới có thể được dẫn khởi.

[181] Nơi đây: trong Dục giới và Sắc giới.

[182] Hành tướng của diệt định là tịch tĩnh; trong khi oai nghi lộ, công xảo xứ, biến hóa tâm là những hoạt động, nên không tương thích.

[183] Skt. navānupūrvavihārasamāpatti, cửu thứ đệ trụ đẳng chí.

[184] Skt. aṣṭau vimokṣāḥ.

[185] Xem cht. 172 trước.

d. *Thức sở duyên.*

Lại nữa, y chỉ định Hữu đảnh, duyên đến diệt, tư duy tịch tĩnh, mới có thể nhập tưởng thọ diệt định. Như trong kinh *Đại câu-sắt-chỉ-la*, y cứ diệt định mà nói như vầy: "Y chỉ mấy nhân, mấy duyên mà nhập định vô tướng giới?" - Đáp: "Này Cụ thọ, y chỉ hai nhân và hai duyên mà nhập định vô tướng giới[186]; ấy là không tư duy tất cả tướng, và chánh tư duy vô tướng giới."[187]

Nếu trong diệt định có ý thức, thì sở duyên và hành tướng (của ý thức) ấy là gì?

Nếu nói, lấy diệt làm sở duyên, và tịch tĩnh là hành tướng, vậy tại sao nó không phải là thiện? Nếu là thiện, sao không chấp nhận tương ưng với thiện căn như vô tham các thứ? Nếu tương ưng, sao không cho xúc là duyên phát khởi?

Nếu nói, nó có sở duyên và hành tướng khác, vậy làm sao ngay sau tâm nhập diệt định có thể khởi tâm tán loạn mà không trái lý? Giả sử các vị ấy tự ý phân biệt có các vô ký khác do bởi hai nhân ấy[188]; cũng không hợp lý. Do vậy, các Ngài không có nhận thức trung thực ý nghĩa trong A-hàm mà tự ý suy diễn trong diệt định v.v... tồn tại ý thức thứ sáu, do vậy chấp rằng phần vị này là hữu tâm vị.

TIẾT VII. SINH TỬ LƯU CHUYỂN

I. DỊ THỤC THỨC

1. Vi tế tâm

---

[186] Vô tướng giới (*animittadhātu*), đây chỉ diệt định (*nirodha-samāpatti*).

[187] Kinh dẫn trên, tr. 792b17. Pāli (Mahā)Vedalasutta, PTS. i. 297: *"kati panāvuso, paccayā animittāya cetovimuttiyā samāpattiyā" ti? dve kho, āvuso, paccayā animittāya cetovimuttiyā samāpattiyā – sabbanimittānañca amanasikāro, animittāya ca dhātuyā manasikāro.*

[188] Hai nhân, Thiện Huệ Giới: chín thứ đệ định và y chỉ Hữu đảnh nói trên.

Nếu vậy[189], vì sao chấp nhận tâm vẫn tồn tại trong các phần vị vô tâm như diệt định v.v...? Như các nhà Kinh lượng bộ[190] cho rằng trong các phần vị này vẫn tồn tại tâm vi tế; [784c] đó là thức của quả dị thục thức chứa tất cả mọi chủng tử[191], từ kết sinh tối sơ cho đến lúc chết liên tục tiếp nối không hề gián đoạn, sinh xứ nơi này nơi kia, do dị thục nhân sai biệt mà có nhiều phẩm loại sai biệt tiếp nối lưu chuyển, cho đến khi nhập Niết-bàn mới chấm dứt hoàn toàn. Chính do bởi thức này không gián đoạn nên trong các phần vị vô tâm nói là hữu tâm. Bởi vì, ngoài ra, sáu thức thân[192] không hoạt động trong các phần vị nên nói là vô tâm. Đồng thời, do năng lực tăng thượng của tâm gia hành (chuẩn bị) nhập diệt định v.v..., khiến chủng tử của sáu thức tạm thời bị khuất phục không hiện khởi được, cho nên nói là vô tâm, chứ không phải hoàn toàn không có tâm.

Tâm có hai loại: thứ nhất, tâm tập khởi[193], bởi vì nó là nơi *tích lũy* vô lượng chủng tử. Thứ hai, tâm đa dạng[194], bởi vì sở duyên và hành tướng của nó chuyển biến sai biệt. Các phần vị như diệt v.v... do vì khuyết loại tâm thứ hai nên nói là vô tâm. Như

---

189 Giả thiết ngoại nhân chất vấn Luận chủ: không chấp nhận ý thức tồn tại trong diệt định... nhưng sao lại thừa nhận hữu tâm vị?

190 Nguyên Hán: "Những vị chủ trương Kinh là chuẩn mực (lượng, pramāṇa)." Ngụ ý Thế Thân chỉ thừa nhận những gì được nói trong các Kinh chứ không phải Thế Thân là Luận sư theo phái Kinh lượng bộ, hay chịu ảnh hưởng của Kinh lượng bộ. Bản Tạng chỉ nói: mDo sde pa kha cig, một số vị Kinh bộ.

191 Gọi nó là dị thục thức (vipāka-vijñāna), tích tập của nghiệp quá khứ; hoặc gọi là nhất thiết chủng tử thức (sarvabījaka-vijñāna), hàm chứa các công năng sai biệt (năng lượng đặc thù) từ đó xuất hiện thân, tâm và thế giới.

192 Sáu thức y chỉ thân, khác với dị thục thức.

193 *saṃcitta*. Skt. *citta* theo một ngữ nguyên, *Câu-xá* ii tụng 34, bản Việt dịch tập I, tr. 311, cht. 207: *cinotīti cittam*. "Nó tích lũy, nên gọi nó là tâm." Theo định nghĩa này, *citta* do động từ căn *ci*: *cinoti*: nó tích lũy. *Vyākhyā*: *kuśalam akuśalaṃ vā cinotīty arthaḥ/nairuktena vidhinaivaṃ siddham/*Nó tích lũy (nghiệp) thiện hay bất thiện; đây là định nghĩa theo ngữ nguyên.

194 Hán: Chủng chủng tâm 種種心, Skt. *citra*. Theo một ngữ nguyên Phạn khác, *citta* là dạng hỗn chủng của *citra*: đa dạng, nhiều sắc thái, như họa phẩm. Kinh nói: Tâm như thợ vẽ, là do ngữ nguyên này. *Câu-xá* ii tụng 34 dẫn trên, bản Việt dịch tập I - 2012, tr. 312, cht. 211: *citaṃ śubhāśubhair dhātubhir iti cittam/*"Gọi nó là tâm, vì được tích lũy bởi các giới loại tịnh và bất tịnh." *Vyākhyā*: *vāsanāsanniveśayogena sautrāntikamatena, yogācāramatena vā/*"Quan điểm của *Sautrāntika* hay *Yogācāra* nói nó là nhà chứa của các tập khí."

giường mất một chân, vẫn còn các chân khác, nhưng lại gọi nó là giường không chân.

Trong phần vị mà chủng tử các thức bị trấn áp,[195] thức dị thục chuyển biến sai biệt trong từng sát-na, mà lực trấn áp càng lúc càng yếu dần đến mức cạn kiệt, như nước sôi, hay mũi tên bắn, lực phát nhiệt và lực dẫn tên càng lúc càng yếu dần cho đến mức tận cùng,[196] chủng tử của thức bấy giờ mới phát sinh quả. Ban đầu ý thức từ chủng tử của nó tái sinh khởi, sau đó các thức khác cũng tùy theo duyên mà lần lượt hiện khởi.

2. Chứng lý thức dị thục

a. Giáo chứng

Tức thức dị thục đã nói trên hàm chứa trong nó chủng tử của vô vàn chủng loại sai biệt các pháp. Các chủng tử này được huân tập thường xuyên bởi thức này thức kia cùng với các pháp câu hữu thiện, bất thiện; lực của chủng tử được huân tập tùy theo thích ứng mà tăng thịnh. Từ dòng tương tục chuyển biến sai biệt ấy, tùy theo năng lực chín mùi của chủng tử, và gặp duyên hỗ trợ, xuất hiện quả ái, phi ái trong tương lai.

Liên hệ đến nghĩa lý này, có kệ tụng[197] giải thích rằng:
Tâm này với vô biên chủng tử,
Cùng chuyển vận một cách liên tục,
Gặp duyên cá biệt ở trong tâm,
Chủng tử trong tâm được tăng thịnh.
Năng lực chủng tử tăng thịnh dần,
Khi gặp điều kiện cho ra quả.
Như nhuộm (tử khoáng) hoa câu duyên,[198]

---

[195] Trong các trạng thái vô tâm vị, chủng tử các thức bị nén xuống không hoạt động.

[196] Khi quán hành giả xuất định, lực trấn áp hoàn toàn triệt tiêu.

[197] Thiện Huệ Giới: Kệ tụng bởi Thượng tọa Mã Minh (*Sthavira-Aśvaghoṣa*), trong Kinh bộ. Kệ tụng được dẫn bởi Xứng Hữu (*Yaśomitra*), *kośa-vyākhyā*, vì Pudgala (Wogihara, p. 270): *cittaṃ hi etad ananta-bīja-sahitaṃ saṃtānato vartate. Tat-tad bījam upaiti puṣṭiṃ udite sve pratyaye cetasi. Tat puṣṭaṃ druma-labdha-vṛtti phala-daṃ kālena saṃpadyate. Raṃgasyeva hi mātuluṅga-kusume 'nyastasya tat-kesare||*

[198] 紫礦汁. Skt. lākṣārasarakta.

Ruột quả tức thời chuyển thành đỏ.

Điều này đã được Thế Tôn nói trong kinh *Đại thừa Giải thâm mật*, kệ tụng như vầy:

Thức a-đà-na cực kỳ sâu, vi tế,
Tất cả chủng tử như thác lũ.
Ta không vén mở cho phàm ngu,
Vì chúng sẽ chấp là tự ngã.[199]

Vì nó kết nối đời sau, và nắm giữ thân, nên gọi là thức *a-đà-na* (thức chấp trì)[200], đồng thời nó hàm chứa (chấp tàng) tất cả chủng tử các pháp, do vậy lại gọi thức a-lại-da (tàng thức)[201]. Lại chính nó là sự chín muồi của nghiệp đời trước, nên cũng gọi là thức dị thục[202].

b. *Lý chứng*

Nếu không thừa nhận **[785a]** có thức dị thục, thì thức nào có thể nắm giữ thân? Không có thức nào khác mà nắm giữ thân cùng khắp, không rời bỏ, cho đến khi chết.

Lại nữa, tùy miên của phiền não[203] tồn tại ở đâu[204], để khi nơi

---

[199] *Giải thâm mật* 1, T16n676, tr. 692c22: 阿陀那識甚深細 一切種子如暴流我於凡愚 不開演 恐彼分別執為我; dẫn bởi Nhập trung luận, *Madhyamakavatara*, *ādānavijñāna gabhīrasūṣmo ogho yathā vartati sarvabījo bālāna eṣo mayi na prakāsi mā haiva ātmā parikalpayeyuḥ.*

[200] A-đà-na 阿陀那, Skt. *ādāna*, theo định nghĩa, Thiện Huệ Giới, Tạng: *len par byed pas na len pa'o*), Skt. (*Yamaguchi*): *ādīyate 'neneti ādānam*, được *chấp trì* (nắm giữ) bởi nó, nên nó được gọi là *cái chấp trì*.

[201] *ālaya-vijñāna*, a-lại-da thức, tàng thức. Định nghĩa, Thiện Huệ Giới, Tạng: *'dir chos thams cad kun tu sbyor bar byed pas kun gzhi ste*. Skt (*Yamuguchi*): *asmin sarve dharmā ālīyanta iti ālāyaḥ*, tất cả các pháp trầm tích (= *tàng trữ*) trong nó, nên gọi nó là tàng thức.

[202] Skt. *vipāka-vijñāna.*

[203] 煩惱隨眠, phiền não trong trạng thái ngủ yên gọi là tùy miên (*anuśaya*), khi thức (hoạt động) được gọi là triền (*paryavasthāna*). Câu-xá v (phẩm Tùy miên), bản Việt dịch tập IV, tr. 117. Bản Tạng: *nyon mongs pa'i dag la nyal*: tùy miên *của* phiền não. Bản Pháp: phiền não *và* các tán tích (Anh dịch: *residues*) của nó.

[204] Huyền Trang 何處蘊. Bản Tạng: *gang la*: ở đâu? Đại ý câu hỏi, tồn tại trong thức nào để thức ấy là khả năng đoạn trừ? Trong 5 uẩn, sắc, thọ, tưởng và hành không có khả năng đoạn trừ phiền não. Trong 12 xứ, 6 ngoại xứ cũng vậy. Thiện Huệ Giới chú thích: *rnam par shes pa gang la rnam par gnas gnas pa*, tồn tại trong

đó đối trị phát sinh thì chúng bị đoạn trừ? [205]

Nếu nói, nó tồn tại trong tâm đối trị. [206] Điều này không hợp lý. Vì làm sao cái mà tùy miên của phiền não bám theo cái đó lại khả năng đối trị của chúng? [207]

Lại các chúng sanh sinh Vô sắc giới ngay khi đang khởi tâm nhiễm, thiện, hay vô lậu, bấy giờ có thể của pháp dị thục thuộc cõi thú hướng nào? [208] Hoặc cho rằng, cõi thú này thông cả phi dị thục [209] và bất hệ pháp [210]. Nhưng lý này trái nghịch.

Các vị Bất hoàn quả sinh Hữu đảnh, tu đối trị đạo để đoạn tận các lậu còn lại, khi vô lậu thuộc Vô sở hữu xứ hiện khởi [211], thì vật thể riêng biệt nào tồn tại ở hữu đảnh mà tự thể (thuộc tự

---

thức nào? Không thể trong năm thức đầu, vì chúng tán loạn theo ngoại cảnh. Tồn tại trong ý thức; ý thức là đối trị của tùy miên. Bản Pháp phỏng theo văn dịch Hán, dịch là "tồn tại trong *uẩn* và *xứ* nào?"

[205] Khi Thánh đạo phát sinh, phiền não (tùy miên) thuộc bộ loại nào bị đoạn trừ bởi đối trị phần của nó. Như dục giới tùy miên mê khổ để bị đoạn trừ khi khổ pháp nhẫn phát sinh, là đối trị phần của nó.

[206] 蘊在能對治心. Pháp dịch: *uẩn* này lưu trú trong tâm đối trị. Bản Tạng: *gnyen pa'i sems nyid la'o*, (phiền não tồn tại) chính trong tâm đối trị. Xem tiếp cht. 208.

[207] Thiện Huệ Giới: Để đoạn trừ tập khí, Thánh đạo cần được thể nhập. [Thức nào mà là sở y cho Thánh đạo phát sinh] Thức sở y của Thánh đạo ấy làm sao tụ hội với tập khí kia? Nếu cái này nỗ lực trấn phục cái kia thì cái này không thích hợp cho lợi ích của cái kia. Thánh đạo sở y là nơi tập khí bị đoạn trừ chứ không phải là nơi để sinh trưởng. Do vậy, cần phải chấp nhận tồn tại một thức dị biệt là thức sở y.

[208] 有何趣攝異熟法在. Tạng: *de'i 'gro bas bsdus pa rnam par smin pa'i rdzas gang shig lus*, "vật thể dị thục nào thuộc cõi thú ấy (Vô sắc giới) là thân?" Yamaguchi ghi chú, Hán dịch Huyền Trang tương đương bản Tạng *rnam par smin pa'i rdzas*: vật thể (yếu tố) dị thục; 法在 (pháp tại) trong Hán được xem tương đương từ Tạng *rdzas* (Skt. *dravya*: vật thể, thực thể, yếu tố), có thể nguyên là 法體 pháp thể, viết lược thành 法体 rồi lại chép nhầm thành 法在. Thiện Huệ Giới: Vô sắc giới do đã ly tham đối với sắc nên trong giới này không tồn tại các sắc căn và thức tương ứng, mà chỉ tồn tại ý thức là thân. Vậy, khi tâm tương tục của chúng sinh trong giới này là nhiễm v.v., vì không có tính dị thục, nên không có thực thể dị thục.

[209] Tất cả những gì không phải là kết quả của nghiệp được nói là *phi dị thục*.

[210] *Bất hệ pháp* 不繫法, không hệ thuộc giới hệ nào trong ba giới.

[211] *Câu-xá* viii (phẩm Định) tụng 20ab, *Câu-xá* bản Việt dịch tập V, 2018, tr. 396, cht. 1153, 1154: "Với mục đích đoạn trừ phiền não còn sót lại trong tự địa (Hữu đảnh), nhưng vì Hữu đảnh không có Thánh đạo, Thánh giả khởi hân lạc Thánh đạo địa dưới, và vì chỉ Vô sở hữu xứ là địa gần nhất; khởi Vô sở hữu xứ định hiện tiền đoạn tận phiền não còn sót lại."

thân của hữu đảnh) vẫn tồn tại, (do đó mà mấy vị này) được nói là không chết? Chúng đồng phần, hoặc mạng căn,²¹² không thể tách ngoài sắc và tâm mà tồn tại như thực thể riêng biệt. Hai pháp này chỉ y nơi lực dẫn phát (của uẩn dị thục) và tính chất tương tợ²¹³ với các uẩn dị thục mà giả kiến lập. Nhưng lực dẫn phát và tính tương tợ không phải là vật thể riêng biệt, như lực dẫn phát và tính tương tợ của mầm (mạ) lúa các thứ. Do đó phải xác định thừa nhận tồn tại một thức khác ngoài sáu thức thân, như đã nói ở trên, mà thể của nó là thức chấp trì chủng tử.

3. Dị danh của dị thục

Tức y thức này, trong Kinh của Xích đồng diệp bộ gọi là hữu phần thức. Trong Kinh của Đại chúng bộ gọi là căn bản thức. Hóa địa bộ lại nói là cùng sinh tử uẩn.²¹⁴

4. Sở duyên và hành tướng

Vậy sở duyên và hành tướng của thức này là gì?

Sở duyên và hành tướng này không thể biết rõ.

Tại sao đã gọi là thức mà lại như thế?

Cũng như trong các phần vị (vô tâm) như diệt định v.v... được cho là tồn tại một thức dị biệt mà hành tướng cảnh giới của nó rất khó biết; ²¹⁵ đây cũng đồng như vậy.

---

²¹² Tì-bà-sa lập mạng căn và chúng đồng phần là hành không tương ưng tâm. Kinh bộ bác bỏ hai pháp này thực hữu. *Câu-xá* ii tụng 41a, 45ab.

²¹³ Lực dẫn phát (Skt. *āvedha*) chỉ cho mạng căn; tính tương tợ chỉ cho chúng đồng phần.

²¹⁴ Bản Tì-mục và Tạng dịch chỉ đề cập 2 bộ. Tì-mục: Đại đức Đồng diệp sắc nói *hữu phần thức;* và người khác nói *căn bản thức.* Bản Tạng: Đại đức Xích đồng diệp bộ (*btsun pa Gos dmar sde*) nói hữu phần thức (*srid pa'i yan lag gi rnam par shes pa/bhavāṅga-vijñāna*), và bộ khác nói căn bản thức *(rtsa ba'i rnam par shes pa/mūla-vijñāna).*
Thiện Huệ Giới chú: Xích đồng diệp (*Tāmraparṇīya*) là Thánh Thượng tọa bộ (*ārya-Sthavira*). Người khác nói đây là Thánh Đại chúng bộ (*ārya-Mahāsāṅghika*). Huyền Trang nói: *Trong Kinh của...* thực tế nên hiểu trong *luận thư* của các bộ; không có Kinh (Phật thuyết) nào trong bất cứ bộ nào nói đến các thức này, do đó diễn ra những trang luận giữa các bộ.

²¹⁵ Như nói về hữu tâm trong vô tâm vị trong các đoạn văn trên.

5. Mật ý thuyết

Vậy thức ấy thuộc trong thủ uẩn nào?

Theo lý thực mà nói, thức thủ uẩn.

Nếu vậy, Kinh văn này được hiểu như thế nào: "Thức thủ uẩn là gì? Đó là sáu thức thân."[216] Và nữa: "Thức nào duyên danh sắc? Đó là sáu thức."[217]

Nên hiểu rằng Kinh này nói có mật ý. Như Kinh nói: "Hành uẩn là gì? Đó là sáu tư thân." Không phải rằng trong hành uẩn không những pháp khác nữa. Đây cũng như vậy:

Kinh chỉ nói sáu thức, không nói thức khác, có mật ý gì?

Như Thế Tôn nói rõ trong kinh *Giải thâm mật*: "Ta không vén mở cho phàm ngu; vì chúng sẽ chấp là tự ngã."

Do duyên gì mà phàm ngu chấp cái này là ngã?

Vì từ vô thủy cho đến tận cùng biên tế sinh tử, hành tướng của thức này vi tế không hề đổi khác.

Lại nữa, (a) vì phẩm loại sở y, sở duyên và hành tướng của sáu thức thô phù dễ nhận biết; (b) vì chúng tương ưng với phiền não và đối trị đạo do đó mà thiết lập tạp nhiễm và thanh tịnh; (c) và vì thể của chúng là quả thức[218] do đây mà suy lý để biết rằng có thức là chủng tử (của chúng). Vì những lý do này mà trong các Khế kinh đều tùy theo đó nói là thức, nhưng không nói thức làm nhân, **[785b]** vì trái với những điều nói trên[219]. Đó gọi là mật ý chỉ nói sáu mà không nói (thức nào) khác.

Cho nên, trong Kinh của các bộ khác chỉ nói sáu thức thân là hữu phần thức v.v... cũng theo đó mà giải thích. Theo lý thích ứng thì không có gì lỗi.

---

[216] *Tạp A-hàm* 3, tr. 16a2. Không có tương đương Pāli.
[217] *Tạp A-hàm* 12, tr. 5a26.
[218] *Quả thức*: Chỉ sáu thức; quả (*phala*) ở đây hiểu là kết quả được tác thành (*kārya*).
[219] Những điểm tương phản a, b, c nêu trên.

Vả lại, ngày nay vô số Kinh trong mỗi bộ phái đã bị thất lạc,[220] nên biết, như được biện luận chi tiết trong luận *Thích quỹ* [221]. Vì vậy, không nên chấp rằng thức a-lại-da nhất định không phải là Kinh nói. Theo lý, thức này tất phải có.

II. A-LẠI-DA

1. A-lại-da và sáu thức

Nếu vậy, trong một thân mà có hai thức cùng hoạt động, đó là dị thục thức và các chuyển thức khác.

Nếu quả thế, thì có sai lầm gì?

Nếu trong một thân có cả hai thức cùng hoạt động, vậy trong một thân mà xác nhận cùng một lúc có hai hữu tình. Như có hai thức hoạt động trong hai thân khác nhau.

Không có sai lầm như vậy. Vì hai thức ấy hoạt động với tư cách là nhân và quả lẫn nhau[222], vì chúng không tách rời nhau. Lại nữa, và vì dị thục thức được huân tập bởi chuyển thức kia. Cho nên, đây không phải là hai thức cùng hoạt động trong hai thân khác nhau. Có cơ sở như vậy, cho nên không có sai lầm ấy.

Vả chăng, há người ta lại thấy rằng chuỗi tương tục của hạt giống và quả của hạt giống khác nhau?[223]

Kinh nghiệm thế gian thấy rằng chuỗi liên tục của rễ, cọng các thứ và chuỗi tương tục của hoa sen v.v... mỗi thứ khác nhau, do

---

[220] *Câu-xá* ii phẩm Căn (Hán quyển 6, tr. 34a5), bản Việt dịch tập I, tr. 447. Tì-bà-sa lập luận tương tợ, khi bị Kinh luận bác bỏ quan điểm cho là không có kinh nào nói như vậy: Vả lại, có vô lượng kinh nay đã thất lạc, làm sao mà khẳng định rằng không có kinh nào nói?

[221] *Thích quỹ luận*, tên luận Skt. *Vyākhyāyukti*, dẫn bởi *Yaśomitra, Kośa-vyākhyā* i 218.29 (Wogihara). Tạng: *rnam par bshad pa'i rigs pa*.

[222] Trong quá trình huân tập, sáu chuyển thức là nhân, thức dị thục là quả. Trong quá trình hiện hành, thức dị thục là nhân, sáu chuyển thức là quả.

[223] 頗有 ... 耶: hiểu theo đây, câu này Luận chủ phản vấn, để xác nhận chuỗi tương tục nhân và quả về biểu kiến thì thấy chúng khác nhau, nhưng thực tính chỉ là một chuỗi tương tục. Văn theo bản Tạng, và cũng theo sớ thích của Thiện Huệ Giới, đây là giả thiết nạn vấn đặt ra cho luận chủ thấy sai lầm của Luận chủ trong quan hệ nhân và quả, vì đó là hai chuỗi tương tục khác nhau.

vậy mà thành hạt giống và quả. Đây cũng vậy. Lại nữa, dù thế gian có thấy hay không thấy.[224]

Nếu không thừa nhận có thức a-lại-da thì phạm sai lầm như đã nói trên. Cho nên, cần phải thừa nhận một cách quyết định là có thức a-lại-da riêng biệt ngoài sáu thức thân. Thể của nó thực hữu (*svabhāvasat*).

2. A-lại-da và Tự ngã

a. *Về sở y.-* Tại sao không thừa nhận ngã là thật hữu và làm sở y cho sáu thức thân?

Ngã mà ông quan niệm có đặc tính như thế nào để nói làm sở y chỉ? Nếu cho rằng nó sinh diệt tương tục như thức a-lại-da, chuyển biến theo duyên, thế thì nó và thức a-lại-da có gì khác nhau mà chấp là ngã?

Nhưng nếu cho rằng tự thể của ngã là nhất thể, thường hằng, tuyệt đối không biến đổi; như vậy làm sao có thể nói nó được huân tập bởi thức các thứ[225], để làm sở y? Sự huân tập là khiến cho chuỗi tương tục của cái được huân tập[226] chuyển biến thành công năng sai biệt[227], như hoa câu duyên nhuộm với nước tử khoáng, khiến cho chuỗi tương tục của hoa chuyển biến thành công năng.

Nếu không có huân tập thì không có quá trình chuyển biến sai biệt thành công năng. Như những kinh nghiệm, nhận thức, ham muốn v.v... được luyện tập thường xuyên nhiều cách khác nhau trước đó, về sau sự sai biệt của ký ức, nhận thức, ham muốn v.v... làm sao sinh khởi?

---

[224] Trả lời của Luận chủ. Kinh nghiệm người đời chỉ thấy chuỗi tương tục của nhân và quả bên ngoài khác nhau mà không thấy chuỗi tương tục bên trong duy chỉ là một. Điều này muốn chứng minh thức dị thục và sáu chuyển thức duy chỉ là một chuỗi tương tục không gián đoạn từ vô thủy.

[225] Hán: 識等, thức *các thứ*: Thiện Huệ Giới, thức và bao gồm tham các thứ.

[226] *Sở huân tập*, tức tập khí.

[227] Công năng sai biệt: năng lực, hay nguồn năng lượng đặc thù bên trong hạt giống; trong quá trình phân rã của hạt giống, công năng sai biệt này kết hợp với các điều kiện mới để thành thực thể mới.

Vả lại, thể của ngã trong phần vị vô tâm cùng với ngã sau này không sai biệt, bấy giờ không có thức, vậy sau đó ý thức từ đâu sinh khởi?[228]

b. *Về công năng.-* Ngã có công năng gì đối với các thức mà được cho là sở y của thức?

Nếu nói thức các thứ nhân bởi ngã mà sinh khởi, nhưng thể của ngã thường hằng không sai biệt, vậy sao thức hiện khởi theo thứ tự, mà chẳng phải khởi cùng thời và đồng loạt?

Nếu nói đợi có cái khác làm trợ nhân và trợ duyên mới có thể sinh khởi[229], vậy lìa nhân duyên đó thì làm sao **[785c]** biết ngã có công năng phát sinh?

Nếu nói thức y chỉ ngã mà hiện khởi, nhưng các pháp vừa sinh tức thì diệt, không hề đình trú, đâu có thể y vào đó mà sinh khởi? Do đó không nên chấp thể của ngã là thực hữu làm sở y cho sáu thức.

Lại nữa, nếu chấp có ngã là trái với điều được nói trong A-hàm rằng: "Tất cả các pháp đều vô ngã." Cho nên, ông chấp ngã là nhất thể, thường hằng, thực hữu đều không phù hợp chánh lý, chỉ là ý tưởng sai lầm.

Do đây chứng minh rằng, chỉ là thức a-lại-da được huân tập đồng thời bởi tâm sở tư sai biệt mà khiến cho nó liên tục chuyển biến sai biệt, rồi mới dẫn đến quả ái, phi ái đời sau; chứ chẳng phải biểu hiện của nghiệp thân và ngữ như các vị ấy chủ trương.

TIẾT VIII. BA NGHIỆP

QUAN ĐIỂM CỦA THẾ THÂN

Nếu không thừa nhận có nghiệp thân và ngữ, há không bài xích

---

[228] Vì không có ý căn. Xem cht. 148 trước.

[229] Thứ tự (tuần tự) sinh khởi. Thiện Huệ Giới: Luận chủ giả thiết 2 giải thích về thứ tự sinh khởi: a. do ngã sinh; b. do ngã trụ.

ba nghiệp được nói trong Kinh?

Không có khả năng bài xích, nhưng theo lý mà giải thích để cho Kinh văn không thể bị hiểu sai.

Giải thích thế nào để không bị hiểu sai? Để loại trừ độc hại của chấp trước cần phải giải thích chi tiết: Ở đây, Kinh nói nghiệp có ba, (1) vì mục đích gì? (2) thân là gì? (3) nghiệp là gì? (4) nghĩa của thân là gì? (5) nghĩa của nghiệp? (6) gọi thân nghiệp nghĩa là gì? (7) ngữ nghiệp và ý nghiệp cũng hỏi như vậy. (8) Lại nữa, vì sao trong Kinh chỉ nói ba nghiệp, thân nghiệp v.v... mà không phải nghiệp của con mắt v.v...?

(1) *Vì sao Kinh nói ba nghiệp*? Vì để chỉ rõ ba nghiệp tổng nhiếp mười nghiệp đạo, khích lệ những người sợ có nhiều điều phải làm. Như (Phật) lược nói ba học cho Phật-lật-thị Tử.²³⁰

Có nhiều người chấp rằng, nghiệp được tạo tác chính là thân, chứ chẳng phải ngữ và ý. Vì muốn chỉ rõ hai nghiệp đó cũng có tạo tác, cho nên Kinh nói ba nghiệp.

(2). *Thân là gì*? Thân là một cơ thể có căn tổ hợp đặc thù bởi sai biệt đại chủng và đại chủng sở tạo.

(3) *Nghiệp là gì*? Nghiệp chính là tư đặc thù.

(4) *Nghĩa của thân là gì*? Cái tích tập mà thành, là nghĩa của thân.²³¹ Vì do cực vi của đại chủng và đại chủng sở tạo tích tập mà thành.

Lại có người nói, nó có nghĩa là cái được tích tập bởi đủ thứ xấu xa, bởi vì thân là cội nguồn của đủ loại vật bất tịnh. Nếu vậy chư thiên sẽ không có thân?

(5) *Nghĩa của nghiệp là gì*? Nó là cái tạo tác; sự tác hành của ý, đó là nghĩa của nghiệp.

(6) *Nghĩa của thân nghiệp là gì*? Tư làm chuyển động thân, gọi là thân nghiệp.

---

²³⁰ Skt. *Vṛjiputraka*, Bạt-kỳ tử. Pāli, A VIII. 85. *Vajjiputtasuttaṃ* (PTS.i.230).
²³¹ *kāya*, thân, ngữ nguyên, động từ căn *ci*: *cinoti, cīyate*. *Pāṇini* 3-3, 41.

Tư có ba hình thái: (a). tư suy xét;[232] (b). tư quyết định[233]; (c). tư phát động.[234] Tư có thể làm thân động chuyển, gọi là thân nghiệp.

Nếu tư phát động thân thì gọi là thân nghiệp, vì tư này dẫn khởi phong giới làm nhân khiến cho chuỗi tương tục của thân chuyển động đến phương khác, thế thì nói đầy đủ phải là "thân phát động bởi nghiệp", lược bỏ trung gian, chỉ gọi "thân nghiệp." Như dầu tăng lực mà chỉ gọi "dầu lực"[235]. Như gió làm chuyển động bụi mà chỉ nói "gió bụi". Đây cũng vậy.

Trong mười nghiệp đạo, ba nghiệp đạo đầu được cho là thuộc thân nghiệp: sát sinh, lấy vật không được cho, và hành dục bất chính.

Vì sao tư nghiệp được gọi tên như vậy?

[786a] Do bởi tư nghiệp phát động thân khiến nó làm những việc giết, trộm, và tà dục. Lực của tư phát động (dòng tương tục của) thân khiến cho phát sinh tạo tác gọi là sở tác của tư. Như

---

[232] Thẩm lự tư 審慮思. Tạng: *'gro ba*, Lamotte và Yamaguchi đề nghị Skt. *gati*; Yamaguchi cho rằng đây là danh từ phái sinh từ thể sai sử của động từ *gam*: *gamayati*, khiến đi hay đến; khiến cho hiểu (Monier-Williams); thuyết minh, biểu thị (Wogihara); thảy đều không hoàn toàn tương đương với nghĩa *thẩm lự*. Từ *thẩm lự* xuất hiện nhiều lần trong *Du-già sư địa*, hầu hết tương đương từ Skt. *upanidhyāna*: quán sát, tư duy, thẩm lự (Wogihara). Từ điển Tibetan-Sanskrit của T.S.Negi cho rất nhiều từ Skt. tương đương với *'gro ba*, nhưng không thấy từ nào sát với nghĩa *thẩm lự* của Huyền Trang. Tì-mục-trí-tiên: *tư lương*, nghĩa đồng *thẩm lự*.

[233] Quyết định tư 決定思. Tạng: *nges pa*. Skt. *niścaya*.

[234] Động phát tư 動發思. Tạng: *g.yo bar byed pa*. Skt. Lamotte đề nghị: *kiraṇa*, La Vallée-Poussin: *ceṣṭā. viṣpanda*; Tì-mục, ba loại tư: tư lương 思量, quyết định 決定 và tiến thú 進趣.

[235] Hán: *lực du* 力油. Tạng: *sman pa la'i 'bru mar*, dầu thảo ba-la. Thiện Huệ Giới: Dầu được nấu với dược thảo pa-la, gọi là dầu dược thảo pa-la (*sma pa la dang btsos pa'i 'bru mả la sman pa la 'bru mar*), do lược bỏ từ trung gian. Dược thảo pa-la chính là dược thảo *baṭula*. Từ điển Monier-Williams và Wogihara không thấy từ này. Chỉ thấy *paṭu* có tên khoa học Calosanthes Indica (không rõ từ Việt). Yamaguchi đề nghị có thể cách đọc khác của tên *paṭola* tên khoa học Trichosanthes Dioeca (tên Việt: cây dưa núi?). Huyền Trang dịch *lực dược*, Skt. *balataila*; có thể hiểu *bala* là sức mạnh, thay vì dược thảo pa-la. Tì-mục phiên âm 婆 (chép nhầm là 娑) 羅油/bà-la du, có thể gần với Huyền Trang.

thế gian nói, "Cướp đốt cháy làng. Củi nấu chín cơm."

Tại sao tư cũng gọi là nghiệp đạo?

Vì tư có tạo tác nên chính nó là nghiệp; và nó là đạo lộ dẫn đi tái sanh vào đường thiện hay đường ác; vì nó dẫn sinh cả hai nên nó được gọi là đạo. Hoặc thân động chính là nghiệp đạo của tư, vì ba hình thái của tư nghiệp y trên thân mà phát sinh.

Lại nữa, sát sinh, trộm cắp, dâm dục do tư nghiệp khởi lên, y trên thân phát sinh. Tùy theo thế tục nó cũng được gọi là "thân nghiệp". Tuy tính nó thật chẳng phải thiện, hay bất thiện, nhưng tùy theo thế tục mà giả lập đặt tên cho nó như thế, với mục đích khiến thế gian đối với tư thiện và tư ác mà tu tập những điều nên làm và không nên làm.[236] Vì vậy mà giả lập gọi tên "thiện", "bất thiện".

Nếu tư nghiệp chỉ là thiện, hay bất thiện, thì tại sao trong kinh *Nghiệp đạo* [237] nói: "Tư nương thân tạo ba loại nghiệp bất thiện, sau khi tạo tác, tích lũy thành khổ dị thục để làm phát sinh quả khổ?"

Ý Kinh này nói rằng: khởi động thân, lấy thân làm cổng, lấy thân làm y xứ, nhắm đến mục đích giết, trộm, dâm, tư nghiệp là nhân, chiêu cảm dị thục là quả khổ; đó nói là "tư nương nơi thân tạo ba loại nghiệp."

Ngoại trừ đó ra, các tư khác gọi là ý nghiệp, bởi vì nó tương ưng với ý, và vì nó phát động thân và ngữ.

Nếu thế, nguyên do gì mà Kinh nói, "Có hai nghiệp: nghiệp là tư

---

[236] Văn hình ảnh, theo bản Tạng: "Ngang qua cổng này (thân nghiệp) mà thế gian tiến vào trong tư ấy (thiện hay bất thiện), hay lùi lại." (*de'i sgo nas sems pa de la 'jig rten 'jug pa dang/ log par gzud pa'i phyir*).

[237] Dẫn bởi *Câu-xá* iv, đề Kinh là *Tư kinh*, bản Việt dịch tập III, tr. 495, cht. 1128, Skt. *Sañcetanīyasūtra* ; *Trường A-hàm* 3, kinh Tư, tr. tr. 437c22: 云何意故作三業，不善與苦果受於苦報？一曰貪... 二曰嫉恚... 三曰邪見. Cf Pāli, A.v tr. 292 (*Paṭhamasañcetanikasuttaṃ*): *kathañca, bhikkhave, tividhā manokammantasandosabyāpatti... taṃ abhijjhātā hoti... byāpannacitto hoti... micchādiṭṭhiko hoti.*

và nghiệp sau khi tư?"[238]

Trong ba hình thái của tư như đã nói trên, hai tư đầu (thẩm lự tư, quyết định tư) là nghiệp tư; tư thứ ba là nghiệp sau khi tư. Như vậy là không mâu thuẫn với ý kinh.

(7) *Ngữ nghiệp là gì?* Thể tính của ngữ là tiếng nói[239], vì nó phát biểu ý nghĩa muốn nói cho nên gọi là ngữ.

Tư làm phát khởi ngữ, gọi là ngữ nghiệp. Hoặc vì ngữ y cứ trên âm tiết[240], hoặc do bằng các âm tiết mà phát biểu ý nghĩa muốn nói, nên gọi là ngữ. Đầy đủ phải nói là "*ngữ* phát khởi bởi (tư) *nghiệp*", nhưng lược bỏ từ trung gian mà chỉ nói là "ngữ nghiệp". Thí dụ như đã nêu trên.[241]

(8) *Ý nghiệp là gì?* Ý là thức, vì nó tư lương,[242] vì hướng đến một đời sống khác và hướng đến đối tượng, cho nên được gọi là ý. Tư tác động ý nên nói là ý nghiệp, vì nó khiến cho ý tạo tác các việc thiện và bất thiện các thứ.

Đầy đủ thì phải nói "Ý tác động bởi nghiệp", lược bỏ trung gian, chỉ gọi là "ý nghiệp".

Hoặc vì nghiệp tương ưng với ý nên gọi là ý nghiệp, lược bỏ từ "tương ưng", chỉ nói là ý nghiệp. Ví dụ, như đã nói trên.

Nếu nói duy chỉ tư là thể của ba loại nghiệp[243], thì trong tâm tán loạn và trong phần vị vô tâm, bấy giờ không có tư, làm sao

---

[238] Tư nghiệp và tư dĩ nghiệp: Xem phần đầu, cht. 1.

[239] Hán: 言聲 ngôn thanh, Bản Pháp hiểu theo Hán: *la prononciation des voix*, sự phát thanh của các giọng nói, và đề nghị, Skt. *ghoṣaccaraṇa*. *Câu-xá* iv tụng 3d, Skt. *vāgvijñaptistu vāgdhvaniḥ*, Huyền Trang:語表許言聲. *Câu-xá* bản Việt dịch tập III, tr. 328, cht. 421. Bản Tạng: *ngag ni tshig ste| dbyangs kyi khyd par*, "ngữ là cú, hoặc âm thanh đặc thù. *Cú*, Skt. *pada*, câu, hay hợp từ (thường là phức/hợp từ), một trong ba bộ phận của ngôn ngữ, *Câu-xá* ii tụng 47ab, bản Việt dịch tập I, tr. 390, cht. 325, 330.

[240] Hán: 字 tự; chữ cái. Skt. *akṣara*, âm tiết trong các hệ ngôn ngữ đa âm.

[241] Như quy tắc cấu trúc từ "thân nghiệp" nói trên.

[242] Luận *Thành duy thức* 5, tr. 24c16 (bản Việt dịch tr. 341, xem phần nội dung & cht. 211): Tập khởi gọi là tâm. Nhận thức cảnh giới gọi là thức. Tư lương gọi là ý.

[243] Ba nghiệp giết, trộm, dâm. Bản Tạng: duy chỉ tư là thân nghiệp.

tồn tại luật nghi và bất luật nghi? 244

Do vì chủng tử được huân tập bởi tư đặc thù245 không bị tiêu hủy nên nói là tồn tại luật nghi và bất luật nghi. Cho nên không có gì sai lầm. Nói "tư sai biệt" là đặc biệt chỉ cho tư đặc sắc phát khởi biểu của luật nghi và bất luật nghi. Do tư này mà hai loại chủng tử thù thắng được huân tập. Y vào hai chủng tử chưa hủy này mới giả lập gọi là vô biểu luật nghi thiện và bất thiện.

Cho đến mức nào thì chủng tử được huân tập bởi tư đặc thù này bị hủy?

Nghĩa là từ đó trở về sau (cho đến chừng nào) nó không là tác nhân sinh khởi tư từ bỏ hay không từ bỏ điều đã ước thệ trước kia.

Như vậy chủng tử bị hủy bởi cái gì? Nếu có tư phát khởi biểu, nhân bởi đó mà xả bỏ luật nghi thiện, hay bất thiện, hoặc do nguyên nhân xả trừ khác cũng có thể tiêu hủy.

50. Sở dĩ Kinh không nói nghiệp của mắt các thứ, vì trong đây chỉ muốn nói riêng nghiệp mà hữu tình gia hành, chứ không nói nghiệp tác dụng của các pháp.

Nghiệp mà hữu tình gia hành là gì? Những gì được hành xử bởi ý tác giả246.

Nghiệp tác dụng của các pháp là gì? Đó là công năng cá biệt của mắt, tai các thứ.

Phật thuyết ba nghiệp nghĩa sâu xa,

Tôi nương lý, giải, mà biện chứng,

Nguyện đem phước này giúp quần sinh,

Thảy được chóng thành thanh tịnh giác.

244 Vô biểu giới là thể của luật nghi và bất luật nghi. *Câu-xá* i tụng 11: Vô biểu (nghiệp), tồn tại như là chuỗi liên tục, với tính chất thiện (luật nghi) hay bất thiện (bất luật nghi), trong trạng thái loạn tâm và vô tâm. Loạn tâm, trong chuỗi tương tục của thiện (luật nghi - *saṃvara*) mà khởi lên các khác, bất thiện (*asaṃvara*) hay vô ký, nhưng tâm này gọi là tán loạn tâm (*vikṣiptacittaka*).
245 Tức tập khí của tư (*vāsanā-cetanāviśeṣa*).
246 隨作者意: ý hành động theo sở thích của nó.

❀

Dịch xong vào tháng 11 năm Đinh dậu - Pl. 2561 (Dl. 11/2017)
Hiệu đính vào tháng 7 năm Tân Sửu - Pl. 2565 (Dl. 8/2021)

THAM KHẢO

Bareau, André (1955). *Les Sectes Bouddhiques du Petit Véhicule.* Ecole Française d'Extrême-Orient Saigon.

Barua, Benimadhab (1998). *A History of PreBuddhist Indian Philosophy.* Motilal Banarsidass.

Begley, S. (2009). *The Plastic Mind.* Constable and Robinson.

Bollée, Willem B. (Ed.). (2002). *Paesi-kahāṇayaṃ.* Harrassowitz Verlag.

Capra, F. (1975). *The Tao of Physics.* Shambhala Publications.

Capra, F. (1987). *Uncommon Wisdom: Conversations With Remarkable People.* Simon & Schuster.

Cioffi, F. (1999). *Freud and the Question of Pseudoscience.* Open Court.

Clarke, P. G. H. (2013). *The Libet experiment and its implications for conscious will.* Paraday Papers, 17, 1-4.

Dasgupta, Surendranath (1922). *A History of Indian Philosophy, vol. I.* Cambridge.

Davidson, R. J. (2012). *The Emotional Life of Your Brain: How Its Unique Patterns Affect the Way You Think, Feel, and Live and How You Can Change Them.* Avery.

Davidson, R. J., & Lutz, A. (2008). *Buddha's Brain: Neuroplasticity and Meditation.* IEEE Signal Processing Magazine, 25 (1), 174–176. https://doi.org/10.1109/msp.2008.4431873

Frauwallner, Erich (1993). *History of Indian Philosophy: The Nature-philosophical schools and the Vaiśeṣika.* Motilal Banarsidass Publishers Delhi.

Goleman, D. (2004). *Destructive Emotions: A Scientific Dialogue with the Dalai Lama.* Bantam Dell.

Halbfass, Wilhelm (1991). *Tradition and Reflection: Exploration in Indian Thought.* State University of New York.

Harris, S. (2004). *The End of Faith: Religion, Terror, and the Future of Reason.* W.W. Norton & Co.

Hearn, Patrick Lafcadio (2007). *Gleanings in Buddha-Fields: Studies of Hand and Soul in the Far East.* Forgotten Books.

Huxley, A. (2001). *God is not mocked.* In R. Hanson, R. Stewart, & S. Nicholson (Eds.), *Karma: Rhythmic Return to Harmony* (pp. 46-58). Motilal Banarsidass Publishers. (Original work published 1975)

James, Williams (1950). *The Principles of Psychology, vol. I Chap.XIV The perception of Time.* Dover Publications, Kindle Ed. (Original work published Aug.1890 by Harvard University)

Joshi, Lal Mani (2008). *Brahmanism, Buddhism, and Hinduism. An Essay on their Origins and Interactions.* BPS Online Edition

Jung, C. (n.d.). *On The Discourses of the Buddha.* In R. Hunn, *Jung's Attiude Toward the East.* Richard Hunn Association for Ch'an Study.

Jurewicz, Joanna (2008). *The Ṛgveda, 'small scale' societies and rebirth eschatology.* Indologica Taurinensia.

Kabat-Zinn, J. & Davidson, R. J. (Eds.). (2013). *The Mind's Own Physician: A Scientific Dialogue with the Dalai Lama on the Healing Power of Meditation.* New Harbinger.

Kozak, A. (2011). *The Everything Buddhism Book: A Complete Introduction to the History, Traditions, and Beliefs of Buddhism, Past and Present.* Adams Media Corporation.

LaFleur, William R. (1986). *The Karma of Words: Buddhism and the Literary Arts in Medieval Japan.* University of California Press.

Layton, F. (2001). *Karma in Motion.* In R. Hanson, R. Stewart, & S. Nicholson (Eds.), *Karma: Rhythmic Return to Harmony* (pp. 46-58). Motilal Banarsidass Publishers. (Original work published 1975)

Libet, B. (2005). *Do we have free will?* In R. Kane (Ed.), *The Oxford Handbook of Free Will* (pp. 1-14). Oxford University Press. https://doi.org/10.1093/oxfordhb/9780195178548.003.0025

Lutz, A., Greischar, L. L., Rawlings, N. B., Ricard, M., Davidson, R. J. (2004). *Long-term meditators self-induce high-amplitude gamma synchrony during mental practice.* Proceedings of National Academy of Sciences, 101(46), 16369-73. https://doi.org/10.1073/pnas.0407401101

Malalasekera, Gunapala P. (2003). *Dictionary of Pali Proper Names.* New Delhi.

Mancia, M. (2006). *Psychoanalysis and Neuroscience*. Springer.

Moore, Walter. J. (1989). *Schrödinger: Life and Thought*. Cambridge University Press.

Müller, Max (1893). *Esoteric Buddhism*. Blavatsky Study Center (online Ed.) (2004).
https://www.blavatskyarchives.com/muller1.htm

Oppenheimer, J. R. (1954). *Science and the Common Understanding*. Simon & Schuster.

Pandit, B. (2005). *Explore Hinduism*. Heart of Albion Press.

Raman, V.V. (2011). *Darshana Jolts: On the Nature of Heat*. Resonance, 190-199.

Richman, P. (2010). *Karma and the Rise of Buddhism in the West*. Lulu.

Rubin, J. B. (1996). *Psychotherapy and Buddhism: Toward an Integration*. Springer.

Schwartz, J. M. & Begley, S. (2002). *The Mind and the Brain: Neuroplasticity and the Power of Mental Force*. HarperCollins.

Scott, W. T. (1967). *Erwin Schrödinger: An Introduction to His Writings*. University of Massachusetts Press.

Torey, E. Fuller (1985). *Witchdoctors and Psychiatrists: The Common Roots of Psychotherapy and Its Future*. HarperCollins.

Trudeau LeBlanc, R. (2007). *My Dogma Ran Over Your Karma*. Xulon Press.

Wilhelm, H. (Ed.). (1967). *The I Ching or Book of Changes*. Princeton University Press.

NGỮ VỰNG STV
(Sanskrit - Tây Tạng - Việt)

Nguồn:

* Akira Hirakawa, *Index to the Abhidharmakośabhāṣya*

* Lokesh Chandra, *Tibetan Sanskrit Dictionary*

* Krang dByi Sun, *Bod rGya Tshig mDzod Chen mo*

A

abhidhyā, *brnab sems*; tham, tham trước, tham dục, bất bình tham

abhyupagama, *khas blangs pa, khas len pa, len pa*; thệ thọ, tín thọ, yếu kỳ, tự xưng

abhyupetya, *khas blangs nas*; thệ hạn, tín cầu

abrahma-carya, abrahma-caryā *mi tshangs par spyod pa*; phi phạm hạnh, dâm dục, dâm gia hành

acitta, *sems med pa*; vô tâm || **~samāpatti**, *sems med pa'i (par) snyoms par 'jug pa*; vô tâm định

adattādāna, *ma byin par len pa, ma byin par blangs pa*; bất dữ thủ, thâu đạo

adharma, *ma yin pa*; phi pháp (vô ích)

adhipati, *bdag po*; tăng thượng || **~pratyaya**, *bdag po'i rkyen*; tăng thượng duyên || **~phala**, *bdag po'i 'bras bu*; tăng thượng quả

adhiṣṭhāna (karmapatha), *las kyi lam gyi gnas*; y xứ (nghiệp đạo),

adhyāśaya, *lhag pa'i bsam pa*; a-thế-da, tăng thượng ý lạc, cố ý, thiện ý

āgama, *lung*; A-cấp-ma, A-hàm, Thánh giáo

ahetuka, *rgyu med pa*; vô nhân. bất đãi nhân

ahrī, *ngo tsha med*; vô tàm, vô tu

ajīvika-bhaya *'tsho ba med pa'i 'jigs pa*, bất hoạt úy

ājñāpana-vijñapti, *bsgo ba rnam rig par byed pa*; khiển tha biểu, lệnh tha giáo nghiệp

akāla, *dus ma yin pa*; phi thời || **~bhojana**, *dus ma yin pa'i zas*; phi thời thực

ākāra, *rnam pa*; hành tướng || **~dūratā**, *rnam pa ring ba nyid*; hành tướng viễn

akaraṇa, *mi byed pa*; bất tác|| **~saṃvara**, *mi byed pa'i sdom pa*; bất tác luật nghi, bất tác hộ,

akriyā, *mi bya ba*; bất tác || **~niyama**, *nges par mi byed pa, mi byed par nges pa*; (quyết) định bất tác

ākṣepaka, *'phen par byed pa, 'phen pa*; năng dẫn, năng khiên dẫn, cảm

akuśala, *mi dge ba*; bất thiện || **~karmapatha**, *mi dge ba'i las kyi lam*; bất thiện nghiệp đạo|| **~mahābhūmika**; *mi dge ba'i sa chen po pa*; đại bất thiện địa pháp, ác đại địa || **~mūla**, *mi dge ba'i rtsa ba*; bất thiện căn || **~avijñapti**, *mi dge ba'i rnam par rig byed ma yin pa*; bất thiện vô biểu || **~vipāka**, *mi dge ba'i rnam par smin pa*; bất thiện dị thục, bất thiện báo

ālambana, *dmigs pa*, sở duyên || **~anuśāyita**, *dmigs pa la rgyas par 'gyur ba*; sở duyên tùy tăng, cảnh tùy tăng, cảnh giới tùy miên || **~prahāṇa**, *dmigs pa spang pa*; sở duyên đoạn || **~vedanīyata**, *dmigs pa myong bar 'gyur ba*; sở duyên thuận thọ, cảnh giới thọ

ālaya, *chags pa*; a-lại-da, trước

amala, *dri med pa, dri med*; vô cấu, tịnh, vô lậu || **~rūpa**, *dri med gzugs*; vô cấu sắc || **~mārga**, *dri med lam*; vô cấu đạo, vô lậu đạo

amanuṣya, *mi ma yin pa*; phi nhân

anāgāmin, *phyir mi 'ong ba*; bất hoàn

anāgamya, *mi lcogs pa med pa*; vị chí ||**~bhūmika**, *mi lcogs pa med pa'i sa pa*; vị chí (định) địa || **~dhyāna**, *mi lcogs pa med pa'i bsam gtan*; vị chí định,

anantara-mukti-mārga, *bar chad med dang rnam grol lam*; vô gián giải thoát đạo

ānantarya, *mtshams med pa, bar chad med pa*; vô gián|| **~karman**, *mtshams med pa'i las*; vô gián nghiệp || **~mārga**; *bar chad med pa'i lam*; vô gián đạo, thứ đệ đạo || **~vimukti-mārga**, *bar chad med pa dang rnam par grol ba'i lam*; vô gián giải thoát đạo || **~sabhāga**; *mtshams med pa dang 'dra ba*; vô gián (tội) đồng loại

anapatrāpya, *khrel med*; vô quý, vô tàm tu

anārya, *'phags pa ma yin pa, 'phags pa min*; phi Thánh || **~vyavahāra**, *'phags pa ma yin pa'i tha snyad*; phi thánh ngôn

anāsrava, *zag pa med pa*; vô lậu, vô lưu ||~**mārga**, *zag med uyi lam*; vô lậu đạo || ~**śīla**, *zag pa med pa'i tshul khrims*; vô lậu giới, vô lưu giới || ~*saṃvara*, *zag pa med pa'i sdom pa*, vô lưu hộ, vô lậu luật nghi, đạo sanh luật nghi || ~**samādhi (anāsrave samādhau)**, *zag pa med pa'i ting nge 'dzin*; vô lậu định

āneñjya, *mi gyo ba*; bất động || ~**upagama**, *mi gyo bar nye bar 'gro ba*; bất động hành

anidarśana, *bstan du med pa*; vô kiến,

āninja, *mi gyo ba*, bất động || ~**samādhi**, *ting nge 'dzin mi gyo ba*; bất động định.

anivṛta, *ma bsgribs pa*; vô phú|| ~**āvyākṛta**, *ma bsgribs pa lung du ma bstan pa*; vô phú vô ký

aniyata, *ma nges pa*; bất định || ~**vipāka**, *rnam par smin par ma nges pa*; bất định dị thục, bất định báo || ~**vedanīya**, *myongs bar 'gyur bar ma nges pa*; bất định thọ (nghiệp)

antagrāha, *mthar 'dzin pa*, biên chấp || ~**dṛṣṭi**, *mthar 'dzin gyi lta ba*; biên chấp kiến, biên kiến

antarā, *bar du, bar na, bar skabs, skabs su*, trung gian || ~**bhava**, *srid pa bar ma*; trung hữu || ~**bhava-vedanīya**, *srid pa bar ma myong bar 'gyur ba*; thuận trung hữu thọ nghiệp, nghiệp cảm trung ấm

antara, *bar, bar gyi thag*, trung gian, trung || ~**kalpa (antaḥ kalpa)**, *bar gyi bskal pa*; trung kiếp, biệt kiếp || ~**dvīpa**, *bar gyi gling*; trung châu, biệt châu

anumāna *rjes su dpag pa*; tỉ lượng,

anuparivartaka, *rjes su 'brang ba*, tùy chuyển, tùy tùng

anuparivartti, *rjes su 'jug pa*; tùy tâm chuyển

anutpāda, *mi skye ba*; vô sanh| ~**jñāna**, *mi skye ba'i shes pa*; vô sanh trí

anuvartaka, *rjes su 'jug bar byed pa*; tùy chuyển

anya-manas, *yid gzhan*; dị duyên tâm,

apaṇa-krīta (dāsa), *zong gis ma nyos pa*; phi trị mại đắc: vô giá (đà-sa), 145

aparaparyāya-vedanīya, *lan grangs gzhan la myong bar 'gyur ba*; thuận hậu thứ thọ, thuận hậu thọ, hậu ưng thọ

aprahātavya, *spang bar bya b yin pa*; phi sở đoạn, phi sở diệt

apramāṇa, *tshad med pa*; vô lượng ||

aprāpti, *ma thob pa*; phi đắc,

apratigha, *thogs pa med pa*; vô đối, vô ngại

apratighāta, *mi thogs pa*; vô ngại

apratisaṃkhyā, *so sor brtags min pa*; phi trạch diệt || **~nirodha**, *so sor brtags pa ma yin pa´gog pa*; phi trạch

apuṇya, *bsod nams ma yin pa*; phi phước,

araṇā, *nyon mongs pa med pa*; vô tránh || **~vyutthita**, *nyon mongs pa med pa las langs pa*; tùng vô tránh xuất; xuất vô tránh tam-ma-đề

arbuda, *chu bur can, skyon*; bào

ārūpya, *gzugs med pa*; vô sắc || **~avacara**, *gzugs med pa na spyod pa*; vô sắc giới || **~āpta**, *gzugs med par gtogs pa*; vô sắc hệ, vô sắc giới hệ || **~samāpatti**, *gzugs med pa'i snyoms par 'jug pa*; vô sắc định

ārya, *'phags pa*; Thánh, Thánh giả, Thánh nhân || **~aṣṭāṅga-mārga** *'phags pa'i lam yan lag brgyad*; bát Thánh đạo chi, bát đạo chi, bát Thánh đạo phần || **~mārga**, *'phags pa'i lam, 'phags lam*; Thánh đạo || **~pudgala**, *'phags pa'i gang zag*; Thánh giả, Thánh nhân || **~sattva**, *'phags pa'i sems can*; Thánh nhân, Thánh giả || **~vyavahāra**, *'phags pa'i snyad*; Thánh ngôn

aśaikṣī, *mi slob pa*; vô học || **~samyag-dṛṣṭi**, *mi slob pa'i yang dag pa'i lta ba*; vô học chánh kiến,

aśaikśya, *mi slob pa*; vô học || **~mārga**, *mi slob pa'i lam*; vô học đạo

asajñin, *'du shes med pa*; vô tưởng || **~sattva**, *'du shes med pa'i sems can*; vô tưởng hữu tình || ~samāpatti, *'du shes med pa'i snyoms par 'jug pa, 'du shes med pa'i snyoms 'jug*; vô tưởng định

asamāhita, *mnyam par ma bzhag pa*; tán, phi định, phi đẳng dẫn || **~bhūmika**, *myam par ma bzhag pa'i sa*; tán tâm địa, tán địa, phi định địa || **~avijñapti**, *mnyam par ma bzhag p'i rnam par rig byed ma yin pa*; tán vô biểu: tán địa vô biểu || **~citta**, *mnyam par ma bzhag pa'i sems*; tán tâm

asaṃkhyeya, *grangs med pa*; a-tăng-xỉ-da, a-tăng-kì, vô số || **~kalpa**, *bskal pa grangs med pa*; vô số kiếp

asaṃvara, *sdom pa ma yin pa, sdom pa min, sdom min*; bất hộ, bất luật nghi, ác giới, ác luật nghi || **~ccheda**, *sdom pa ma yin pa 'chad*; xả bất luật nghi, bất hộ đoạn || **~stha**, *sdom pa ma yin pa la gnas pa, sdom pa min gnas pa*; trụ bất luật nghi, trụ bất hộ

āśāsti-śīla, *legs su smon pa'i tshul khrims*; hy vọng giới, vọng đắc giới

āśaya, *bsam pa, sems*; a-thế-da, ý lạc, cố ý, tâm, nguyện || **~prayoga-vipanna**, *bsam pa dang sbyor ba nyams pa*; ý lạc hoại gia hành hoại, tự ý hoại tha giáo hoại || **~vipanna**, *bsam pa nyams pa*; ý lạc hoại, tự ý hoại

aśloka- bhaya, *tshigs su bcad pa med pa'i 'jigs pa*, ác danh úy aślokabhaya, ác danh úy

āsrava, *zag pa*; hữu lậu || **~kṣaya**, *zag pa zad pa*; lậu tận, lưu tận

āśraya, *rten, lus, gnas, gzhi*; y chỉ, sở y, sở y chỉ, thân || **~parivṛti**, *gnas yongs su gyur ba*; chuyển y || **~tyāga**, *rten bor ba, lus bor ba*; sở y xả || **~ vikopana**, *rten nyams pa*; sở y biến dị

ātmabhāva, lus, sku; tự thân, tự thể || **~lābha, pratilambha**, *lus thob pa*; đắc đắc tự thể

aupadhika, *rdzas las byung ba*; hữu y, hữu nhiếp || **~puṇya-kriyā-vastu**, *rdzas las byung ba'i bsod nams bya ba'i dngos po*; hữu y phước nghiệp sự,

āvaraṇa, *sgrib pa*, chướng || **~traya**, *sgrib gsum*, tam chướng,

avasrhā, *gnas skabs*; vị, thời, phần vị

āveṇika, *ma 'dres pa*; bất cộng, độc hành || **~dharma (āveṇikā dharmaḥ)**, *chos ma 'dres pa*; bất cộng pháp, bất cộng công đức

avetya-prasāda, *shes nas dad pa*; chứng tịnh, tín giải tịnh tín

avīci, *mnar med pa*; A-tì-chỉ, vô gián (địa ngục)

avijñapti, *rnam par rig min, rnam par rig byed ma yin pa*; vô biểu, vô giáo || **~rūpa**, *rnam par rig byed ma yin pa'i gzugs*; vô biểu sắc

avyākṛta, *lung bstan min, lung du ma bstan pa*; vô ký || **~citta**, *lung du ma bstan pa'i sems*; vô ký tâm

ayoga, *mi rung ba*; phi lý, bất ưng, phi đạo lý, bất tương ưng || **~vihita**, *mi rung bas bskyed pa*; bất ưng tác, bất ưng lý,

ayoniśo-manas-kāra, *tshul bzhin ma yin pa yid la byed pa*; bất chánh tư duy, phi lý tác ý

B

bhājana, *snod*; khí, ngoại khí, sở cư || **~loka**, *snod kyi 'jig rten*; khí thế gian, khí thế giới

bhava, *srid pa*; hữu ||**~agra**, *srid pa'i rtse, srid rtse*; hữu đảnh

bhāvanā, *bsgom pa*, tu, tu tập ||**~heya**, *bsgom pas spang bar bya ba*, tu đạo sở đoạn, tu sở đoạn, tu đoạn, tu đạo sở diệt || **~mārga**, *bsgom pa'i lam*; tu đạo || ~**maya**, *bsgom pa las byung ba*; tu loại, tu sở thành ||~**prahātavya**, *bsgom pas spang bar bya ba*; tu sở đoạn||

bhaya, *'jigs pa*, bố, úy ||~**dāna**, *'jigs pas sbyin pa*, bố úy thí ||~**śīla**, *'jigs pa'i tshul khrims*; bố úy giới

bhikṣ: *bhikṣata iti bhikṣuḥ, slong bas na dge slong*, khất thực Tỳ-kheo,

bhikṣu, *dge slong*; Tỳ-kheo, Bí-xô ||~**saṃvara**, *dge slong gi sdom pa*; Tỳ-kheo giới, Bí-xô luật nghi

bhikṣunī, *dge slong ma*, Tỳ-kheo-ni, Bí-xô-ni ||~**saṃvara**, *dge slong ma'i sdom pa*; Tỳ-kheo-ni giới, Bí-xô-ni luật nghi

bhinna, *bcom*; phá |~**kleśatvāt bhikṣuḥ**, *nyon mongs pa bcom pas na dge slong*; phá phiền não Tỳ-kheo, phá hoặc Bí-xô ||~**pralāpita**, *kun bkyal pa nyid*; tạp uế ngữ, phi ưng ngữ ||~**vṛtta**, *tshul nyams pa*; tà hành, phạm giới, phá oai nghi

bhoga, *longs spyod*; tư tài, tư cụ, ngoại cụ, thọ dụng ||~**adhiṣṭhāna**, *gzhi ni longs spyod yin*; chúng cụ xứ, y chỉ thọ dụng vật, thọ dụng y xứ ||~**phala**, *longs spyod kyi 'bras bu*, phú lạc quả, thọ dụng quả ||~vipāka, longs spyod kyi rnam par smin pa; phú dị thục

bhojana, *zas ba*; thực

bhraṣṭa, *nyams pa*; thất, hoại

bhūmi, *sa*; địa ||~saṃcāra, sa 'phos pa; dịch địa

bhūyaḥkārin, *phal cher spyod pa*; đa phần Ưu-bà-tắc, trì đa xứ

bodhi, *byang chub*, bồ-đề, giác ||~**(y)aṅga**, *byang chub kyi yan lag*; giác chi, giác phần; ***bodhyaṅgānulomaṃ śīlam***, *byang chub kyi rjes su mthun pa'i tshul khrims*, thuận giác chi giới||~**saṃbhāra**, *byang chub kyi tshogs*, bồ-đề tư lương ||~**sattva**, *byang chub sems dpa'*: Bồ-tát

brahman, *tshangs pa*; Phạm (thiên), Đại Phạm ||~**carya**, *tshangs spyod*; phạm hạnh ||~**loka**, *tshangs pa'i 'jig rten*, Phạm thế, Đại Phạm xứ ||~**vañcana**, *tshangs pas 'drid*; phạm cuống

brāhmaṇa, *brams ze*; Bà-la-môn, Phạm chí

brāhma-puṇya, *tshangs pa'i bsod nams*; Phạm phước,

brahma-vihāra, *tshangs pa'i gnas*; phạm trụ

buddhi, *blo*; giác huệ, giác, trí, giác tri ||~**pūrvaka**, *blo sngon du btang*; (nhất chủ) tiên giác

C

cakra, *'khor lo*; luân, xa luân ||~**bheda**, *'khor lo'i dbyen*; luân phá, phá pháp luân Tăng ||~**vartin**, *'khor los sgyur ba'i rgyal pa*; chuyển luân vương

caṇḍāla, *gdol pa*; chiên-đà-la

candana, *tsan dan*; chiên đàn,

caturtha, *bzi pa*; đệ tứ ||~**dhyāna**, *bsam gtan bzhi pa*; đệ tứ thiền (tĩnh lự), đệ tứ định

cetanā, *sems pa*; tư, cố ý || ~ **karma**, *sems pa'i las*; tư nghiệp, cố ý nghiệp ||~**viśeṣa**, *sems pa'i khyad par*; tư sai biệt, thù thắng tư, thắng tư, thẩm quyết thắng tư

cetas, *sems*; tâm ||~(o) **vikṣepaḥ**; *sems rnam par gyeng ba*; tâm loạn ||~(ḥ)**khila**, *sems kyi tha ba*; tâm tài, tâm kiên ||(ḥ)**khila-mrakṣa-vastu**, *sems kyi tha ba dang sbags pa'i gzhi*; tâm tài phú sự, tâm kiên phú àng sở y ||~**vimukti**, *sems rnam par grol ba*; tâm giải thoát ||(ḥ)**samādhi**, *sems kyi ting nge 'dzin*; tâm định

cetayitvā (karma), *bsam pa'i (las)*; tư dĩ nghiệp, tư sở tác nghiệp, cố ý sở tạo nghiệp

cintā, *bsam pa*; tư, thẩm lự || ~**maya**, *bsam pa las byung ba*, tư sở thành

citta, *sems*; tâm ||~**anuparivarttin**, *sems kyi rjes su yongs su 'brang ba*; tâm tùy chuyển, tùy tâm chuyển, tùy tùng cố ý khởi ||~**anuvartin** *sems kyi rjes su 'brang ba*, tâm tùy chuyển, tùy tâm chuyển, tùy tâm khởi, tùy tâm sanh diệt ||~**kṛta**, *sems kyis byas*; tâm sở tác ||~**kṣaṇa**, *sems kyi skad cig ma*; tâm sát-na ||~**kṣepa**, *sems gyeng bar 'gyur ba*; tâm cuồng, tâm điên loạn ||~**vāsanā**, *sems la sgo*; năng huân tâm, tâm huân tập ||~**sūkṣmatā**, *sems zhib pa*; tâm vi tế tánh, tâm tế

citra-kara, *ri mo mkhan*; họa sư, họa sĩ

D

dama, *'dul ba*; điều phục

dāna, *sbyin pa*; thí, bố thí ||~**grahaṇa**, *'bog pa dang nod pa*, thọ thí ||~**maya**, *sbyin pa las byung ba*; thí loại ||~**maya-puṇya-kriyā-vastu**, *sbyin pa las byung ba'i bsod nams bya ba'i gzhi*; thí loại phước nghiệp sự ||~**pāramitā**, *sbyin pa'i pha rol tu phyin pa*; bố thí ba-la-mật ||~**pati (dātṛ)**, *sbyin pa po*; thí chủ ||~**viśeṣa**; *sbyin* *pa'i khyad par*; thí sai biệt, thí thắng loại

daṇḍa-bhaya, *chad pa'i 'jigs pa,* trị phạt úy

darśana, *mthong ba;* kiến ||~**mārga,** *mthong ba'i lam;* kiến đạo ||~**prahātavya,** *mthong bas spang bar bya ba;* kiến sở đoạn, kiến đế sở diệt

dāsa, *bran;* đà sa, nô bộc

dātṛ, *sbyin pa po, sbyin bdag;* thí chủ ||~**vastu-kṣetra-viśeṣa,** *sbyin bdag dang dngos dang zhing gi khyad par,* thí chủ tài điền dị

dauḥśīlya, *'chal ba'i tshul khrims;* ác thi-la, ác giới, phá giới ||~**pratipakṣa,** *'chal ba'i tshul khrims gyi gnyen po;* đối trị phá giới ||~**virati,** *'chal pa'i tshul khrimsspong ba;* ly ác giới

daurmanasya, *yid mi bde ba;* ưu ||~**indriya,** *yid mi bde ba'i dbang po;* ưu căn ||~**vedanīya,** *yid mi bde ba myong bar 'gyur ba;* thuận ưu thọ

dharama, *chos;* pháp ||~**adharma,** *chos dang chos ma yin pa;* pháp phi pháp ||~**āyatana,** *chos kyi skye mched;* pháp xứ ||~**kāya,** *chos kyi sku;* Pháp thân ||~**kṣānti,** *chos bzod;* pháp nhẫn ||~**cakra,** *chos kyi 'khor lo;* pháp luân ||~**jñāna,** *chos shes pa;* pháp trí ||~**tā,** *chos nyid;* pháp tánh, pháp nhĩ ||~**dāna,** *chos sbyin pa;* pháp thí ||~**svalakṣaṇa,** *chos kyi rang gi mtshan nyid;* pháp tự tướng ||~**pravicaya,** *chos rnam rab tu rnam par 'byed pa;* trạch pháp (giác chi) ||~**pāṭhaka-prāmānya,** *chos 'don pa tshad mar byas,* y thế pháp luật

dhātu, *khams;* giới ||~**pratyāgama-parihāni,** *khams su slar ldog pa;* giới thối hoàn ||~**bhūmi-vairāgya,** *khams dang sa las 'dod chags bral ba,* ly giới địa nhiễm, giới địa ly nhiễm ||~**vairāgya,** *khams las 'dod chags dang bral ba;* việt giới, giới ly nhiễm

dhyāna, *bsam gtan;* tĩnh lự: thiền ||~**antara,** *bsam gtan bar;* trung gian tĩnh lự, tĩnh lự trung gian, trung gian định, trung định ||~**antarika,** *bsam gtan khyad par can;* tĩnh lự trung gian, trung gian định ||~**bhūmi,** *bsam gtan gyi sa;* định địa, tĩnh lự địa ||~**phala,** *bsam gtan gyi 'bras bu;* định quả||~**sāmantaka,** *nyer bsdogs;* cận phần định ||~**saṃvara,** *bsam gtan gyi sdom pa;* tĩnh lự luật nghi, định hộ, định giới

dīnāra-śatera, *dong rtse dang gnyis;* chích song kim tiền, đà-na-la sa-để-la

dṛś, *lta ba;* kiến ||~**(g)gheya,** *mthong bas spang bya;* kiến sở đoạn, kiến diệt ||~(k)carita, *lta ba spyad pa, lta spyad*; kiến hành ||~bhāvanā-aśaikṣa-patha, *mthong bsgom mi slob lam*; kiến tu vô học đạo ||~(ṅ)mārga, *mthong ba'i lam*; kiến đạo

dṛṣṭa, *mthong ba*, kiến ||~dharma, *mthong ba'i chos*; hiện pháp ||~dharma-vedanīya, *mthong ba'i chos la myong bar 'gyur ba*; thuận hiện pháp thọ (nghiệp), thuận hiện thọ, hiện pháp ưng thọ ||~śruta-mata-vijñāta *mthong dang thos pa dang rtogs pa dang rnam par shes pa*; kiến văn giác tri

dṛṣṭi, *lta ba*; kiến ||~anuśaya, *lta ba'i phra rgyas*, kiến tùy miên ||~arbuda, *lta ba'i skyon*, kiến bào, kiến sang bào, kiến át-phù-đà ||~upādāna, *lta ba nye bar len pa*; kiến thủ ||~carita, *lta ba spyod pa*; kiến hành ||~parāmarśa, *lta ba mchog tu 'dzin pa*; kiến thủ ||~vipanna, *lta ba nyams pa*; kiến hoại

duḥkha, *sdug bsngal*; khổ ||~darśana-prahātavya, *sdug bsngal mthong bas spang bar bya ba*; kiến khổ sở đoạn ||~dṛg-gheya, *sdug bsngal mthong spang bya*, kiến khổ đoạn ||~dharma-jñāna-kṣānti, *sdug bsngal chos shes pa'i bzod pa*; khổ pháp trí nhẫn ||~vipāka, *rnam par smin pa ni sdug bsngal*, khổ dị thục, khổ thọ quả báo ||~vedanā, *sdug bsngal gyi tshor ba*; khổ thọ ||~vedanīya, *sdug bsngal myong bar 'gyur ba*; thuận khổ thọ

durgati, *ngan 'dro*; khổ thú, ác thú, ác đạo, ác xứ || ~bhaya, *ngan 'gros 'jigs*; khổ thú úy

duścarita, *nyes par spyad pa, nyes spyad*; ác hành, tà hành

dveṣa, *zhe sdang*; sân,

dvitīya, *gnyis pa*, đệ nhị ||~dhyāna, *bsam gtan gnyis pa*; đệ nhị tĩnh lự, đệ nhị thiền

E - G

eka, *gcig*, nhất || ~deśakārī, *sna gcig spyod pa*; nhất phần Ưu-bà-tắc ||~śeṣa-siddhi, *gcig lus par 'grub pa*; nhất nhi vị dư cực thành ||~sīma, *mtshams gcig*; nhất giới, nhất biệt trụ

gaṇanā, *bgrang ba*; toán lượng, toán

gati, *'gro ba*, hành, động, hành động, thú ||~abhimāna, *'gro bar mngon pa'i nga rgyal*; hành tăng thượng mạn, hành động vọng chấp

Gītā, *glu*; ca, vịnh

gosava (yajña), *ba lang 'brang gi mchod sbyin*, ngưu tự, cù-sa-bà tự

guṇa, *yon tan*; công đức, đức ||~**kṣetra**, *yon tan gyi zhing*; đức điền ||~**viśeṣa**, *yon tan gyi khyad par*, đức sai biệt ||~**padārtha**, *yon tan gyi dngos po yin pa*; đức cú nghĩa

guru-dharma, *bla ma'i chos*: tôn trọng pháp, (bát) kỉnh pháp: 47

H

hāni, *nyams pa*; thối thất,

hetu, *rgyu*; nhân ||~ **samutthāna**, *rgyu'i kun nas slong ba*; nhân đẳng khởi

heya, *spang bya*; đoạn

hīna, *ngan*; hạ liệt ||~**praṇīta**, *ngan pa dang gya nom pa*, diệu liệt, hạ tánh cập mỹ diệu

hrī, *ngo tsha shesm pa*, tàm, tu ||~**apatrapā**, *ngo tsha khrel yod*; tàm quý ||~**vyapatrāpya**, *ngo tsha shes pa dang khrel yod pa*; tàm quý

I -J

indriya, *dbang po*; căn ||~**uttāpana**, *dbang po sbyangs pa (sbyong ba)*; luyện căn ||~**saṃcāra**, *dbang po 'pho ba*; chuyển căn, luyện căn ||~**saṃvara**, *dbang po'i sdom pa*, căn luật nghi, căn hộ

īrṣyā, *phrag dog*; tật, đố ||~**mātsarya**, *phrag dog dang ser sna*, tật xan ||~**paṇḍaka**, *ma ning phrag dod can*; đố hoàng môn

īryapatha, *spyod lam*; oai nghi lộ

jambu-dvīpa, *'dzam bu'i gling*; Thiệm-bộ châu

janman, *skye ba*, sanh, sở thọ sanh, thế ||~**(a)antara**, *tshe rabs gzhan*, dư sanh, kinh sanh, biệt sanh

jāti, *skye ba*; sanh sanh tướng ||~**(y)antara**, *rigs gzhan*, biệt loại, dị loại ||~**smara**, *tshe rabs dran pa*; ức niệm túc mạng, ức trì túc trụ ||

jina, *rgyal ba*; thắng ||~**mārga (śramaṇa)**, *lam gyi rgyal ba (dge sbyong)*; Thắng đạo Sa-môn

jīva, *srog*; mạng giả; **yavaj jīvam**, *ji srid 'tsho*, tận hình thọ

jīvita, *srog, 'tsho*; mạng ||~**indriya**, *srog gi dbang po*; mạng căn

K

kalala, *nur nur po*; kiết-lạt-lam, kha-la-la

kali-yuga, *rtsod pa'i dus*; mạt kiếp

kāma, *'dod pa*; dục ||~**āpta**, *'dod gtogs*; dục giới, dục giới hệ ||~**avacara**, *'dod pa na spyod pa*; dục giới ||~**mithyā-cāra**, *'dod pas log par gyem pa*; tà hành dục, dục tà hành ||~**trṣṇā**, *'dod pa'i sred pa*; dục ái ||~**vairāgya**, *'dod pa las 'dod chags dang bral ba*; ly dục giới nhiễm, ly dục dục giới

kāṅkṣā, *the tshom*; nghi ||~**asti-dṛṣṭi**, *the tshom can gyi lta ba*; nghi hữu kiến

kapotaka, *thi ba*; bồ câu//~***am añjaliṃ kṛtvā***, *thal mo snol ba'am thal mo sbyar ba te*; tâm hiệp chưởng, khúc cung hiệp chưởng

karman, *las*, nghiệp; kiết-ma ||~**aparaparyāya-vedanīya**, *lan grangs gzhan la myong bar 'gyur ba'i las*; thuận hậu thọ nghiệp, hậu báo nghiệp ||~**ākṣepa**, *las kyi 'phen pa*; nghiệp dẫn ||~**ādhipatya**, *las kyi dbang*; nghiệp tăng thượng ||~**āvaraṇa**, *las kyi sgrib pa*; nghiệp ||~**bhava**, *las kyi srid*; nghiệp hữu ||~**bheda**, *las kyi dbyen*; phá kiết-ma Tăng, kiết-ma phá chướng ||~**ja**, *las skyes pa*; nghiệp sanh, nghiệp sở sanh lực ||~**phala**, *las 'bras*, nghiệp quả, nghiệp ||~**patha**, *las kyi lam*; nghiệp đạo; ***maulaḥ karma-pathaḥ***, *las kyi lam dngos*, căn bản nghiệp đạo; ≈**samantaka**, *las kyi lam nyer sdogs*; nghiệp đạo cận phần, nghiệp đạo gia hành, nghiệp đạo tiền phương tiện ||~**vipāka**, *las kyi rnam smin*; nghiệp dị thục, nghiệp quả, nghiệp báo

kāvya, *snyan ngag*; văn chương, phúng vịnh

kāya, *lus, sku*; thân ||~**āyatana**, *lus kyi skye mched*; thân xứ, thân nhập thức ||~**doṣa**, *lus kyi nyes pa*; thân uế, thân thô ||~**duścarita**, *lus kyi nyes pả spyad pa*; thân ác hành ||~**indriya**, *lus kyi dbang po*; thân căn ||~**karman**, *lus kyi las*; thân nghiệp ||~**kaṣāya**, *lus kyi snyig ma*; thân trược ||~**mauneya**, *thub pa'i lus*; thân mâu-ni, thân mâu-na ||~**prayoga**, *lus kyi sbyor ba*; thân gia hành ||~**sauceya**, *lus gtsang byed*; thân thanh tịnh ||~**sukha**, *lus kyi bde ba*; thân lạc ||~**sucarita**, *lus kyi legs par spyad pa*; thân diệu hành, thân thiện hành ||~**vaṅka**, *lus kyi yon po*; thân khúc ||~**vijñāna**, *lus kyi rnam par shes pa*; thân thức ||~**vijñapti**, *lus kyi rnam par rig byed*; thân biểu

kleśa, *nyon mongs pa*; phiền não ||~**āvaraṇa**, *nyon mongs pa'i sgrib pa*; phiền não chướng ||~**paryavasthāna**, *nyon mongs pa kun nas dkris pa*; phiền não triền, thượng tâm hoặc ||~**prahāṇa**, *nyon mongs pa spongs ba*; phiền não đoạn

kliṣṭa, *nyon mongs pa can*; nhiễm ô ||~**citta**, *nyon mongs pa can gyi* *sems;* nhiễm ô tâm

kṛṣṇa, *nag po, gnag pa;* hắc **||~karm**a, *gnag po'i las;* hắc nghiệp **||~kṣaya,** *nag po zad par byed pa;* tận thuần hắc, diệt hắc (nghiệp) **||~vipāka,** *gnag la rnam par smin pa;* hắc dị thục, hắc quả báo **||~śukla,** *dkar gnag;* hắc bạch (nghiệp)

krīḍā, *rtsed mo;* hý tiếu **||~pramokṣaka:** *krīḍa-pramoṣkāṇāṃ devānām, lha rtsed mos myos pa rnams;* Hý vong niệm thiên

kriyā, *bya ba, byed pa;* sở tác, sự, nghiệp **||~** cetanā , *bya ba'i sems pa;* tác sự tư, dẫn sự cố ý

kṣaṇa, *skad cig ma;* sát-na, sát-ni-kha **||~bhaṅga,** *skad cig ma la 'jig pa,* sát-na diệt **||~samutthāna,** *dus kyi kun nas slong ba;* sát-na đẳng khởi, cộng sát-na duyên khởi

kṣaṇika, *skad cig ma, skad cig pa;* hữu sát-na

kṣānti, *bzod pa;* nhẫn **||~jñāna,** *bzod dang shes pa;* nhẫn trí **||~śīla,** *bzod dang tshul khrims,* nhẫn giới **||~pāramitā,** *bzod pa'i pha rol tu phyin pa;* nhẫn ba-la-mật

kṣatrya, *rgyal rigs;* Sát-đế-li, sát-lị,

kṣaya, *zad pa;* tận **||~jñāna,** *zad pa shes pa;* tận trí

kṣema, *lo legs pa;* bình an, an ổn **||~ākṣemetarat (karma),** *(las) bde ba yang ma yin mi bde ba yang ma yin pa;* an bất an phi (nghiệp), bình bất bình dị (nghiệp)

kṣetra, *zhing;* điền; *upakāri-kṣetra; guṇa-kṣetra* **||~āśaya-viśeṣa,** *zhing dang bsam pa'i khyad par;* điền ý thù thắng **||~doṣa,** *zhing gyi skyon;* điền quá, điền quá thất **||~bīja,** *zhing dang sa bon,* điền chủng tử **||~viśeṣa,** *zhing gi khyad par,* điền thắng

kuṅkuma, *gur gum;* uất kim

kuru, *sgra mi snyan;* (bắc) Cưu-lũ, Câu-lô (châu)

kuśala, *dge ba, dge legs;* thiện **||~arūpa,** *dge ba gzugs min;* phi sắc thiện **||~citta-samutthāna,** *dge ba'i sems kyis kun nas bslang ba;* thiện tâm đẳng khởi **||~karma-patha-prayoga,** *dge ba'i las kyi lam gyi sbyor ba;* thiện nghiệp đạo gia hành, thiện nghiệp đạo tiền phần, thiện gia hành **||~cetanā,** *sems pa dge ba;* thiện tư, thiện cố ý, duy tư, duy thị cố ý **||~nityatva,** *dge ba dang rtag pa yin pa;* thiện thường, thị tiện thị thường **||~pratisaṃdhi,** *dbe ba'i nyin mtshams sbyor ba;* kế thiện vị, tiếp thiện thời, tục thiện **||~mūla,** *dge ba'i rtsa ba;* thiện căn; ≈ **ccheda,** *dge ba rtsa ba gcod pa;* đoạn thiện căn; ≈**samuccheda,** *dge ba'i rtsa ba kun tu gcod pa;* đoạn thiện căn, thiện căn đoạn; ≈**pratisaṃdhāna**, *dge ba'i rtsa ba nyin mtshams sbyor ba*, tục thiện căn, tiếp thiện căn ||~**saṃskṛta**, *'dus byas kyi chos dge ba*; thiện hữu vi ||~**sāsrava**, *dge ba zag pa dang bcas pa*, thiện hữu lậu

kuśāstra, *bstan bcos ngan;* tà luận

L

lajjā, *dzem pa*, sỉ; sỉ tâm

lajjin, *ngo tsha shes pa*, hữu tàm sỉ giả, hữu tàm tu nhân

lakṣaṇa, *mtshan nyid*, tướng, tướng hảo; *mahāpuruṣa-lakṣaṇa* ||~**karma-kṛt**, *mtshan gyi las byed pa*; tác tướng (hảo) nghiệp ||~**vipāka**, *mtshan rnam par smin pa*, tướng (hảo) dị thục, tướng báo (nghiệp), diệu tướng (nghiệp)

lapanā, *kha gsag*; siểm nịnh ngữ ||~**gīta-ṇātya**, *kha gsag glu dang zlos gar*, nịnh ca, nịnh bi ca vũ khúc

laukika, *'jig rten pa;* thế gian, thế tục||~**agra-dharma**, *'jig rten pa'i chos kyi mchog;* thế đệ nhất pháp ||~**citta-stha**, *'jig rten pa'i sems la gnas*; trụ thế tục tâm ||~**mārga**, *'jig rten pa'i lam*; thế gian đạo

liṅga, *mtshan*, căn, hình, hình tướng

lipi, *yig 'bru;* tự, thư ||~**mudrā**, *yig 'bru rgya;* thư ấn, tự ấn

loka, *'jig rten;* thế gian ||~**anuvṛtti**, *'jig rten dang mthun pa;* tùy thuận thế gian, tùy thế ||~**uttara**, *'hig rten las 'das pa;* xuất thế; *lokottara-mārga*, *'jig rten las 'das pa'i lam*; xuất thế đạo ||~**dharma**, *'jig rten pa'i chos*; thế gian pháp, (bát) thế pháp ||~**vaicitraya** *'jig rten sna tshogs*; thế đa dị, thế biệt

M

mada, *rgyags pa*, dregs pa; túy loạn, kiêu dật

madhyastha, *bar ma dor gnas*, trung trụ, trụ trung, xử trung (nghiệp đạo)

madya, *myos par 'gyur ba;* tửu, mạt-đà,

mahā, *chen po;* đại ||~**karuṇā**, *thugs rje chen po;* đại bi ||~**kakpa**, *bskal pa chen po;* đại kiếp ||~**naraka**, *dmyal ba chen po;* đại địa ngục ||~**phala**, *'bras bu che ba;* đại quả ||~**bhūta**, *'byung ba che, 'byung ba chen po;* đại chủng ||~**bhogatā**, *longs spyod chen po;* đại phú lạc, đại phú

mahāpuruṣa, *skyes bu chen po*; đại trượng phu, đại nhân ||~**lakṣaṇa**, *skyes bu po'i mtshan*; đai nhân tướng, đại sĩ tướng

maireya, *skyar ba'i chang*; tửu loại, mê-lệ-da (tửu)

maitrī, *byams pa*, từ ||~**vyutthita**, *byams pa las langs pa*; từ định xuất

manas, *yid*; ý ||~**indriya**, *yid kyi dbang po*; ý căn ||~**upacāra**, *yid nye bar 'gyur ba*; ý cận hành, ý phân biệt hành ||~**daṇḍa**, *yid kyi nyes pa*; ý phạt ||~**doṣa**, *yid kyi nyes pa*; ý thô ||~**duścarita**, *yid kyi nyes par spyad pa*; ý ác hành ||~**karman**, *yid kyi las*; ý nghiệp ||~**kaṣāya**, *yid kyi snyigs ma*; ý sáp ||~**mauneya**, *yid kyi thub pa, thub pa'i yid*; ý mâu-ni ||~**pradoṣa** *yid rab tu khros pa*, ý phẫn ||~**samutthita**, *yid kyis kun nas bslang ba*; ý đẳng khởi ||~**saṃvara**, *yid kyi sdom pa*; ý luật nghi, ý hộ ||~**śauceya**, *yid gtsang byed*; ý thanh tịnh ||~**sucarita**, *yid kyi legs par spyad pa*; ý diệu hành, ý thiện hành ||~**vaṅka**, *yid kyi yon po*; ý khúc

maraṇa, *'chi ba, shi*; tử, mạng chung ||~**bhava**, *'chi ba'i srid pa*; tử hữu ||~**kṣaṇa**, *'chi ba'i skad cig ma*; tử sát-na ||~**bhaya**, *'chi ba'i 'jigs pa*, tử úy, mạng chung úy

mārga, *lam* đạo ||~**aṅga**, *lam gyi yan lag*; đạo chi, Thánh đạo phần ||~**antaram**, *lam gyi mjug thogs su*; Thánh đạo vô gián ||~**jñāna**, *lam shes pa*; đạo trí ||~**darśana-prahātavya**, *lam mthong bas spang bar bya ba*; kiến đạo sở đoạn ||~**dūṣin**, *lam sun 'byin*; ô hoại đạo, ô đạo (Sa-môn) ||~**deśika**, *lam ston*, thị đạo, thuyết đạo (Sa-môn) ||~**jina**, *lam gyis rgyal*; thắng đạo (Sa-môn) ||~**viśeṣa-gamana**, *lam khyad par du 'gro ba*; thắng tiến đạo ||~**(e) jīvati śramaṇa**, *lam la 'tsho ba*; mạng đạo Sa-môn

marma, *gnad*; mạt-ma ||~**ccheda**, *gnad 'chad pa*; đoạn mạt-ma

mātṛ, *ma*; sanh mẫu,

maula, *dngos gzhi*; căn bản ||~**dhyāna**, *bsam gtan dngos gzhi*; căn bản tĩnh lự, căn bản định ||~**prayoga-pṛṣṭha**, *sbyor ba dang dngos dang mjug*; căn bản gia hành hậu khởi (nghiệp đạo) ||~**karmapatha**, *las kyi lam dngos*; căn bản nghiệp đạo

mauna, *thub pa*; mâu-ni, mâu-na ||~**traya**, *thub pa'i gsum*; tam mâu-ni

mauneya, *thub pa*; mâu-ni; *kāya-mauneya, thub pa'i lus*: thân mâu-ni; *mano-mauneya, thub pa'i yid*: ý mâu-ni; *vāc-mauneya, thub pa'i ngag*: ngữ mâu-ni

mithyā, *log pa*; vọng ||~**dṛṣṭi**, *log pa'i lta ba*; tà kiến ||~**jīva**, *log pa'i 'tsho ba*; tà mạng ||~**karmānta**, *log pa'i las kyi mtha'*; tà nghiệp ||~**mauna**, *log pa'i thub pa*; tà mâu-ni ||~ -**saṃkalpa**, *log par rtog pa*; tà tư duy ||~**śauca**, *log p'i gtsang sbra*; tà thanh tịnh ||~**vāc**, *log pa'i ngag*; tà ngữ

mokṣa, *thar pa*; giải thoát ||~**bhāgīya**, *thar pa'i cha dang mthun pa*; thuận giải thoát phần ||~**mārga**, *thar pa'i lam*; giải thoát đạo

mṛdvīkā, *rgun*; mạt-độ-ca ||~**phala**, *rgun gyi 'bras bu*; bồ đào quả, mật-độ-ca quả ||~**bīja**, *rgun gyi sa bon*; bồ đào chủng tử, mật-độ-ca chủng tử

mṛṣāvāda, *rdzun smra ba*; vọng ngữ, hư cuống ngữ

mudrā, *rgya*; ấn

mukta, *grol ba*; thoát, dĩ giải thoát, thoát nhân

mūla, *rtsa ba, gzhi*, căn, căn bản ||~**ccheda**, *rtsa ba chad, rtsa ba gcod*; căn đoạn, đoạn thiện căn

mūrdhan, *rtse mo*; đảnh, đảnh vị

N

nāga, *klu, glang chen*; long, na-già ||~**bandhaka**, *glang po che 'chor ba*; phược long, phược tượng nhân

nairmāṇika, *sprul pa*; biến hóa

naivaśaikṣa-nāśaikṣa, *slob pa yang ma yin mi slob pa yang ma yin pa*; phi học phi vô học

naivasaṃvara-nāsaṃvara, *sdom pa yang ma yin sdom pa ma yin pa yang ma yin pa*; phi luật nghi phi bất luật nghi,

nāman, *ming*; danh ||~**kāya**, *ming gi tshogs*; danh thân ||~**kāyādhisthāna**, *gzhi ni ming gi tshogs*; danh thân xứ, y chỉ danh tụ ||~**rūpa**, *ming dang gzugs*; danh sắc ||~**rūpādhisthāna**, *gzhi ni ming dang gzugs yin*; danh sắc xứ, y chỉ danh sắc

nānāvāsa, *gnas sna tshogs pa*; bất cộng trụ, giới đàn

nāṭya, *zlos gar*; vũ khúc, tương điệu

nikāya, *ris*; bộ, phần ||~**kṣepaṇa**, *ris ni 'phen par byed*; dẫn đồng phần, dẫn tụ đồng phần ||~**sabhāga**, *ris mthun pa*; chúng đồng phần, tụ đồng phần

nimba, *nim pa*; khổ luyện ||~**phala**, *nim pa'i 'bras bu*; khổ luyện quả, nhâm-bà tử

niraupadhika, *rdzas las byung ba ma yin pa*; vô y, vô nhiếp

nirmāṇa, *sprul pa*; biến hóa ||~**citta**, *sprul pa'i sems*; biến hóa tâm, thông quả tâm

nirvedha-bhāgīya, *nges par 'byed pa'i cha dang mthun pa*; thuận quyết trạch phần, quyết trạch phần

niṣkāraṇa-karuṇā *rgyu pa med pa'i snying rje ba*; vô duyên đại bi

niṣyanda, *rgyu mthun pa*; đẳng lưu ||~**phala**, *rgyu mthun pa'i 'bras bu*; đẳng lưu quả

nivaraṇa, *sgrib pa*; cái, sở phú

nivṛta, *(b)sgribs pa*; hữu phú ||~**avyākṛta**, *bsgribs la lung du ma bstan pa*; hữu phú vô ký

niyāma, *nges pa*; định, chánh định, chánh tánh ly sanh ||~**avakramaṇa**, *nges pa la 'jug pa*; nhập chánh định tụ, nhập chánh tánh ly sanh

niyama, *nges pa*; định, quyết định

niyata, *nges par 'gyur ba*; định, quyết định ||~**vedanīya**, *nges par myong bar 'gyur ba*; thuận định thọ (nghiệp); *niyataṃ naraka-vedanīyam karma, nges par dmyal ba myong bar 'gyur ba'i las*: địa ngục định thọ nghiệp

niyati, *'chum pas*; ni-diên-đế ||~**stha**, *nges gnas*; trụ định; *niyati-sthasya bodhisattvasya, byang chub sems dpa' nges gnas*: trụ định Bồ-tát, định địa Bồ-tát

P

paiśunya, *phra ma*; ly gián, phá ngữ, lưỡng thiệt

pākaja, *thos byed las skyes pa*; thục biến sanh,

pakṣa-paṇḍaka, *ma ning zla phyed pa*; bán nguyệt hàng môn

paṇḍaka, *ma ning*; bán-trạch-ca, tác hoàng môn, hoạnh thành hoàng môn

paramārtha, *don dam pa*; thắng nghĩa, chân thật ||~**bhikṣu**, *don dam pa'i dge slong*, chân thật Tỳ kheo, thắng nghĩa Tỳ-kheo ||~**avyākṛta**, *don dam par lung ma bstan*; thắng nghĩa vô ký ||~**śubha**, *dam pa'i don du dge*; thắng nghĩa thiện

pāramitā, *pha rol tu phyin pa*; ba-la-mật ||~**pūraṇa**, *pha rol tu phyin pa rdzogs par byed pa*; viên mãn ba-la-mật,

paribhoga, *yongs su longs spyod pa*; thọ dụng

pariṇāma, *yongs su 'gyur ba*; chuyển biến, biến dị ||~**viśeṣa**, *yongs su 'gyur ba'i khyad par*; chuyển biến sai biệt, chuyển dị thắng loại

paripūraka, *yongs su rdzogs par byed pa*; viên mãn (nghiệp)

paripūrṇakārī, *yongs su rdzogs par spyod pa*; toàn phần Ưu-bà-tắc

pariṣad-śāradya-bhaya, *'khor gyi nang du bag tsa ba'i'jigs pa*, xử chúng úy

parityāga, *yongs su bor ba*; xả, trừ

parivartaka, *shi ba'i nor*; hồi chuyển vật,

parivṛtta, *yongs su gyur ba*; chuyển, dịch ||~**janman**, *tshe yongs su gyur ba*; chuyển sanh, kinh sanh

pāruṣya, *tshig rtsub po*; thô ác ngữ,

paryavasthāna, *kun nas dkris pa*; thượng tâm hoặc, triền (cấu),

pataniya, *lung bar 'gyur*; đọa, phạm trọng, cực trọng cảm đọa tội

poṣadha, *gso sbyong*; bố-sái-tha, bố-tát, trưởng dưỡng, trai giới

poṣikā, *gso ma*; dưỡng mẫu,

pṛṣṭha, *mjug*; hậu khởi, hậu phần

pradeśakārī, *phyogs gcig spyod pa*; thiểu phần Ưu-bà-tắc,

prahāṇa, *spong ba*; đoạn, diệt ||~**mārga**, *spong ba'i lam*; đoạn đạo ||~**saṃvara**, *spong ba'i sdom pa*; đoạn luật nghi, diệt hộ

prahātavya, spang bar bya ba; sở đoạn, sở diệt, ưng trừ; *darśana-prahātavya, bhāvanā-prahātavya*

praheya, *spang bar bya*; sở đoạn, sở diệt

prakṛti, *rang bzhin*; tự tánh ||~**jāti-smara**, *rang bzhin gyis tshe rabs dran pa*; tự tánh ức trì, bản tánh sanh niệm ||~**sāvadya**, *rang bzhin gyi kha na ma tho ba*; tánh tội

pramāda, *bag med pa*; phóng dật ||~**pada**, *bag med pa'i gnas*; phóng dật xứ ||~**sthāna**, *bag med pa'i gnas*; phóng dật xứ

prāṇa, *srog*; sanh, mạng ||~**atipāta**, *srog gcod pa*; sát sanh; ≈**prayoga**, *srog gcod pa'i sbyor ba*; sát sanh gia hành; ≈**vijñapti**, *srog gcod pa'i rnam par rig byed*; sát sanh biểu (nghiệp) ; ≈**virati**, *srog gcod spong ba*; ly sát sanh ||~**apeta**, *srog spong ba*; xả sanh

praṇīta, *gya nom pa*; mỹ diệu

pratighāta, *thogs pa*; đối ngại, biến ngại

pratijñā, *khas 'che ba*, giả lập, lập ngôn ||~**bhikṣu**, *khas 'che ba'i dge slong*; tự xưng Tỳ-kheo

pratikṣepaṇa, *bcad pa*; già chế ||~ **sāvadya**, *bcad pa'i kha na ma tho* *ba*; già chế tội, già tội

prātimokṣa, *so sor thar pa*; biệt giải thoát, ba-la-đề-mộc-xoa ||~**dama-tyāga**, *so sor thar pa'i 'dul ba gtong*; xả biệt giải điều phục, xả hộ mộc-xoa điều ||~**vijñapti**, *so sor thar pa'i rnam par rig byed*; biệt giải thoát biểu ||~**saṃvara**, *so sor thar pa'i sdom pa*; biệt giải thoát luật nghi, ba-la-đề-mộc-xoa hộ ||~**sthita**, *so sor thar gnas*; trụ biệt giải thoát

pratipakṣa, *gnyen po*; đối trị phần, đối trị

pratisaṃkhyā, *so sor brtags pa*; trạch |~**nirodha**, *so sor brtags pas 'gogs pa*; trạch diệt

prathama, *dang po*; sơ, đệ nhất ||~**dhyāna**, *bsam gtan dang po*; sơ thiền: sơ tĩnh lự; ≈**bhūmika**, *bsam gtan dang po'i sa pa*; sơ tĩnh lự địa

pravartaka, *rab tu 'jug par byed pa*; chuyển, năng sanh duyên khởi

pravṛtti-kāraṇa, *'jug*; chuyển ||~**anupravṛtti-kāraṇatva**, *'jug pa dang rjes su 'jug pa'i rgyu yin pa*; chuyển tùy chuyển nhân

prayoga, *sbyor ba*; gia hành, tiền phần, phương tiện ||~**citta**, *sbyor ba'i sems*; gia hành tâm ||~**ja**, *sbyor ba las byung ba*; gia hành sanh ||~**mārga**, *sbyor ba'i lam*; gia hành đạo, phương tiện đạo ||~**maula-pṛṣṭha**, *sbyor ba dang dngos dang mjug*; gia hành căn bản hậu khởi||~**pṛṣṭha**, *sbyor ba dang mjug*; gia hành hậu hởi, tiền phần hậu phần ||~**vipanna**, *sbyor ba nyams pa*; gia hành hoại, tha giáo hoại

prāyogika, *sbyor ba las byung ba, sbyor byung*; gia hành sanh, gia hành đắc

prayojayitṛ, *sbyor ba po*; năng giáo giả, năng hành nhân

prayoktṛ, *sbyor ba po*; giáo giả

preta, *yi dwags*; quỷ, ngạ quỷ

pudgala, *gang zag*; bổ-đặc-già-la, nhân

punarbhava, *yang srid*; hậu hữu, đương sanh, đương lai hữu

puṇya, *bsod nams*; phước ||~**abhivṛddhi**, *bsod nams mngon par 'phel ba*; phước tăng trưởng ||~**apuṇyāneñjyopagama**, *bsod nams dang bsod nams ma yin pa dang mi gyo ba nyer bar 'gro ba*; phước phi phước bất động hành ||~**bhāgīya**, *bsod nams cha dang mthun pa*; thuận phước phần ||~**jñāna-sambhāra**, *bsod nams dang ye shes kyi tshogs*; phước trí tư lương||~**karman**, *bsod nams kyi las can*; phước nghiệp ||~**kriyā-vastu**, *bsod nams bya ba'i gzhi*;

phước nghiệp sự ||~**kṣaya**, *bsod nams zad pa*; phước tận ||~**kṣetra**, *bsod nams kyi zhing*; phước điền ||~**prayoga**, *bsod nams kyi sbyor ba*; phước gia hành ||~**śata-ja**, *bsod nams brgya las skyes*; bách phước sanh, bách phước nghiêm sức

puruṣa, *skyes bu*; nhân, trượng phu, nam ||~**bhāva**, *pho'i ngo bo*; trượng phu tướng, nam tướng ||~**kāra**, *skyes bu byed pa*; sĩ dụng (quả) ||~**vṛṣabha**, *skyes bu khyu mchog*; trượng phu ngưu vương

phala, *'bras bu*; quả ||~**dāna-grahaṇa**, *'bras bu 'dzin pa dang 'byin pa*; thủ quả dữ quả ||~**parihīṇa**, *'bras bu las yongs su nyams pa*; thối quả ||~**vipāka**, *'bras bu rnam par smin pa*; quả dị thục, quả báo ||~**viśeṣa**, *'bras bu khyad par can*, quả sai biệt, quả thắng loại, thắng quả (đạo) ||~**hetv-apavādin**, *rgyu dang 'bras bu la skur 'ba debs*; bát nhân quả, bát vô nhân quả

R - S

rāga, *'dod chags*; tham, nhiễm, dục ||~**anuśaya**, *'dod chags kyi phra rgyas*; tham tùy miên ||~**dveṣa**, *'dod chags dang zhe sdang*; tham sân ||~**pratigha**, *'dod chags dang khong khro ba*; tham sân

rūpa, *gzugs*; sắc ||~**avacara**, *gzugs na spyod pa*; sắc giới; *rūpāvacare kuśale: gzugs na spyod pa'i dge ba*, sắc giới thiện; *rūpāvacara-prayogika: gzugs na spyod pa'i sbyor ba las byung ba*, sắc giới gia hành sanh; *rūpāvacara-nirmāṇa: gzugs na spyod pa sprul pa*, sắc giới biến hóa tâm

rūpaṇa, *gzugs su yod pa*; biến ngại, biến hoại

sabhāga, *skal ba mnyam*; đồng phần, đồng loại ||~**hetu**, *skal ba mnyam pa'i rgyu*; đồng loại nhân

saddharma, *dam pa'i chos, dam chos*; chánh pháp||~**antardhāna**, *dam chos nub*; chánh pháp diệt

śaikṣa, *bslab pa*; hữu học; x. **śikṣā**

śailpasthānika, *bzo'i gnas*; công xảo xứ,

samādāna, *yang dag par blangs pa*; chánh thọ, thiện thọ, thọ trì, yếu kỳ ||~**śīla**, *yang dag par blangs pa'i tshul khrims*; sở thọ giới

samādhi, *ting nge 'dzin*; tam-ma-địa, định, chánh định, đẳng trì ||~**bhāvana**, *ting nge 'dzin sgom pa*; tu định

samāhita, *mnyam par bzhag pa*; định, tịch tĩnh ||~**avijñapti**, *mnyam par bzhg pa'i rnam par rig byed ma yin pa*; định vô biểu ||~**āryamārga-stha**, *mnyam bzhag 'phags lam gnas*; trụ định

Thánh đạo ||~**citta**, *mnyam par bzhag pa'i sems*; định tâm

sāmantaka, *nyer bsdogs*; cận phần ||~**maula**, *nyer bsdogs dang dngos gzhi*; cận phần căn bản ||~ **pṛṣṭha**, *nyer bsdogs dang mjug*; cận phần hậu khởi

sāmantakīya, *nyer bsdogs*; cận phần định

samanvāgata, *mtshungs par ldan pa*, thành tựu, chí đắc

samāpatti, *snyoms par 'jug pa*; định, đẳng chí ||~**viśeṣa**, *snyoms par 'jug pa khyad par can*; thắng định

sambhāra, *tshogs*; tư lương

sambhinna-pralāpa, *ngag kyal pa, tshig bkyal pa*; phi ưng ngữ, tạp uế ngữ

saṃjñā-bhikṣu, *ming gi dge slong*; danh tưởng Tỳ-kheo

saṃkalpa-cetanā, *kun tu rtog pa*; tư duy tư, phát động thắng tư, phân biệt cố ý

sammukhībhāva, *mngon du 'gyur ba*; hiện tiền, hiện khởi, hiện hanh ||~**vedanīyatā**, *mngon sum du gyur pa myong bar 'gyur ba*; hiện tiền thuận thọ

samprajñāna, huệ, chánh tri ||~**smṛti**, *shes bzhin dang dran*; chánh tri chánh niệm

samprayoga, *mtshungs par ldan pa*; tương ưng; *samprayogena kuśalāḥ*: *mtshungs par ldan pas dge ba dag yin*, tương ưng thiện ||~**vedayitva**, *mtshungs par ldan pas myongs bar 'gyur ba*; tương ưng thuận thọ

saṃśaya, *the tshom can*; nghi ||~**niścaya-jñāna**, *the tshom can nges pa'i shes pa*; nghi trí quyết trí, nghi trí

saṃsthāna, *dbyibs pa*; hình (sắc), tướng mạo

samutthāna, *kun nas slong ba*; đẳng khởi, sở phát khởi ||~**cetanā**, *kun nas slong ba'i sems*; đẳng khởi tư, phát khởi cố ý

saṃvara, *sdom pa*; luật nghi, hộ, giới ||~**grahaṇa**, *sdom pa mnos pa*; thọ luật nghi, thọ hộ ||~**kṣobha**, *sdom pa nyams pa*; luật nghi hoại, phá hộ, phá giới ||~**nirmukta**, *sdom pa ma gtogs pa*; ly luật nghi ||~**samādāna**, *sdom pa yang dag par blangs pa*; chánh thiện thọ giới, thọ luật nghi, thọ giới ||~**stha**, *sdom pa la gnas*; trụ luật nghi

saṅgha, *dge 'dun*; Tăng ||~ **āyadvāra**, *dge 'dun gyi 'du ba'i sgo*; Tăng hiệp duyên; ||~**bheda**, *dge 'dun gyi dbyen*; Tăng phá, phá hòa hợp Tăng

sanidarśana, *bstan du yod pa*; hữu kiến

santāna, *rgyud, rgyun*; tương tục, thân ||~**antara**, *rgyud gzhan*; biệt tương tục, dư tương tục, dư thân ||~**viśeṣa**, *rgyud kyi khyad par*; tương tục thù thắng, tương tục chuyển biến sai biệt, tương tục chuyển dị thắng loại ||~**samudbhava** *rgyud las skyes*, tục sanh

santati, *rgyud, rgyun*; tương tục ||~**pariṇāma**, *rgyud yongs su 'gyur ba*; tương tục chuyển biến, tương tục biến dị; ≈**viśeṣa**, *rgyud yongs su 'gyur ba'i khyad par*; tương tục chuyển biến sai biệt, tương tục chuyển dị thắng loại ||~**paripāka**, *rgyud yongs su smin pa*; tương tục thành thục

-saptratigha,hữu kiến hữu đối,

śaraṇa, *skyabs*; quy y; *śaraṇaṃ gacchati: skyabs su 'gro*, quy y ||~**gamana-traya**, *skyabs su 'gro ba*; quy y ||~**traya**, *gsum la skyabs 'gro;* tam quy

sarvatraga-hetu, *kun tu 'gro ba'i rgyu*; biến hành nhân

satkāya, *'jig tshogs*; hữu thân, diệt thân ||~**dṛṣṭi**, *'jig tshogs kyi lta ba*; thân kiến,

sattva, *sems can*; hữu tình, chúng sanh ||~**adhiṣṭhāna**, *gzhi ni sems can yin*; hữu tình xứ, y chỉ chúng sanh ||~**bhoga**, *sems can longs spyod*; hữu tình cụ, chúng sanh thọ dụng ||~**loka**, *sems can gyi 'jig rten*; hữu tình thế gian, chúng sanh thế giới

satya, *bden pa*; đế, thật ||~**darśana**, *bden pa mthong ba*; kiến đế

śauca, śauceya, *gtsang byed*; thanh tịnh, diệu hành

savāsanā, *bag chags dang bcas pa*; tập khí ||~**prahāṇa**, *bag chags dang bcas par spangs pa*; tập khí đoạn

setu, *chu lon*; đê đường

sevya: sevitavya, *bsten par bya*; ưng tập, ưng sự

śikṣā, *bslab pa*; học ||~**dattaka**, *bslab pa sbyin pa*; thọ học, dữ học (giới) ||~**nikṣepaṇa**, *bslab pa phul*; xả học xứ ||~**pada**, *bslab pa'i gzhi*; học xứ

śīla, *tshul khrims*; giới, thi-la ||~**aṅga**, *tshul khrims kyi yan lag*; giới chi, giới phần ||~**arbuda**, *tshul khrims kyi skyon*; giới bào, giới át-phù-đà ||~**ccheda**, *tshul khrims 'chal ba*; giới đoạn, học xứ đoạn, đoạn thi-la ||~**nyūnatā**, *tshul khrims nyung ba*; giới giảm ||~**maya**, *tshul khrim las byung ba*; giới loại, giới tánh ||~**vant**, *tshul khrims dang ldan pa*; hữu giới, cụ giới, cụ thi-la ||~**vipakṣa**, *tshul khrims kyi mi mthun pa'i phyogs yin pa*; thiện giới đối trị, chướng tịnh thi-la ||~**vipanna**, *tshul khrims nyams pa*; giới hoại

śilpa, *bzo*; công xảo; x. **śailpasthānika**

sīma, *mtshams*; kết giới, giới, biệt trụ

samanvāgama *ldan pa, kun tu ldan pa*; thành tựu, chí đắc

śramaṇa, *dge sbyong*; Sa-môn

śrāmaṇera, *dge tshul*; cần sách, Sa-di ||~**saṃvara**, *dge tshul gyi sdom pa*; cần sách luật nghi, Sa-di giới

śrāmaṇerī, *dge tshul ma*; Sa-di-ni, cần sách nữ

śrāvaka, *nyan thos*; thanh văn, đệ tử ||~**agrayuga**, *nyan thos kyi mchog zung gcig*; đệ tử song; chỉ quán đệ nhất song

stūpa, *mchod rten*; tháp, tẩu-đổ-ba, tốt-đổ-ba ||~ **bheda**, *mchod rten 'jig par byed pa*; phá tốt-đổ-ba

sucarita, *legs spyad*; diệu hành, thiện hành

sukha, *bde ba*; lạc ||~ **vedanīya**, *bde ba myong bar 'gyur ba*; thuận lạc thọ ||~**vedya**, *bde ba myong 'gyur*; thuận lạc thọ

surā, *'bru'i chang*; tửu, tốt-la ||~ **maireya**, *'byu'i chang dang sbyar ba'i chang*; tốt-la-mê-lệ-da; *surā-maireya-madya-pramāda-sthāna*: *'bru'i chang dang sbyar ba'i chang myos par 'gyur ba bag med pa'i gnas*, tốt-la mê-lệ-da mạt-đà phóng dật xứ, tửu tửu loại linh phóng dật y xứ

svabhāva, *rang gi ngo bo*; tự tánh, thể tánh; *svabhāvena kuśalā*: *ngo bo nyid kyis dge ba*, tự tánh thiện||~ **prahāṇa**, *rang gi ngo bo ni spong ba*; tự tánh đoạn ||~**vedanīyatā**, *ngo bo nyid kyis myong bar 'gyur ba*; tự tánh thuận thọ

T

tiryañc, *dud 'gro*; bàng sanh, súc sanh ||~**(g)yoni**, *dud 'gro'i skye gnas*, bàng sanh thú

tīvra, *shas chen*; mãnh lợi, sác hành, nhiễm trụ ||~**kleśa**, *nyon mongs shas chen*; sác hành phiền não, nhiễm trụ hoặc ||~**dveṣa**, *zhe sdang shas che ba*; sân tăng, đa trọng sân nhuế ||~**moha**, *gti mug shas che ba*; tăng si, ám độn đa si ||~**rāga**, *'dod chags shas che ba*; tham thạnh, đa trọng tham dục trṣṇā, khát ái,

trṣṇā, *sred pa*; ái, tham ái ||~**carita**, *sred pa'i spyad pa*; ái hành giả

tyāga, *gtong ba*; xả ||~**āśaya**, *gtong ba'i bsam*, ya lạc xả, a-thế-da xả ||~**citta**, *'dor ba'i sems*, xả tâm, tâm vô cố

U

ubhaya, *gnyis ga*; nhị, câu ||~**vyañjana**, *mtshan gnyis*; nhị hình, nhị căn

upakāra, *phan pa*; ân

upakārin, *phan dogs pa*; hữu ân (nhân) ||~**pakṣa**, *phan 'dogs pa'i phyogs*; ân điền

upapadya, *skyes nas*, sanh (dĩ) ||~**vedanīya**, *skyes nas myong bar 'gyur ba*; sanh ưng thọ, thuận thứ sanh thọ, thuận sinh thọ (nghiệp) ||~**vedya**, *skyes nas myong 'gyur*; thuận sanh thọ

upapatti, *skye ba*; sanh ||~**bhava**, *skye ba'i srid pa*; sanh hữu ||~**pratilabdha**, *skye bas thob pa*; sanh đắc ||~pratilabhya, skye bas 'thob par bya ba*; sanh đắc ||~**pratilambhika**, *skyes nas thob pa*; sanh đắc ||~**pratilābhika**, *skyes nas thob pa*; sanh đắc

upāsaka, *dge bsnyen*; cận sự, Ưu-bà-tắc ||~**tvābhyupagama**, *dge bsnyen nyid du khas blans pa*; tự xưng cận sự ||~**saṃvara**, *dge bsnyen gyi sdom pa*; Cận sự luật nghi, Ưu-bà-tắc giới

upāsikā, *dge bsnyen ma*; Ưu-bà-di, Cận sự nữ

upātta, *zin pa*; hữu chấp thọ, chấp thọ, hữu chấp

upavāsa, *bsnyen gnas*; cận trụ, trai, ưu-ba-bà-sa ||~**aṅga**, *bsnyen gnas kyi yan lag*; trai chi, ưu-ba-bà-sa phần ||~**saṃvara**, *bsnyen gnas kyi sdom pa*; cân trụ luật nghi ||~**samādāna**, *bsnyen gnas kyi sdom pa yang dag par blangs pa*; thọ cân trụ luật nghi

upavāsaka, *bsnyen gnas*; cận trụ luật nghi, thọ ưu-ba-bà-sa hộ

V

vāc, *ngag*; ngôn, ngữ ||~**dhvani**, *ngag sgra*; ngữ âm thanh, ngôn thanh ||~**doṣa**, *ngag gi nyes pa*; khẩu thô ||~**duścarita**, *ngag gi nyes par spyad pa*; ngữ ác hành ||~**(k)karman**, *ngag gi las*; ngữ nghiệp ||~**kaṣāya**, *ngag gi snyigs ma*; khẩu sáp ||~**mauneya**, *thub pa'i ngag*; ngữ mâu-ni ||~**śauceya**, *ngag gtsang byed*; ngữkhẩu thanh tịnh, ngữ diệu hành ||~**sucarita**, *ngag gi legs par spyad pa*; khẩu thiện hành, ngữ diệu hành ||~**(g)vaṅka**, *ngag gi yon po*; khẩu khúc ||~**vijñapti**, *ngag gi rnam par rig byed*; ngữ biểu

vadha, *bsad pa*; hại, sát ||~**prayoga**, *gsod par sbyor ba*; sát gia hành

vadhya, *gsad par bya ba*; sở sát giả

vairāgya, *'dod chags bral*; ly nhiễm, ly tham; x, **virāga**

vaiśravaṇālaya, *rnam thos bu'i gnas*; đa văn thất, Phạm tĩnh xứ

vajropama, *rdo rje lta ba*; kim cang dụ ||~**samādhi**, *rdo rje lta ba'i ting nge 'dzin*; kim cang dụ định,

vaṅka, *yon po*; khúc, siểm khúc ||~**doṣakaṣāya**, *yon skyon snyigs ma*; khúc uế sáp (nghiệp)

vardhata, *'phel par byed*; tăng trưởng; x. **vṛddhi**

varṇa, *kha dog*; hiển sắc

vāsanā, bag chags; huân tập, huân tu

vastu, *dngos po*; sự, tài, vật, loại

vidhi, *cho ga*; quỹ tắc, yếu kỳ, phương tiện ||~**bhraṣṭa**, *cho ga nyams pa*; hoại quỹ tắc, thất phương tiện thứ đệ

vijñapti, *rnam par rig byed*; rnam rig byed, rnam rig; biểu, hữu giáo ||~**utthāka**, *rnam rig slong*; khởi biểu tâm, thân khẩu nghiệp duyên khởi ||~**citta**, *rnam par rig byed dang sems*; biểu tư, cố ý giáo nghiệp ||~**samutthāpaka**, *rnam par rig byed kun nas slong bar byed pa*; phát biểu nghiệp, biểu đẳng khởi, phát khởi hữu giáo nghiệp

vikala, *ma tshang ba*; khuyết, bất cụ ||~**aṅga**, *yan lag ma tshang ba*; chi khuyết ~**(e)ndriya**, *dbang po ma tshang ba*, căn khuyết

vikṣepa, *rnam par gyeng ba*, tán, loạn, tán loạn

vikṣipta, *gyengs pa*; tán, loạn ||~**cittaka**, *sems gyengs pa*; loạn tâm

vimukti, *rnam par grol ba, rnam grol*; giải thoát ||~**mārga**, *rnam par grol ba'i lam*; giải thoát đạo ||~**viśeṣa-mārga**; *rnam par grol ba dang khyad par can gyi lam*; giải thoát thắng tiến đạo

vipāka, *rnam par smin pa, rnam smin*; dị thục, quả báo ||~**āvaraṇa**, *rnam par smin pa'i sgrib pa*; dị thục chướng, báo chướng ||~**citta**, *rnam par smin pa'i sems*; dị thục tâm, quả báo tâm ||~**ja**, *rnam par smin pa las skyes pa, rnam smin skyes*; dị thục sanh, quả báo sanh ||~**dāna**, *rnam par smin pa 'byin pa*, dữ dị thục, dữ quả ||~**phala**, *rnam par smin pa'i 'bras bu*; dị thục quả, quả báo quả ||~**bhūmi**, *rnam par smin pa'i sa*; dị thục địa, quả báo địa ||~**rūpa**, *rnam par smin pa'i gzugs*; dị thục sắc, quả báo sắc ||~**vedanīya**, *rnam par smin pa myong bar 'gyur ba*; dị thục thuận thọ ||~**santāna**, *rnam par smin pa'i rgyud*; dị thục tương tục ||~**hetu**, *rnam par smin pa'i rgyu, rnam smin rgyu*, dị thục nhân

vipakṣa, *gnyen po*; đối trị ||~**dūratā**, *gnyen po ring ba nyid*; đối trị viễn

vipratipatti, *log par sgrub pa*; ác hành vi nghịch,

virati, *spong ba*; ly, vĩnh ly, viễn ly ||~**graha**, *spong ba mnos pa*; thọ ly ||~**samādāna**, *spong bar bya ba yang dag par blsngs pa*; thọ ly, thọ trì viễn ly

visabhāga, *skal ba mi mnyam pa*; dị loại, phi đồng loại ||~**citta**, *mi 'dra ba'i sems*; bất đồng loại tâm dị loại tâm ||~**bhūmika**, *skal ba mi mnyam pa'i sa pa*; bất đồng địa, dị địa

visaṃyoga, *'bral ba*; ly hệ ||~**prahāṇa**, *'bral ba'i spong ba*; ly hệ đoạn

viśeṣa, *khyad par*; sai biệt, thù thắng, thắng dị, dị ||~**mārga**, *khyad par can gyu lam*; thắng tiến đạo, tăng tiến đạo

viśuddha, *rnam par dag pa*; thanh

vṛddhi, *'phel pa*; tăng trưởng

vṛṣabha, *khyu mchos*; ngưu vương

vraṇa, *rma*, sang, lậu ||~**bhūta**, *rma lta bur gyur ba*; (cửu) sang môn

vrata, *brtul zhugs*; cấm, chấp ||~**aṅga**, *brtul zhugs yan lag*; cấm chi, tu phần

vyākṛta, *lung du bstan pa*; ký, hữu ký;

vyāmiśra, *'dren ma*; ||~**kārin**, *'dren ma'i byed pa*; tạo tạp nghiệp

vyañjana, (a) *mtshan ma*, hình, căn ||~**antarita**, *mtshan gzhan du gyur*; chuyển căn ||~**parivṛtti**, *mtshan gyur*; chuyển căn.- (b) *yi ge*, tự, văn ||~**kāya**, *yi ge'i tshogs*; văn thân, tự tụ ||~**mātra**, *yi ge tsam*; duy tự, duy văn

vyāpāda, *gnod sems*, sân, nhuế, sân độc ||~nivaraṇa, *gnod sems kyi sgrib pa*; sân nhuế cái, hại cái ||~**pratipakṣa**, *gnod sems kyi gnyen po*; sân đối trị, trị sân

vyavahāra, *tha snyad*; ngôn thuyết, danh ngôn, giả lập, thế truyền

Y

yoga, *ldan pa*; tương ưng ||~**ācāra**, *rnal 'byor spyod pa*; du-già sư, quán hành giả ||~**pravartita**, *rigs pa rab tu bcug pa*; như lý khởi ||~**vihita**, *rigs pas bsked pa*; như lý tác, ưng tác (nghiệp) ||~**sambhāra**, *rnal 'byor gyi tshogs*; tư lương du-già

yukti, *rigs pa*; chánh lý, lý chứng ||~**virodha**, *rigs pa dang 'gal ba*; vi lý chứng

SÁCH DẪN / INDEX

Liên lạc HỘI ĐỒNG HOẰNG PHÁP

Hòa Thượng Thích Như Điển, Chánh Thư Ký, HĐHP
Chùa Viên Giác. Karlsruher Str. 6, 30519 Hannover, Germany
Website: www.hoangphap.org; Email: hdhp.ctk@gmail.com;
Tel: + 49 511 879 630

Thượng Tọa Thích Nguyên Tạng, Trưởng ban Báo Chí và Xuất Bản, HĐHP
Tu Viện Quảng Đức, 105 Lynch Road, Fawkner, Vic.3060 Australia
Website: www.hoangphap.org; Email: hdhp.bbc@gmail.com;
Tel: +61 481 169 631

Thượng Tọa Thích Tâm Hòa, Trưởng ban Bảo Trợ, HĐHP
Trung Tâm Văn Hóa Phật Giáo Pháp Vân, Ontario, Canada
420 Traders Blvd E, Mississauga, ON L4Z 1W7, Canada
Website: www.phapvan.ca; Email: thichtamhoa@gmail.com
Tel: +1 905-712-8809

Printed in the USA
CPSIA information can be obtained
at www.ICGtesting.com
LVHW091500201123
764224LV00004B/175